భూమిక.

ఈకళాపూర్ణోదయ మనుకల్పితప్రబంధమును సహృదయహృదయానురంజకముగా నపూర్వకథాకథనవైచిత్రీధుర్యంబుగా శృంగారాదిరసములను దత్త ముచితభంగిని బొందుపఱచి మంచిశైలిని రచించి తనపాండిత్యమును బుద్ధిచాతురిని లోకుల కత్యాశ్చర్యం బగునట్లుగా వెల్లడిచేసినమహానుభావుఁడు పింగళి, సూరన యనుమహాకవి. ఈతఁడు రచించినగ్రంథములలో నెల్ల నిదియే ముఖ్యమైనది.

ఈకవి కృష్ణదేవరాయలయాస్థానములోనికవీశ్వరులలో నొకఁ డని కొంద ఱందురు గాని యది సరి గాదు. ఈయన నంద్యాలసంస్థానాధిపతి యైనకృష్ణరాజునాస్థానములో నున్నవాఁ డని గ్రంథమే చాటుచున్నది. కృష్ణదేవరాయలు 1530 వ సంవత్సరమున మృతి నొందె ననియును, నంద్యాలకృష్ణరాజునకు 1560 ప్రాంతముల నీగ్రంథము కృతి యీఁబడి యుండె ననియు మ-రా-శ్రీ, కందుకూరి-వీరేశలింగముపంతులవారియాంధ్రకవులచరిత్ర నుడువుచున్నది.

తెలుఁగుప్రబంధములలోఁ బ్రాముఖ్యతను గన్నయీప్రబంధమును ముద్రింపింపవలయు నని మేము చాలాదినములనుండి కృతప్రయత్నుల మయ్యును నితర గ్రంథములఁ గొన్నిఁటిని ముద్రింపించి పిమ్మట దీని ముద్రింపింత మనుకొనుచుండఁగా నింతట శ్రీమత్పిఠాపురసంస్థానప్రభువు లగు శ్రీరాజా రావు వేంకటకుమారమహీపతి సూర్యారావు బహదరువారీగ్రంథముద్రణకుఁ దగినధనసహాయ మొనర్చి మా కెంతయుఁ బ్రోత్సాహము గలిగించినందున నిప్పటికి దీనిని 1888 వ సంవత్సరమున ముద్రిత మైనయొక్కప్రతినే యాధారముగాఁ జేసికొని వీలయినంతవఱకు సవరించి ముద్రింపించితిమి. ముద్రణావస్థలోఁ దటస్థించినలోపము లెవ్వి యైన నున్నచో "గచ్ఛతః స్ఖలనం క్వాపి" యన్నన్యాయమును తా మెఱిఁగినదియే కనుక మన్నింపవలయు నని చదువరులఁ బ్రార్థించుచు మమ్మింకను నుద్గ్రంథముల ముద్రింపించుచుండుటకై ప్రోత్సాహము గలిగించుచుందురు గాక యని శ్రీవారికిఁ గృతజ్ఞతాసూచకముగా ననేకధన్యవాదములఁ జేయుచున్నారము.

ఈగ్రంథముపై శ్రీమైసూరుమహారాజావారికాలేజీలో హిస్టరీప్రొఫెస రగు మ-రా-రా-శ్రీ, కట్టమంచి - రామలింగారెడ్డి ఎమ్, ఏ. గారు వ్రాసినవిపుల మగు విమర్శనము కొలఁదిదినములలోనే ముద్రించి కళాపూర్ణోదయపాఠకమహాశయుల కందింతుము.

ఇట్లు భాషాసేవకులు,

వావిళ్ల - రామస్వామిశాస్త్రులు అండ్ సన్స్.

ఏతద్గ్రంథస్థనామావళి.

పూర్వకథ. *

1 కలభాషిణి (కథానాయిక).
2 నారదుఁడు.
3 మణికంధరుఁడు (నారదశిష్యుఁడు).
4 రంభానలకూబరులు.
5 కృష్ణుఁడు-మొ.
6 మణిస్తంభుఁడు.
7 దేవలోకపుచిలుక.
8 ఇంద్రుఁడు.
9 మృగేంద్రవాహన.
10 మాయారంభ.
11 మాయానలకూబరుఁడు.
12 సుగాత్రి (సుముఖాసత్తి).
13 శాలీనుఁడు (మణిస్తంభుఁడు).
14 అలఘువ్రతుఁడు (మళయాళపుబ్రాహ్మణుఁడు).
15 మణికంధరహారము.

ఉత్తరకథ. *

1 కళాపూర్ణుఁడు (కథానాయకుఁడు).
2 మధురలాలస (నాయిక).
3 బ్రహ్మ.
4 సరస్వతి.
5 మదాశయుఁడు (నాయికతండ్రి).
6 రూపానుభూతి (నాయికతల్లి).
7 అభినవకౌముది (గంధర్వస్త్రీ).
8 ప్రథమాగమాదులునలుగురు (మంత్రులు).
9 స్వభావుఁడు (సిద్ధుఁడు).
10 సత్వదాత్ముఁడు.
11 దత్తాత్రేయుఁడు.
12 యజ్ఞశర్మ.
13 దేవవిమానము.

* ఈగ్రంథమందలి మొదటినాలు గాశ్వాసములు పూర్వకథగను దక్కినవి యుత్తరకథగను నూహించునది.

శ్రీరస్తు.

ఓం నమః కామేశ్వర్యై.

కళాపూర్ణోదయము.

పీఠిక.

శ్రీలావణ్యవతీకుచద్వితయకాశ్మీరప్రభాచారువ
క్షోలంకారమణిప్రకాండము నవీనార్కాభముగా సన్మనో
నాళీకావిరతప్రభాత మగుచున్ భాసిల్లుతత్త్వంబు నం
ద్యాలశ్రీనరసింహకృష్ణవిభు నిత్యశ్రీయుతుం జేయుతన్. 1

చ. ప్రమదవిలాసనర్తనవిభాసురగోపకిశోరమూర్తిమో
దమ కిలువేలు పై వెలయు తాండవకృష్ణపదాబ్జసేవ ను
త్తమతనయాదిసంపదలు తామరతంపరలై ప్రవర్ధిలన్
రమణఁ దనర్చుఁ గావుత ధరన్ నరసింగయకృష్ణుఁ డెంతయున్. 2

మ. వలకేల్ దాపలికిం గుచస్తబకసేవాలోలతం బోవ డా
పలికేల్ సిగ్గున మాన్ప నల్క నది తత్పార్శ్వంపులేఁజెక్కుఁ గో
మలపాదంబును ముట్టుచున్ వలచు బ్రహ్మం బర్ధనారీశ్వరుం
డెలమిన్ నిత్యముఁ బ్రోచుఁ గృష్ణవసుధాధీశున్ నృసింహాత్మజున్. 3

చ. అనయము ప్రేమ సంధిలఁగ నాస్యచతుష్టయయోగపద్యచుం
బనఘనకాంక్షఁ బోలె నిగమంబుల పేరిట నాల్గురూపులం
దనరెడుభార్యమాట జనదాఁటక సృష్టి యొనర్చువారిజా
సనుఁడు నృసింహకృష్ణవిభుఁ జాలఁ జిరాయువుఁ జేయుఁ గావుతన్. 4

చ. ఒనరఁగ నూర్ధ్వలోకమున•నుండి ధరిత్రికి డిగ్గుగంగకున్
మనసిజవైరిమౌళియు హి•మక్షితిభృత్కటకంబు వోలె శో
భనరసభవ్యకావ్యమయ•భారతికిన్ వసతిస్థలంబు లై
తనరెడువామలూరుభవ•తాపసు సాత్యవతేయుఁ దల్చెదన్. 5

చ. పలుకఁ దలంప దవ్వు లగు•భారతరామకథార్థముల్ విభా
సిలఁగ నరంటిపండొలిచి•చేతికి నిచ్చినరీతి నాంధ్రవా
క్సులలితశక్తి నందఱకు•సుప్రథితంబులు చేసినట్టిధ
న్యుల నుతియింతు నన్నయబు•ధోత్తముఁ దిక్కన నెఱ్ఱసత్కవిన్. 6

ఉ. మెచ్చి యొకింత గౌరవము•మెచ్చక యుండి లఘుత్వలేశమున్
దెచ్చుటకున్ సమర్థులె కృ•తిక్రియకుం గుకవిత్వగర్వితుల్
తచ్చరితం బుపేక్ష కుచి•తం బగుఁ గాక నగంగ నైన నా
క్రుచ్చి యజాగళస్తనస•గోత్రుల వారల నెన్న నేటికిన్. 7

సీ. విశ్రాంతి విరతి గా•వింపక సారస,త్సాహిత్యసౌమన•స్యంబు లెఱిఁగి
సమయంబు దప్పక•శ్రవణకఠోరంబు,లైనశబ్దముల న•త్యాకులాత్మఁ
జేయక సత్పరి•చితసుకుమారవా,క్సరళితాభిప్రాయఁ•గా నొనర్చి
పదబంధశిథిలతఁ•బాటిల్లఁగానీక, యేఛందములయందు•నేమఱిలక

ఆ. పరఁగుకవియు దోషా•కరుఁడును యశము దు,గ్ధమును బడయు నట్లు•గానినాఁడు
కృతి దురాప మొదవు•కీర్తియుఁ బాలు సీ,కుంట గాదు హాస•యోగ్యుఁ జేయు.

వ. అని యిష్టదేవతాప్రార్థనంబుఁ గావించి సుకవుల సేవించి కుకవు లుపేక్షామా
త్రదండ్యు లగుట భావించి సకలలక్షణలక్షితం బైనమహాప్రబంధంబు కీర్తికార
ణం బనియు నితరం బపహాసకారణం బనియు నూహించి యెద్దియేనియు నొ
క్క సరసప్రబంధనిబంధనంబునకు జాతకౌతూహలుండ నై యుండునంత. 9

సీ. తనకీర్తి సకలది•గ్దంతిదంతానంత, కాంతిపంక్తికిఁ జెలి•కత్తె గాఁగఁ
దనప్రతాపంబు మా•ర్తండమండలచండి, మోపదేశమునకు•నొజ్జ గాఁగఁ
దననీతిపస యుగం•ధరభట్టిచాణక్య, ఘనచాతురికి నిద•ర్శనము గాఁగఁ
దనవిలాసంబు కం•దర్పేంద్రనందన, వార్తకు ఖండన•వాది గాఁగ

తే. వెలయుమనుమార్గవర్తనా•విరతవిహిత, ధరణిపరిపాలనాపరి•స్ఫురితరాజ్య
వైభవుండు నృసింహభూ•వరసుతుండు, జిష్ణుతుల్యుండు నంద్యాల•కృష్ణవిభుఁడు.

వ. అనర్ఘ్యమణిమయాభరణకిమ్మీరితదిగంతరుండును, గంధసారకస్తూరికాద్యను
లేపసౌరభసంవాసితపర్యంతభాగుండు నగుచుం జెలువు మీఱి కొలువుకూటంబు
న గురుశుక్రనీతిచాతురీవిఖ్యాతవంచనాచుంచుపంచాంగనయజయాతిశయభూ
షితశేముషీవిశేషవైయాత్యు లగునమాత్యులును, సదనూచానసంప్రదాయసి
ద్ధాధ్యయనశుద్ధిగరిమపరిపూర్ణశక్తివిభ్రాజమాననానావేదమంత్రతంత్రసంతా

యమానశాంతికర్మదూరవారితదైవికాత్యాహితు లగుపురోహితులును, కాణా
దకాపిల గౌతమీయ జైమినీయ వైయాసిక పాతంజలతంత్రరాద్ధాంతపూర్వపక్ష
వైపరీత్యకరణచణయుక్తికల్పనానల్పకల్పితప్రతివాదిబుద్ధివిధ్వంసు లగువిద్వాం
సులును, బ్రాహ్మపాద్మవారాహవైష్ణవమాత్స్యమార్కండేయభాగవతబ్రహ్మ
కైవర్తకౌర్మగారుడస్కాందాది నిఖిలపురాణకథాకథనపాండిత్యపరితోషితాంత
ర్వాణికు లగుపౌరాణికులును, ఆశుమధురచిత్రవిస్తారకవితావిజృంభణస్తంభితబా
ణభవభూతికాళిదాసముఖ్యవిఖ్యాతిగౌరవు లగుకవులును, బహువిధపురాతనజ్యో
తిష సిద్ధాంతసంఘర్షనిశితమతిచతురిమసమధిగతకళాకాష్ఠానిమేషాదిసూక్ష్మసూ
క్ష్మతరసూక్ష్మతమకాలకలనాకౌశలప్రకాశకీర్తికు లగుమౌహూర్తికులును, ధ
న్వంతరిదస్రచరకప్రముఖనిఖిలాద్యవైద్యవైశారద్యదృష్టాంతభాజ నాయుర్వేద
వేదిత్వవైభవాలంకారు లగునగదంకారులును, విశ్వావసుతుంబురునారదాంజ
నేయభరతమతంగకోహళదత్తిలప్రభృతిగాంధర్వకౌశలగౌరవస్మరణాగానమాధు
రీధురీణతాప్రీణితబుధశ్రేణికు లగువైణికులును, రూపలావణ్యవిభ్రమవిలాసవి
భవవిస్మాపితవివిధజనస్వాంత లగువారకాంతలును, నిరంతరపరిణతబహువిధప్ర
హారణవ్రణకిణగణకాఠిన్యఖండితకంకటాపేక్షవక్షోవిభాగజోఘుష్యమాణశౌర్య
సాహసోద్భటు లగుభటులును, యథోచితప్రదేశవర్తు లగుచుం గొలువ వేత్ర
హస్తజనసమాఖ్యానసందర్శితసామంతకుమారులసేవలు కటాక్షహాసభాషణా
దుల నాదరింపుచు గీతవాద్యతాళానువర్తినర్తకీనర్తనప్రవర్తనంబు లవధరింపు
చు ననేకవిధరాజ్యకార్యవినియుక్తు లైనయధికారిపురుషులవిన్నపంబు లాలిం
పుచు వందిబృందపఠ్యమానబిరుదావలీప్రబంధమందరశబ్దార్థచమత్కారంబులు
పరికింపుచు నొడ్డోలగం బై కూర్చుండి కార్యప్రసంగవశంబున. 11

సీ. శోభితాపస్తంబ♦సూత్రు గౌతమగోత్రుఁ, సుచరిత్రుఁ బింగళి♦సూరసుకవి
పౌత్త్రు నన్నపరతి♦భావన దౌహిత్త్రు, నమరధీనిధికి న♦బ్బమకుఁ బుత్త్రు
ననుజన్ము లైనట్టి♦యమరనయెఱ్ఱనార్యులు భక్తి సేవింప ♦ నలరువాని
సత్కావ్యరచనావి♦శారదుం డగువాని, సూరననామవి♦శ్రుతుని నన్నుఁ

ఆ. ప్రియము సంధిలంగఁ ♦ బిలిపించి బహువస్త్ర, భూషణాదిదాన♦ములఁ గరంబు
సంతసం బొనర్చి ♦ యెంతయు గౌరవ, మెసఁగ మధురఫణితి ♦ నిట్టు లనియె. 12

శా. నీచే నొక్కమహాప్రబంధము గడున్ ♦ నిర్ణిద్రసారస్యలీ
లాచిత్రం బగుదాని నోయనఘ వా♦లాయంబు సేయించుకో
మాచిత్తంబున వేడ్క యుండునది నీ♦మాధుర్యధుర్యోరువా
గ్వైచిత్రిన్ సఫలంబు సేయుము సుధీ♦వర్గంబు లోహో యనన్. 13

మ. ఇటమున్ గారుడసంహితాదికృతు లీ ♦ విం బొందఁగాఁ బెక్కొన
ర్చుట విస్తారము చెప్ప నేల యవి సం♦స్తుత్యోభయశ్లేషసం

ఘటనన్ రాఘవపాండవీయకృతి శ♦క్యంబే రచింపంగ నె
చ్చుట నెవ్వారికి నీక చెల్లె న[illegible]భా♦షాకావ్యముం జేయఁగన్. 14

క. అని యాదరణము మిగులం, దనర నియోగింప నేను ♦ నాకొలఁది గనుం
గొన కీయకొంటిఁ దగ నా, యనఘుఁడు సంకల్పసిద్ధుఁ ♦ డనునమ్మికచేన్. 15

వ. ఇవ్విధంబునం బూని యమ్మహాప్రభువుసగౌరవనియోగంబునకు ననుగుణంబుగ
మదీయశక్త్యనుసారంబున విచారించి యపూర్వకథాసంవిధానవైచిత్రీమహనీ
యంబును శృంగారరసప్రాయంబును బుణ్యవస్తువర్ణనాకర్ణనీయంబును నగుకళా
పూర్ణోదయం బనుమహాకావ్యంబు నిర్మింపం గడంగితి నట్టిమదీయకృతి కధీశ్వ
రుం డగుచుం బెంపొందునంద్యాలకృష్ణభూవిభునివంశావతారం బెట్టి దనిన. 16

తే. సకలకువలయపాలనై♦శ్వర్యయుతుఁడు, చండధామకృతశ్లాఘ♦నుండు నైన
రాజచంద్రుండు జగతిఁగ♦రంబు వెలయు,సంతతోదయసౌభాగ్య♦శాలియగుచు.

తే. అత్రిలోచనభవుఁ డయ్యు ♦ నతఁడు మీఱె
నపరిమితతారకావళి ♦ కధిపుఁ డగుచుఁ
దాఁ ద్రిలోచనభవుఁ డయ్యు ♦ ధరఁ గుమారుఁ
డేకతారకజయ మొందు ♦ టేమియరుదు. 18

క. ఆచంద్రునివంశంబున, భూచంద్రుం డారెవీటి♦బుక్కనరేంద్రుం
డాచక్రవాళశైల, త్మాచక్రస్ఫూర్తికీర్తి♦సాంద్రుఁడు పుట్టెన్. 19

క. ఆబుక్కనృపాలునిబా, హాబలముకొలంది తదసి♦హతరిపువీర
ప్రాబల్యనిరాకృతనల, కూబరునకుఁ దెలియఁ దెలిసి♦కొనఁ గలఁడేనిన్. 20

చ. మతి నజుఁ డంచు రూపమున ♦ మన్మథుఁ డంచు నయోన్నతిన్ బృహ
స్పతి యనుచున్ వదాన్యతను ♦ భానుసుతుం డనుచున్ నుతించు నా
ర్యతతి "నిరంకుశాః కవయ" ♦ యం చది యోర్చుట గాని బుక్కభూ
పతికి సముండు లేఁడు తలఁ♦పన్ భువనంబున నేగుణంబులన్. 21

క. పావనగుణ యగునబ్బల, దేవిని గులశీలగుణని♦ధిన్ మఱి బల్లా
దేవిని వివాహ మయ్యె మ, హావిభవుఁడు బుక్కనరవ♦రాగ్రణి వేడ్కన్. 22

క. అందును బల్లాదేవికి, నందను లుదయించి రింద్ర♦నందనసదృశుల్
చందనవిశదయశుల్ సం, క్రందనవైభవులు రామ♦రాజప్రముఖుల్. 23

ఉ. భూమహనీయశీలుఁ డగు♦బుక్కయయగ్రవధూటి కబ్బలాం
బామణికిన్ జనించిరి స♦మస్తగుణాఢ్యుఁడు సింగరయ్యయున్
రామవిభుం డహోబళధ♦రారమణుండును విక్రమాన్వయో
ద్దామత నొప్పునీతికి ను♦దగ్రజయాభ్యుదయంబులుం బలెన్. 24

ఉ. అందును సింగభూరమణుఁ ♦ డోబళదేవిని బెండ్లి యాడి సం
క్రందనతుల్యవైభవులఁ ♦ గాంచె దనూజుల మువ్వురన్ బుధా

నందవిభాయి నిర్మలగుణ•ప్రకర[illegible]
నందనతుల్యు నారవిభు • నవ్యపురారివృ[illegible]ర్థిపున్. 25

ఉ. ప్రాలినకీర్తిఁ బెం పెసఁగి • వారలలో నరసింహరాజు నం
ద్యాలపురాధిపత్యవిభ•వాతిశయంబు వహించి మించె ను
ద్వేలనిరూఢి నెల్లెడల • విశ్రుత మై తనవంశ మెల్ల నం
ద్యాలపదప్రసిద్ధిఁ దన•రారుచు నెంతయుఁ దేజరిల్లఁగన్. 26

క. ఆనరసింగక్షితిపతి, మానవతీతిలక మైన•మాదలదేవిన్
భూనుతసమస్తగుణల, క్ష్మీనిధిఁ దగఁ బెండ్లియాడెఁ • గీర్తి దలిర్పన్. 27

సీ. మందారమందాక్షు•సందాయిదానప్ర, సిద్ధుండు సింగర•క్షితివరుండు
గర్వితారాతిదో•ర్గర్వనిర్వాపణో, దీర్ణుండు నారధా•త్రీవిభుండు
భూభువనప్రశం•సాభిశోభితమహా, ప్రాభవాఢ్యుఁడు కుమా•రాబళుండు
శరదిందుచంద్రికా•పరిశుద్ధవిహసన, స్ఫురదనర్గళకీర్తి • వరదరాజు
తే. ప్రచురవిక్రమరఘుపతి • రఘుపతియును, దనయు లేవురు గల్గి రు•దాత్తసకల
గుణగరిష్ఠులు నరసింగ•కుంభినీత, లాధినాథున కమ్మాద•మాంబయందు. 28

క. నరసింగవిభునిసింగరి, నరవరుఁ డసమానుఁ డధిక•నయసారత ని
ర్భరశూరత నతిధీరత, నరు దగుదానక్రియావి•హారత నిలలోన్. 29

క. నారాయణభక్తుఁడు సుజ, నారాధనపరుఁడు జలరు•హాక్షీసుమనో
నారాచుఁడు నరసింగయ, నారావనిపాలకుండు • నరవిభుఁ డాజిన్. 30

సీ. స్వారాజభావంబు • కారణంబుగ నేమొ, శక్రుండు నెలవున • జడియ కునికి
మిత్రపుత్త్రితఁ దాను • మిత్రుండ నని యేమొ, యముఁ డాత్మపురమునఁ • దెమల [కునికి
వారుణీసేవాము•దారూఢిచే నేమొ, జలభర్త దనవీటఁ • గలఁగ కునికి
తల్లడం బేల యే • ధనదుండ నని యేమొ, ధనరాజు నిజపురిఁ • దలఁగ కునికి
తే. తమకు మఱి దిక్కు లేమిని • దలఁకి యేమొ
కడమనలువురు మూలల • నడఁగి యునికి
వీరవరుఁ డైననంద్యాల•నారవిభుని
యాజి ఘోరభేరీధ్వను • లడరునపుడు. 31

చ. పగ లనుశబ్దమాత్రము న•భఃకుసుమంబు నిజంబు నారభూ
జగదధిపప్రతాపగుణ•సంపదచే గవిఁ దత్సమానుఁగాఁ
దగునె నుతింప నారవి ప్ర•తాపమహత్త్వముచేతఁ బేర్చుచున్
బగ లొకనాఁడు దప్పక య•పారతఁ జొప్పడుఁ గాక మానునే. 32

చ. వదలక యుత్కళేంద్రుని స•వాయిబరీదు నడంచుదుర్జయున్
గుదుపనమల్క దల్లడిలఁ • గొట్టె మహాద్భుతసంగరంబులో

నెదిరించి కొండవీటికడ ♦ నెవ్వరు సాటి విచిత్రశౌర్యసం
పదపన నారసింహవిభు ♦ పట్టికి నారనృపాలమౌళికిన్. 33

సీ. శ్రీవిష్ణుపదభక్తి ♦ చే ధర్మసంపత్తి, ధర్మసంపత్తిచే ♦ తను జయంబు
జయసిద్ధిచేత నుజ్జ్వలబాహుశౌర్యంబు, శౌర్యగౌరవముచేఁ ♦ జతురనీతి
నీతిపెంపున మహా ♦ నియసామ్రాజ్యంబు, సామ్రాజ్యమహిమచే ♦ శాంతిగుణము
శాంతిచే వేదాది ♦ సకలసద్విద్యలు, విద్యలచే బుద్ధి ♦ విలసనంబు

తే. దానఁ బాత్రవివేకంబు ♦ దాన నీగి, దానఁ బ్రవిమలకీర్తియు ♦ దానఁ గులము
ప్రేమ నత్యంతము నలంక ♦ రించుకొనియె, భళిర నంద్యాలనారభూ ♦ పాలకుండు.

చ. ఘనతరదానచాతురిని ♦ గాదు శ్రుతిస్మృతిశాస్త్రనైపుణం
బునను బుధానురంజనుఁడు ♦ భూరిశుచిత్వమునందె గాదు శో
భనపుఁబ్రతాపసంపదను ♦ బావకుఁ డానరసింగభూపనం
దనుఁడు కుమారయోబనసు ♦ ధాతలనాయకుఁ డిన్వసుంధరన్. 35

ఉ. సాత్త్వికతాపరాయణుఁడు ♦ సత్యవచస్కుఁడు దానశాలి నో
స్సత్త్వవిజృంభితుండు రణ ♦ శౌర్యధురీణుఁ డకల్మషుండు గ
రత్వముమన్కిపట్టు చతు ♦ రత్వనిధానము నీతిపద్ధతీ
తత్త్వవిశారదుండు వర ♦ దక్షితిపాలుఁ డలోలుఁ డయ్యెడిన్. 36

క. కరుణాఘనవీక్షణమున, శరణాగతరక్షణమున ♦ సంగరశౌర్యా
భరణాహితశిక్షణమునఁ, దిరముగ రఘుపతియ రఘుప ♦ తిం దలపోయన్. 37

ఆ. అందు సింగరయ్య ♦ యనవద్యగుణ గౌర, మాంబఁ బెండ్లియాడి ♦ యాత్మజులను
గనియె నారసింహ ♦ జననాథు రఘుపతి, క్ష్మాతలేంద్రు నోబ ♦ మనుజవిభుని. 38

క. ఆనారసింహవిభుఁ డస, మానగుణుఁడు రఘుపతిక్ష ♦ మావరుఁడు యశ
శ్శ్రీనిధి యహోబళాఖ్యధ, రానాథుఁడు సకలగుణవి ♦ రాజితుఁ డయ్యెన్. 39

క. ఆమువ్వురలో నగ్రజుఁ, డై మించునృసింహునకుఁ ద ♦ దంగన యగుశ్రీ
రామాంబకు నుదయించె మ, హామతి నావళిచినోబ ♦ ళాఖ్యుఁడు వెలయన్.

ఉ. దేవవిభుండు భోగమునఁ ♦ దీవ్రమయూఖుఁ డఖండచండతే
జోవిభవంబునం దపన ♦ సూనుఁ డనూనవితీర్ణి పెంపునన్
దైవతమేదినీధరము ♦ ధైర్యమహత్త్వమునం దలంపఁగా
నావళిచిన్నయోబమను ♦ జాధిపముఖ్యుఁడు రాజమాత్రుఁడే. 41

క. ఇది సింగరయ్యసంతతి, తదనుజుననుజుఁ డగునోబ ♦ ధరణిపువంశా
భ్యుదయక్రమ మభివర్ణిం, చెద నిఁక భువనప్రసిద్ధి ♦ చెన్నెసఁగంగన్. 42

ఆ. ఆకుమారయోబ ♦ భూకాంతుఁ డింపుతోఁ, బెండ్లియాడె గుణగ ♦ భీరచరితఁ
దిరుమలాంబ నెందుఁ ♦ బరమపాతివ్రత్య, పావనతఁ దనర్చు ♦ భాగ్యనిధిని. 43

సీ. నానాగుణైకనిధానంబు నా నొప్పు, నరసింగమేదినీనాథవర్యు
నిద్ధప్రసంగకీర్తులఁ దద్దయు విలసిల్లు, నట్టి పెద్దయహోబళాధిపతిని
నాదిమనృపగతి మేదినీజనములఁ, బ్రోది సేయుచు నొప్పు నాదవిభుని
సన్నుతోన్నతవృత్తి నెన్నికఁ గన్నట్టి, చిన్నయహోబళక్షితితలేంద్రు
తే. సారతరచారుచారిత్రు నారసనృపుని, నాకుమారాహోబళుండు తిమ్మాంబయందుఁ
గనియె నేపుగసుతుల సంతానకీర్తియుతుల, విష్ణుసేవాభిరతులఁ బ్రవీణమతుల.
క. అందు నరసింగవిభుఁ డిం, పొందఁగఁ దాఁ బెండ్లి యాడె నుభయకులశ్రీ
సౌందర్యగుణచరిత్రము, లందఱకిఁ దెలియఁ దగిన లక్ష్మీదేవిన్. 45
స్రగ్ధర. ఆలక్ష్మీదేవియందా యతమతి నరసింగావనీశుండు గాంచెం
ద్రైలోక్యస్తుత్యులన్ నందనుల నురుయశోభవ్యు నోబాహ్వయక్ష్మా
పాలోత్తంసుం గవిత్వప్రముఖబహుకళాపారగుం దిమ్మరాజున్
శాలాదిత్యోపమానప్రచురతరరుచిస్ఫారు నారక్షితీంద్రున్. 46
ఉ. శ్రీవిభవజృంభమాణమతి నారనృపుం డిరుముష్టి నీడచే
శోభనమూర్తి కల్పకవి దూరనుఁడు నిత్యవిమానహారకలీ
లాభవనాయమానసువిలాసనితాంతకీర్తుఁ డాకుమా
రాబళునారసింహసుతుఁ డాబళు నెన్నఁడ కెక్కు నెంతయున్. 47
శా. అత్యాసోజ్జ్వలశౌర్యధైర్యగుణకుమారాహోబళక్ష్మాపస
త్పుత్రశ్రీనరసింహతిమ్మవిభుకీర్తుల్ మించు యత్యంతమై
చిత్రాంగిభిత్తికలన్ సత్కవి నిధా శైలి ల్పుచున్నట్ల తత్
స్తోత్రాకారసరస్వతీసతి నటించున్ సూరిరాజిహ్వలన్. 48
క. ఏసీమ నెదురు లేక వి, భాసించు నంద్యాలతిమ్మపార్థివబలముల్
వాసి గలయట్టివిభాసి, ప్రాసానుల శోడ సత్ప్రబంధములగతిన్. 49
ఉ. భూలలనాలలామ కిరుఁ బొల్పెసలారెడు వేడ్కఁ జోడ నం
ద్యాలకుమారయోబనరనాథునృసింహునినారిశౌరియు
న్నాలభుజాగ్ర మెక్కుటయుఁ దక్కక యెక్కుఁ దదీయకీర్తియున్
శైలసుమేరుశృంగము నంచన్నికి మచ్చర మెచ్చ కుండునే. 50
ఆ. అతనికిన్న తండ్రి యగు పెద్దయోబభూ, నాయకుండు గాంచె నందనులను
సారసుగుణమహిష యోరాశి నుద్దండ, యోబళేంద్రుఁ జిన్నయోబళునిని. 51
ఉ. నీరజనాభవర్ణ్యుఁడు తదీయకనిష్ఠపితృవ్యుఁ డుజ్జ్వలా
కారుఁడు చిన్నయోబళుఁడు గాంచెఁ దనూజుల ముగ్గురన్ మనో
హారిగుణోన్నతుం దిరుమలయ్యను రాజమనామఁ గృష్ణభూ
మీరమణోత్తముం దిశల మించి నిజాన్వయకీర్తి వర్తిలన్. 52
క. ఇల నంద్యాలకుమారో, బళునాశచరిత్ర మిది సుపావనవృత్తిం

బొలు పొందుతదనుజన్ముని, విలసితవంశక్రమంబు ♦ వివరింతు నీకన్. 53

ఉ. సంగరపార్థుఁ డావరద♦శౌరి సుతత్రితయంబుఁ గాంచె నా
త్మాంగన యైనశ్రీతిరుమ♦లాంబికయందు మహాగుణాఢ్యు శ్రీ
రంగజనాధిపున్ బుధవ♦రప్రణుతున్ నరసింగమేదినీం
ద్రుం గవిపోషణాతిచతు♦రుం గనకక్షితిపాలశేఖరున్. 54

తే. అందు శ్రీరంగరాజు స♦మస్తగుణని, కేతనుం డాశ్రితసుపర్ణ♦కేతనుండు
తనకుఁ గులరూపగుణములఁ ♦ దగినయట్టి, తిరుమలాంబికఁ బెండ్లి ♦ యై తేజరిల్లె.

సీ. శోభనజయలాభ♦సౌభాగ్యభూభర, ణాభిశోభితుఁ డైన♦యాబళేంద్రు
నిర్మలసత్కర్మ♦ధర్మనిర్మితబుధ, సమ్మోదుఁ డై యొప్పు♦తిమ్మవిభుని
సురదంతిశరదభ్ర♦హారదంతిరిపునిభ, స్ఫురదుదంచితకీర్తి ♦ వరదవిభుని
విష్ణుసేవాఢ్యంభ♦విష్ణు నిత్యాచార, నిష్ణాతహృదయుని ♦ కృష్ణనృపుని

తే. నందనులఁ గాంచె నలువుర ♦ నందనద్రు, మానువర్తనకీర్తనీ♦యానవరత
దానముదితార్యతతుల♦ననూనమతుల, రమణిఁ దిమ్మాంబయందు శ్రీ♦రంగరాజు.

తే. అట్టిశ్రీరంగవిభుద్వితీ♦యానుజునకుఁ
గనకవసుధాధిపతికిని ♦ గలిగె సుతుఁడు
ధరణిఁ గనగిరియాబళే♦శ్వరుఁ డనంగ
నభినుతాహ్వయుఁ డగుచుఁ బెం ♦ పారె ఘనుఁడు. 57

వ. ఇది వరదరాజువంశక్రమంబు. 58

తే. ఇట్టివంశాభివృద్ధికి ♦ హేతువు లయి, తనరుసౌజన్యనిధు లన్న♦దమ్ము లెపుడు
తనదుసౌభ్రాత్రమునకుఁ జి♦త్తముల నలర, వెలసె నంద్యాలనారపృ♦థ్వీవరుండు.

క. ఆనారక్షితిపాలుఁ డ, నూనశ్రీవిభవసముచి♦తోద్వాహవిధిం
బూని వరియించె నిజరూ, పానుగుణం దిరుమలాంబ ♦ నధికప్రీతిన్. 60

తే. పుణ్యకులశీలమహిమల♦ప్రోక యనఁగ, నిష్కళంకపాతివ్రత్య♦నిధి యనంగ
వెలయు నంద్యాలనారభూ♦విభునిదేవి, పరమశుభగుణనికురుంబ ♦ తిరుమలాంబ.

క. ఆతిరుమలాంబయందుఁ బ్ర, భూతయశుఁడు నారవిభుఁడు ♦ పుత్త్రులఁ గనియెం
బూతాత్ముల నరసింగ, ఖ్యాతలవిభు మాదనృపునిఁ ♦ గనకక్షితిపున్. 62

ఉ. ఉన్నతిఁ బేర్చి యందు వెల♦యున్ నరసింగవిభుండు శౌర్యసం
పన్నుఁ డటంచు విద్యఁ బ్రతి♦పన్నుఁ డటంచుఁ గవీంద్రకోటికిన్
సన్నిధి యంచు నిత్యహరి♦సన్నిధి యంచు విపన్నరక్షణా
సన్నుఁ డటంచు నెప్పుడుఁ బ్ర♦సన్నుఁ డటంచు జనుల్ నుతింపఁగన్. 63

క. నారయనరసింహుఁడు మది, నారయ నరసింహుఁడే య♦థార్థము కరజ
శ్రీరచితార్యస్థితి యై, భూరిప్రహ్లాదభరణ♦మున శోభిలుటన్. 64

శా. స్ఫూర్తిప్రౌఢి నిరంతరం బగుచు నె♦చ్చోటం బ్రకాశింపఁగా
వర్తిల్లున్ భువనంబులందును సహా♦వస్థానవత్కౌముదీ
మార్తాండద్యుతివైభవంబులు నని♦ర్మర్యాదవైచిత్రితోఁ
గీర్తింపన్ వశమే నృసింహవిభుస♦త్కీర్తిప్రతాపోన్నతుల్. 65

ఉ. భానుసమానతేజుఁడు వి♦భాసురరూపమనోజుఁ డుజ్జ్వలా
నూనయశోవిభాసి విభ♦వోదయనిత్యవిలాసి విశ్వస
న్మానితవర్తనుండు కవి♦మండలనిర్మితకీర్తనుండు ల
క్ష్మీనవమాధవుండు నర♦సింహునినారయమాధవుం డిలన్. 66

క. వితరణమున రణమున ను, న్నతవినయంబున నయంబు♦నం దన కిలలోఁ
బ్రతి లేక నారభూపతి, సుతుఁ డామాదప్రభుండు ♦ శోభిలు మిగులన్. 67

క. కనకమహీభృద్వరుఁ డల, కనకమహీభృద్వరుండు ♦ గట్టిగ శౌర్యం
బున విబుధాధారత్వం, బునఁ బరహితధర్మభావ♦మునఁ దలపోయన్. 68

శా. స్థానం బెన్నఁడుఁ బాయ దుత్సవఘన♦స్వస్త్రీసుఖక్రీడ పై
పై నొందన్ భువి నర్థిలోకము దివిం ♦ బ్రత్యర్థిలోకంబు న
న్యూనుం డాకనకయ్య యుద్యతకృపా♦ణుం డైనమాత్రంబునన్
దానత్రాత్రము లింత యంత యనుచుం ♦ దర్కింపఁగా శక్యమే. 69

సీ. సంతానసురధేను♦చింతామణిశ్రీకి, లజ్జఁ దా నొనరించు ♦ నొజ్జ యగుచు
నలకాధిపతిసూను♦నలకాములకు దర్ప, రహితత్వ మొనరించు ♦ సుహితలీల
నరభీష్మకోదండ♦గురుభీష్మసమరంబు, దక్కువ యనిపించు ♦ నిక్కువముగఁ
గుంభీనసక్రోడ♦కుంభీనగిరులకు, విశ్రమంబు నొనర్చు ♦ నశ్రమమున
తే. సంతతౌదార్యసౌందర్య♦శౌర్యధరణి, భరణనైపుణగుణముల♦ప్రౌఢి మెఱసి
వరుస నరసింగమేదినీ♦శ్వరునినార, నరవరేణ్యునికనకభూ♦నాయకుండు. 70

క. ఆముప్పురందు నగ్రజుఁ, డై మించిననారసింహుఁ ♦ డతులితవిభవ
శ్రీ మెఱయఁ బెండ్లి యాడెం, బ్రేమం బెదకొండమాంబఁ ♦ బినకొండాంబన్.

చ. నిరుపమవిక్రమంబును వి♦నీతియు నీతియుఁ బోలెఁ దత్త్వవి
త్పరిచయమున్ విరక్తియును ♦ భక్తియుఁ బోలె సుయోగవర్తనా
దరవిభవంబు శాంతియును ♦ దాంతియుఁ బోలెఁ గరం బలంకరిం
చిరి తమనిత్యసేవ నర♦సింగయ నిద్దఱుకొండమాంబలున్. 72

ఆ. అందుఁ బెద్దకొండ♦మాంబయం దానర, సింగభూపవరుఁడు ♦ శిష్టమతులఁ
గాంతియుతుల సుతులఁ♦గనియెమూర్తిక్షమా,రమణుఁదిమ్మవిభుని♦రమణమీఱ.

ఉ. ఆనరసింగభూపతి ప్రి♦యం బెసఁగం జినకొండమాంబయుం
దానమితాఖిలాహితస♦మాజుఁ దనూజునిఁ గాంచె బంధుసం

తానసురావనీజు సము♦దంచితభోగబిడౌజు సూరిసై
శ్రీనవభోజు భానునిభ♦ తేజునిఁ గృష్ణమరాజు నున్నతిన్. 74

వ. అందు. 75

సీ. శేషుదర్పము చివ్వి♦ శీతాంశు రుచి నవ్వి, పాలమున్నీటిపైఁ♦ గాలు ద్రవ్వి [చి
యాదిత్యుపసయాఁచి♦ హాలహాలంబునులోఁచి, హుతవహుగర్వము♦ జుట్టూఁతలాఁ
కల్పశాఖిని గెల్చి♦ కర్ణుకీర్తి మరల్చి, ఖచరువార్త దరల్చి♦ ఘను నదల్చి
కందర్పు మఱపించి♦ యింపుని నిందించి, నలకూబరు హసించి♦ నలుని మించి
తే. తనరుకీర్తిప్రతాపవ♦దాన్యతాను, రూపవిలసనములచేత♦ రూఢి కెక్కె
ధరణి నంద్యాలనరసింగ♦నరవరేణ్యు, పట్టి యైనట్టిమూర్తిభూ♦పాలకుండు. 76

క. తిమ్మక్షితిపతి శోభిలు, నిమ్మహిలో మిగుల వాసి♦ కెక్కెఁ గాంభీ
ర్యమ్మున ధైర్యమ్మున శౌ, ర్యమ్మునఁ బ్రఖ్యాతుఁ డై జ♦నావళి పొగడన్. 77

సీ. శ్రీపుత్త్రితులనాను♦రూపంబు రూపంబు, నిర్మలాంగిరసవి♦నీతి నీతి
మహనీయతానుప♦మానంబు మానంబు, భూతిమద్రిపుదావ♦హేతి హేతి
ధాత్రీసురశ్రీని♦దానంబు దానంబు, తులితమారుతిభీమ♦బలము బలము
గోవిందచింతాస్వ♦ధానంబు ధానంబు, కోవిదబాంధుసం♦కులము కులము
తే. తరమె వర్ణింప వసుభృ♦త్తటకుటీర, కటురటద్ఘుల్లికాచ్ఛటా♦ఘటితబిరుద
కాహళారవశంకాప్ర♦కంపితప్ర, తీపనృపజాలు నంద్యాల♦తిమ్మవిభుని. 78

ఉ. చెన్నెసఁగెన్ నృసింహనృప♦శేఖరుతిమ్మనృపాలమౌళి య
భ్యున్నతకీర్తి ముజ్జగము♦ నూనఁగ మానవకన్యలట్ల తా
రెన్నఁడుఁ బోనిపున్నమస♦మృద్ధులఁ గాంచితి మంచు నుబ్బుచున్
వెన్నెలకుప్ప లాడుదురు♦ వేలుపుకన్నెలు నాగకన్యలున్. 79

ఉ. శ్రీయుతుఁ డైనయట్టినర♦సింహునితిమ్మనికీర్తివైభవ
శ్రీ యనుమార్తికావళికిఁ♦ జెల్వధికంబుగ దిక్కులన్ నిజ
స్ఫాయదకీర్తినీలపట♦సంవరణం బొనరించు మున్నుగా
నాయనశత్రువర్గము ప్రి♦యం బిఁక నెవ్వఁడు సేయ కుండెడున్. 80

మ. క్షితి నంద్యాలనృసింహుతిమ్మవిభుస♦త్కీర్తిప్రతాపంబు లు
న్నతిఁ బర్వెన్ నవఫేనవిద్రుమము లై♦ నానాబ్ధులన్ సింహాసం
తతిధాతుప్రకరంబు లై వలయగో♦త్రంబులన్ బ్రసవచ్చామరో
ర్జితసిందూరము లై దిశాగజములం♦ జెన్నొందఁ గై సేయుచున్. 81

మ. అతిధన్యుం డగునారసింహవిభుతి♦మ్మాధీశుహస్తాబ్జసం
గతిచే వింతగ దానవారి సముద♦గ్రప్రౌఢిచే విప్రసం
తతియందున్ నెఱపున్ ధృవస్థితినిదా♦నత్వంబు ప్రహ్లాదపో
షితయుం గాక యశేషభోగపరతం♦ జెన్నొందుసౌభాగ్యమున్. 82

ఆ. ఇట్టికీర్తిమ్మేదిని◆నీశ్వరుం డనుఁగుంది, మ్ముఁడసు సభక్తివినయ◆మొదవఁగరిమఁ
దను భజంప నలరు◆చినకొండమాంబగా, రాబుఁబట్టి కృష్ణ◆భూపవరుఁడు. 83

సీ. ఆఖండలాహార్యక్రీ◆యాఖండనోదంచి, తాఖండవిభవోద◆యాంచితుండు
నారణారిప్రతాప◆కారణాజస్థలా, వారణాంచద్భుజా◆పౌరుషుండు
సందేహారిపుదీప్తి◆సందేహాఘుటనాత్మ్య, సందేహ తేజస్స◆మన్వితుండు
బంధురాశీపయ◆స్సంధురాశీభవ, ద్బంధురాశీజయ◆భాజితుండు

తే. నెలయు సఖిలదిగంతస్ఫు◆రత్కీర్తిలాభ, సతిశిరస్కసంకంపిత◆ప్రసుతివలతు
మశేమతల్లీఘృణిశ్రీతి◆మల్లనృల్ల, క్కీర్తివిభవుండసు సంద్యాల◆కృష్ణవిభుఁడు. 84

మ. అసుఘూత్స్కీ సరిసింహకృష్ణనసుధా◆ధ్యర్థుల్ విరాజద్గుణై
కనిధుల్ వర్ణన సేయుఁగాఁ దగిన ది◆క్చక్రంబునం దెల్ల శో
భనతత్కీర్తిసదీమతల్లి ప్రవహిం◆పం జూచి మున్మున్నుగా
ఘనమై యుబ్బుఁ గసీ ప్రగుల్ చెలమలం◆గావ్యామృతిం బెంతయున్. 85

చ. అవిరళసిత్యభోగివిభ◆నాలిన యొల్లసితుండు నారసా
గ్రివుసరసింహకృష్ణజగ◆తీపతి నిత్యసువర్ణనర్సముల్
కవినికరంబుపైఁ గురియఁ◆గాఁ బ్రవహించును హృద్యగద్యప
ద్యవివిధకావ్యరూపత సం◆సాంతిసువర్ణమహాప్రవాహముల్. 86

ఉ. దానమునందుఁ గృష్ణనసు◆ధానదుఁ డప్రతిముండు యుక్తముల్
దీని గణించిపద్ సుమన◆ణీతతి గొల్చుచు నున్కి సప్తసం
తానసమృద్ధి చేకులుట◆తద్వినయాదిగుణంబు లన్నియుం
బూనిక మీఱఁగా సనయ◆ముల్ సురభిత్వము దాల్చి యుండుటన్. 87

మ. తమి సంద్యాలనృసింహకృష్ణనృపసింహ◆దానక్రియాకౌశలం
బునుసార్థ్వంబున సర్థిబృందము ధనం◆బుం జెందఁ బ్రత్యర్థిబృం
దము చెందుర్ నిధనంబు నింతయు మదిం◆దర్కింప యుక్తంబు త
థ్యము వర్ణాధికు లెందుఁ గోరుదురు వ◆ర్ణాధిక్యవద్యోగమున్. 88

మ. ఒకప్రద్యుమ్ననిఁ గాంచెఁ దొల్లి యదువం◆శోద్భూతిఁ బెంపొందుచున్
సకలక్ష్మాసురులం గరం బిపుడు శ్రీ◆సంద్యాలకృష్ణక్షితీం
ద్రకరాబ్జాన్వయసంభవంబుకతనం◆బ్రద్యుమ్నులం జేయుచుం
బ్రకటం బయ్యెడు దానవారి యవతా◆రం బొంది ధాత్రీస్థలిన్. 89

చ. కలన నృసింహకృష్ణుఁ డతి◆కౌశలతన్ ఝళిపించుఖడ్గమ
గ్గలికఁ దటిల్లతల్ వెడలఁ◆గ్రాయు నరాతినరాధిపుల్ మనన్
వలసిన వీనిఁ గైకొనుఁడు◆వక్త్రములం దని పంపుపూరిపు
ల్లలు వెద చల్లెనో యనుత◆లంపులు నూఁకొనుం జనింపఁగన్. 90

క. బల్లిదుఁడు కృష్ణభూపతి, పెల్లుగ ఝళిపించు వాలు◆పెనుపాకకు భీ

తిల్లినపగవాఁ డడవిని, భిల్లవిలాసినులచూపు♦బెళుకుల కలుమన్. 91

చ. పొలుపుగ నారసింహనృప♦పుంగవుకృష్ణుఁ డనంతవైభవో
జ్జ్వలుఁడు ప్రతాపకుంకుమపుఁ♦జర్చలఁ బాండుయశఃప్రసూనపూ
జల నలరించు విశ్వమును ♦ జక్రి విరాట్తను వౌటఁ జెంగి యూ
భళి యిది హో మహాద్భుతఁపు♦భక్తి మనంబున నెన్ని చూడఁగన్. 92

చ. సుమధురమూర్తిఁ గృష్ణవిభుఁ ♦ జూడనియింతు లెటన్న నంద్రు గా
ని మది నొకింతఁ జేర్చి యత♦నిం గనుఁగొన్నతుదన్ సుధాంశురూ
పము ప్రియ మన్నవారు మఱి ♦ భావజు మేలనువారు గల్గు ట
బ్ర మిదియ సాక్షి యానృపుని♦రాజమనోజులరూపువాసికిన్. 93

మ. అవనీకాంత కరంబు రంజిలెడు నం♦ద్యాలాధిపుం గృష్ణపా
ర్థివునిం జేరి సదా యనంతవిభవా♦ధిక్యంబుసొంపున్ వరా
హవసత్కౌశలజృంభణంబు కులగో♦త్రౌన్నత్యమున్ మానసో
త్సవ మైనట్టియ నేకపావనగుణో♦దారత్వముం గల్గుటన్. 94

సీ. శ్రీవిష్ణుభజనైక♦శీలుం డలోలుండు, వైదికమతరక్ష♦ణాదరుండు
నెఱబంటుతనమున ♦ మెఱయుజోదులయందు, గజహయారోహద♦క్షాగురుండు
కీర్తిప్రియుండు సం♦గీతసాహిత్యాది, సకలకళావిచ♦క్షణుఁడు రసికుఁ
డీవిపట్టునఁ గొంచె ♦ మెఱుఁగఁడు తగవరి, కల నైన నెఱుఁగఁడు ♦ కల్ల లాడ
తే. ధీరుఁడు గభీరుఁ డుచితవి♦హారుఁ డార్య, వర్తనుఁడు శరణాగత♦వత్సలుండు
శేషునకు నైన వర్ణన ♦ సేయ వశమె, యనఘు నంద్యాలకృష్ణధ♦రాధిపతిని.

షష్ఠ్యంతములు.

క. ఈదృశగుణరమ్యున క, న్యాదృశధరణీవరదురభి♦నయసామ్యునకున్
వైదికపథరక్షునకు న, లాదికనృపనయతిరస్క్రి♦యాదక్షునకున్. 96

క. ఆధునికరామభద్రున, కాధిక్యచణాహవక్రి♦యారుద్రునకున్
మాధవపదపద్మసమా, రాధనవిధిసాధితావి♦రతభద్రునకున్. 97

క. జయలక్ష్మీపరిణయసహ, దయకీర్తిసతీసమర్పి♦తస్ఫుటతేజో
మయహారిద్రాక్షితసం, చయమధురితదిక్పురంధ్రి♦జననిటలునకున్. 98

క. దానోదకధారామహి, మానారతశీతలీకృ♦తాంగణభూభా
గానుష్ఠితయాచకసం, తానాకించన్యజన్య♦తాపక్షితికిన్. 99

క. ఇభకర్ణతాళవృంత, ప్రభవానిలసుఖితపరస్పృ♦ప్రహితసువ
స్తుభరవహజనసమాకీ, ర్ణభవనగోపురబహిర్ధ♦రాభాగునకున్. 100

క. శ్రీనంద్యాలనృసింహ, క్ష్మానాథతనూజునకు స♦మంచితవిభవ
శ్రీనవ్యబిడౌజునకును, దానకళాతులితదైవ♦తక్ష్మాజునకున్. 101

క. ఆత్రేయమానిగోత్రప, విత్రునకు విరోధిమదల♦విత్రునకు దిశా

జైత్రునకు లోచనోత్సవ, గాత్రునకును గొండమాంబి•కాపుత్త్రునకున్. 102

క. విశ్రుతతిరుమలతాతా, ర్యశ్రేష్ఠాన్వయసుదర్శ•నాచార్యతనూ
జశ్రీనివాసగురుచర, ణాశ్రయణసమార్జితాఖి•లాభ్యుదయునకున్. 103

క. జిష్ణుయశోధిక్షేపణ, ధృష్ణుమహాశౌర్యపద్ధ•తీఖేలునకున్
వైష్ణవమతశీలునకున్, గృష్ణమహీపాలునకును • గృతిలోలునకున్. 104

వ. అభ్యుదయపరంపరాభివృద్ధియు నాయురారోగ్యసమృద్ధియు నగునట్లుగా నాయొనర్పం బూనినకళాపూర్ణోదయం బనుమహాప్రబంధంబునకుం గథాక్రమం బెట్టి దనిన. 105

ప్రథమాశ్వాసము.

కథారంభము.

క. శ్రీలకు నాకర మై వి, ద్యాలతలకు నాలవాల • మై హరికి సదా
కేళీభువనం బై మహిఁ, జాలన్ ద్వారవతి యొప్పు • సౌభాగ్యములన్. 106

ఉ. తోయధియంకభాగమునఁ • దోరపుఁబెంపులతోడఁ దత్పుర
శ్రీ యతఁ డూర్మిహస్తముల•చేఁ దను నిట్టటు ముట్టి లాలనల్
సేయఁగ నొప్పు నంగగుణ•లీలల నెంతయుఁ బెద్ద యయ్యు నే
ప్రాయము లైనఁ దండ్రియెడఁ • బట్టరు వేఱొకరీతిగా జనుల్. 107

చ. సురుచిరవస్తుసంపదల•సొంపునఁ బెంపు వహింపుచున్నయ
వ్వరపురి యాత్మసామ్యపువి•వాదముఁ దీర్చుకొనంగఁ బిల్చి ని
ర్జరనగరిన్ సువర్ణమయ•సౌధకరప్రసరంబుచేత నం
బరము గ్రహించి భూరితర•పౌరజనారవగౌరవంబుచేన్. 108

చ. అహిమకరప్రచారసుదు•రాసద మై నిబిడాంధకారస
న్నహనముపోల్పఁ దెల్పుచుఁ ద•నర్చు సముద్రమహాఖాదకంబుచే
బహిరభివేష్టితం బగుచు • భాసిలుఁ దత్పురికోట మిక్కిలిన్
మహిమను జక్రవాళగిరి•మాడ్కిని జూడ్కికి వేడ్క సేయుచున్. 109

చ. నలుగడలందుఁ గంబము ల•నం దగి రైవతకాదిపర్వతం
బులు పయికప్పుతాచలువ•పోలికి నింగియు నందుఁ జిత్రభం
గులు పచరించుసౌధమణి•కూటమరీచులు నొప్ప నొప్పు మి
క్కిలి పురలక్ష్మి కొల్వుచవి•కెం గొలువున్నగతిన్ శుభస్థితిన్. 110

చ. కొలఁదికి నెక్కు డై వరుణు•కోటలు మేడలు గోపురంబులుం
గొలువఁగ వచ్చు నప్పురము•కోటలు మేడలు గోపురంబులున్
జలనిధితుంగభంగచయ•సంగతతత్ప్రతిబింబసంతతి
చ్ఛలమున నంత ప్రొక్కు ధరఁ • జాఁగిలి యీ డనువారు చిన్నపోన్. 111

ఉ. శైవలనీలముం గమల♦శాలియు నైనయగడ్తనీటిప
ద్మావళి ప్రాంతతోడికర♦కించుగ నొప్పుచుఁ గోట కోటలా
గ్రై వెలుఁగంగ హర్మ్యకన♦కాంశునికాయము పేరఁ బత్పుర
శ్రీ విలసిల్లు నభ్రచర♦సింధువు వాహ్యాళిక మల్లెదండగన్. 1

చ. విలసితవీచికాయతర♦విప్రతిబింబమిషంబునన్ మహా
జలనిధి లక్ష్మ్యపార్శ్వశయ♦చక్రపయిం జేయి చాచి [illegible] సం
ధ్యలఁ బురలక్ష్మి ధర్మవిధు♦లన్నియు నొజ్జలపుచ్చకాయ గా
నలయు విడం డతండు రస♦వత్పరిఖామిష బాహుబంధమున్. 1

చ. అగణితలీల నప్పురము♦నందు విరాజలుచుండు నెంతయున్
మృగమద లేపపంకముల♦మేలిమికోటలు పుప్పొఁడిదోటలున్
నిగనిగ మన్విటంకములు♦నీలపుమేడలు పైఁడిగోడలున్
బగడపుటంచుపొంకములఁ♦బచ్చలతిన్నెలు వింతనన్నెలున్. 11

లయవిభాతి. అలికులము నీలములఁ♦జెలువము వహించు సన♦దళిములు హారిద్రముల
పోలుపునఁ దలిర్పం, దలిరుగమి కెంపులుఁగ♦బలు దెఱఁగు క్రొవ్విరుల♦విలసనవ
ముత్తియపు♦గుళికలకుఁ దక్కుం, గలమణులకు బసిఁడి♦తళుకులకు నిగుచు
వెలయఁగఁ బరాగములు♦లలితపువితానం, బులుగ గృహముఖ్యముల♦చెలుః
ప్రతిబింబములు♦బలెఁ బురమున లైసలఁ♦బొలుచును వనాంబుల్. 11

చ. అనుపమితస్వవాద్యనివ♦హంబులతో సరిమ్రోఁగియుటల్ సహా
పనియది యై పురం బెదురు♦పౌఁజులు దీర్చెనొ మచ్చరంబునన్
వనధి కనంగ నయ్యుపవ♦నంబులు పొల్చు మిళిందబృందముల్
ఘనమకరాకృతిం దనర♦గాఁపులఁ జిందు మరందబిందువుల్. 116

చ. కొలఁదికి మించు కెంజిగురు♦గుత్తుల మొగ్గలపుష్పగుచ్ఛకం
బులఁ బువుఁదేనెఁ బుప్పొడులఁ♦బూపలఁ బిందెలఁ గాయలన్ ఫలం
బుల నెపుడున్ సమగ్రపరి♦పూర్తి వహింపుచుఁ దద్వనవ్రజం
బెలమి రహించు నందనస♦మృద్ధికిఁ గోటిగుణాధికంబుగన్. 117

బ్రాహ్మణవర్ణనము.

శా. చాతుర్యాధిగతాఖిలశ్రుతిచయుల్♦షడ్దర్శనీపారగుల్
శ్రౌతస్మార్తవిధిప్రసిద్ధపదవీ♦సంచారలీలాధ్వగుల్
చేతోనామవిలోచనాచలితల♦క్ష్మీనాథసంజ్ఞాదిమ
జ్యోతిర్నిత్యనిరీక్షు లప్పురములో♦నున్నట్టియుర్వీసురుల్. 118

క్షత్రియవర్ణనము.

శా. నానాయుద్ధవిహారశూరులు గుణా♦నందజ్జయశ్రీనఖా
కానూనభ్రమదాయుధవ్రణకిణో♦దంచచ్ఛరీరుల్ సదా

దానప్రౌఢియశోవిశేషజితమం♦దారుల్ గభీరుల్ మహా
మానాధారులు రాకుమారు లతిభూ♦మర్గ మింతు రవ్వీటిలోన్. 119

వైశ్యవర్ణనము.

చ. తమతమపెద్దవారు మును♦దాఁచినద్రవ్యము లున్నయట్ల యుం
డ మితము లేక యొప్పెడుధ♦నంబులు తారు గడించి యుర్వి ని
త్యము నమితంబుగా నవని♦ధానము లున్పుచు నప్పురంబులో
నమరెడుకోమటుల్ నగుదు♦రల్లకుబేరునిధీశ్వరత్వమున్. 120

శూద్రవర్ణనము.

క. ద్విజులను శాస్త్రనియుక్తిని, భజియింపుచు నిండ్ల సకల♦భాగ్యవిభవ మ
క్కజమై తనర సుఖింతురు, సుజనులు తత్పురములోని♦శూద్రులు నెమ్మిన్.

పురవర్ణనము.

క. ఎప్పట్టున ఘనసారపుఁ, గుప్ప లగుగజాశ్వసుభట♦కోటులచేతం
గప్పురముక్రోవి యనఁ దగి, యప్పురము కరంబు వెలయు♦నవనీస్థలిపై. 122

వేశ్యావర్ణనము.

బంధురము. అరుదుగఁ బిడికిట♦నడఁగెడునడుముల్♦హాస్తిసమానపుయానములున్
గురుజఘనములును♦గుచములభరముం♦గొప్పలగొప్పతనంబులు మే
గరగరికలు సిరి♦గలనగుమొగముల్♦కల్కిమెఱుంగుఁగనుంగవలున్
దొరయఁగ వెలపడఁ♦తులు విటధనముల♦దోఁతురు చొప్పడ నప్పురిలోన్.

చ. అమరఁగ వింత నిం పొసఁగు♦నందు విటాలికి వేశవాటిహ
ర్మ్యములు విమానమానహర♦హాటిశిరోగృహాభాగభోగభా
గమరభుజంగసంగహృద♦యంగమరంగదనంగసంగర
క్రమరమణీమణీమణిత♦కల్పన నేర్చినపారువాలచేన్. 124

ఉ. మాటలు వేయు నేటికి ర♦మావరుఁ డుండుఁ బదాఱువేలపై
నూటెనమండ్రుభార్యలు ద♦నుం బరిపూర్ణరతోత్సవంబునన్
గాటముగాఁ దనర్చుకుతు♦కంబులఁ గొల్వఁ గడున్ సుఖించు నే
నాట నెఱుంగు నివ్విలస♦నంబు లతం డల తెల్లదీవిలోన్. 125

ఉ. అందును వారు వీ రనక♦యందఱు ధర్మధురీణు లైనవా
రందఱు శుద్ధభాగవతు♦లందఱు వేదనిరూఢి నున్నవా
రందఱు సాత్త్వికప్రవరు♦లందఱుఁ దత్త్వ మెఱింగినట్టివా
రందఱు సత్కృపానిరతు♦లందఱుఁ బావను లెన్నిచూడఁగన్. 126

క. ఇట్టట్టన నేటికిఁ ద, త్పట్టణమున నున్నయట్టి♦ప్రజ లేజాతిం
బుట్టిన వారలు వంద్యులు, గట్టిగఁ దద్వినుతి నెల్ల♦కలుషము పాయున్. 127

క. అం దొకనటముఖ్యునిప్రియ, నందని శైశవమునంద♦నానాగుణరే

ఖం దనరారుచుఁ గ్రమమున, నందంబుగ యౌవనోద•యముఁ బ్రాసించెన్.
క. కలభాషిణి యనుపే రా, వెలఁది మును వహించు సహజ•విలసత్కలభా
షలకుఁ దగఁ జాల దపు డది, కలికితనముఁ జతురతయును • గలపలుకులకున్.
క. బాలిశకేళిశతాలస, శాలసదచిరావతరణ•తరుణిమతరుణీ
లోలాలసాలసవిలస, నాలోకనములు విటాళి • నట్టిటు చేసెన్. 130
ఉ. కూఁకటివేఁశిఖోఁ గురులు • గూడుకమున్న కుచప్రరోహముల్
పోఁకలఁజోడిసామ్యమును • బొందకమున్న నితంబసీమకున్
వ్రేఁకఁదనం బొకింత ప్రభ•వింపకమున్న ప్రసూనబాణుఁ డ
స్త్రాకలఁ బెట్టెఁ దా నరవ • నామెత బాలికకై విటావళిన్. 131
చ. తనదుమెఱుంగుఁజెక్కిళులు • దాఁకఁగనీక మొగంబు నాఁపుచుం
జనుబొగడల్ నఖాకలనఁ • జక్కిలిగింతలు వోవ లోఁగుచున్
మనసిజు మించుభీతియును • నానయుఁ బూనుచు నీమృగాక్షి యిం
పొనరుచు నెన్నఁడొక్కొ యని • యువ్విళులూరుదు రత్తఱిన్ విటుల్. [సం
క. తొలుప్రాయపుమగకొదమల, తలఁపులతమకములు మిగులఁ • దను నెదురుకొ
జలజాక్షి జవ్వనము గను, వెలసెఁ బ్రతిక్షణము వింత•వింతగ నంతన్. 133
తే. మొదల బలురేఖ గలదఁట • యదియుఁ గాక
వయసు క్రొత్తఁట వెలయాలి•వంగడమఁట
వనితచక్కఁదనంబును • వన్నెలాఁడి
తనముఁ గల్కితనంబును • దరమె పొగడ. 134
సీ. మెఱుఁగుటద్దపుమించు•మించుబాగులనింపు, నింపుచక్కనిముద్దు•నెమ్మొగంబు
నవచంద్రికల నవ్వు•నవ్వుఁబూవులఁ జూపు, చూపులచొక్కంపు•సోయగంబు [బుఁ
నారూఢిఁ బలుమాఱు • మారువిండ్లకు నేర్పు, నేర్పుకన్బొమదోయి•నెఱతనా
గటికచీఁకటిఁ గప్పు•కప్పుఁ బూనినకొప్పు, కొప్పు తోరంపుజ•క్కునబెడంగు
తే. గుబ్బపాలిండ్లు లేఁగాను • గొప్పపిఱుఁదు
బాహులతికలు మృదుపద•పల్లవములు
బంగరుశలాకపస భంగ•పఱచుమేను
గలిగి చెలు వొందుచుండు నా•చెలువ మిగుల. 135
చ. బెళుకులఁ జిమ్ముచుం గలికి•బిత్తఱిచూపు సరత్నకుండలాం
చలకపణోజ్జ్వలత్వముప•సల్ నెఱపన్ ఝళిపించుచున్ భుజం
గులహృదయస్థలుల్ వ్రిడిచి • కొంచక తోడన పోటుగండ్లఁ దూ
ఱె లలన యౌర యొక్కొకత•ఱిం బువుఁబోండ్లు కటారికత్తియల్. 136
ఉ. కీర్తనపాత్రచిత్రమృదు•గీతకళాకలనప్రవీణతన్
నర్తననైపుణీవిలస•నంబుల పెంపుల నత్యపూర్వని

ర్వర్తితపంచబాణసమ♦రక్రియలన్ హరిణాక్షి యప్సరః
కీర్తిబలెన్ హరింపఁ దొడఁ♦గెన్ విటసంచయచిత్తవిత్తముల్. 137

ఉ. ఆరమణీశిఖామణి మ♦హావిభవంబున నొక్కనాఁడు సిం
గారము లెంతయున్ మెఱయఁ♦గాఁ జెలికత్తెలతోడఁ జేటికా
వారముతోడ వింతచెలు♦వం బనయంబు దలిర్పఁగా నసం
తోరువిలాసభాసురపు♦రోపవనంబున కేగి యచ్చటన్. 138

సీ. క్రొన్ననల్ వలరాచ♦మన్ననల్ గరగర, మల్లికల్ గొనియున్న♦మల్లికలును
సంతానముల కళి♦సంతానములయాట, పాటల ములు చూపు♦పాటలములు
ఠీవి చేకొన్న పూఁ♦దావిచేఁ బథికాంత,రంగముల్ నొంచునా♦రంగములును
మారుమే లైనబం♦గారుమేడలఁ బోల్ప, భంగి నై మించుసం♦పంగిగములు

తే. మంజులములైకనంబడు♦వంజులములు,కుందములునువాసంతికా♦బృందములును
గేసరములును నవనాగ♦కేసరములు, కాంతలార కంటిరె కడు♦వింత లగుచు.

క. పూఁబోఁడి యొఱసికొని చనఁ, గాఁ బయ్యెద యొడిసిపట్టెఁ♦గనుఁగొంటె చెలీ
లేఁబొన్నను భళిరా యిది, గో పురుషాహ్వయమునిలుపు♦కొనుసమయంబున్.

క. ఆలికుచంబులు నాగ, య్యాలికుచంబులును వాదు♦లాడెడురొద గాఁ
బోలు ననఁ దనరె నూపుర, కోలాహలచకితకీర♦ఘోషము వింటే. 141

క. లేఁగరువలిచే ముంగలి, పూఁగొమ్మలు పాయఁబడుచు♦భుజగతి నెఱపం
గాఁ గురువక మిదె తివిరెడుఁ, గాఁగిటికిన్ నీకుఁ దగునె♦కైకొనమి చెలీ. 142

చ. పయఁటచెఱంగు శాఖ యను♦పాణిఁ దెరల్చుచు నోలతాంగి తాఁ
బ్రియమున భృంగకైతవని♦రీక్షణముల్ కుచకుట్మలంబులం
గయికొన నొప్పుపల్లవశి♦ఖామణి మామిడి రిత్తఁ బోవునే
భయ మిఁక నేల యే మిచటఁ♦బత్రిముఁ బుష్పము వేడ్క నందితో. 143

వ. అని యీప్రకారంబుల మఱియు నొండొరులతో ననేకవిధసరససల్లాపంబులం బిసాళింపుచు నింపు దళుకొత్తఁ గ్రొత్తవిరిగుత్తులచేత నేత్రపర్వం బగుచున్న యాపుప్పొఁదోఁటఁ దఱియం జొచ్చిన. 144

సీ. అర వీడుకొప్పుల♦విరులవాసనకుఁ దో, రపుటూర్పుఁదావులు♦ప్రాపు గాఁగ
నడలమందతఁ బెంచు♦బడలికలకుఁ బిఱుం,దులవ్రేఁగు చనువ్రేఁగు♦తోడుపడఁగఁ
జెమటచిత్తడిఁగ్రొత్త♦చెలువుగాంచినవళుల్, మొలనూళ్లకాంతికి♦బలిమినొసఁగఁ
బయ్యెద లాడింపఁ♦బ్రభవించుకంకణ, నాద మందెలమ్రోఁత♦ప్రోద్ది సేయ

తే. మిగుల రొదగాఁ గికాకిక♦నగుచు రతుల
యాయములు సోఁక నెద్దియే♦నాడుకొనుచు
సందడింపుచుఁ బుష్పాప♦చయము సలిపి
యంతఁ గడఁగిరి డోలావి♦హారములకు. 145

వ. అప్పు డాకాశమార్గంబునం గృష్ణసేవాలాలసుం డగుచు నేగుదెంచునారదమ
హామునీంద్రుని మణికంధరుం డనుగంధర్వకుమారుండు గానవిద్యావిశేషాభి
లాషంబునం గొలిచి వచ్చుచునుండి యమ్మగువలప్రగల్భతాగరిమకు వెఱఁ గం
దుచు శతానందనందనున కిట్లనియె. 146

మ. తమిఁ బూఁదీఁగెలతూఁగుటుయ్యెలలఁ బం♦తా లాడుచుం దూఁగునా
కొమరుంబ్రాయపుగబ్బిగుబ్బెతలయం♦ఘ్రుల్ చక్కఁగాఁ జాఁగి మిం
టిమొగం బై చనుదెంచుటీవిఁ గనుఁగొం♦టే దివ్యమౌనీంద్ర నా
కమృగీనేత్రలమీఁదఁ గయ్యమునకుం ♦ గాల్ దాఁచులా గొప్పెడున్. 147

వ. అనుటయు నారదుండు. 148

మ. భళిరా సత్కవి వౌదు నిక్కము తగన్ ♦ భావించి నీ వన్నయా
యెలప్రాయంపుమిటారికత్తెల బెడం ♦ గే నెందునుం గాన వా
రలడోలాచలనోచ్చలచ్చలనముల్ ♦ త్రైవిష్టపస్త్రీలయా
దలఁ దన్నం జనునట్లు మించె ననినం ♦ దప్పేమి యొప్పే యగున్. 149

క. అని పలుకునపుడు నికటం, బున నలకూబరుఁడు దాను ♦ మొగులుమఱుఁగునన్
ఘన మగుదివ్యవిమానం, బునఁ జనుచున్ రంభ విశద♦ముగ నది వినియెన్.

ఆ. విని యొకింత కనలి ♦ మన సొకలా గైన, నతని నారదుఁ డని♦ యాత్మ నెఱిఁగి
భానవికృతి యొఱుక♦పడనీక యడఁచియ,మ్మగువతనదుప్రియుని♦ మొగముఁ జూచి.

క. ఆలించితె యీపలుకుల, పోలికఁ దెలియంగఁ గలహ♦భోజనముని గాఁ
బోలు మన మితనిఁ గని యుచి, తాలాపము లాడి చనుట♦ యభిమత మనియెన్.

ఉ. నారదుఁడుం దదీయవచ♦నంబు వినంబడుదిక్కుఁ జూచె నె
వ్వారలొ మాట లాడుచును ♦ వచ్చుట తోఁచె నటంచు నచ్చటన్
వారివిమానరత్నమును ♦ వారిధరంబుమఱుంగు వాసె బా
లారుణభానుబింబ ముద♦యాద్రిమఱుంగును బాయుచాడ్పునన్. 153

క. ఆరంభయును గుబేరకు, మారుఁడు నవ్వేళఁ దమవి♦మానోత్తమమున్
నారదమౌనీంద్రుపదాం, భోరుహములక్రిందిచాయఁ ♦ బో నిచ్చి తగన్. 154

ఆ. పారిజాతకుసుమ♦సౌరభంబులు వెద, చల్లుతమశిరంబు ♦ లల్ల నల్ల
నద్దుచును దదీయ ♦ మగుపాదయుగళి వా, సించి రంతఁ గొంత♦ సేపు నిలిచి.

క. ఆవరమౌనియు నొండొరు, పై వదలనిప్రేమ కలిగి ♦ భాసిలుఁ డనుచున్
దీవించె రంభ యపు డా, దైవతమునివర్యుఁ జూచి ♦ దరహాసముతోన్. 156

క. ఓమునివర మీఁదీవన, చే మాపైఁ బ్రేమ కొంత ♦ చెడక నిలుచునో
యేమో కాని యిఁకన్ నర, భామలపోఁడుముల కితఁడు ♦ భ్రమయక యున్నే.

వ. అని తనమనంబునం గలయీరసంబు సైరింపం జాలక యెక్కసక్కియంబుగా
నాడుమాటలకు సందియంబు నొందుచు నిది యేమి యనుట వివరింపు మని

మునివరుండు నిలిచి యడుగుటయు దేవరకుం బ్రస్తుతగమననిరోధంబు గాకుండ విచ్చేయుఁడు విమానంబుమీఁదికి రా నవధరింపుఁ డన్నియు వివరింపుచు నరుగుదెంచెద మహానుభావులం గొంతమేర యైనం గొలిచి వచ్చుట భాగ్యంబు గాదె యనుచు శిష్యసమేతంబుగా నతనిం దమవిమానంబునందు నునిచికొని తదలంకారచామరంబులు రెండును విచ్చి పుచ్చుకొని తనప్రియుండునుం దాను నిరుగెలంకుల నిలిచి యల్లనల్లన వీచుచు నప్పడంతి మౌనివర్యా యప్పుడు మీర లాందోలికావిహారిణులపరిసంగంబున శిష్యుతోడ నేమని పలికితి రది యానతీవలయు ననుటయుఁ జఋనగవృంత్తో నతండు. 158

మ. భళిరా సత్కవి వౌదు నిక్కము తగన్ ♦ భావించి నీ వన్నయా
యెలప్రాయంపుమిటారికత్తెలబెడం ♦ గే నెందునుం గాన వా
రలడోలాచలనోచ్చలచ్చరణముల్ ♦ త్రైవిష్టపస్త్రీలయా
దలఁ దన్నం జనునట్ల మించె ననినం ♦ ద ప్పేమి యొప్పే యగున్. 159

క. అని పలికితి నిం దేమై, నను గాని తెఱంగు గలిగి♦నం జెపుమా యో
వనజాక్షి యింక దాఁపం, బని యేమి మనంబులోని♦భర మని పలికెన్. 160

వ. అని పలికిన నవ్విలాసిని యతనిం జూచి. 161

క. మీరలు పెద్దలు త్రైలో, క్యారాధ్యుల రేమి యన్న ♦ నంటిరి గా కె
వ్వారలు మాన్చెద రిట నే, మారసి యాడితిరొ యనుచు ♦ నడిగితి ననఘా.

ఉ. ఊహ యొనర్పరో యతిశ♦యోక్తులవర్ణనలందు నిట్టియ
వ్యాహతి చెల్లు నంచునో యి ♦ ట్లాడితి రింతియ కాక యేవరా
రోహలు మమ్ముఁ బోలమికి ♦ రూఢిగ నిమ్మెయి నున్న యీజగ
న్మోహనమూర్తి యర్థపతి♦ముద్దుకుమారుఁడె సాక్షి నావుడున్. 163

ఉ. అల్లన నవ్వుచున్ ముని సు♦రాంగనఁ జూచి యెట్లాడుకొన్ననుం
జెల్లుఁ గదమ్మ నీకుఁ గడుఁ ♦ జెల్వుఁడు నిర్భర మైనప్రేమ రా
జిల్లఁగ నిట్లు వర్తిలుటఁ ♦ జేసి మృగేక్షణ యైన నిట్టు రా
వెల్లదినంబులున్ సవతి ♦ యేగతిఁ గల్గునో మీఁదు గంటివే. 164

క. నినుఁ బోలువనిత నీకును, వనజముఖి యితనిఁ బోలు♦వాఁ డితనికి నెం
దును గల్గి కలఁచునో యి, ట్టినిగాఢపుముదముసొంపు♦లీవులు చనునే. 165

క. అనుటయు నవ్వాల కనిన్, మునివర మీమాట యి ట్ల♦మోఘం బగునో
వినలే నిట్టివి మానుఁడు, నను మన్నన చేసి యనుచు ♦ నాతుక మ్రొక్కెన్.

వ. అంత నమ్మహామునీంద్రునియాజ్ఞానుసారంబునం దద్విమానంబు కలభాషిణీవిహారింపుచున్న యెలదోఁటలోనికిం దిగియె నట్టియెడ రంభానలకూబరులు వినయపూర్వకంబుగా నతనిచేత ననిపించుకొని యప్పు డెదుటఁ గాన్పించువాసుదేవుని ప్రాసాదరాజంబునకుం జె య్యెత్తి మ్రొక్కి తమవిమానంబుతోడ నిజేచ్ఛం

జనిరి. కలభాషిణియు నట మున్ను తన కనతిదూరంబున వినంబడువారలసల్లాపంబు లాలకించి యుండి తదనంతరంబ ధగద్ధగితదిగంతరం బగుచుం జేర నేతెంచువిమానంబు నవలోకించియు నాశ్చర్యంబు నొందుచుండి యప్పు డట్లెఱుగునలకూబరునిరూపలావణ్యాదిసౌభాగ్యంబునకు మిక్కిలి మెచ్చుచుఁ దదాలోకనంబునం దనియక కొంతమేర తద్విమానంబుక్రిందటిచాయం బొదరిండ్లయీరమిమఱుంగున వారిసల్లాపంబు లాలకించుచుం జని యంత నది మిక్కిలి దూరంబుగా నేగుటయుఁ దిరిగి వచ్చుచుఁ దనమనంబున. 167

ఆ. ఇంత రూపవంతు ♦ నెంతయుఁ దనకుఁ గై, వశము చేసికొని య♦వార్యగర్వ
మతి చెలంగ భాగ్య♦వతి యీలతాంగి యె,వ్వతెయొకో మనంగ♦వలదె యిట్లు.

చ. మునుపు నిజేశు నర్థపతి♦ముద్దుకుమారుఁ డ టంచు నానితం
బిని పలుకంగ వింటిని గు♦బేరతనూజునకుం గరంబు మో
హాని యగుకాంత రంభ యని ♦ యాడుకొనంగ వినంబడున్ మనం
బున నివు డెన్న నామెఱుఁగుఁ♦బోఁడియ కావలయున్ నిజంబుగన్. 169

క. ఇప్పు డిది నిశ్చయంబుగ, నప్పరమమునీంద్రుఁ జేరి ♦ యడుగఁగ వలయుం
దప్పఁ డతఁ డమరవమానియ, యప్పటి కప్పటికి వచ్చు ♦ యదుపతికడకున్. 170

క. అని చింతించుచు నాయం, గన దా నొక్కతియ యేగి ♦ కడుఁ జేరువ నా
యనుపమతేజుని నారద, ముని గాఁగ నెఱింగి వినయ♦మునఁ బ్రణమిల్లెన్. 171

వ. ప్రణమిల్లి లేచి విరచితాంజలి యై నమస్కరించి నిలువంబడి యంజలిబద్ధురా లై. 172

క. మునీంద్రచంద్ర యిపుడు వి, మానముతో నేగినట్టి♦మహితాత్ములు రం
భానలకూబరులే యన, నానారదుఁ డట్ల యగుదు♦రని యాయకతోన్. 173

క. నీ వె ట్లెఱింగితి చెపుమా, నావుడు మీ రాడుకొన వి♦నంబడుమాటల్
భావింప నట్ల యా నా, భావమునకుఁ దోఁచె ననుచు ♦ భామిని పలికెన్. 174

చ. పలికిన మింట నాడుకొను♦పల్కులు వింటివొ యన్న వింటి నో
యలఘుతపోనిధాన తన♦యత్యధికం బగురూపసంపదం
జెలువుఁడు కైవశం బనుచుఁ ♦ జెల్లుబడిం బచరించి పల్కె నా
కలికి తదుక్తి కోర్వమి ప్ర♦కాశిత మయ్యెను మీవచస్థితిన్. 175

క. అనుటయు మునినాయకుఁ డో, వనితా యె ట్లోర్వ వచ్చు ♦ వలవనిగర్వం
బునఁ గన్ను గాన కాడెడి, యనుచితవాక్యంబు లేరి ♦ కైనం దలఁపన్. 176

క. తరుణీ యేరికిఁ జెల్లునె, యరయఁగ నే మింతవార ♦ మనుకొన నిదిగో
పిరువీఁకుగ నున్నది తాఁ, గర మద్భుత మైనసవతి♦కయ్యముచేతన్. 177

క. సవతి యన నింక నొకతెఁ, భువిలోపల వేఱ వెదకఁ ♦ బోవలయునె యో
ధవళాక్షి నీవ కా నే, రవె దైవనియుక్తిఁ గొంత ♦ ప్రాప్తి గలిగినన్. 178

క. నాపుత్రుడు సంతతిరూప, శ్రీనైభవసతిక గాక • సద్గుణము నయా
దైవనియుక్తియు మాకాగో, క్లైవిధమునఁ బొల్లఁ బడిన • సిద్ధవివేకా. 179

తే. అనుడు నామాట కేమి యో • యంబుజాక్షి
రంభ మొదలైన యేయచ్చ • రలకు నైనఁ
దక్కవే నీదురూపసౌం • దర్యమహిమ
లెక్కఁజేఁ గాక మిగుల నూ • హించి చూడ. 180

ఆ. అది యటుండ నిమ్ము • ముదిత నిన్నును జూచి
నట్లు దోఁచుచున్న • యది యొకంత
పలికినాభుకోలు ప్ర • సరు వత్తునో యన
వత్తు మిమ్ముఁ జూతు • వసిముని ప్రే. 181

సీ. అని యిట్లు పల్కిన • ముని పల్కు విని నవ్వు, నెలఁత సిన్నెము గిలిగించుక • వెలఁదుకొలఁది
మాశిష్యుఁ డైనయా • మణిరథరాహ్వయుఁ, డటఁ గొన్ని నాళ్లక్రిం • దట నుగ్రా
గాఁగ హరింపఁ బాడఁ • గానంగఁ దా వచ్చి, దండకరూపకం • బ్రపన్నచన
యొనరింప నేర్వక • తన గ్రహించి ఘటించి, నట్టి నేర్పరివి గం • దమ్మ నిన్ను

తే. పేరు కలభాషిణివి గద • బిరుదాచదువు
నగుదు భళిభళి యిప్పుడు నీ • కతి ముఖస్థ
మగుచు నున్నదియో శక్య • మగునె చదువ
ననుచు శక్యంబు గా కేమి • యనుచుఁ బలికె. 182

వ. అమ్మదిరాక్షి మధురగంభీరస్వరంబున నిట్లని చదివె. 183

దండకము. శ్రీకామినీకామితాకార సాకారకారుణ్యధారా ...
శోణరేఖామయూఖాళికిమ్మీరితాలోకినాలోకి ...కైకసంస్తుత్యనిత్యప్రభావా
విభావైభవాధిక్యధిక్కారితానంతసూర్యాండకోటీర, ఆనేకమానానులా స్తంభ
కుంభద్వయీపూరకర్పూరసారభ్యమైత్రీపవిత్రీకృతామ్నాయ నాయుప్రచారా
నిశాపాదితాపారసంసారసంతాపనిర్వాపణా పాపనిర్వాపణోపాయనామప్రశంసా
సానుభావా భవాభావలోభాకులీభూతచేతస్సనత్ప్రావాతిసిద్ధతసంపాప్తసద్భక్తి
మార్గైకవిశ్రామభూమీభవత్కీర్తిరూపా సురూపావళీసుప్రరూపస్వరూపా
గురూపాసనాసాదితానారతానల్పసాకల్యకైవల్యమాధుర్యధుర్యప్రసన్నాప్ర
సన్నావళీమానసోద్భిన్నభోగాపవర్గాభిలాషా హృషీకేశ యీశానసంస్తుత్య
ఖ్యాతసువిఖ్యాతమైనట్టిదివ్యచారిత్రచాతుర్యచారంబు పాపంబు ముక్తిప్రదంబంచు
పంగ లేరంచు నెంచంగ వించు ప్రపంచస్వభావంబున మానసక్లేశము నీమము
దటఁ జాటునాచాటతల్ చూపుమన్నార మిన్నేనిముల్ సున్నగా చేసి
శ్రీవాసుదేవా సదానంద గోవింద సేవించుమా విందనై నందనా

మొందింప నెందుఁ విచారంబు లేమిఁ వచోగోచరాగోచరత్వంబు లూహిం
పలే మైతి యోదేవ మీపాదసేవాదరంబుఁ మదిం గోరుచుఁ వేదవాదుల్
శమాదుల్ కడుం జాల నార్జించి భోగేచ్ఛ వర్జించి నానాతపశ్చర్యతాత్పర్యప
ర్యాకులత్వంబునం గైకొనఁ మాకు నేయత్నముల్ లేక యోకృష్ణ యీవైకె
వడిఁ మీకృపాలోకసంసిద్ధి సిద్ధించుటల్ బుద్ధిఁ దర్కింప నత్యంతచిత్రంబు
గాదే జగన్నాథ యీరీతిఁ జెన్నార ము న్నే ఋషుల్ మిమ్ముఁ గన్నారఁ గన్నా
రు మాకన్ను లెన్నంగ నేపుణ్యముల్ చేసెనో యీవిశేషంబుఁ గాంచెఁ వి
రించోదయస్థాననాభీసరోజా సరోజాతజాతాండముల్ తండతండంబు లై యుం
డ నొండొండు నీరోమకూపంబు లేపారఁగాఁ దాల్చుటల్ చెప్పఁగా నీవు గోవ
ర్ధనం బెత్తి తంచుఁ వరాహావతారంబునఁ ధారుణీచక్రముం దాల్చి తంచుఁ
మహాకూర్మభావంబునఁ మందరగ్రావముఁ మోచి తంచుఁ జగంబుల్ సమ
స్తంబు త్రైవిక్రమప్రక్రియావేళఁ బాదత్రయిం జాలఁ బూరించి తంచుఁ ను
తింపంగ యుక్తంబె భక్తప్రజాధీన దీనిఁ వివేకించి లోకంబులోఁ గొంద ఱా
ర్యోత్తముల్ సర్వవేదంబులుఁ సర్వవాదంబులుఁ సర్వయాగంబులుఁ సర్వ
యోగంబులుఁ సర్వమానంబులుఁ సర్వదానంబులుం జూడ నీదాసదాసా
నుదాసాంఘ్రిసంసేవలోఁ గోటికోట్యంశముం బోలఁగాఁ జాల వంచుం దదా
చారముం బూని వర్తింతు రత్యున్నతిఁ సర్వసంకల్పనిత్యోదయా యేము నీ
నామమాత్రంబు మానాలుకం జేర్చుటల్ దక్క నొక్కింతయుఁ దక్కు
త్రోవల్ భవన్మాయ దాఁటంగ లే మవ్యయా భవ్యయోగీంద్రసాంద్రాదరా
కాంక్షితైకాంతసంసేవనా భావనాతీతకల్యాణనానాగుణశ్రీసముద్భాసితాంగా
మముం గేవలం బైన కారుణ్యదృష్టిం గటాక్షించి రక్షించు లక్ష్మీమనోవల్లభా
దేవదేవా నమస్తే నమస్తే నమస్తే నమః. 184

మ. అని యీవైఖరి నంతయుం జదివి దై♦త్యారాతి యీదండకం
బునకుఁ మెచ్చుచు నిచ్చినట్టిది గదా ♦ భూరిద్యుతిఁ నీదుశి
ష్యుని కంఠంబున నొప్పు నావిమలర♦త్నోదారహారంబు స
న్మునిలోకోత్తమ యంచుఁ బల్కి మఱియుం ♦ బూఁబోఁడి దా నిట్లనున్. 185

సీ. పొసఁగ ముత్తెపుసరు♦ల్పోహళించినలీలఁ, దమలోన దొరయుశ♦బ్దములు గూర్చి
యర్థంబు వాచ్యల♦క్ష్యవ్యంగభేదంబు, లెఱిఁగి నిర్దోషత ♦ నెసఁగఁ జేసి
రసభావములకు న♦ర్హంబుగ వైదర్భి, మొదలైనరీతు లిం♦మ్ముగ నమర్చి
రీతుల కుచితంబు ♦ లై తనరారెడు, ప్రాణంబు లింపుగాఁ ♦ బాదుకొల్పి
తే. యమరనుపమాదులనుయమ♦కాదులు నగు,నట్టియర్థశబ్దాలంక్రి♦యలుఘటించి
కవితఁ జెప్పంగ నేర్చుస♦త్కవివరునకు, వాంఛితార్థంబు లొసఁగని♦ వారుగలరె.

లయవిభాతి. చలువ గలవెన్నెలల♦చెలువునకు సౌరభము ♦ గలిగినను సౌరభముఁ♦
జలువయుఁ దలిర్పం, బాలు పెసఁగుకప్పురపుఁ♦బలుకులకుఁ గోమలత ♦ నెలకొనిన
సౌరభముఁ ♦ జలువపసయుం గో,మలతయును గలిగి జన♦ముల మిగులఁ బెం పె
సఁగు♦మలయపవనంపుఁగొద♦మలకు మధురత్వం, బలవడిన నీడు మఱి ♦ కల ద
నఁగవచ్చుఁ గడు♦వెలయఁ గలయీసుకవి♦పలుకులకు నెంచన్. 187

క. ఊరక యటు మిముబోఁటులు, చేరువఁ బఠియింపఁ గనిన ♦ సిద్ధింపవె యే
కోరిక లైన నజస్రముఁ, గోరుదు మీవీణ మోసి♦కొని కొల్చుటకున్. 188

సీ. మునినాథ యిట మున్ను ♦ వనజదళాక్షుని, యంతఃపురంబున ♦ కరుగువేళ
మణికంధరునిఁ దదం♦గణమున నిల్పి మీ, వీణియ మీరలే ♦ పాణిఁ బూని
పోవఁగాఁ జూతు న♦ప్పుడు దానినేఁ బుచ్చు,కొని కొల్చి నత్తునో♦యని తలంతు
దేవరచిత్తంబు ♦ దెలియమినట్లు సే,యఁగ నేమి దోఁచునో ♦ యనుచు వెఱతుఁ
తే. గరుణనంతమాత్రపుటూడి♦గంబునాకు, ముదలఁ బెట్టుఁడటంచు కే♦ల్మోగిచిమిగుల
వినయ మొప్పఁగ నాయింతి♦వేఁడుకొనియె, నతఁడునట్లకానిమ్మని♦యనుమతించె.

వ. అనుమతించుటయు నమ్మహాత్మునియనుగ్రహం బీపాటి గలిగె దీనం జేసి నావాంఛి
తంబును సఫలం బగు నని సంతసిల్లి రంభానలకూబరులవలనఁ గడపట వినంబడి
నవాక్యం బొకటి దలంచుకొని యది తెలియుటకుఁ గృతాంజలి యై వినయభ
రంబునఁ గొంకుచున్న దాన మణికంధరుండు రహస్యశంక నెడఁగలుగఁ జనఁగ
నమ్మహాముని కి ట్లనియె. 190

సీ. మహితాత్మ మీర లి♦మ్మహి నుండ సంకోచ,పడియే మొమిక్కిలి♦పొడవుచనఁగ
నీక విమానంబు ♦ నిలచేర్పనన కొంత, మేరఁ బోనిచ్చె న♦మ్మిథున మిప్పు
డేను వృథాభ్రాంతి ♦ నింతనంతను దాని, వెంబడిఁ జని పల్కు ♦ వింటి నొకటి
వినుఁ డది యర్థేశ♦తనయుఁ డోయబల యి, న్నారదుమాటలు ♦ నడుమ వేఱ
తే. పొడమె నేమయ్యెనలకళా♦పూర్ణుసుద్ది, కడమ చెపుమన్న రంభయ♦ప్పుడ తెలుపనె
నీకు మఱి చెప్పరా కుంట ♦ నీకథయును, నీకు నాతోడుసుమ్ము బ్బ♦నీకుమనియె.

తే. ఏ నెఱుఁగ వేడ్కపడుచున్న♦దాననొత, పోధనోత్తమ యాకళా♦పూర్ణుఁడనఁగ
నెవ్వఁ డాతనిసుద్ది ము♦న్నేమి చెప్పె, నెద్ది చెప్పరా దనియె నా♦యిగురుఁబోఁడి.

వ. ఇది యానతీవలయు ననిన నతండు వెఱఁ గంది యిది యంతయు నపూర్వంబు
దీనిఁ దెలిసెదం గాక యని కొంతదవ్వు నిశ్చలుం డగుచు విశ్వప్రపంచంబునం
గలభూతభవిష్యద్వర్తమానవర్తనంబు లన్నియు విమర్శించి తత్ప్రకారంబుఁ
గాంచి కలభాషిణిం జూచి యారంభ ప్రియునకుఁ జెప్ప రా దనినకథ యత్యపూ
ర్వంబు నాకునుం జెప్పఁ దగ దని పలికిన. 193

తే. అనఘ చెప్ప రానికథాంశ♦మట్ల యుండ, నిమ్ము నలకూబరునకున♦య్యింతి యేమి
కారణమ్మున నీప్రసం♦గము వచించె, దెలుపుఁ డన దాని కి ట్లని♦ తెలిపె మౌని.

సీ. ఈరంభయును వీఁడు ♦ నేవేళయును రతి, క్రీడాపరాయణుల్ ♦ కేవలమును
వీరి నొండొరుహాస ♦ వీక్షణోక్తులు దక్క, నట్టిచేష్టితములు ♦ నట్టి వైన
మన్మథోద్దీపన ♦ మహిమఁ జొక్కించునొ, క్కొక్కప్రేమచొప్పిది ♦ యుర్విఁ గలదె
కావున మము నేఁడు ♦ కనుఁగొనుటకు మున్న, రంభ సమీపము ♦ [illegible]
తే. శుభ్రఘనరేఖ వర్తిల్లఁ ♦ జూచి నగుచు, బ్రహ్మలో నున్న శారదా ♦ రమణిఁ జొచ్చి
ధనదసుతుఁడు నమ్మాటకుఁ ♦ దరుణిమోవి, దంతశిఖ నొత్తెన త్తఱిఁ ♦ దనసుగతమిని.
క. ఒత్తుటయు నెందుఁ గలుగని, క్రొత్త తెఱంగునఁ జెలంగు ♦ కోమలకలవా
గ్వృత్తి యపు డొకటి బహువి, చ్ఛిత్తికమై దానికంత ♦ సీమగా బొడకొనెన్. 196
ఉ. ఏయెడ నెన్నఁడుం గనని ♦ యింపులు గుల్కెడుతద్గళస్వనం
బాయత మైనకౌతుకము ♦ నద్భుతముం గొలుపింప నేది యే
దీ యిది చాలఁ గ్రొత్త భళి ♦ యింకొకమా ఱిఁక నొక్కమారు [illegible]
చాయలిసీలవేణి సల ♦ కాధిపసూనుఁడు వేఁడె వేఁడినన్. 197
క. నాచేత నింకఁ గా దిది, యోచెలువుఁడ యనఁగఁ గాక ♦ యున్న [illegible]
నోచెలువ యనఁగ వచనా, గోచరసల్లాపరసము ♦ కొం తపు డొదవెన్. 198
వ. అంత నక్కాంత కాంతునికి సంతసంబుగాఁ గొంతకొంత తత్ప్రార్థనంబు సఫలం
బు చేసె నతం డంత నింతకు మున్నిది యెన్నండును విన్నయది గా దిప్పు [illegible]
ప్పగిది నొదవెఁ జెప్పు మని గుచ్చి గుచ్చి యడుగ నిది నేఁడు నేర్చిన ది కా [illegible]
తడవులనుండియు నే నెఱుంగుదును యొక్క కారణంబున నిది యెఱుకపఱుప [illegible]
నెఱయ మఱచియు నేఁడు బాలభానుపాంసుమేఘసంసర్గవిశేషసంతోషంబున
దలంచిన మానసంబులోనన పూని యుండి యిప్పటినీమండగంబుసలసఁ [illegible]
వెలివిరియ నిచ్చితి నని పలికిన నతం డిట్లనియె. 199
తే. ఏమికారణమున దాఁచి ♦ తిన్ని నాళ్లు
తరుణి యెఱుఁగింపు మనుఁడు నే ♦ తత్ప్రసంగ
మునఁ గళాపూర్ణకథలు వ ♦ చ్చునె యనియెడు
తలఁపుచే దాఁచితి న టంచు ♦ వెలఁది పలికె. 200
సీ. పలికి యోపౌరుషా ♦ భరణ తత్కథలు వచ్చిన నేమి యంటేని ♦ వినుము చెలియ
నాకథ లిఁకఁ జెప్పి ♦ నట్టివారును విని, నట్టివారును ధాత్రి ♦ యందుఁ బుత్ర
పౌత్రప్రపౌత్రాది ♦ బహుసంతతియుఁ దన, ర్చుచుఁ జిరకాలంబు ♦ ప్రచురసం [illegible]
దభివృద్ధిశోభిత ♦ శుభసౌఖ్యములు గాంతు, రనుమాట యున్నది ♦ యా [illegible]
తే. యేను నీ కది చెప్పిన ♦ దీనికొఱకు, నవనిఁ బుట్టంగ వలయునో ♦ యని [illegible]
ప్రాణవల్లభ యవి తావ ♦ కాంగసంగ, సౌఖ్యమునఁ జేర్చునాకుని ♦ ష్టంబులగు [illegible]
తే. అదియు వింటివి గద యని ♦ యనియెదేని, యేను వినినట్టిపిమ్మట ♦ నిట్టిమాట
పలికె నొక్కయమోఘవా ♦ గ్విలసనుండు, కావున వచింప విననిఁకఁ ♦ గాదు నాకు.

వ. అని చెప్పె నని చెప్పి నారదుఁడు. 203

తే. అతివ విను రంభకును గల♦యట్టిభయము
నాకుఁ గల్గుటఁ దత్కథ ♦ నీకుఁ జెప్పఁ
గూడ దట్లయ్యు మిక్కిలి ♦ కువలయమున
వెలయఁ గల దది వెలయుత్రో♦వలును గలుగు. 204

వ. అది యట్లుండె రంభానలకూబరు లవ్విధంబున సల్లాపం బొనరించినయనంత
రంబ తద్విమానంబు మత్సమీపంబున కేతేర మీఁదోలికాప్రసంగంబులు నడి
యె నని కలభాషిణికిం జెప్పె నప్పుడు తద్వనలక్ష్మీవిలోకనకౌతుకంబున కెడ
గాఁ జని యున్నమణికంధరుం బిలిచి యంబుజాక్షునికొలువువేళ దప్పకుండం
బోవలయు ర మ్మనుచు నచ్చటఁ గదలి చనియెఁ గలభాషిణియు నంతఁ దనుఁ
జేర వచ్చిననెచ్చెలులుం దానును నిజగృహంబున కేగి వేగంబ కొలువుసింగా
రంబు సంఘటించుకొని కృష్ణునగరి కరిగె. 205

శా. శ్రీనంద్యాలపురాంక వాగ్విభవల♦క్ష్మీనాథపర్యంక సు
జ్ఞానశ్రీమిథిలేంద్ర సూనృతవచ♦స్సంధాహరిశ్చంద్ర వి
ద్యానైపుణ్యసముద్భటార్భటీకవి♦ద్వద్వాదవాచాలితా
స్థానీమందిర యిందిరారమణప♦త్పంకేరుహేందిందిరా. 206

క. అంభోనిధిసాధారణ, గాంభీర్య యరాత్యసుప్ర♦కంపనచయకు
జృంభదరితరవారిమహో, కుంభీనసవర్య సమర♦గురుభుజశౌర్యా. 207

మాలిని. శేషసుభాషణ ♦ శీలవిభూషణ, సేవకపోషణ ♦ చిత్తరిపూ
న్మేషనివర్తన ♦ నిర్మలకీర్తన, నిత్యనవర్తన ♦ నీతికళా
పోషవిచక్షణ ♦ పుణ్యవిధిక్షణ, భూసురరక్షణ ♦ భూరిమద
ద్వేషణశాసన ♦ ధీజలజాసన, దీప్తివిభాసన ♦ ధీరమతీ. 208

గద్యము. ఇది నిఖలసూరిలోకాంగీకారతరంగితకవిత్వవైభవపింగళియమరనార్యత
నూభవసౌజన్యగేయసూరయనామధేయప్రణీతం బైనకళాపూర్ణోదయం బను
మహాకావ్యంబునందుఁ బ్రథమాశ్వాసము.

శ్రీరస్తు.

ఓం నమః కామేశ్వర్యై.

కళాపూర్ణోదయము.

ద్వితీయాశ్వాసము.

శ్రీఖండాద్రిహిమాచల
మేఖలికావిలసదపరి♦మితహయరింఖా
లేఖితజయలాంఛన నృప
శేఖర నంద్యాలనార♦సింహునికృష్ణా. 1

వ. అవధరింపు మవ్విధంబునం గలభాషిణితోడ సంభాషించి యరుగుచు నా[illegible]
ండు తనమనంబున. 2

చ. హృదయము ద్రవేఁ గొకింత శమి♦యించెను జెల్వపుఁగ్రొవ్వు పెంపుచే[illegible]
బోద లెదురంభకున్ సవతి♦పోరు గణించుట కంకురార్పణం
బిది యిటు గొంత చేసితి న♦పేక్షిత మంతయు నైనయట్ల యీ
సుదతియ చాలు దానికి న♦సూయయు నున్నది మాట లేలయన్. 3

క. ఎంచఁగ నాగమనమునకు, నించుక చుట్టైన నయ్యె ♦ నిది యోగ్యము సా
ధించుట కెవ్వారిని బో, రించనితఱి యొక్కటియుఁ ద♦రింపఁగ వశమే. 4

వ. అని తలపోయుచు శిష్యుండును దానును బురప్రవేశమార్గంబున [illegible]
చుండె నప్పుడు. 5

సీ. దవుదవ్వుల నెనేఁడు♦ధరణికి దిగివచ్చు,చున్న వాఁ డిది యేమి♦యొక్కొ యని[illegible]
గయ్యంబు లిడ నెందు♦గతిగల్గునోయని, వెదకుచు నే తెంచు♦విధమొ యని[illegible]
బవనేరితము లైన♦పాదపాంసువులనిం,దఱుఁగృతార్థులఁ జేయు♦కొఱకొ య[illegible]
నీమార్గమహిపుణ్య♦ మెట్టిదియో ఫలం,బునకు రా కది రిత్త♦చనునె యని[illegible]

తే. దను నెఱుఁగువార లతిదూర • మునన లేచి
రెండుచేతులు మొగిచి స • గ్గిల్లుచుండ
నికటమునఁ గన్నవారలు • నేలఁ జాఁగి
యాదరమునఁ బ్రణామంబు • లాచరింప. 6

చ. అలఘువినీతిసంభ్రమస • మాకులతిక్కవెసఁ బల్లకీలు సం
దలములు వారువంబులును • దంతులు నాదిగఁ గల్గువాహనం
బులు డిగి వచ్చి మ్రొక్కుదొర • మూఁకల పెల్లునఁ ద్రోవ చాల సం
కులముగ సంతఁ గొంద ఱూక • కొంత బరాబరిఁ జేసి కొల్చి రాన్. 7

మత్తకోకిల. కొందఱుం గడకంటిచూపులఁ • గొందఱుం నెఱచూపులం
గొందఱుం జెఱువుప్పడాలునఁ • గొందఱుం దగుదీవనం
గొందఱుం జేయి చాఁచి లెమ్మని • కొందఱుం గిలుదండ గో
చుం దపోధనుఁ జూచిరించెను • సొంపుగాఁ బ్రణతాత్ములన్. 8

వ. అవ్విధంబున సకలజనసేవనం బొందించుచు శిష్యసహితుండును నా సన్మునివరుండు
పరస్పరవిఘట్టనవాచాలవీచీహస్తసమార్జితచర్చరీమచర్చికాచర్చాంకురంబులన
లసను, సంకులకలహంసచక్రవాకపుష్కరాహ్వయప్రముఖజలపక్షిసందోహకో
లాహలంబువలనను, అవిరళసరిత్తోకమానసజీవరఖండమండలీపాండిమచ్ఛలవిలసి
తప్రహసితంబులవలనను, నికటంబునఁ గాదిలుజలధివిలసనంబులఁ జెలరేఁగి గెలి
సేయుసోయగంబునఁ బరిగొను పరిఖావలయంబులును, పరిఖావలయసలిలనిధాన
ముక్తాలకల్లోలశీకరాసకీర్యమాణంబు లగుచుండి యసమయంబున నుభయతివమాక్ర
మ్యమాణభోగీంద్రభోగవేష్టనప్రకారానుకారిప్రాకారంబు లై రాజిల్లుచుం డి
రుగుమెఱుఁగుదీఁగెలు ప్రకాశింప స్థిరశాఖపర్వతనితంబడంబరవిడంబనచతురం
బు లై చూడ నొప్పునట్టి దుర్గప్రాకారంబులును, ప్రాకారవలయవిపులకపిశీర్ష
సముదయసముత్కీర్యమాణమాణిక్యనినహావివిధకాంతిసంతానసౌమనసమాలి
కాస్తోమాభిరామపర్యంతభాగం బగుచుం బౌరవిభవలక్ష్మికిం బట్టపుయాతపత్రం
బురీతి నుద్ద్యోతించుగగనమండలంబునకుం జాంబురిత్వసంపాదనంబున సొంపొన
ర్చుసమున్నతశిఖరసంసక్తనిర్ణిక్తనక్షత్రనికరశకవిశేషంబులతోడం బసిండికామ చెలువు
నలవరించువాసుదేవప్రాసాదరాజంబును, వాసుదేవప్రాసాదరాజకైతనద్యో
తమానశాతకుంభకుంభినిధరంబునకుఁ బ్రత్యాశాపర్వతభంగి నంగీకరించి య
లంకారంబు గావించునను దేవసంకీర్ణసాత్యకిప్రద్యుమ్నసాంబాదియాదవసంఘసౌ
ధయూథంబులును, సౌధయూథభూధరప్రాలేయజాతమహాతరంగిణీబృందసందే
హంబు ప్రభవింపఁ జేయునుభయపార్శ్వభాగహీరమయగృహాభిత్తిసంతతతంతి
న్యమానసమరీచినిచయపూర్ణరాజమార్గంబులును, రాజమార్గసజ్జితశైవాలిసీశై
వలభావభాసురంబు లై పొలుపారుగారుత్మతబహిర్విర్తిదీనాసికాయంబును, బ

హర్మ్యవితర్దికానికాయవిరచితకురంగనాభిగోముఖోపరితరంగితరంగవల్లీమతల్లి
మనోజ్ఞమార్త్తికమండలీపాండిత్యంబు లత్యంతకాంతంబు లగుచు నుత్తుంగహర్మ్య
శిఖరకేతుసంఘసంఘర్షణశకలితపతితాంతరిక్షఖండలక్ష్యమాణనక్షత్రసమా
త్తేప్రిష్టాసంధుక్షణవిచక్షణంబులై వీక్షణపర్వంబు నిర్వహింపం బెంపు మీఱ
చుం దదవలంబనలంబమానవివిధాంబుదకదంబకంబు డంబుఁ జూపుకలువడం
లును, గలువడంబులం దవిలినమిళిందంబులచందంబు నందపఱచుచంద్రశాలా
ఖేలనాలోలనాళీకలోచనాలోచనంబులమరీచివీచికలపెల్లు చిల్లునం జిమ్మనగ్రా
వులఁ జిమ్ముగంధసారకస్తూరికాసీరధారాప్రసారంబుల తెఱం గెఱుంగింప బ
రురంగుపసలఁ బసపువసంతంబు లాడుభావంబున తీవి నెఱపుభర్మహర్మ్యశ్రేణీ
లాసంభ్రమోచ్ఛ్వసితవిశరారుకేశబంధంబులో యనంగబంధురంబు లగువా
థరగంధవహనివహవిహరణవిసృమరకాలాగురుధూపధూమంబులును ధూ
ధూమశ్యామికామిషంబున నిజస్వామికొలువునకు నిబ్బరంపుఁబే రుబ్బుస
బ్బకొనుచుఁ జేరినశృంగారరససముద్రంబునకు నిర్ణిద్రవిద్రుమకుడుంగస
సాంగత్యసౌభాగ్యంబు ననుగ్రహింపుచుఁ బ్రత్యగ్రజాగ్రదగ్రస్థలస్థాపితకురువి
దకలశకందళచ్ఛవిచ్ఛటాజటాలితంబు లగుగోపురంబులును, గోపురద్వారతో
ణవ్యాజవిభ్రాజమానమంగళసూత్రసువ్యక్తనిర్వర్తితపరిగ్రహగృహవైభవశ్రీ
ముపభోగనిస్తంద్రు లగుసకలజనులును, అత్యంతచిత్రతరమహత్త్వంబునం గ్రా
ర్తిల్లు నుత్తమోత్తమకీర్తులం బొగడొందుతద్ద్వారకానగరంబు దరిసా-
జొచ్చి రంత. 9

సీ. మహనీయకురువింద • మాణిక్యకాంతుల, చేతఁ బల్లవితమై • చెలువు మీఱ
మరకతమణిసము • త్కరమరీచిచ్ఛటా, పత్రసంతతిచేత • బాగు మీఱ
నకలంకనవ్యమౌ • క్తికచాకచక్యప్ర, సూనసంపదచేత • సొంపు మీఱ
నింద్రనీలజ్యోతి • రిందిందిరశ్రేణి, విలసనంబులచేతఁ • బొలుపు మీఱఁ
తే. దనసమున్నతిచే నభ • స్తరువుఁ బ్రోచి
విమలశిఖరాగ్రకనకకుం • భములచేత
సఫలితంబుగఁ జేయుచుఁ • జాల వెలయు
నంబుజాక్షునికొలువుకూ • టంబు గాంచె. 10

క. కాంచి మణికంధరునితోఁ, గాంచనగర్భజుఁడు వలికెఁ • గలకాలము వీ
క్షించిన నిది నిచ్చలు నొక, యంచితరుచి నెఱపుచున్న • యది కనుఁగొంటే. 11

శా. ఆవైకుంఠముఁ జూచినట్లు కడు నిం • పై యీసభామంటప
శ్రీ విస్ఫూర్తికతంబునన్ మిగుల • నాచిత్తంబు నానందము
దావైచిత్రిఁ గరంచుచున్నయది • యేతద్ద్వారకాపట్టణం
బీవీక్ష్యంబునఁ గల్గుమే లిదియ • పో యెందున్ వివేకించినన్. 12

వ. అని పలుకుచుం జేరం బోవునంత. 13

క. ఆఋషియాగమనం బప్పు, డారసి చని చెప్పి రంభ • జాతునకు బహి
శ్చారిణు లగుపరిచారిక, లారీతిని జెప్ప నతని • యానతికల్మిన్. 14

సీ. బంగారుగొలుసులు • పవడంపుదరిమెన, కోళ్లను వింతబా • గులబొగడలు
రత్నంపుఁజిలుకలు • రాయంచప్రతిమలు, పసిఁడిపువ్వులప్రాంతి • పనులసొబగు
వివిధంబు లగుచిత్ర • విరచనలును దసి, లీనూలుపట్టియ • ల్లికబెడంగు
పలుతెఱంగులపట్టు • తలగడబిల్లలు, మవ్వంపుఁగుంకుమ • పువ్వుపఱుపు
తే. గలిగి మెఱుఁగులు దిక్కులఁ • గడలుకొనఁగ
మించుదంతపుటుయ్యేల • మంచమునను
బొలుపు మీఱుచుఁ దనయంతి • పురమునతుల
యూడిగంబులు గైకొంచు • నున్నశౌరి. 15

ఉ. అప్పలుకుల్ చెవిం బడిన • యంతన దిగ్గున లేచి యొట్టెటా
యప్పరమేష్ఠినందనుఁడె • యౌనె హజారపుఁద్రోవ వచ్చెనే
యెప్పుడు నంతరిక్షగతి • నిచ్చటికే చనుదెంచు నివ్విధం
బిప్పుడు చాలఁ జిత్ర మిది • యేమొకొ యంచు ససంభ్రమంబునన్. 16

సీ. తూఁగుటుయ్యేలఁ దూఁగు • చోఁ గొంత చెదరిన, యరవిరివన్నెబా • గట్ల యుండ
నడపంబుతొయ్యలి • మడిచి యిచ్చిన వీల, నాకుచీలిక చేతి • యందె యుండ
పట్టెకు నొడిగిన • యంఘ్రిలరత్నంపు, సమ్మాళిగెలు సారె • జాఱుచుండ
రాణివాసపుఁ జామ • రగ్రాహిణులు గూడ, నరుగుదెంచితమంత • మరలుచుండఁ
తే. దనకుఁ గైదండ యొసఁగిన • తరుణికేలు
వదల నెఱుఁగమి నది తోన • వచ్చుచుండఁ
గనిన వా రెల్ల నొదుగుచుఁ • గలఁగుచుండ
మురరిపుఁడు వాకిటిహజారి • మునకు వచ్చె. 17

తే. ఇట్లెదుర్కొని ప్రణమిల్లి • యింపుపెంపు
దనరఁ గైదండ యొసఁగి తో • డ్కొనుచు నేగి
యతనియాజ్ఞ వెంబడిని శు • ద్ధాంతనికట
భాసి యగు నొక్కమణిసభా • భవనమునను. 18

మ. జగదీశుండు తపోధనాగ్రణికిఁ బూ • జానత్తనల్ నాఁడు క్రొ
త్తగ నేతెంచినవానికిం బలె మహా • తాత్పర్యసంయుక్తుఁడై
తగఁ జేసెం గడుఁ గ్రొత్తక్రొత్తగుచు న • త్యంతాదరం బెక్కుధ
ర్మగరిష్ఠాత్ములబుద్ధి పూజ్యు లగువా • రల్ పల్మఱున్ వచ్చినన్. 19

ఉ. అప్పుడు తత్సభాగృహస • మాగమనార్హులు కొల్వు సేతకై
యొప్పటియట్ల యందఱు బ • హిస్స్థితులై యెఱిఁగించి పంపఁ దా

నప్పురమర్షి వీడ్కొలుపు•నంతకు ర మ్మనఁ గొంకి యచ్యుతుం
డప్పలుకుల్ గణింపక త•దంచితగోష్ఠిన యుండె నింపుతోన్. 20

ఉ. మౌనివరేణ్యుఁ డిట్లనియె • మా కొక పెద్దతనం బొనర్చి రా
జ్యానుగుణప్రవర్తనల • కక్కట యిమ్మెయిఁ గొంకితేని న
న్నోనలినాక్ష పొమ్మనుట • యుక్తము నీ కిపు డట్లు గాక మీ
వానిగఁ జూచితేని కొలు•వం బిలుపింపుము వారి నావుడున్. 21

మ. చెలులం జుట్టల దండనాథుల విప•శ్చిద్వర్యులన్ సత్కవీం
ద్రుల మంత్రీశుల వారముఖ్యుల ముకుం•దుం డెంతయుం బ్రీతితోఁ
బిలుపించెం బొడగాంచి రవ్విభవశో•భిన్ వారలన్ వేత్రహ
స్తులు దమ్మందఱ నప్డు పేరెలుఁగుతోఁ • దోడ్తో నెఱింగింపుచున్. 22

తే. కమలనాభుండు నవుడు శీ•ఘ్రంబ తనదు
కొలువు వీడ్కొంచు మౌనిఁ దో•డ్కొనుచు నేగి
సంతిపురమున కాతండు • నాత్మశిష్య
వెలుపలన నిల్పి తాఁ దన•వీణెఁ గొనియె. 23

ఆ. అప్పు డతనిచేతి•యావీణెఁ దాఁ బుచ్చు, కొనియె సంభ్రమమునఁ • గూడ నేగి
కరము వినయ మొప్పఁ•గలభాషిణీముకుందుఁ, డపుడు దానిఁ జూచి•యల్లనగుచు.

క. ఏమీ శిష్యత్వంబున, నీమునివరు సేవ సేయ • నిచ్చ వొడమెనో
యేమాయగున యనిన విని యది, యేమియు లే దని వినీతి • నిటు నటు నొడిగన్.

ఉ. ఒదుగుటయున్ యదుప్రవరుఁ • డో హరిణాక్షి తలంక నేల నీ
కిది కడు లెస్సబుద్ధి కృప • నిట్టిమహామహు లాత్మ సేవకున్
హృదయమునందు నియ్యకొను • టెవ్వరి కున్నది వేయు నేటికిం
బ్రదికితి సేవ సేయుము శు•భప్రదు నిమ్ముని నిట్ల యెప్పుడున్. 26

ఉ. నీమతి పెంపు పాడుకొను•నేరుపులున్ మృదుమంజులస్వర
శ్రీమధురత్వముం గనుచుఁ • జిత్తములోపల నేను నెంతు ని
క్కోమలి గొంత నారదున•కుం బరిచర్య యొనర్చునేని వి
ద్యామహిమం గడున్ వెలయు • నంచు నినుం గనుఁగొన్న వేళలన్. 27

మ. అనుచున్ జాంబవతీగృహంబునకుఁ దా • నమ్మౌనిలోకాధినా
థుని వెంటం జని శిష్యురాలి నొకతెం • దోడ్తెచ్చితిం దీనిఁ గై
కొని శిక్షింపు మ టంచు నల్ల నగుచున్ • గోవిందుఁ డాయింతిఁ బి
ల్చి నయం బొప్పగఁ బల్కె నమ్ముగువయుం • జిత్తంబు రంజిల్లఁగన్. 28

క. నాకు మును మీరు చెప్పెడి, యాకలభాషిణియె యిది యం•టంచును వినయో
త్సేకమునఁ బలికి మునికి వి, వేకిత నుచితోపచార•విధు లొనరించెన్. 29

సీ. అంతట గోవిందుఁ ♦ డాయింతిఁ జూచి యో, వనజాక్షి యిచటికి ♦ మునివరేణ్యుఁ
డేతేఁ దొరకొని ♦ యెన్నియో నాళ్లయ్యె, నీ వేమి దిద్దితి ♦ వెలుఁగఁ జెప్పుమ
గానచాతురిఁ దాను ♦ గనుఁ బ్రౌఢయయ్యెఁ దుం, బురుమీఁదిమత్సరం ♦ బునను జేసి
మనవిద్య సాధింతు ♦ నని పూని నాఁ డిది, యెందు నెవ్వరును ము ♦ న్నెఱుఁగ కునికి
తే. గావున విశేషములు నీకుఁ ♦ గలవి నయసఁ, దెలిపి నీ నేర్చినట్లెల్ల ♦ దిద్దు మనుచు
నొప్పగించితి నిమ్మహా ♦ యోగివర్యు, ననుచు జాంబవతీసతి ♦ వినయ మొప్ప. 30
క. ఎప్పుడును మీవచస్స్థితిఁ, దప్పక యే నడపుచున్న ♦ దాన నిపుడు నా
తప్పొప్పులు మీ రరయుట, యొప్పౌ విన నవధరింపుఁ ♦ డొకకొం తనుచున్. 31
క. కుందనపుఁ గమ్మిఁ దిగిచిన, యందంబున జవరితనము ♦ నలరుం దేనెల్
చిందినగతి మాధుర్యము, పొందుపడన్ వీణె మీటి ♦ పొలఁతుక పాడెన్. 32
సీ. ప్రౌఢితో సరిగమ ♦ పధనిస్వరంబుల, ప్రతినియతశ్రుతి ♦ క్రమము లెఱిఁగి
రాగభేదముల న ♦ ర్జములఁ దొలఁగించి, లయతాళశుద్ధి నెం ♦ తయుఁ దలిర్ప
గ్రామవిశేషమూ ♦ ర్ఛన తేర్పడఁగ మంద్ర, మధ్యమతారసా ♦ మగ్రి దనరఁ
ధాతుమాతువులు గీ ♦ తప్రబంధములందు, సమమానలీలలై ♦ నతిశయిల్ల
తే. దోర మగు ప్రేమరసమునఁ ♦ దోఁచి తోఁచి
వీనులకు నింపుఁ జలువయు ♦ విస్తరిల్ల
నాకరణిఁ దనకాంత య ♦ నేకగతుల
నాత్మగుణగానములు సేయ ♦ నచ్యుతుండు. 33
ఆ. ముదిత మేలు మేలు ♦ కొనిన లే దెందు నీ
యనఘచరితుఁ దిద్దు ♦ మనుచుఁ జనియె
జాంబవతియు నొక్క ♦ సంవత్సరము దాఁకఁ
బాట నేర్పె మునికిఁ ♦ బాటవమున. 34
ఉ. అంతఁ గ్రమంబునం బ్రియుని ♦ యాజ్ఞను సత్యయు భోజకన్యయున్
సంతస మొప్ప నప్పరమ ♦ సంయమి నొక్కొక యేఁడు దిద్ది ర
త్యంతమనోజ్ఞగానపటి ♦ మాతిశయోన్నతుఁ గాఁగ నవ్విభుం
డంతటఁ దాను దిద్దె నొక ♦ యబ్దము పూర్ణము గాఁగ నాతనిన్. 35
వ. అప్పుడు మణికంధరుండు కలభాషిణికిఁ బోలె నంతఃపురకాంతలవలనిశిక్ష యే
మియు లేకుండియుఁ బుండరీకాక్షునియనుగ్రహవిశేషంబున సకలరహస్యసంగీ
తవిద్యాసంపన్నతచేత నారదకలభాషిణులయట్ల యత్యధికుం డయ్యె. 36
క. అమ్మువురకు గానము హరి, యిమ్మెయి నఖిలంబు నేర్పి ♦ యిఁక మీ సంగీ
తమ్మునకు నీడు లేదు జ, గమ్ముల నని పలికి మోద ♦ గరిమం బేర్చెన్. 37
ఆ. అంతిపురములోని ♦ కరిగినప్పుడు తదీ, యాంగనలును దత్ప్ర ♦ సంగ మైన
మానినితోడ నీడు ♦ గానవిద్యకు సరి, లే దటంచుఁ బలికి ♦ రాదరమున. 38

క. మణికంధరుఁడును గలభా, షిణియుఁ గొలిచి రాఁగ నాబుః [illegible]
మణి యొక్కనాఁడు యదుభూ, షణు నీడ్కొని వేడ్క [illegible]

ఆ. చనుచు నుండి తనదు॰సంగీతచాతురీ, గరిమపసకు [illegible]
చెలువ లాత్మ మెచ్చి ♦ సలిపినయట్టిప్ర, శంసచాదములప్ర॰స [illegible] 40

వ. వారితోఁ ని ట్లనియె నివ్విధంబున నవ్వరవర్ణినులు [illegible] మదీయసంగీతచాతుర్యంబురీతు లతినూతనంబు లనియు [illegible] దొరక వనియుఁ బలుకుట గల దది నిజహృదయంబునఁ గలవిధ [illegible] దికి ముదం బొనరించుకొఱకునో యెఱుంగ రాదు [illegible] దినైన సమ్మదం బొదవించుట పరమధర్మం బని [illegible] గట్టిగ నమ్మరాదు తమచెలులతోఁడ నేతత్ప్రసంగంబున [illegible] తదవబోధంబు గలుగునందాఁక డెందంబు సందియంబు [illegible] యు నప్పరమతపోధనునకుం గలభాషిణి యిట్లనియె. 41

క. మీవెంట రాకపోకలు, గావింపఁగ నగరిలోనఁ ♦ గలజన [illegible]
నోనీ వాచంయమ యెఱుఁగుదు, రా వనితలకడకు నాకు ♦ [illegible]

తే. ఇట్లరిగి వారు సఖులతో ♦ నిష్టగోష్ఠి, నాడుకొనుమాటలను [illegible]
నేను మీదాన నగుట మీ॰గానకథలు, వడిన నవ్వేళఁ [illegible]

సీ. నా కపేక్షిత మైన॰నాతిరూపు ధరింప, సామర్థ్య [illegible]
సఖులరూపముఁ దాల్చి॰సముచితంబగు వేళఁ, జని వారి [illegible]
నన నిది నెపముగా॰ను నిధీశసుతుని దా, రంభ నైమె [illegible]
యదియమదీయకా॰ర్యానుకూలము కదా, యనియాత్మ [illegible]

తే. యువిద నీ కిట్టిసామర్థ్య ♦ మొదవుటకును, వర మొసంగితి నేను [illegible]
యంగనలరూపుఁదాల్చియా॰యబ్జనాభు, వనితలతలంపుఁ దెలిసి [illegible]

సీ. పనిచిన నాచెల్వ ♦ వనజదళాక్షుని, సతులపాలికిని [illegible] ॰సఖులరూపు
ధరియించి వారలో॰ద్దను లేనివేళలఁ, జని ప్రసంగము దెచ్చి ♦ [illegible]
సంగీతచాతుర్య॰భంగు లనన్యసా, ధారణం బగుట త॰ద్వాక్యస [illegible]
చేత నెంతయునుని॰శ్చితముగాఁ దెలిసి య, మ్మునికది యెఱిగించి ♦ [illegible]

తే. సంయమియు నాయకం జూచి ♦ జాంబవతియు
సత్యభామయు భోజాత్మ॰జయును హరియు
గురువులుగఁ గానకళ లెల్ల ♦ గరిడిముచ్చుఁ
దనముతో నేర్చితివి గద ♦ యనుచుఁ బలికి. 45

తే. కొమ్మ మున్ను నీవాత్మలోఁ॰ గోరినట్టి, కాంతు రంభామనోహరా॰ [illegible]
మెఱయువానిని గూడి ర॰మింపఁగలవు, నమ్ము పొమ్మిఁక నీభవ॰నమున [illegible]యె. 46

వ. అని యవ్వనిత ననిపి మణికంధరుండు దానును సముచితభాషణంబులు గొంతి తడవు నడపి నారదుండు నిజేచ్ఛం జనియె మణికంధరుండును సభాదేశంబునం దీర్ఘయాత్ర కేగె నటమున్న కలభాషిణియు నట్లు నారదుచేత ననిపించుకొని నిజగృహంబునకుం జని గానాభ్యాసం బుడుగుటం జేసి నగరిరాకపోకలతిగా లంబు చాలమిం గ్రమంబునం దనచిత్తంబు నలకూబరచింతాయత్తం బగుచుం డం దత్సమీపగమనంబున కుపాయంబు గానక బహుకాలంబు గడపి కాల యాపనంబు దుష్కరం బగుటయు నొక్కనాఁడు దా నొక్కతియ వీణం గొని గృహారామంబున కరిగి యుండునంత. 47

చ. లలితపుభూతిపూఁతయును ♦ లాతపుఁగోలయుఁ గక్షపాలయున్
మలకొనుచిన్న కెంజడలు ♦ మందులపొత్తము నాగబెత్తమున్
లలిఁ గనుపట్టుకిన్నెరయు ♦ లాహిరిమోదము శృంగినాదముం
జెలు వలరంగ నొప్పనొక ♦ సిద్ధుఁడు సింగపునారునంబుఁదోఁకెన్. 48

తే. అభ్రపదవి నేతెంచి య ♦ య్యబల యున్న
తోఁటలోనికి డిగియె న ♦ ద్భుతము గాఁగ
నదియుఁ దన్మహిమకు వెఱఁ ♦ గందు మనము
నల్ల నూల్కొల్పి యర్ఘ్యపా ♦ ద్యాదు లొసఁగె. 49

తే. అతఁడు నోకలభాషిణి ♦ యాత్మగురుని, గృష్ణుఁ గొలువఁగ నేగుచే ♦ గీతవిద్య
పూర్ణముగ నేర్చితే గాక ♦ పోక లిపుడు, మానినాఁడు గదా దివ్య ♦ మానినరుఁడ.

క. దానం జేసియ నీకును, మానస మితరప్రచింత ♦ మాని తిరముగా
నానలకూబరునందె య, ధీనం బై నిలిచి యున్న ♦ దియె తరలాక్షి. 51

చ. కడపటినాఁడు నిన్ను నిటు ♦ కాంచనగర్భతనూజుఁ డంపుచోఁ
గడమయభీష్టసిద్ధియును ♦ గాఁ దగుదీవన యిచ్చెఁ గావునం
బడఁతి యమోఘ మాయనఘు ♦ పల్కు చలింపఁగనీదు తాల్మి సి
బడలుటఁ జూడ నోపుదురె ♦ ప్రాణసఖుల్ క్షణమాత్ర మేనియున్. 52

సీ. తడవులనుండియుఁ ♦ దపము సేయఁగఁ బూని, మణికంధరుఁడు పాట ♦ మానియునికి
నుపవాసఖేదంబు ♦ నపనయింపఁగ లేక, ప్రేగుచున్నవి నాను ♦ వీను లిపుడు
వీణె వాయింపు మో ♦ వెలఁది నేఁ డైనఁ దు, ష్టిగ విని పారణ ♦ సేయఁ గాని
యీభువనముల మీ ♦ యిరువురగానంబ, కాని యన్యము లింపు ♦ గావు నాకు
తే. నని పలుక మాటమాటకు ♦ నద్భుతంబు, చాలఁ బ్రబలంగ వినివిని ♦ యాలతాంగి
కరసరోజముల్ ముకుళించి ♦ కరము వినయ, మతిశయిల్లఁగ నిట్లను ♦ నతనితోడ.

క. ఓయనఘ దేవుఁడవొ యో, గాయతకపిలాదిసిద్ధు ♦ లందు నొకఁడవో
నీయనుభావం బద్భుత, మై యున్నది నామ మెద్ది ♦ యానతి యీవే. 54

క. అని పలుక మణిస్తంభుం, డనుసిద్ధుఁడ నేను జలరు ♦ హానన నీ వెం

చినవారలలో నెవ్వాఁ, డను గా నని యతఁడు వల్కు♦టయు విసయమునన్ -

ఉ. ఓమహితాత్మ మీవచన ♦ మొక్కొక టే పరికించి చూచినన్
నామదిలోన నెంతయు ఘ♦నం బగుచున్నది యద్భుతంబు మీ
రేమహిమన్ యథార్థముగ ♦ నిట్లిది సర్వముఁ గంటి రిట్టిమీ
కీమహిఁ గానరానియది ♦ యేమియు లేదు గణించి చూడఁగన్. 56

తే. నాకుఁ దార్కాణ యయినయం♦తయును దిరుగ
నడుగఁ జెప్పంగ వలవ దో♦యనఘచరిత
యిపుడు మణికంధరుని మీరు ♦ తపము సేయఁ
జెప్పితిర యది మొదలుగాఁ ♦ జెప్పవలయు. 57

వ. అనుటయు నతం డాయింతిం జూచి యోకాంత నాకు దూరదృష్టిదూరశ్ర[illegible]ణంబులు గలవు దానం జేసి యే నున్నచోటన యుండి సమస్తంబునుం గ[illegible] నిందు నీయెఱింగినయర్థం బెల్ల సరిదాఁకును గదా యింక నీ వనిపించుకొ[illegible] పోయిన వెనుకటి నారదమణికంధరసంభాషణప్రకారంబు తపఃపర్యంతం బై[illegible] మణికంధరవర్తనంబును వివరించెద విను మని యిట్లని చెప్పం దొడంగె న[illegible] నారదుండు గానశిక్షాపరిపూర్తి యైన వెనుక నిన్ను నీగృహంబున కనిపి య[illegible] మణికంధరుం జూచి. 58

క. నీసంగీతవిశేషా, భ్యాసము సఫలముగ విష్ణుఁ ♦ బరమేశ్వరు న
త్యాసక్తితోడఁ బాడుచు, వేసరక భజింపు మెల్ల♦వేళలయందున్. 59

క. ఆదేవున కెంతయుఁ బ్రియ, మై దురితవినాశహేతు ♦ వగు నిది యని యే
నాదరమున నామోక్షా, పాదిన్ వీణియ ధరించి ♦ పాడుదు నెపుడున్. 60

సీ. బృహతీసమాఖ్యతోఁ♦ బెంపుమీఱెడు వీణె, వహియించి యెపుడు వి♦శ్వావసుం[illegible]
జగతిఁ గళావతీ♦సంజ్ఞ నొప్పెడివీణె, తోడ నేప్రొద్దును ♦ దుంబురుండు
మహతీసమాహ్వయ♦మహనీయ మీవీణె, మానక నిత్యంబుఁ ♦ బూని యేను
గచ్ఛపి యనుపేరఁ ♦ గరము శోభిలువీణె, సవరించి జగదంబ ♦ శారదయును

తే. బాయ కెంతయుఁ బాటించు♦భంగు లరయ
విద్యలం దెల్ల సంగీత♦విద్య మిగుల
నుత్తమము గాదె యిది పురు♦షోత్తమునకు
నర్పితం బగు నేని నే♦మని నుతింతు. 61

ఉ. నీదుకృతార్థతామహిమ ♦ నెమ్మది నెన్నఁగ నంత యింత నా
రాదు తపంబులం గనఁగ♦రానిజగత్పతి కృష్ణుఁ డిట్టిభా
గ్యోదయశాలికిన్ దొరకు ♦ నుల్లమునం బరికించి చూడు మా
శ్రీదయితుండు నీకుఁ గృప♦చేసె గురుం డయి గానసత్కళల్. 62

క. కావున నీవిద్య సదా, యావర్తింపుము కుమార ♦ యది సకలాభీ

ష్టావాప్తికిఁ గారణ మిం, పావహీలం జేయు నప్పు ♦ డటు మనమునకున్. 63

శా. ఏనుఁ వేగమ యేగి నాపడినపా ♦ ట్లీడేర నాకంబులోఁ
గానీ కాంచనగర్భుకొల్వునడుమం ♦ గానీ పురద్విట్సభం
గానీ తొల్లిటివిష్ణుదేవుకడనే ♦ కానీ మదీయోల్లస
ద్గానప్రౌఢిని వాదు పూని గెలుతుఁ ♦ గర్వోన్నతుం దుంబురున్. 64

వ. అనిన నాపలుకు లాకర్ణించి మణికంధరుం డమ్మునీంద్రునకు ముకుళితకరకమలుం డగుచు ని ట్లనియె మీకు గానవిద్యచేతఁ దుంబురుని గెల్చుసంభ్రమం బిప్పటిమాటలవలన నెఱుంగంబడియె నతనియం దిట్టిబద్ధమత్సరం బేల పుట్టెఁ దజ్జయంబున కేమిపాట్లం బడితిరి నాకు నింతయు నెఱింగింపవలయు ననుటయు నతం డి ట్లనియె.

శా. వైకుంఠంబున నొక్కనాఁ డతులితై ♦ శ్వర్యుండు విష్ణుండు నా
ళీకప్రోద్భవముఖ్యదేవగణముల్ ♦ సేవింప యోగీశ్వరా
నీకంబుల్ నిగమాంతసూక్తులను వ ♦ ర్ణింపగ నొడ్డోలగం
బై కూర్చుండె మహాసభఁ సదవన ♦ వ్యాపారపారీణుఁ డై. 66

శా. కౌండిన్యాత్రిమరీచిదక్షకపిలా ♦ గస్త్యాక్షపాదాంగిర
శ్శాండిల్యక్రతుకణ్వకుత్సభృగువి ♦ శ్వామిత్రమైత్రేయమా
ర్కండేయాసురివామదేవకపిదు ♦ ర్వాసోబకవ్యాఘ్రపా
న్మాండవ్యాదిమహామునుల్ చనిరి ప్రే ♦ మ ల్మీఱఁ దత్సేవకున్. 67

వ. ఇవ్విధంబున దేవమునిసంఘంబులు వచ్చి సేవింప విష్వక్సేనుండు వేత్రహస్తుం డగుచు నందఱి నెడ గలుగ జడియుచు బరాబరి యొనరింప దివ్యవారాంగనానాట్యంబు లవలోకించుచు నద్దేవదేవుండు పేరోలగమ్మున నున్నసమయంబున. 68

ఉ. వారిదపంక్తిలో వెడలి ♦ వచ్చు మెఱుంగులపిండు నా సఖీ
వారముతో రమారమణి ♦ వచ్చెను హెగ్గడికత్తె లెందఱేఁ
గోరి భజింప నాకొలువు ♦ కూటముముందఱివంక నొప్పుసిం
గారపుఁదోఁటనుండి యధి ♦ కం బగు వైభవ మింపు మీఱగన్. 69

ఉ. నెచ్చెలిపిండుఁ దానును వ ♦ నిస్థలిదండ నొకింత గానఁగా
వచ్చెనొ రాదొ యాకమల ♦ వాసిని యంతనె యేమి చెప్పుదుఁ
హెచ్చినసంభ్రమంబున న ♦ నేకులు బద్దలవార లెక్కడఁ
వచ్చియొ మోఁది రాకొలువు ♦ వారు గకావికలై చనఁ వడిన్. 70

క. అప్పుడు మముబోంట్లకతల్, చెప్పఁగ నేమిటికిఁ దార ♦ సిలి వేత్రధరుఁ
రొప్పఁగఁ జనియోఁ నిలువక, యప్పరమేష్ఠియును నచటి ♦ కతిదూరమునన్. 71

క. ఆతఱిని వేత్రహస్తులో, హో తుంబురుఁడా యటంచు ♦ నుచ్చైస్స్వరము
ద్యోతింపఁ బిల్చి క్రమ్మఱ, నాతనిఁ దోడ్కొనుచుఁ బోయి ♦ రతివేగమునన్. 72

వ. అట్లు దోడ్కొని పోవుచుండ. 73

చ. కని తమలోనఁ దా రితనిఁ • గ్రమ్మఱఁగాఁ బిలుపించె నేమొకో
యనియెడువారు గానవిధు•లందుఁ బ్రసంగము లేమి గల్గెనో
యనియెడువారు తచ్చతురు • లన్యులు లేరె యితండె కాని యిం
దనియెడువారు నై మనము•లందును సందియ మొంది రందఱున్. 74

ఉ. అప్పుడు నేను నామనము•నం దితనిం బిలుపించు టెట్లొకో
యిప్పుడ టంచు నిల్చి యర•యింప వినంబడియెన్ నిజంబుగా
నప్పురుషోత్తముండు దన•యంగనతో వినుచున్నవాఁడు సొం
పొప్పఁ దదీయగాన ముని • యొద్దఁ జరించెడివారు చెప్పఁగన్. 75

క. మ మ్మెల్లఁ దోలి యొక్కని, నిమ్మెయిఁ బిలుపించి హరియు • నిందిరయుఁ గడున్
సమ్మదమునఁ దుంబురుగా, నమ్మును వినుచునికి విని • మనం బెఱియంగన్. 76

సీ. అని పెనా యే మిచ్చె•ననుచును సంభ్రమం, బున సందడించుచు•మూఁగువారొ
సర్వేశ్వరుండు శ్రీ•సతితోడ గానంబు, వినుట యడుగ నేల • యనెడువారు
కడు ననుగ్రహము నె•క్కడ లేని యీయోగి, పసయ తెల్పెడునంచుఁ•బలుకువారొ
నీ వెక్కడవు మఱి • యేవార లైన న, య్యెడనుండిరో యని • యడుగువారొ

ఆ. నగుచు సురలు మునులు • నరుదంద మేపూఁత, డంబుతోడ వచ్చెఁ•దుంబురుఁడు
కడలవారిని గన•కస్నాన మాడించు, పదకమును సునేత్ర•పటముఁ దాల్చి. 77

క. ధగధగ యనుపదకంబున, నిగనిగ యనుక్రొమ్మెఱుంగు•నేత్రపటమునన్
భుగభుగ యనుమేపూఁతన్, భగభగ యనిపించె నతఁడు • నాహృదయంబున్ .

సీ. తనుఁ గ్రమ్మఱంగఁ బి•ల్చినవేళయందు నా, తో విచారింపక • పోవు టెట్లు
పోయెంబో ననుఁ బిల్వఁ•జేయక తా నొక, నెఱజాణ యై విద్య • నెఱపు టెట్లు
నెఱపెఁబో ప్రభువు మ•న్నించినాఁ డని మీఁదు, పరికింప కీసొమ్ము • పట్టు టెట్లు
పట్టెఁబో దొంగఁ దే • ల్గట్టిన ట్టివి డాఁచి, కొంచుఁ బోవక మెఱ•యించు టెట్లు

తే. లేఁడు తగవరి యెందును • మూఁడి చొచ్చె
వాఁత వెల్లెడువాఁడె యె•వ్వాఁడు నంచుఁ
బాపి తుంబురుఁడా యంచుఁ • బంట్లు గొఱుకు
కొంచు లోలోన నుడికితిఁ • గొంతతడవు. 79

క. నాకంటెఁ బాను ఘనుఁడే, యాకొలఁదియు బయలు సేయు•నంతకు నేయే
పోకలఁ బోయినఁ బోని, మ్మీకరణిం జుణిగి పోవ•నిత్తునె వీనిన్. 80

వ. అని యాగ్రహించుచు నతనితోడ నెంతేనియు వాదు వెట్టుకొని భంగపఱిచి యత్యు
లితం బైన మదీయసంగీతచాతుర్యంబువార్తలు క్రమంబున నిజ్జగన్నాయకునకు
వినంబడునట్టియుపాయంబు వెట్టెదం గాక యని యూహించి తదనంతరంబ. 81

చ. తలఁగక యిప్పు డిట్లు సము•దగ్రతఁ బేర్చినయీర్ష్య బుద్ధిలో
పలన యడంచి మైత్రి గను•పట్టఁగ నితనఁ గొంత రాకపో

కలు ఘటియించి యే నతని♦గానములో గుణదోషవర్తనల్
తెలియుట నీతి యాతెలివి ♦ లేకగునే జయ మంచు నెంచితిన్. 82

ఆ. ఎంచి యతనియింటి ♦ కేగితి నొక్కనాఁ, డతఁడు నపుడు పాట ♦ కాయితముగ
వీణె మేళగించి ♦ వెలుపలిమోసల, నునిచి లోని కరిగి ♦ యున్నవాఁడు. 83

ఉ. ఏనును దుంబురుం డెచటి ♦ కేగె గృహంబున నున్నవాఁడె యం
చానికటంబునన్ మెలఁగు♦నట్టిజనంబులఁ బల్కి వీణె యి
చ్చో నిడి లోని కేగె నను♦సుద్ది వినంబడ నీవిపంచి యె
వ్వానిదొ యంచు నుండి తమి ♦ వారదె చూత మటంచు నల్లనన్. 84

తే. పుచ్చుకొని పలికించి య♦పూర్వమైన, శ్రుతులపెంపునిర్దోషత♦నతులమగుచుఁ
గని వెఱఁగొనర్ప దాని న♦క్కడన పెట్టి, మిగుల లజ్జించి వచ్చితి♦మగుడి యపుడు.

వ. ఆసమయంబున నంతర్గతంబున. 86

మ. ననుఁ బ్రావీణ్యధురీణుఁ జేతఁ జెయువన్ ♦ గాంధర్వసంపూర్తి నె
ల్లెడఁ బ్రఖ్యాతి వహించునారు నకటా ♦ యీతుంబురుం డింతయె
క్కుడుగాఁ గానము నేటివాఁడె యని ♦ సంక్షోభించుచున్ దాఁడిఁ ద
న్నెడువానిం దలఁ దన్ను నాఁడు గెలఁ జే♦న్వేషింప నం చెంచితిన్. 87

చ. అటమును జెల్మి పెంపు ♦ దనరారఁగ నేనును దాను నప్పట
ప్పటికిని గూడి పాడుదుము ♦ పద్మభవాదులయొద్ద నప్పు డె
చ్చటఁ దన కంతగానకళ♦సంపదకల్మి యెఱుంగనీడ ను
చ్చటపడి యిట్లు విష్ణుఁడు ప్ర♦సన్నతఁ జూఁ బిలుపించు నంతకున్. 88

క. తమవిద్య నెవ్వ రేమా, త్రముఁ గనఁ జాలుదురు ♦ నారదుండను దన్మా
త్రము ప్రకటింతురు బుధులు, త్తమములమహిమ నీరుకొలఁది♦తామరసమ్మీ.

క. ఇటు గాక వినుజనంబుల, పటిమకు నెక్కుడుగ విద్య ♦ పచరించుట య
క్కట విఫలము గాదే యె, చ్చటఁ జెవిటికిఁ బట్టునట్టి♦సంకునుబోలెన్. 90

వ. అది యట్లుండె నేను నదిమొదలుగాఁగ నెక్కడెక్కడ నక్కజపుగానవిద్య గ
లవారు గలరు వారి నరసి యరసి తద్విద్య సాధించుచు నెందునుం దుంబురున
కు నీడుగాఁ జాలమి యెడనెడఁ బరికించుచుం బెద్దకాలంబు ప్రవర్తిల్లి యీమ
నోరథంబు సర్వజ్ఞుండైనపుండరీకాక్షునియనుగ్రహంబునను గాని ఫలియింపనే
ర దని నిశ్చయించి తద్దేవునిం గూర్చి చిరకాలంబు తపం బొనర్చితి నంత. 91

సీ. అంజనాచలగర్వ♦భంజనాచలలీల, నీలవర్ణపుమేని♦డాలు దనరఁ
బుండరీకముల ను♦ద్దండరీతుల గెల్చి, చెన్నొందు నిడువాలు♦గన్ను లమర
మకరకుండలరుచి♦ప్రకరకుంఠితము లై, దినకరప్రభలు వె♦న్వెనుక కొదుఁగ
నురమునఁగల్గ మునసాముఁ ♦ గరిమ రెండలు నిడె, శోభనపీఠిగ లక్ష్మి ♦ క్రీడ లాడ

తే. శంఖచక్రాదిపరికరసహితుఁ డగుచు
మఘవముఖదేవతాసేవ్యమానుఁ డగుచుఁ
బతగరాజాధిరోహణోద్భాసి యగుచుఁ
గృప దలిర్పంగఁ గాన్పించెఁ గేశవుండు. 92

ఆ. కానుపించి యేమి గావలయును వరం, బడుగు మనిన నేను నాత్మ[illegible]
కొలఁది నతులునుతులు సలిపితుంబురు గాన, కలన వలన గలుగ నలయు[illegible]

చ. అనుటయు నన్నుఁ జూచి కృప నచ్యుతుఁ డిట్లను నేను ద్వాప[illegible]
బున వసుదేవనామునకుఁ బుత్త్రుఁడ నై యుదయింతు శిష్టపా
లనమును దుష్టశిక్షను నిలాస్థలిఁ బ్రోవఁగ సప్త ద్వారకా
ఖ్యనగరియందు నీ కభిమతార్థ మొనర్చెద రమ్ము నాఁటికిన్. 94

క. అని యంతర్ధానము నొం, దినఁ జిరకాలంబు నేఁ బ్రతీక్షించుచు నా[illegible]
తను వాసుదేవుకడ ని, ట్లనుపమసంగీతకౌశలాఢ్యుఁడ నైతిన్. 95

క. ఏ నిన్నిపాట్లఁ బడి యీ, గానమహిమఁ గంటి నీవుఁ గలభాషిణియుఁ
మేను చెమర్పక యుండఁ, బూనితి రిది యప్రయాసమున సాధింపఁగన్. 96

క. అనుడు మిముఁ గొలుచుపుణ్యం, బున కిది యరు దయ్యె ఘనతపోధన నా[illegible]
దినవారు తనంత లనన్, వినరే లోకోక్తి మీరు విశ్వంభరలోన్. 97

మ. అది య ట్లుండె నొకప్డు తుంబురుని దా నారీతిఁ బిల్పించి గు[illegible]
పు దలిర్పన్ హరిపాట వింటి మిగులం బూజ్యంబుగాఁ జెప్ప నే
కొదయున్ లేక సదా నివాసముగ నై కుంఠంబులో నుండ యీ
సదయున్ విష్ణునిఁ గొల్వఁ గల్గెడుమహాసౌభాగ్య మె ట్లబ్బునో. 98

క. అనుటయు నమ్మాటకు నె, మ్మన మలరఁగ నతనిఁ జూచి మ[illegible]
త్యనఘుఁడవు మేలు మే లీ, యనుపమసద్బుద్ధి యెవరి కైనను గలదే. 99

క. వినరే యెవ్వరు పాపం, బనఁ బుణ్యం బన నిషేధ మన విధి యనఁ గ[illegible]
డన మే లనఁ బరలోకం, బనఁ దలఁపఁగ లేరు గాక యాత్మహితంబున్. 100

చ. అలయక వేదశాస్త్రసతతాభ్యసనవ్యసనప్రసంగతిం
దెలివి యొకింతఁ గాంచినగతిన్ నుతి కెక్కియు "నెట్టి దీరనోఁ
కలి దలఁ జుట్టు"మన్నక్రియఁ గా నొకకొందఱు దల్తు రప్పటి[illegible]
గలుషపథప్రవర్తనమె కర్మపువాసన నన్యుఁ గొల్వఁగన్. 101

సీ. వినుము గంధర్వ యనంతభూతములయందుఁ, బ్రాణు లుత్తములు ప్రాణుల[illegible]
బుద్ధిజీవులు మేలు బుద్ధిజీవులయందు, మనుజులు శ్రేష్ఠులు మనుజుల[illegible]
బ్రాహ్మణు లధికులు బ్రాహ్మణులందు వి, ద్వాంసులు ఘనులు విద్వాంసు[illegible]
విదితార్థకృతిలోలహృదయులు ముఖ్యులు, విదితార్థకృతిలోలహృదయు[illegible]

తే. గర్త లెంతయుఁ బూజ్యులు ♦ కర్తలందు
బ్రహ్మవిదు లెక్కు డామీఁదఁ ♦ బరమ మొకటి
గలుగ దనుచును మున్న తాఁ ♦ బలికె మనువు
ధర్మశాస్త్రప్రసంగవ ♦ ర్తనలవేళ. 102

ఉ. ఈవిధ మారయం బరిగ ♦ ణించినయప్పటితారతమ్యపుం
ద్రోవ కరంబు దూరముగఁ ♦ ద్రొక్కినవాఁడవు నిక్కువంబు ల
క్ష్మీవరనిత్యసన్నిధివి ♦ శేషమహత్త్వ మెఱింగినంతనే
యావిభవంబు గాంచుటకు ♦ నాస యొనర్చితి గాన నిమ్మెయిన్. 103

క. కావున నీ నడిగినయ, ద్దేవునియనవరతసన్ని ♦ ధిమహత్త్వవిశే
షావాప్తికిఁ బెద్దలచే, నే వినినయుపాయ మిప్పు ♦ డెఱిఁగింతుఁ దగన్. 104

క. అధికారి గానివానికి, నధికపదవిఁ దెలుపఁ బ్రాప్త ♦ మయ్యెడుపాపం
బధికారి యైనవానికి, నధికపదవిఁ దెలుప కున్న ♦ నగు నిక్కముగన్. 105

వ. అని యిట్లని చెప్పె. 106

సీ. తనశక్తికొలఁది సం ♦ త్కర్మముల్ ఫలవాంఛ, మాని కృష్ణార్పణమం ♦ తి సలుపుట
ప్రతిషిద్ధకర్మంబు ♦ పరిహరించుట విష్ణు, భక్తిపైఁ గ్రమమునఁ ♦ బాదుకొనుట
తద్భక్తి గలపుణ్యు ♦ తములసంసర్గంబు, దుర్జను లున్నట్టి ♦ త్రోవఁ జనమి
విష్ణుసన్నిధికళా ♦ విఖ్యాతవివిధది, వ్యక్షేత్ర తీర్థయా ♦ త్రాచరణము

తే. బ్రహ్మచర్యంబుఁ దపము ♦ వైరాగ్యగుణము, నలయుమై కుంతమును ♦ గోరువారి కెల్ల
నీనిలోపలఁ గొన్ని గా ♦ వింపఁ గనిన, నృభఁజనవు చేర్చుఁ గ్రమమున ♦ విష్ణుపదము.

వ. అని చెప్పి నీవు నిజశక్తికొలఁది నిందుఁ బ్రవర్తిల్లుము కృష్ణానుగ్రహంబు
నం గలిగినయీయనన్యసాధారణసంగీతచాతుర్యంబు వృథ సేయక శ్రీపురు
షోత్తమశ్రీరంగాదిదివ్యక్షేత్రములందు ముకుందసన్నిధిం దద్దివ్యగుణనామ
సంకీర్తనగానంబు గావింపు మది సకలశ్రేయోనిదానం బని పలికి తత్ప్రసంగ
వచనంబున. 108

ఉ. అక్కజ మైనభక్తి దన ♦ రార నతం డనయంబుఁ గృష్ణునిం
దక్కక యాత్మఁ జూచి ప్రమ ♦ దంబునఁ బొంగుచుఁ జెంగలించుచుం
జొక్కుచు మ్రొక్కుచుం బొగడు ♦ చుం బలికించుచుఁ గన్ను మోడ్చుచున్
మిక్కిలి చోద్య మందుచును ♦ మెచ్చుచుఁ బాడుచు నాట్య మాడుచున్. 109

క. కేవలము నతిప్రేమర, సావేశవశంవదాత్ముఁ ♦ డై తద్గుణముల్
భావించుచు నెకరీతిం, ద్రోవఁ గనుచు నేగె నార ♦ దుండు నిజేచ్ఛన్. 110

వ. మణికంధరుండును దచ్చరితంబులకు నతివిస్మయప్రమోదహృదయుం డగుచు
నితం డింతధన్యతామహిమంబున నొప్పునే యని కొనియాడుచుం దనదృష్టి
మార్గంబు గడచునందాఁక వీక్షించి యెట్టకేలకు నాలోకనంబులం ద్రిప్పుకొ

నియె నిర్విఘ్నంబున గురుం డరిగిన నతండు తదుక్తప్రకారంబునఁ బుణ్యకర్మం బులు నడపుచుఁ గ్రమంబున విష్ణుభక్తి హృదయంబునం బొదలం దీర్థయాత్ర గావించె నందు. 111

మ. యమునం జూచెను వీచికాచయమునం ♦ బ్రాంచద్ఘనశ్యామతో
యమునన్ సారసకైరవోచ్చయమునన్ ♦ సారావభృంగీనికా
యమునం జక్రమరాళసంచయమునన్ ♦ వ్యాఘోషితాఘవ్యపా
యమునన్ సంతతపుణ్యనిశ్చయమునన్ ♦ హర్షప్రకర్షంబుగన్. 112

శా. నిధ్యానోత్సవకారణంబు లగుచున్ ♦ మించెం గరం బానదిన్
మధ్యేతీరవనద్విజప్రకరస♦మ్యగ్వర్తితారణ్యక
స్వాధ్యాయాధ్యయనస్వరాభినయలీ♦లాందోళనభ్రూలతా
బుధ్యాపాదననైపుణీవిలసితాం♦భోవీచిచాంచల్యముల్. 113

చ. ఇరుగడలందు మించిన♦యహీశ్వరశయ్య తెఱంగుఁ దాల్చి క్రొ
న్నురువులపంక్తి రాజిలఁగ ♦ నూతనపీతపటంబు కైవడిం
దరళసరోజరేణుసము♦దాయముసొం పెసఁగంగఁ జూడ్కి కా
తరణితనూజ యొప్పె శయి♦తం బగువిష్ణునిమూర్తియో యనన్. 114

క. ఆవైణికుండు తత్తీ, ర్థావళిఁ దగువిధు లొనర్చి ♦ యాయాచోట్లన్
శ్రీవరుగుణములు వీణా, ప్రావీణ్యము పొలుపు మీఱఁ ♦ బాడుచు నంతన్. 115

వ. మధుర సేవించి యంతట హరిద్వారంబును సాలగ్రామపర్వతంబును బదరికాశ్రమంబును నైమిశారణ్యంబును గురుక్షేత్రంబును బ్రయాగయుఁ గాశియు నయోధ్యయు గంగాసాగరసంగమంబును స్నానదానాదివిధు లనూనంబుగా నడపుచు దర్శించి యంత నుదధితీరంబున నీలాచలసన్నిధికి నేతెంచి. 116

క. ఇది సాక్షాద్వైకుంఠం, బిది నానామునితప♦స్సమృద్ధివిపాకం
బిది పరమం బిది శరణం, బిది పుట్టినయిల్లు సిరుల♦ కెల్లఁ దలంపన్. 117

తే. అనినుతించియింద్రద్యుమ్న♦మనుసరసిని,రోహిణీకుండమునసమా♦రూఢభక్తిఁ
దీర్థమాడుచునాతఁ డా♦త్మీయగాన,నైపుణి వెలార్చుచునుజగ♦న్నాథుఁ గొలిచె.

సీ. ఇత్తెఱంగునఁ బురు♦షోత్తమశ్రీజగ,న్నాథునిసంసేవ♦నమునఁ దనరి
శ్రీకూర్మవిభునియం♦ఘ్రిసరోరుహంబులు, గనుఁదమ్ములకు విందు♦గా నొనర్చి
సింహాచలాధీశ♦సేవావిశేషలీ,లలను జన్మంబు న♦లంకరించి
శ్రీమదహోబల♦స్వామిపాదనఖేందు, జాలసంఘము ఫాల♦శశికి నొసఁగి

తే. వేంకటేశ్వరచరణార♦విందగంధ, నందదిందిందిరశ్రేణి♦నైల్యమునను
నిజశిఖాకాంతికిని బుష్టి♦ నిర్వహింపఁ,జనియె నాదరమేదుర♦స్వాంతుఁ డగుచు

మ. కమనీయోజ్జ్వలశీలశాలి యగునా♦గంధర్వుఁ డంతన్ ఘన
ప్రమదప్రేమవిశేషసంభృతపరీ♦రంభక్రియాసంభ్రమ

భ్రమకారాభిముఖప్రసారలహరీ◆బాహాసమూహాసమా
నమనోజ్ఞం బగుస్వామిపుష్కరిణికిన్ ◆ వచ్చెం గడున్ వేడుకన్. 120

తే. అంత హరిసంతతాశ్రిత◆స్వాంత మైన, స్వామిపుష్కరిణియును ◆ నాశౌరిభక్తు
తనువు ననన్యపావన◆త్వము భజించె, మిగుల మజ్జనసమయస◆మ్మేళనమున.

వ. అంత నిత్యనియమములు సమస్తమును నొనర్చి యాచెంతఁ జెలువు మీఱుచున్న
క్షితివరాహమూర్తి శ్రీకాంతుఁ గొలిచి భక్తివినయకౌతుకప్రమోదసంక్రాంతి
శబలతావిశేషకలితచిత్తవృత్తి యై. 122

సీ. మణిమయప్రాకార◆మంటపగోపురో, దీర్ణకాంతులచేతఁ ◆ దేజమునకుఁ
జారునదీహస్త◆చామరవీజన, వ్యాపారములచేత ◆ వాయువునకు
నారాధనార్థయా◆త్రాయాతజనవిభూ, షణరజోవృష్టిచే ◆ ధారుణికిని
హృద్యచతుర్విధ◆వాద్యస్వనోపయో, గప్రవర్తనముచే ◆ గగనమునకు

తే. నిజసవాగరుధూపజ◆నీరవాహ, జననసంబంధమహిమచే ◆ సలిలమునకుఁ
శాంతసత్వంబు గలుగంగ◆బరఁగువేంక, టేశునగరు దాఁ జేరియుం◆బెసక మెసఁగ.

క. మునుపు తనిసార దేవత, లను దగ సేవించి నిర్గ◆ళప్రేమభరం
బున మేను గగురు పొడువఁగ, ననఘుం డతఁడు లోని కరిగి ◆ యగ్రమునందున్.

[యును

సీ. మృదుపదాంబుజములు◆మెఱుఁగు టందెలుపైఁడి, చప్పటియును మొల◆ముప్పిడి
మణిమేఖలయు బొడ్డు◆మానికంబును నైజ, యంటియు నురమున ◆ నలరుసిరియు
నగదహస్తము నెఱి◆నవ్రేలు కేలు శం, ఖము చక్రమును దాల్చు◆కరయుగంబు
తారహారంబులు ◆ చారుకంఠంబు ని, ద్దపుఁ జెక్కులును నవ్వు◆దళుకుపసలు

[బొమలు

తే. మకరకుండలములును దా◆మరలఁ దెగడు, కన్నులు మనోజ్ఞనాసయుఁ ◆ గలికి
ముత్తియపునామమును రత్న◆ముకుటవరము, నెసఁగఁ గనుపట్టు శ్రీవేంక◆టేశుఁ

[జూచె.

శా. ప్రత్యంగంబును నిక్కలిం దడవుగా ◆ భావించి భావించి యా
దైత్యారాతితనూవిలాసము సమ◆స్తంబున్ విలోకించెఁ దా
నత్యంతంబును వేడ్కఁ బొంగుచు నితాం◆తాశ్చర్యముం బొందుచుం
గృత్యం బేమియుఁ గొంత ప్రొద్దెఱుఁగక◆క్షీణప్రమోదంబునన్. 126

వ. పదంపడి నిజానుభవం బిట్లని యుగ్గడింపం దొడంగి. 127

సీ. పదపద్మములఁ జిక్కి ◆ పాయదు నాదృష్టి, కనకాంబరమున కే◆కరణిఁ దెత్తుఁ
గనకాంబరమునఁ గీ◆ల్కొనినఁ జలింపదే, నుదరబాధమున నె◆ట్లొనరఁ గూర్తు
నుదరబంధమున నిం◆పొంది భేదిల్లదు, శ్రీవత్సమున కెట్లు ◆ చేరఁ దిగుతు
శ్రీవత్సమునఁ దార◆సిలిన రానేరదు, కేలుఁదామరల కే◆క్రియ మరల్తుఁ

తే. గేలుఁదామరలను గళ◆శ్రీల మోవి, మకరకుండలముల గండ◆మండలముల

నాసఁ గనుఁగవ బొమలఁ గుం•తలములందు, నెందుఁ బర్విన విడఁజాల • దేమి చెప్ప.

వ. అని పరమానందంబున నితరప్రపంచంబు సర్వంబును మఱచి కొంతతడవు నిరీ
క్షించి తదనంతరంబ దండప్రణామంబు లనేకంబులు గావించి విపంచీసమంచితా
మృదుమధురనినదంబును గంఠస్వరంబును నేకం బగుచు లోకుల నస్తోకసమ్మదా
శ్చర్యసంభృతస్తంభభావులఁ గావింప నద్దేవునిదివ్యమంగళగుణగానంబు లొనరిం
చె నివ్విధంబున మూఁడహోరాత్రులు సేవించి వేంకటనగంబు డిగ్గి చన
చని ముందట. 129

సీ. ఏపట్టణము ముక్తి•హేతుసప్తపురాంత, రభిగణనాతివి•ఖ్యాతశాలి
ఏపట్టణము ఖేల•దేకామ్రవిభుశిర, స్సింధుమత్సరిసర•శ్శ్రీవిభాసి
ఏపట్టణము సము•దీర్ణకామాక్షీత, పఃపరిపాకసం•పద్విధాయి
ఏపట్టణము సరి•ద్రూపవాగ్దేవతా, సంశ్రయాంచితసమ•స్తద్విజాళి

తే. బ్రహ్మయజ్ఞవపాహోమ•పరిమళసహ, జాతసాత్త్వపరబ్రహ్మ•సన్నిధాన
భాగ్యసౌభాగ్యయోగ్యమే•పట్టణంబు, పుణ్యతరమైనయాకాంచి•పురముఁ గనియె.

తే. కని మనంబున మోదంబు • గడలుకొనఁగ
నందు నేకామ్రనాథుఁ గా•మాక్షిఁ దక్కఁ
గలుగు వేల్పుల నర్చించి • కరిగిరీంద్ర
మునకుఁ జని యుక్తగతి నెక్కి • పోవ నెదుట. 131

సీ. తనశంఖరుచికి నా•తనిమనస్సంతోషోద, యంబు ప్రత్యుత్థాన • మాచరింపఁ
దనచక్రమునకు నా•తనిదివ్యతేజంబు, గురుభావమున నెదు•ర్కోలు సేయఁ
దనకృపాలక్ష్మి కా•తనిభక్తి నెనరుపెం, పెసఁగఁ గౌఁగిటఁ జేర్చి • యెత్తుకొనఁగ.
దనకౌస్తుభమున కా•తనిశుద్ధచిత్ప్రికా, శము మైత్రి నెఱపుచు • సరస మాడ

తే. వరదరాజదేవుఁడు భక్త•వత్సలుండు
మిగులఁ గనుపట్టె నతఁడు న•జ్జగదధీశుఁ
గని పులకితాంగుఁ డగుచును • వినుతిఁ జేసి
పాడుచు భజించె నెంతయు • భక్తి మీఱ. 132

శా. ఆకాంచీనగరంబు వెల్వడి సము•ద్యత్పూగపున్నాగరం
భాకం కేళిరసాలసాలసుమనః•పాళీజధూళీమధూ
ళీకేళీవరగంధవాహపృథుకా•ళీచంక్రమాలంకృత
క్ష్మాకప్రాంగణచోళమండలమహా•గ్రామంబు లీక్షించుచున్. 133

చ. చెఱకును రాజనంబు వరి•చేలును దట్టపుఁ బోకమ్రాఁకులుం
దఱి చగుపూవుఁదోఁటలును • దమ్మికొలంకులు నేటికాల్వలుం
బఱి పగునారికేళవన•పంక్తులు మామిడితోఁపులుం గడున్
మెఱయుచు నాత్మకున్ ముదము • మెచ్చును నచ్చెరువున్ ఘటింపఁగన్. 134

శా. ఆవీణాధరుఁ డేగి కన్గొనియెఁ బు♦ణ్యాఖ్యాతదర్పోల్లస
దైవద్వీపవతీసమత్సరవివా♦దప్రౌఢిమానర్గళ
వ్యావల్గత్కరభానభృల్లహరికా♦వర్గానృతవ్యోమముం
గావేరీతటినీలలామము నఘౌ♦ఘక్షాళనోద్దామమున్. 135

ఆ. కని తదీయ మైన♦యనితరసదృశమౌ, వనతరప్రభావ♦ఘనత దనకుఁ
గరము మెచ్చి సర్వఁ♦ బరమనియోగి నా, దరము♦మోడ్చి భక్తి♦గరిమఁ దనరి.

క. పావనగుణానుభావము, భావన గావింప నెట్టి♦పరమనదులు నీ
కావేరికి సదృశంబులు, గావేరికి నైనఁ బొగడఁ♦గా వెర వగునే. 137

లయగ్రా. ఈనది ప్రవాహయుగ♦ళీనిభవిభాసితభు♦జానియతరంగస♦దనూనపరిరంభం
బీనది భజన్నిఖిల♦మానవమనఃకలుష♦తానిరసనాతిపటు♦తానుతజలౌఘం
బీనది సమస్తతటి♦నీనికరపుష్కరత♦రానుపమచిద్విభవ♦దానమహనీయం
బీనది పవిత్రతర♦మీనది శుభైకనిధి♦ యీనది విముక్తికిని♦దానము గణింపన్.

ఉత్సాహ. అమితరంగధామలక్ష్మి ♦ నరయఁ బృషతమణినికా
యములఁ బూజ సేయఁ ♦ దాల్చినట్టినేత్రభుజసహ
స్రములు గాని జలరుహములు ♦ జలరుహములు గావు భం
గములు భంగములును గావు ♦ గణన సేయ నీనదిన్. 139

మానిని. బాగగుచేలయుఁ ♦ బద్మనిభాక్షులు ♦ బాహుచతుష్కము ♦ భవ్యవిభో
త్సంగితశంఖసు♦దర్శనశార్ఙ్గగ♦దాముఖచిహ్నము ♦ తత్త్వము నీ
లాంగము నీనది ♦ యారసృజించు ని♦జాశ్రితదేహికి ♦ నంతికస
ద్రంగశయానుఁ డి♦రంబుగఁ జూచి క♦రం బిదివో చతు♦రత్వ మనన్. 140

వ. అని ప్రశంసించుచున్న యచటిజనులవాగ్జన్మసాఫల్యంబునకు నుల్లసిల్లుచు న
రవిందకుముదకహ్లారతల్లజసముల్లసితగంధసంబంధబంధురగంధవహకిశోరవారం
బులు దూరంబునన యెదుర్కొని చక్రచక్రాంగబకక్రౌంచసారసారావంబులు
సారస్యవికస్వరస్వాగతభాషణంబులవేషంబు నుపచరింప నుత్కంపమానకల్లోల
జాలంబులు సమాలింగనలీలాలోలబాహుకాండపాండిత్యంబు లత్యంతంబు ప్ర
కటింపఁ దటస్థలస్థాపితస్థూలడిండీరఖండమండలవిలాసంబులు రజతాసనసమర్ప
ణప్రకారంబు నేర్పరింప నింపు మీఱుచు నిష్టబంధుసందోహంబులలాగున నా
గంతుజనసంతతులు సంతసంబున నుపశ్లోకింపఁ బెంపు మీఱుచున్న యాకావేరి
యందు నుచితవిధులు దీర్చి యందు మిక్కుటం బగు పెక్కువ నుక్కు మిగులు
జక్కవలచక్కదనంబును వెక్కిరించు నిరుత్తరీయవర్తులోత్తుంగరంగత్కుచ
యుగంబుల సరససరసంబు లాడం జేరిన తెఱంగునం గానుపింపఁ జంకల నిడినక
నత్కనకకలశంబులతోడఁ బొలుపారుచు నీరాటిరేవున ఠీవి నెఱపుద్రావిడయు

వతీవితతులయతులచతురిమపరిమళితలలితవచనరచనలరుచులు గొనినలసి తేజో
సియుఁ దెరువడుగు తెరువరులం గూడుకొని పురంబు ప్రవేశించి వేదాధ్యయనశ
బ్దంబులతోడియుద్ధులై యుద్ధిఁ బెంచుషడ్దర్శనవ్యాఖ్యానఘోషంబులచేతఁ
బూతాతిథిశ్రోత్రంబు లగుబ్రాహ్మణగృహవాటికలు దాఁటి కోటానుకోటుల స్థా
కోటకొమ్మలయందు నవ్యుత్పన్ననిర్వాణంబు లగుమాణిక్యదీపంబులు మార్తాం
డమండలమునకు మాఱు మండుచు ఖండితబహిరంతరతమస్సముచ్చయంబులగు
గతి హెచ్చ నచ్చెరువున విలోకించుచు శ్రీరంగరాజభజనయాత్రాయాతవర్షనా
ర్తకీమణివిభూషణఘోషణపోషణంబుల సినుమడించి యేపారుపారావతా
వాపారపారంపర్యంబులం బర్యాకులాంకణంబు లగువిశంకటవిటంకంబుల సం
కృతంబు లగుగోపురంబులు విలోకించుచుఁ బ్రాకారంబులు సొత్తెంచి యగ్రో
చితక్రంబున వైనతేయాదుల సేవించుచు రంగసంజ్ఞితం బైనదివ్యధామంబున కె
గ్గఱ నేగి యందు. 141

సీ. ఒసపరిసన మించు♦పసిఁడిదుప్పటివాని, శుభ మైనయురముకౌ♦స్తుభమువాని
చెలిదమ్మిరేకులఁ ♦ దెగడుకన్నులవానిఁ, గమ్మకస్తురితిల♦కంబువానిఁ
దొలుపల్కు గిల్కుఁ బా♦వలఁ జరించెడువానిఁ, జలువతావులసెజ్జ♦నలరువాని
నింద్రనీలపుడాలు ♦ నేలువర్ణమువాని, సిరిమరుల్ గొలుపుమై♦చెలువువాని
తే. మకరకుండలదీప్తిడం♦బరమువాని
డంబు నెఱపెడుమణికిరీ♦టంబువాని
రంగనాయకుఁ గాంచి సా♦ష్టాంగనతులు
సలిపి తన్మూర్తి యంతయుఁ ♦ గలయఁ జూచి. 142

చ. తిమి యమరంగ నొక్కొకటిఁ ♦ దక్కఁగ నేలెడు నారి మద్విలో
కముల మణీకిరీటమును ♦ గస్తురినామము నవ్వుమోము హా
రములును వైజయంతియు ను♦రఃస్థలరత్నము శంఖచక్రము
ఖ్యములును బొడ్డుఁదామరయుఁ ♦ గంకణకాంచిపదాంగబాహులున్. 143

సీ. దివ్యసంయమిమన♦స్థ్సితిఁ బొల్చుమత్కాల, దైవంబుపదములఁ ♦ దలఁపుఁ జేర్చు
నఖిలలోకస్రష్ట ♦ యగుబ్రహ్మఁ గన్నమ, త్ప్రాణబంధువునాభి ♦ నాత్మఁ జేర్చు
దైతేయకంఠసం♦ర్దళనంబు లైననా, స్వామిహస్తముల భా♦వంబుఁ జేర్చు
లక్ష్మిచన్గవకు సా♦లంకార మైననా, తండ్రివక్షమునఁ జి♦త్తంబుఁ జేర్చు
తే. నుల్లమునకును జూడ్కి ♦ వెల్లిగొలుపు
నావరదుమోమునందు మ♦నంబుఁ జేర్చు
ననుచు గీతరూపములుఁ♦గా నాశుకవిత
నుతుల రచియించి పాడుచు ♦ నతఁడు గొలిచె. 144

వ. అంత నాగంధర్వుం డచ్చటు వాసి యొక్కించుక తూర్పుగాఁ జని చని. 145

చ. అలరుచుఁ గాంచె ముందట న♦హర్మ్యతినిర్మితసుప్రవీణముల్
విలసితసౌధవజ్రరుచి♦నిర్జరనిర్ఝరిణీప్రవాహసం
వలనమిళిత్పవిత్రమత్తరఘుషి♦వానివిమతిప్రదచంద్రశాలికా
లలితవతీవిలోలదృగ♦లంక్రియమాణముఁ గుంభకోణమున్. 146

వ. అందుఁ గిందళిదమందసందీప్తప్రనాహాసంతమోళితదిగంతరాళిసంతమసజంబాలం
బు లగుగోపురప్రాకారంబుల దీపించుమాణిక్యమయమందిరంబునందు. 147

సీ. నునుగాంపుదూడి నిం♦చినయట్టిచల్లని, పానుపుపై లీలఁ ♦ బవ్వళించి
పటుపుప్రలైహాగంబట్టు♦బటుపుప్రలోయసనోప్పు, రమచన్నుదోయిఁ బా♦దములుచేర్చి
చలువు దీపించంగ ♦ శిరముక్రిందట నొక్క, కేలు దలాడఁగాఁ ♦ గీలుకొలిపి
బంగారువలువచే ♦ రంగారుకటిమీఁదఁ, జక్కఁగా నొక్కహ♦స్తంబు చాఁచి
తే. యన్యకరయుగ్మమునఁ బొంచ♦జన్యమును సు
దర్శనంబును దాల్చి సుం♦దర్శనమున
సచరిజనములచూపు... ధ♦న్యముగఁ జేయు
శార్ఙ్గపాణిని గొల్చె ను♦త్సవ మలర్ప. 148

వ. మఱియు నందుఁ గుంభేశ్వరుని సేవించి దర్భశయనంబున కరిగి యందు రామ
భద్రుని నిద్రాభక్తతాత్పర్యంబుల సేవించుచు వీణానాదనానువాదమేదురగాన
కౌశలంబున నోడ పల్లని స్తుతించె. 149

తురగవల్గనరగడ. దశరథావనిశవిమల♦తపతపఃఫలావతార
నిశితశరలఘుప్రయోగ♦నిహతతాటకావిహార
నిశటనటసుబాహుదళన♦ఘటితగాధిసూనుయాగ
అపరిమేయగౌతమాంగ♦నాఘదమనపదపరాగ
కోమలేక్షుదళనసదృశ♦ఘోరశంభుచాపభంగ
భూమిజావివాహవిభవ♦పూర్ణసమ్మదాంతరంగ
పరశురామగర్వపవన♦పానపీనబాహునాగ
గురువచోనుపాలనాతి♦కుతుకవిధుతరాజ్యభోగ
పాదభజనవితరణాతి♦ఫలితగుహాసమస్తపుణ్య
పాదుకాప్రదాననిహిత♦భరతసౌహృదానుగుణ్య
ఘనవిరాధమదవినాశ♦కలితబహువిపన్నిరాస
వినుతిపదనివేశపూత♦వివిధతాపసకులనివాస
తతనిశాచరీవిరూప♦తాకృతప్రియావినోద
అతులబలఖరాదిదనుజ♦హననజనితవిబుధమోద
హరిణరూపధారిదారు♦ణాసురాసుహరణబాణ

పరమఘోరబాహుబలక♦బంధమర్దనప్రవీణ
అమలశబరికాఘలోప♦హరరుచిఘనాభిముఖ్య
సమదవాలిదర్పదమన♦సఫలితార్కతనయసఖ్య
శరణవరణపరపరాను♦జప్రదీపితప్రసాద
అరుణితాక్షికోణవిరచి♦తాంబురాశిగర్వసాద
పర్వతౌఘరచితసేతు♦బంధసుతరసింధుకాండ
గర్వపంక్తికంఠకంఠ♦ఖండనప్రచండకాండ
సకలదివిజనుతచరిత్ర ♦ జానకీమనోజ్ఞగాత్ర
సకరుణాతరంగనేత్ర ♦ సాధుభవలతాలవిత్ర
యతిజపార్హపుణ్యనామ ♦ యతివితీర్ణభక్తకామ
సతతసితయశోభిరామ ♦ సర్వలోకపూర్ణధామ
అహితవిదళనాతిరౌద్ర ♦ యార్తపాలనావినిద్ర
మహితనిఖిలగుణసముద్ర ♦ మమ్ముఁ బ్రోవు రామభద్ర. 150

క. పరమం బగునీనామము, కర మామ్నాయములు తార♦కబ్రహ్మముగా
నిరతిఁ వినుతింపఁగ నా, తరమే నిను నభినుతింప ♦ దశరథరామా. 151

వ. అని వర్ణించి యచటఁ గదలి సేతుబంధంబునకుం జని య[illegible] రామేశ్వ[illegible]
హుభక్తివిశేషంబుల నారాధించి యనంతశయనంబున కరిగి య[illegible]
భునిం గొలుచుచు నతనిసన్నిధిం గొన్ని నాళ్లు [illegible]గాంధర్వవిద్యా[illegible]
గా నెఱపె నేను గానప్రియత్వంబునం జేసి చెవి యొగ్గి తత్త[illegible]బుల [illegible]
[illegible] పాడెడుపాటలు వినుచు దృష్టియుం బాఱ విడిచి [illegible]గిన
గొంటి నివ్విధంబున ననంతపద్మనాభునిసన్నిధినుండి య[illegible]. 152

క. ఆపడమటిదిశ దళకలి, కాపుష్పఫలాదిగరిమ♦కతన సమీప
శ్రీపకలాపమణీపట, లీపటిమస్పర్ధ వర్ధి♦లెడువనవాటిన్. 153

క. హరిఁ గూర్చి తప మొనర్పఁగ, దొరకొనియెను దానఁ జేసి ♦ [illegible] యజను[illegible]
సరసునిగానకళామా, ధురి యేమియు ననుభవింప ♦ దొరకదు నాకున్. 154

క. అని యాదిక్కునకు విలో, కనములు నిగుడించి యదె ని♦గాఢస్పృహఁ బద్మా
సనమునఁ గూర్చున్నాఁడో, వనిత యిప్డు దృఢసమాధి♦ని [illegible]. 155

చ. అనుటయు నాలతాంగి కడు ♦ నద్భుత మింతయు నో మహాత్మ మీ
కనుఁగవ కిప్డు డెమ్మెయిఁ బ్ర♦కాశతఁ దత్సకలప్రవర్తనల్
గనఁబడుచున్న వే యనినఁ ♦ గంజముఖీ యనుమాన మున్న ని
ష్ఠనుపుము దవ్వుగాఁ జెలుల ♦ నచ్చటితత్క్రియ లెల్లఁ జెప్పెదన్. 156

సీ. అనుడు మహాత్మ మి♦మ్మంత నే నెఱయంగ, నర్హ నే మీపల్కు♦ల[illegible] గల[illegible]
యనుమానమనుటయు♦నై ననిం దేమి ద,ప్పిదియు వినోదమో♦యింతి యను[illegible]

బలిమి నాయకచేతఁ ◆ జెలుల నిద్దఱిఁ గను, దవ్వుగా నంపించి◆ తత్క్రియలును
దబ్బాఱ్క్యములు చెప్పి ◆ తార్కాణచేసియో, యబ్జాక్షి యిది యెట్టు◆లట్టులతని
తే. తీర్థయాత్రయుఁ దపమును ◆ చేటువఱుప, నొదవినపుడుగదా మది◆ కొదవ దీఱు
మూరతాతారతమ్యవి◆చార ముండు, నేమొ లేదొకో తెరువిది ◆ యేరుపఱుప.
వ. అని విని యట్టివేళ నిక◆టావనిజంబున నున్న చిల్క యో
యనఘుని చరిత్ర నీపలుకు◆నం దొకచోట నసత్యశంక గ
ల్గెను మును చెప్పినట్టికత◆లుం దలపోయ యథార్థముల్ మనం
బున నరిబాఁకె నా కనినఁ ◆ బుల్గుఁ గనుంగొని యద్భుతంబుతోన్. 158
క. నలభాషిణి యిట్లను నీ, తలఁపున కెట్లు నరిదాఁకెఁ ◆ దథ్యము చెపు మో
చిలుక మును వెచట నుంటివొ, తలపోయఁగ నీవు చతుర◆తరమతివి గదున్.
సీ. అనుడు నాపక్షి యి◆ట్లనియె నోపూఁబోఁడి, నానివాసంబు నం◆దనవనంబు
ననఘాత్ముఁ డిచటికి ◆ మును పారిజాతంబు, దెచ్చుచోఁ దత్పక్షు◆లివ్వ గలిగి
నుఖలి పాలుచునుండ ◆ సుబ్బారిత్య యువ్వేళఁ, బ్రసవార్తమైయున్కి◆ఁ బఱవలేక
గను [illegible] నయ్యె నే◆నిచటన యుంటిద, నని యొక్కకోటరిలో ◆ నడఁగి యుంటె
తే. నెనుకఁ దోడ్కొనిపోవ నా◆కనువు వడదు, పిల్ల లీఁకలు వచ్చి న◆ర్ఢిల్లుదాఁక
నంతఁ బుట్టమూఁఱునచ్చిర◆మ్మనుచు నిగుల, నెత్తులిడి మొదునన్ను నా◆యింతి చూచి.
క. శుభ సౌఖ్యవ్యాసంగముల, సౌభాగ్యముగలిని మాన◆సమునకుఁ గడు నిం
పైన భాసిల్లుచు నుందన, నైభవమున చెల్లు ప్రేమ ◆ వదలదొ నీకున్. 161
తే. అనుడు నది నవినట్ల నీకా◆నైన యునకుఁ, గలుగుబాధువు లెల్లన◆క్కడనె యునికి
నిచటు నెఱియంగ బాయలే◆నని [illegible] మొనద్దు, రాకపోక లివ్విటికి ◆ నాకమునకు.
సీ. [illegible] నిన్ను [illegible] నేఁటి నుండి మణికంధరుం డనుచు మీర లాడుకొను
మాటలు చెవిఁ బడిన నతిసిసుగ్ర [illegible] గలుగుటకు నిమిత్తం బేమి గలిగెనో
తెలిసెద నని నిలిచితి నిసిద్ధుఁడు [illegible] నెఱుం జెప్పినతీర్థయాత్రాతపశ్చర్యలవృత్తాంతం
బు నిక్కంబుగాఁ దెలిసినప్రకారంబు వివరించెద వినుము. 163
[illegible] చియును బాను నా◆నప్పుఁ డలనందిన, వనములోనికి నేఁడు ◆ వచ్చియుండ
నొకచాయఁ గనెంచి ◆ యో దేవ నేనున్న, వనములోనికిఁ దీర్థ◆వాసి యొక్కఁ
డిటుఁ గొన్ని నాళ్లక్రిం◆దట వచ్చి యచ్చోటఁ, దపము సేయఁగఁ బూనెఁ◆ దానికొలఁది
యెఱుఁగునంతకు నేను ◆ నిన్ని నాళ్లాలసిం, చితి నది నానాఁటి ◆ కతుల మైనఁ
తే. జెప్ప నచ్చితి నతఁడు కా◆శీగయాప్ర, యాగపురుషోత్తమాహోబ◆లాద్యులైన
పుణ్యభూములు బహుతీర్థ◆ములును జూచి, నాఁడట వచించె మొదల నే◆ వేఁడుకొనగ.
ఉ. ఉగ్రతపఃప్రభావవిభ◆వోద్ధతి నుద్భవ మందె నోసుప
ర్వాగ్రణి యిప్పు డాతపసి◆యూదల నిత్య జలావగాహని

ష్ఠాగ్రహణాభిపాటలజటా•పటలస్ఫుటలాలనాభృశో
వ్యగ్రసమగ్రదీప్తినివ•హప్రవహద్దహనాంకురచ్ఛటల్. 165

క. ఇది మాసాష్టకమున సి, ద్ధిద మిచ్చటి కెవ్వ రేగు•దెంచి తపమునన్
బొదలినఁ జెప్పుము నా కని, త్రిదశేశ్వర నన్ను నంపి•తిరి తద్వనికిన్. 166

క. అని చెప్పినఁ గలదు కలదు, నిను నట్ల వచించి యుందు • నిలిపితి నని యా
యనిమిషవిభుండు చారుని, ననుపుచుఁ బిలుపించె రంభ • నచటికి వేగన్. 167

క. పిలుపించి యవ్వధూటికి, నలఘుతరం బై నయట్టి•యాతపసితపో
బల మెల్లఁ దాను జారుని, వలనన్ వినినట్ల చెప్పె • వాసవుఁ డంతన్. 168

ఉ. ఓలలితాంగి యాతపసి యు•గ్రత నింత నితాంతదుర్గమా
భీలతపోధురంధరతఁ • బేర్చుట నాసురరాజ్యలక్ష్మిఁ దా
నేలఁగఁ గోరి గావలయు • నిప్పుడు దీనికిఁ బ్రత్యుపాయము
జాలఁగ నెంచి చేయఁ దగు • సంశయ మింతయు మానునట్లుగన్. 169

క. చింత యొనర్పక యిది యొ, క్కింత యుపేక్షించి యున్న • నె ట్లగునో గో
రంతాలస్యంబునఁ గొం, డంతప్రయోజనము దప్పు • ననఁగా వినమే. 170

క. విను మిట్టిపనుల కెంతయు, ననుకూలం బగుసహాయ • మచ్చర లిపుడీ
పని కరయ వారిలోనన్, ఘనతరముగ నీకు నేర్పు • గల దని తోఁచెన్. 171

సీ. కసుమవల్లికలుకొను•కలికిబిత్తరపుఁజూ, పుల క్రొమ్మెఱుంగులు • వలలు గాఁగఁ
నెఱయంగఁ బర్వెడు•నిద్దంపులేనవ్వు, వెలినిగ్గుదరఁగలు • తెరలు గాఁగఁ
గొమరొందు నవవిలా•సముల కన్బొమలులి, వాడుచోపుసుగోల•లగుచుఁ దనరఁ
దేనె లుట్టెడుమాట•తేటలపసలు వా, కట్టుమంత్రంబుల•కరణి సమర

ఆ. నీవు గడఁగి యమ్ము•నీంద్రశార్దూలుత, పోమహత్వదర్ప•ములు హరించి
కీరవాణి యతనిఁ • గ్రీడామృగంబుగాఁ, జేయవలయుఁ గుసుమ•సాయకునకు.

వ. అనిన విని యారంభ జంభవైరిం జూచి యమ్మునీంద్రుం డనఁగ నెవ్వాఁ డని
రచిత్తంబున నున్నదిరో యతండు నారదశిష్యుం డైనమణికంధరుం డని వా
కు వినంబడియె నతని నిటమున్న పరికింపుచుండుదు మన్మథాచారవిలాసం
లెవ్వియు నెన్నండును సరకుగొని చూచినవాఁడు గాఁడు నేఁడు విశేషించి
శ్చర్యాతాత్పర్యంబునం బ్రవర్తిల్లుచున్నవాఁడు గావున నవశ్యంబు దేవకార్యం
బు నిర్వహింతు నన లే ననుటయు నతం డవ్వాలుఁగంటిం జూచి నీకుఁ దా
కంటె వయోరూపలావణ్యవిలాసంబు లెక్కుడుగ వరం బొసంగితి సందియ
వలదు పొమ్ము కార్యసిద్ధి యయ్యెడు నీచాతుర్యంబు నెఱపుము. 173

క. అనుపలుకుల నలరించుచు, ననుప మహోత్సాహ మాత్మ • ననుపమలీలన్
దనర మణీభూషణములు, దనరమణీయాంగకాంతి • దద్దయు మెఱయన్. 174

క. నెచ్చెలులు దాను ధరణికి, నచ్చెలువ కృతప్రయాణ • యయ్యె నపుడ యా

యచ్చరవదువ బెడంగు వి, యచ్చరపదవికి మెఱుంగు ♦ లై కనుపట్టెన్. 175

వ. అని చెప్పి దీనంజేసి యోకొమ్మ యిమ్మహాత్మునివాక్యపద్ధతి యంతయు సత్యంబ
యగుట యేర్పడియె నని పలికి యి ట్లనియె. 176

శా. ఏ నానందన మంతటన్ వెడలి యిం ♦ దేతెంచితిన్ మున్నుగా
నోనారీమణి యిప్పు డేగెదువిధం ♦ బూహించినం దత్తప
స్థానం బింతకుఁ జేరఁ బోవుదురు త ♦ ద్రంభాదులున్ నావుడుం
డా నాచిల్కవచోవిలాసమున క ♦ త్యంతంబు రంజిల్లుచున్. 177

సీ. అఖిలంబునందు న ♦ త్యంతంబు వెలసి వ, ర్తిల్లెడుశుకసంజ్ఞఁ ♦ దేజరిలుచు
సత్యదాశాగమా ♦ ఖ్యవ్యాసనందన, భూయోర్జితానంద ♦ మునఁ దనరుచు
ఘనపక్షవిలసనం ♦ బున హరితత్త్వంబు, దెల్లంబుగాఁ జేసి ♦ యుల్లసిలుచు
నరయ నైసర్గికం ♦ బైనవిష్ణుపదైక, గతికత్వమునఁ జాల ♦ నతిశయిలుచు

తే. నున్న యోచిల్క నీమధు ♦ రోక్తిమహిమ
వీనుల కమృతరసములు ♦ వెల్లిగొలుపు
మునికి యుచితంబు మిగుల నీ ♦ యోగవిభవ
మింత యం తని పొగడ ♦ నే నెంతదాన. 178

క. కావున నినుఁ బెడఁబాయఁగ, నోవిహగవరేణ్య కొలుప ♦ దుల్లం బైనం
బోనలయుఁ గదా నీకును, నీవనితం జూడ ననుచు ♦ నెలఁతుక యనిపెన్. 179

ఉ. వాసుకిపూర్వజన్మకిటి ♦ పర్యదిశాగజకచ్ఛపేంద్రఖే
లాసుఖసక్తతత్తదబ ♦ లాహృదయాంతరసంతతాదరా
శాసితనిత్యభూభరణ ♦ శక్తిలసద్భుజదండ కీర్తిసం
వాసితపద్మజాండ పరి ♦ వర్ధితభూసుర కాంతిభాసురా. 180

క. కృష్ణతైస్త్నానాయక శ్రీ, కృష్ణధ్యానామృతాబ్ధి ♦ ఖేలనలీలా
తృష్ణజ్ఞానసయానహా, ధృష్టద్బాహాబలావ ♦ ధీరితభీమా. 181

మంగళమహాశ్రీవృత్తము.

శీలితశుభాచరణ ♦ శిష్టజనతాశరణ ♦ చిత్తవిజయాభరణ యుద్ధా
భీలభుజవిస్ఫురిత ♦ భీరుదయసత్వరిత ♦ ప్రేమపద సచ్చరితభావా
లోలకరుణాసహిత ♦ లోకభరణాదహిత ♦ లోభకలనారహిత విద్యా
ఖేలనసముచ్ఛ్వసిత ♦ కేవలసుఖోల్లసిత ♦ కేశవనుతప్రసితధీరా. 182

గద్య. ఇది నిఖిలసూరిలోకాంగీకారతరంగితకవిత్వవైభవపింగళియమరనార్యతనూ
భవసౌజన్యజేయసూరయనామధేయప్రణీతం బైనకళాపూర్ణోదయం బనుమహా
కావ్యంబునందు ద్వితీయాశ్వాసము.

శ్రీరస్తు.

ఓం నమః కామేశ్వర్యై.

కళాపూర్ణోదయము.

తృతీయాశ్వాసము.

నిత్యవిహారస్థల
తానుతలీలాకటాక్ష • ధన్యవిధానా
నూనాపేక్షవిలాస
శ్రీనవ్యమనోజ నార • సింహతనూజా.

క. అంతట సిద్ధుం డాసీ, మంతిని నీక్షించి యేను • మది [illegible]
చెంతకు వచ్చుట చెవులకు, వింత చెలువు గులుకుపాట • విను[illegible] సు[illegible]

క. కావున విపంచిఁ గైకొని, నీ వించుక గానపటిమ • [illegible]
నావుడు నట్టుల కా కని, యావిద్యాం [illegible] బ్రచ్చె • [illegible].

వ. ఇవ్విధంబునఁ గలభాషిణి తనగానవిద్యాకౌశలంబున [illegible] నుబుసుప్ర
తకమున్న రంభాదులును మణికంధరునితపోవనంబు [illegible]
రప్పుడు.

చ. వనదచయంబుతోఁ నలిగి • వచ్చుచునున్న మెఱుంగుఁదీఁగ[illegible]
యనఁగఁ దనూలతల్ మెఱయఁ • నవ్విరహంబున కోర్వలేక [illegible]
టన చనుదెంచునంబుదగ • ణంబన వేణిభరంబు లింపుగా
వనయము భూజనంబులకు • నచ్చెలువల్ గనుపట్టి రంతటన్.

చ. క్షరపదపల్లవద్యుతు ల • కాలపుసంజ ఘటింపఁ దన్నఖ
స్ఫురణలు తారకానికర • ముం దలఁపింపఁగ వారిమోముఁదా
మరలబెడం గనేకవిధు • మండలవిభ్రమకారి యై మహీ
చరులకుఁ జెల్ల నద్భుతము • సౌఖ్యము నెంతయుఁ జేసె నయ్యెడన్.

క. ఇలమీఁదికి డిగి వేలుపుఁ, బొలఁతులు మణికంధరునితపోవనమున కిం
పలరఁ జనిరి తమచూడ్కులు, దొలుతగ నీలోత్పలములతోరణ కట్టన్. 7

చ. ప్రసవపరాగముల్ పసపుఁబయ్యెదచాడ్పున నుద్గమింప ను
ల్లసదళిపుంజముల్ కచకలాపములీలఁ జలించుచుండఁ బ
క్షిసముదయంబు భూషణవిశేషములుం బలె మ్రోయ వారి కిం
పొసఁగ వనాంతలక్ష్మి ప్రియ మొప్ప నెదుర్కొన లేచెనో యనన్. 8

చ. అళులుఁ గచంబులున్ లతలు నంగములుం బువుగుత్తులుం గుచం
బులును జిగుళ్లుఁ బాణులును బుష్పవిలాసము మందహాసముం
గలసి తడంబడన్ విబుధకామిను లావనలక్ష్ము లిందుశో
భలు మిగులం బ్రవర్తిలిరి పాలును నీరునుబోలె నేక మై. 9

సీ. ఆవులు నాకఁ గన్నయామోదపుఁబులులును, బులులచేన్ గుడువంగఁబోవు లేళ్లు
లేళ్లపెల్లాట రంజిల్లెడుహరులును, హరులు గోళ్లను గోఁక నలరుకరులు
కరులకేళివైఖరి నాడుపాములు, పాముల లాలించుబభ్రుతతులు
బభ్రుతతులప్రక్కఁ బాయనియెలుకలు, నెలుకలఁ బెంచుపిల్లులును గలిగి
తే. యపుడు వెఱఁ గొనరించె నాయంగనలకుఁ, గీరభాషితపోషితాఖిలతపస్వి
పటలతాపసబ్రహ్మవిభావనంబు, భావితశుభావనంబు తపోవనంబు. 10

సీ. ప్రత్యక్ష మైనట్టిపావనత్వంబు నాఁ, బుంజీభవించినపుణ్య మనఁగ
సాక్షాత్కరించినశాంతరసంబు నాఁ, గరుడు గట్టినతపోగరిమ యనఁగఁ
గరువునఁ బోసినపరమసత్త్వంబు నా, రాశి యై యున్నవైరాగ్య మనఁగఁ
గరచరణాదులు గలయోగవిద్య నాఁ, బూదె గట్టినతత్త్వబోధ మనఁగఁ
తే. బరఁగు నమ్మౌనిఁ గనిరి తచ్చరణనఖర, చంద్రచంద్రికాముకుళితచారుహస్త
నలినసంఘభృంగాయమాణభ్రమరక, నికర లగుచు నావేలుపునెలఁత లంత.

క. కని యాతని యసమసమా, ధినిశ్చలత నుగ్ర మైనదృష్టి కెదురుగాఁ
జనఁ గొంకుచు భయవశమున, వెనువెనుకకుఁ జని రొకింత వేలుపుచెలువల్.

ఉ. అప్పుడు రంభ చాల భయ మందుచు నిమ్మునియుగ్రరూపముం
దప్పక చూడ మేను గరు దాల్చుచునున్నది యింద్రుకార్య మే
చొప్పున నౌనొకో యరసి చూడఁగ నేరక యియ్యకొంటి నే
నిప్పని కంచు బుద్ధిఁ బొరయించె దృగంచలచంచలత్వమున్. 13

క. తదనంతరంబ మగుడం, ద్రిదశాధిపకార్యమునకు ధృతిఁ బాదుకొనన్
మది నిలిపి చెలులు దానున్, ముదిత మెలఁగెఁ దత్సమీపమున [illegible]కొనెన్.

ఉ. లోఁగక వార లవ్వనములో విహరించి రొకళ్లొకళ్లకై
యేగుచుఁ గమ్మపుఁబొదరు లీగుచుఁ దేనియసోనవానలం

దోఁగుచుఁ దూఁగుటుయ్యెలలఁ ♦ దూఁగుచు నొక్కతె కోయుగుత్తికిన్
మూఁగుచుఁ గంతువీణె లన ♦ మ్రోఁగుచు నొండొరుచేతు లాఁగుచున్. 15

సీ. చిగురాకుఁబోఁడి యీ ♦ చిగురాకుపోఁడిమి, మఱిలేదె యచటికి ♦ మఱలెదే
కయ్యంబు వలదు నీ ♦ కయ్యంబుజాక్షితోఁ, గేలికి మఱియుఁ గం ♦ కేళి గల
లీలాగుళుచ్ఛంబు ♦ లీలాగునఁ దలిర్పఁ, గలహంసగమనరో ♦ కలహ మేల
కుందరాజికి నింకఁ ♦ గుంద రాజీవాక్షి, యేటికిఁ జాలు నీ ♦ యేటి కెల్ల

తే. ననుపలుకు లెంతయును హాళా ♦ హాళిఁ జెలంగ
రహి వసంతహిందోళాది ♦ రాగకలిత
గానములు మీఱ భూషణ ♦ క్వణన మమర
నమరకాంతలు విహరించు ♦ నవసరమున. 16

ఉ. అంచితలీల రంభ ముని ♦ యగ్రమునన్ విహరించె నెంతయున్
మించునొయారమున్ గులుకు ♦ నెన్నడయున్ విడఁ బాఱుకొప్పు నొ
క్కించుక జాఱుపయ్యెదయు ♦ నిట్టటుఁ దూలెడుహారముల్ మిటా
రించుకుచంబులున్ జలద ♦ రించువలగ్నముఁ బొల్పు మీఱఁగన్. 17

ఉ. దైవనియుక్తిఁ జేసి విర ♦ తం బగుచున్న మనస్సమాధితోఁ
భావనమూర్తి యాతపసి ♦ భామలయాగొదవించు నక్షిప
క్ష్మావళు లంత విచ్చుచుఁ ద ♦ దంగనఁ గన్గొని దానిరూపు చే
తోవికృతిన్ ఘటింప ధృతి ♦ తోఁ గను మోడ్చి హరిం దలంచుచున్. 18

ఉ. కొమ్మ బెడంగుసొంపుఁ గనుఁ ♦ గొన్న కనుంగవ దత్తరింపఁగా
నమ్ముని యోఁప నోప కపు ♦ డల్లన ఱెప్పలు విచ్చుఁ గ్రమ్మఱన్
గ్రమ్మఱఁ గృష్ణ కృష్ణ యని ♦ గ్రక్కున మోడ్చు మగుడ్చుఁ గ్రమ్మఱన్
గ్రమ్మఱ మూయు మన్మథవి ♦ కారము ధైర్యముఁ గ్రుమ్ములాడఁగన్. 19

ఉ. అంతట భావికార్యఘట ♦ నానుగుణంబుగ నీశ్వరేచ్ఛచేఁ
గంతుఁడు మిక్కిలిం బ్రబలి ♦ కాంతపయిం బరఁగంగఁ జేసె న
త్యంతము మౌనిమానసము ♦ తద్ఘనధైర్యకఠోరశృంఖలా
సంతతి యెంతయుం గుసుమ ♦ శస్త్రికలం దెగఁ గోసివైచుచున్. 20

తే. దర్పకోగ్రప్రతాపసం ♦ తప్తమైన, తాపసునిచిత్త మప్పు డా ♦ తలిరుఁబోఁడి
చెలువ మనియెడునమృతంపుఁ ♦ గొలనిలోన, నోలలాడుచుఁ దిరిగి రాఁ ♦ జాలదయ్యె.

వ. ఇత్తెఱంగున బద్ధానురాగుం డగుచు మణికంధరుం డాగంధగజయానయా
రేఖావిలాసంబు లెంతయుఁ బరికించి. 22

తే. రంభయే యిది కాదొ లేఁ ♦ బ్రాయపుఁజెలు
వంబు నుజ్జ్వలరూపలా ♦ వణ్యములను

నగుమొగముసొంపు నింత యె♦న్నఁగను గాన
దీని కీవింతమహిమ సం♦ధిలుట యెట్లు. 23

వ. అని యాపల్లవాధరసల్లాపపరిరంభణాదులకు నువ్విళ్లూరుచుఁ దదీయలీలావి
హారంబు లత్యాదరంబున విలోకించుచుఁ దనమనంబున. 24

సీ. చెలువమోమొత్తె నా♦సికఁ జూచియో వింత, గతులఁ బువ్వులు చంప♦కము సృజించె
వెలఁది కౌఁగిటనది♦ వికసించెఁ దోలుమేనఁ, గురువకద్రుమమెంత♦ పరమమునియొ
ఘల్లున నందియల్ ♦ గదలంగ నది దన్నెఁ, గాంత యక్కజమశో♦కంబ యగును
నాతి కెంగేల సం♦టఁగఁ బులకించు చున్నది చూత మెంతపు♦ణ్యంపుఁదరువొ
తే. యెంతజాణయొ ప్రేంఖణ ♦ మింతిపాట
కలరె నూర్పుఁదావులకు వా♦విలియుఁబోలె
మగువనగుచూపులఁ దనర్చు♦ మ్రాఁకులార
పురుషతిలకవిఖ్యాతి మీ ♦ కరుదు గాదు. 25

క. మగువముఖాసవవాసనఁ, దగ నలరఁగ నేర్చురసికతకు ♦ సుకవీంద్రుల్
పొగడం బొగడం బొగడం, బొగడంబుల కలరుతరులు ♦ పొగులవె లజ్జన్. 26

క. ఈనెలఁతతోడిసంగతిఁ, గాననియపవర్గపదము ♦ గలుగుటకంటెన్
దీనివిహారంబుల నిం, పూనెడువనతరువు లగుట ♦ యుత్తమ మరయన్. 27

మ. మునిధర్మంబుల కెల్ల దవ్వని జనం♦బుల్ నవ్వినన్ నవ్వనీ
ఘన మైనట్టితపోధనంబు నెఱయం♦గాఁ బోయినం బోవనీ
మునుముట్టంగఁ బ్రబోధవాసనల పెం♦పు ల్మాసినన్ మాయనీ
వనితారత్నముఁ గూడఁ గేల్గొను దమిన్ ♦ వారింపలే నియ్యెడన్. 28

క. అని సాహసమున నాతం, డనుమానము లెల్ల విడిచి ♦ యచటు గదలి యా
వనజాక్షి వనవిహారం, బొనరించుసమీపమునకు ♦ నెయ్యాన చనియెన్. 29

తే. చని చకోరాక్షి యువ్వనం♦బునకు నెచట, నుండి వచ్చితి నెచ్చెలి♦పిండుతోడ
రాకకు నిమిత్తమెయ్యది♦ నాకుఁ జెవుల, పండువుగ వినుపింపు నీ♦పలుకు లనియె.

తే. అనుడు నది దనరాక క్రీ♦డార్థ మనిన, వినుచు నదియెల్లఁ గల్ల యో♦ వెలఁది నాత
పఃఫలంబవు నీ వని ♦ పల్కె మాని, ముదిత ముసిముసినగవుతో ♦ మోము వంప.

ఉ. చంచలనేత్ర యిట్లు వన♦సంగతి కొప్పుటఁ గాంచి మానిదాఁ
కొంచకఁ బట్టెఁ బైచెఱఁగుఁ ♦ గొమ్మయు మీ రెటువంటిపెద్దవా
రెంచ రొకింతయుం గలని♦యింతుల నంచుఁ బెనంగ నాత్మచే
లాంచలముం దదీయ మగు♦హస్త మురోజము లూఁది పట్టుచున్. 32

ఉ. అయ్యెడ నింత నంతఁ గుసు♦మాపచయం బొనరించుపువ్వుఁబోఁ
డ్లొయ్యన దవ్వుగా నరిగి ♦ రొండొరుమోములు చూచి యుద్దిరా

యయ్యెకు మన్మథాభ్యుదయ ♦ మంచుఁ గరంగనివాఁడు గల్గునే
యెయ్యెడ రంభ దాను మెఱయించుబెడంగుల కంచు నవ్వుచున్. 33

చ. బలిమిఁ దపోధనాగ్రణియుఁ ♦ బైకొనుకోర్కులఁ దత్తరిల్లుచున్
జెలువను గౌఁగిలించుకొని ♦ చెక్కును జెక్కును సంఘటిల్లఁ దో
ట్రిలుచుఁ బదంబు లొక్కటొక ♦ టిన్ బెనఁగన్ మెలు పొప్పఁ దార్చె లేఁ
దలిరులజొంపముల్ గలుగు ♦ దట్టపుఁబూఁబొదరింటిలోనికిన్. 34

వ. ఇట్లు దార్చి. 35

తే. క్రొవ్వి కలహించుతుమ్మెద ♦ కొదమకదుపు, రాయడిని గడుదళముగా ♦ రాలిన
ప్రసవదళములు పఱవని ♦ పఱపు లగుచు, నెసఁగ నిం పొందునాపొద ♦ రింటిలోన.

సీ. బెరు కెఱుంగనిగాఢ ♦ పరిరంభమున నల్లి, బిల్లిగొంచుఁ బెనంగు ♦ పెనఁకువలనఁ
బెఱఁగడిపేరాస ♦ పేర్మి నసర్గళ, లీలఁ బర్వెడుకుచా ♦ స్ఫాలనముల
నడ్డమాఁకలు లేక ♦ యబ్బినయల్లిల్ల, నమరించునఖర రే ♦ ఖాంకములను
గొందగొన్నతమిఁ గొంకు ♦ కొసరులే కొనరించు, వివిధదంతక్షత ♦ విభ్రమములఁ

తే. మన్మథావేశవిలసన ♦ మహిమ నెఱపు
తపసిఁ గని సాదురేఁగినఁ ♦ దల పొలాన
నిలువ దనుమాట నిజ మయ్యె ♦ నేఁ డటంచు
మగువ నవ్వుచుఁ జేఁతకు ♦ మాఱు సేసె. 37

వ. ఆసమయంబున నటమున్న ద్వారకానగరంబునం గలకలభాషిణిగా
వినుచున్నసిద్ధుండు తత్ప్రశంసాప్రసంగంబున మణికంధరునిమాటఁ దడవుటయు.
దలఁచుకొని యాచంచలాక్షి సిద్ధుని నభివీక్షించి. 38

తే. అమరపతిపంపునను వచ్చి ♦ నట్టిరంభ, కతన నే మయ్యెనో మణి ♦ కంధరునిత
పం బిపుడు మీర లటుదృష్టి ♦ పఱపి చూడుఁ, డనిన నొకకొంతతడవ ♦ తఁ డట్లు చే

క. నగుచు నిఁక నేమితప మో, మగువ సలుపుచున్నవాఁడు ♦ మణికంధరుఁ డా
మృగలోచనతో నదె యొక, చిగురుంబొదరింటిలోనఁ ♦ జిత్తజలీలల్. 40

వ. అనిన విని కలభాషిణి యమ్మణిస్తంభునిబోధమహిమకు వెఱఁ గందుచు నా
ప్రకారంబులఁ బ్రశంసించి యోమహాత్మ యొకటిరెండుపూఁటలు మాయింట ని
లిచి మేము సేయుపరిచర్యఁ గైకొనవలయు ననిన నతండు గానలోభంబున వచ్చె
టింతియ కాని మఱి వీరువారునుం బలెఁ బట్టణంబుల నెట్టుకొని యి
నట్టు మహిమ లుపచరించువారము గాము గూఢప్రకారంబున నిలుప నోపుదే
నీయుపచారంబులు గైకొనియెద ననుటయు నట్ల సేయుదు నని తనగృహారా
మంబునందు నిలిపి యతిరహస్యంబుగా నాసిద్ధునకు నిష్టంబు లైనయన్నపానా
దుల మోదం బొనర్చుచు నచ్చట నెవ్వరిం బోనీక తాన పరిచర్య సేయుచు
రెండుమూఁడుదినంబులు హృదయంబు రంజిల్లఁ జేసి యంత నంతరంగంబున నా

కూబరసంగమాభిలాషం బతిశయిల్ల నతని ప్రియవనిత యైనరంభ నెఱిఁగెఱుఁ
గుటకుఁ గ్రమంబునఁ బ్రసంగంబు దిగిచి సిద్ధునితో ని ట్లనియె. 41

తే. అనఘ మణికంధరుం డట్లు ♦ తనదుతపము
విఘ్న మొందించుకొనుటకు ♦ వెఱ పొడమెనొ
దిరుగఁ దప మొనరింపంగ ♦ దొరకొనియెనొ
యిప్పుడు రంభతో నున్నాఁడొ ♦ యెఱుఁగవలయు. 42

క. అనుటయు నతఁ డమ్మునిదెసఁ, దనదృష్టి నిగుడ్చి నగుచుఁ ♦ దరుణి యిటఁ దపం
బనుమాట గలదె యిదె యా, ఘనుఁడున్నాఁ డిప్పుడు రంభ ♦ కౌఁగిట ననియెన్.

ఆ. అనిన వారలింక ♦ నచ్చోటు వాసిపో, యెదరొ యుండువారొ ♦ యెఱుఁగవలయు
మఱియుఁ జూచి చెప్పుఁడు ♦ మాటికిఁ దదభిక్షి, క్షణము వెలయ నేఁడు ♦ శంక విడిచి.

ఆ. అనుఁడు లేవు నాకు ♦ నాశంక లెవ్వియు, నెన్ని మార్లు చూచు ♦ మన్నఁ జూతుఁ
బడఁతి కలదె యాతి ♦ ప్రతిమకుఁ జక్కిలి, గింత నాదుధృతికి ♦ గొంటు లేదు. 45

సీ. అని పల్కి మణికంధ ♦ రుని దిక్కునందు దృ, ష్టినిగుడ్చి యొక్కింత ♦ చెవియు నొగ్గి
నొక కేల మాట లా ♦ డని యుండఁ గలభాషి, ణికి సంజ్ఞ సేయుచు ♦ నిశ్చలత్వ
మున నొకించుక సేపు ♦ విని యూర వారకా, మినుల మే లిట్టిదె ♦ యనుచు నగిన
నదియేమి యెఱిఁగింపు ♦ మని యాలతాంగి త, న్నన యంబున నడుగ ♦ నిట్లనియె నతఁడు

తే. నీకు నే మని చెప్పుదు ♦ నీరజాక్షి
యడఁచుకొనియెద ననిన న ♦ న్వడఁప రాదు
పరమసంయమిఁ దా నట్లు ♦ బతము చెఱచి
నిగులఁ దుది రంభ చేసిన ♦ తగవు వినుము. 46

క. కళ లంటి కఱచి తిన చె, య్యులఁ జొక్కను తపసిమది చివు ♦ క్కురు మనఁగా
నలకూబర విను విను రా, యులసితి నని పల్కె మన్మ ♦ థాతివివశతన్. 47

మ. అని చెప్పన్ విని సిద్ధుఁ జూచి నగ నే ♦ లా యింతభవ్యాత్మ యా
వనజాతేక్షణ యేమి సేయును మహా ♦ వాల్లభ్యసౌభాగ్యవ
ర్తన నర్థేశుకుమారుఁ డంతరహింగాఁ ♦ దన్నేలుకోఁబోలు నా
యనఁ దా నిత్తఱి నట్టివల్లభకు ద ♦ వ్వైవ్వె యొందు నున్నాఁడొకో. 48

వ. అతనిఁ బరికించి చూడవలయు ననుటయు సిద్ధుండు నవ్వుచు నీ కిదియే కదా ప్ర
ధానప్రయోజనంబు నని పల్కి యిటునటు పరికించి చూచి యతఁ డున్నచోటు
గని కలభాషిణికి ని ట్లనియె. 49

ఉ. తా వెనువెంటఁ బాయక స ♦ దా చరియించినఁ దద్వినోదమో
దావృతిఁ జిక్కి రంభ తగి ♦ నట్టితపోహతి నల్ప లేదు కో
పావహ మింద్రుబుద్ధి కదియ ♦ ట్లగుటం బ్రియఁ గూడి యట్టికా
ర్యావసరంబులందుఁ జనఁ ♦ డాతఁడు మానఁడు పెన్విరాళిచేన్. 50

క. కావున మణికంధరునిత, పోవనముసమీపభాగ♦మున నొకవనిఁ జూ
తావళిలో నున్నాఁ డడె, పూవులను జిగుళ్ల నొప్పు♦భూజముక్రిందన్. 51

క. తరుణీ యిపు డాతని పైఁ, బరాకుచే నీవు గానపా♦టవగుణముం
గరము మెఱయింపవే నే, నరిగెద మఱి లేదె యితర ♦ మగుపని యిచటన్. 52

తే. అంపితే పోయి వచ్చెద♦ననుటయుఁ గల, భాషిణిమహాత్మ నిన్ను నా♦పాలిభా
దేవతగ నమ్మియుంటి నా♦జీవితంబు, నేమిగాఁ జేసిపోయెద ♦ వెఱుఁగఁ జెపు

చ. అనుటయు నన్ను నిప్పు డనున♦ట్టిది యెయ్యది నాకుఁ జెప్పుమా
వనిత క్రమక్రమంబునను ♦ వచ్చినయట్టుల వచ్చెఁ గాక నా
విని భళి లెస్సమాట యిది ♦ వేఱొకనాఁ డిఁక మీరు వచ్చియే
ననుఁ గృపఁ గాచుటల్ వినుఁడు ♦ నామదిలోపలిచంద మేర్పడన్. 54

క. ఈవేళన యాతనికడ, కేవిధమున నైనఁ జేర్చు ♦ టింతియతక్కం
ద్రోవ మఱి లేదు నన్నుం, గావక్ క్షణభంగురములు ♦ కాంతలతాల్ముల్. 55

క. తదుపాయము దిద్దుటకున్, మది నెన్నఁ బ్రభావఘనులు ♦ మఱి లేరు మహా
భ్యుదయానుభావగుణసం, పదఁ బొదలినమీర తక్కఁ ♦ బావనచరితా. 56

చ. అన విని సిద్ధుఁ డి ట్లనియె ♦ నంబుజలోచన నిన్ను నేఁడ యా
యనకడఁ జేర్చునంతటియుపా♦యము నేర్చిన నేను డాతునే
యనుకొనరాదు గాక నినుఁ ♦ బ్రాణవిభుం దగఁ గూర్చి ప్రోచి యా
వెనుకటినీదుపాట విను♦వేడుక నె ట్లగుచున్న వాఁడనో. 57

తే. చింత సేయుము నీవ య♦నంతశయన
పద్మనాభసమీపభూ♦భాగవర్తి
యైనకొంజేరి యెక్కడ ♦ యతనిద్వార
కాజనులు నేఁడ చేర్చు టె♦క్కడ లతాంగి. 58

క. మించుగ మాగురువులు శి, క్షించినయామెక్కిరింత♦సింగమునకు నూ
హించ నొక నాల్గుగడియల, సంచారము వలయు నతని♦సన్నిధిఁ జేరన్. 59

వ. దీని కెంతవలసిన నేమి యిది దడవం బని లేదు నిన్ను దీనిపై నునిచికొనిపో
ద నంటినేని యోపూఁబోఁడి తోడిసిద్ధు లిది వేఱొక్కలాగుగా నెంతు రెస
యంతస్సారం బెవ్వ రెఱుంగుదు రదియునుం గాక మీబోంట్లసంస్పర్శమా
బు నస్మదాదులకు సమ్మతింప నుచితంబు గాదు మఱి వేఱొండుసామర్థ్య
లేదు నాకుఁ గలదూరదృష్టిదూరశ్రవణశక్తి యిం దేమియు నుపకరింప
నీవు చెప్పినప్రకారంబు గావించెదఁ జెప్పు మనుటయు నాసిద్ధునకుఁ గలభాషి
యి ట్లనియె. 60

సీ. ఓసిద్ధపురుష మీ ♦ రేసరణిని గొని, చన్న నే మగుఁ దక్క♦శంక గలదె
నీమహత్త్వము గాన♦నిజడాత్ము లేమన్న, నేమికన్న మహాత్ము ♦ లించుకయును

వేఱొక్కగతిఁగ భా♦వింపర మము బోంట్ల, సంస్పర్శమాత్రంబు ♦ సమ్మతింప
నుచితంబుగా దంటి ♦ రుచితంబె మఱిసాదు, ప్రాణహానికి నోర్చు ♦ టరసిచూడఁ
తే. బలుపలుకు లేల యింక నా♦చెలులు గిలులు
నేగుదెంచి విఘ్న మొనర్తు రిత♦ మెఱుఁగక
గాన్పునఁ గొనిపొమ్ము శీ♦ఘ్రంబ నీదు
వెనుక నిడుకొని నన్ను మ♦ద్విభునికడకు. 61
సీ. అన నియ్యకొని సిద్ధుఁ ♦ డరు దైనపులితోలు, పల్లంబుతోడ నిం♦బ్బరవుబిగిని
బొట్టుపట్టెడ గాఁగఁ ♦ గట్టిన పెనుబాఁప, దట్టంబుతోడ వాం♦దవుఁబసిండి
యంకవన్నెలతోడ ♦ సంకుపేరులతోడ, నశ్యాపథవుఁదీఁగె♦వాగెతోడ
నేకపార్శ్వమున భ♦ల్లూకచర్మపుటాలి, ఘటియించినట్టిబ♦ల్లగ్గితోడ
తే. నఱలునేసికదండివా♦ర్వమ్ము దొలుతఁ
గాఁగఁ దా నెక్కి నన్నుఁ దాఁ♦కకయ దీని
కటివిభాగంబు నెక్కి రాఁ♦గలవె యబల
వెనుక మరగొమ్ము నూఁతగాఁ ♦ గొనుచు ననియె. 62
క. అన విని యీపాటిగ మీ, యనుగ్రహము గల్గి యుండ న♦క్కట యింక నే
జనుదేక యేమి యసితస, కనుపుగ హరి నతఁడు నిలుప ♦ నంగన యెక్కెన్. 63
తే. ఎక్కి సిద్ధేశ యెవ్వరు ♦ నెఱుఁగకుండ, నెట్లు గొనిపోయెదో ♦ యన నేల శంక
యొదు నెద్దులు బాడియు ♦ నేకమైనఁ, గొండమీఁదికిఁబోవునో♦కొమ్మ యనుచుం
క. నింగికి ధే యని కదలిం, చెం గడు వడిఁ గలుగుతనము♦సింగముఁ బలుమా
ఱుం గలభాషిణి దేటక, నుంగొని పదిలమ్ము సు మ్మ♦నుచు శీఘ్రగతిన్. 65
ఆ. మగులుగోడమీఁద ♦ భ్రమఁకులు చిగురుజొం
పములు నాసిమీఁదఁ ♦ బ్రచురదోహ
దములధూపములును ♦ దనకు మాటుగ గూఢ
గతిని గాంతఁ గొనుచు ♦ నతఁడు ననియె. 66
చ. చని చని యొక్కచో నతఁడు ♦ చాలుగ నక్కజ మందుచుం గనుం
గొనఁ దమమేఘరంజిఁ బొది♦గొన్న ఘనావళిలోన నుండి దా
రున నెదు రైరి వైభవని♦రూఢిఁ జెలంగెడుకొందఱంగనల్
ఘనతరచాతురీమధుర♦గానకళాకలనాకలాప లై. 67
క. తమపాటఁ జినుకుచినుకుల, దుమదుమ నాఁ దడిసినట్టి♦చువ్వాలువలతో
ఘుమఘుమ యనుపరిమళబృం, దముతో నప్పు డొకయింపొ♦నర్చిరి నారల్.
వ. అట్లింపొనర్చుచు నెదు రైన నతండు వారిని సంభాషణక్రమంబున రంభాసఖు
లగుట యెఱింగి యిది యేమి యనుంగునెచ్చెలి నచ్చట విడిచి నచ్చితి రచ్చెలు
వ మణికంధరుమీఁదియనుగ్రహంబు వదలక యింకనుం గొన్నినాళ్లు తద్వనం

బున నిలుచునో యనుటయును నగుచు వారి ట్లనిరి. 69

క. ఎక్కడిమణికంధరుఁ డతఁ, డెక్కడఁ బోయెనొ యెఱుంగ ♦ మిపుడు ముదము
నక్కొమ్మ పొదలుచున్నది, తక్కక నలకూబరుండుఁ ♦ దానున్ రతులన్. 70

చ. ప్రియునిసమాగమోత్సవము ♦ పెంపున నిం పలరారునామృగా
క్షి యిపుడు తద్వనీ రతివి ♦ శేషముసొంపులఁ జిక్కి యున్కి యా
రయుచుఁ దదిష్టమున్ విడిచి ♦ రమ్మనఁ జాలక యాకె నుంచి యే
మ యరుగుచున్నవార మని ♦ మానిను లచ్చటు వాసి పోవుచున్. 71

క. వేళాకోళపుఁదీఁగలుఁ, బేలికలుఁ గళాసములును ♦ బీఱజడలు దాఁ
దాలుచు పెట్లాకొ మింటన్, లీలాహారిఁ దోలఁ నింత ♦ నేర్పరి యయ్యున్. 72

క. ఎక్కడ దొరకెనొకో యీ, చొక్కపుగుబ్బెత బెడంగు ♦ జోగికి సహహా
యిక్కలికి గుత్తగొనుఁబో, తక్కక దివి నిమిష మున్న ♦ దైవతవిటులన్. 73

క. నలకూబరుండు రంభం, గలయుట విని చిన్నఁబోక ♦ కలభాషిణిరీ
తులు దిరిగి చూచి దీనిం, గలఁచెర యివ్వార్త తాప ♦ కర మై యనుచున్. 74

ఉ. సిద్ధుఁడు నవ్వి యోచెలువ ♦ చింతిలఁగా వల దిప్డు తొంతయున్
బుద్ధి దిరంబు గాఁగ ధృతిఁ ♦ బూను మెకించుక సేపులోన నే
శుద్ధము గాఁగ నీమనము ♦ శోకము సర్వముఁ బుచ్చివై చెదన్
సిద్ధము నాదుపల్కనియెఁ ♦ జెల్వయు మోము వికాస మందఁగన్. 75

క. ఏరీతి నింతమిక్కిలి, చేరికగా నాడి తనియె ♦ సిద్ధుఁడు చూడం
గారాదె కుడువఁ బోవుచుఁ, గూరలచవు లడుగ నేల ♦ కోమలి యనియెన్. 76

క. కంఠీరవ మట్టెయెడం, గంఠం బెగ నెత్తి చూచి ♦ కదలక నిలిచెం
గుంఠితగతి యై యెందు న, కుంఠితగతి యనఁగఁ దొల్లి ♦ గుణము నెఱపియున్.

వ. అప్పుడు. 78

సీ. హుంకారములతోడ ♦ నుచ్చాటనపుబద, నికటీఁగతఱటునన్ ♦ వ్రేసి వ్రేసి
కడుదాక మీఱంగ ♦ మడమలు దాఁటించు,చును ముందఱికి లివ ♦ చూపి చూపి
మొగము పార్శ్వములకు ♦ మగుడింపకుండవా, కట్టుమూలికవాగెఁ ♦ బట్టె
వడి నూర్ధ్వగతిని లే ♦ వకయుండఁ దననాగ, బెత్తానమూర్ధంబు ♦ మొత్తిమొ
తే. సిద్ధుఁ డధికప్రయత్నస ♦ న్నద్ధుఁ డగుచు, నెంతచేసిన నాసింహ ♦ మెదుటికి క
వెట్టదయ్యెనుగర్జావి ♦ భీషణముగఁ, దోఁకఁ ద్రిప్పుచుఁగడువెన్కఁ ♦ ద్రొక్కుఁగా

ఉ. అప్పుడు చాల సంక్షుభిత ♦ యై పడ జాఱె యిదే మిదే మయా
యిప్పుడు దీనిచంద మని ♦ యెం గలభాషిణి మేఁ జెమర్పఁగాఁ
గొప్పు విడంగఁ బాఱఁ జను ♦ గుబ్బలఁ బయ్యెద వాయ సుస్థితిం
దప్పి పిఱుందఁ బల్లటిలఁ ♦ దా మరగొమ్మిరుగేలఁ బట్టుచున్. 80

క. తరుణీ వెఱవకు పల్లవు, మరగొమ్మేమఱకు నాకు ♦ మర్యాదావి.

స్మరణంబైనది మాటల, పరాకుచే ననుచుఁ దనమను•పారీంద్రంబున్. 81

వ. కొన్ని యడుగులు దిరుగఁ బట్టి ధరణికి డిగ్గఁ దోలుకొని వచ్చి యచ్చట నచ్చెలు వశోచిత సవనోపహారంబు సేసి కేసరిని మేఁతకు విడిచి యోపడఁతి యోకలభాషిణి యీపుండరీకనికటంబునంద మృగేంద్రవాహన యను శక్తి గలదు తన్మందిరంబు ముందట నున్న మృగేంద్రంబునకుఁ గ్రిందు మీఁదుఁ జుట్టుపట్టున నెట్టిబెట్టిదంపు సింగంబులున్ జను వెఱచు నిది మఱచి యే నెంత తోలిన మనవాహనం బచటి కిఁ బట్టినరు నడదు మన ముమ్మహాశక్తికి నభివాదనంబు చేసి పోయినం గార్యసిద్ధి యగు రమ్మనుచు నల్లనఁ దనభల్లూకచర్మకోశంబుతోడిఖడ్గంబు పుచ్చికొని సింగపుఁబల్లనము పోక యక్కడను యొక్కమొఱుంగున డాఁచి యాచపలలోచ నను మృగేంద్రవాహనగుడికిం దోడ్కొని చని తద్బాహ్యమంటపంబున ను నిచి యద్దేవిపూజకుఁ బువ్వులు దెచ్చెద నని పూఁదోఁట కరిగె నప్పు డత్తెఱం గు గనుంగొని. 82

సీ. పసిమిపో నెడిసన•కిసప్రబట్టయుఁబోలె, నర వెంట్రుకలఁ బర్వు•శిరమువలన
నులి గొన్న చెలఁదిపు•ర్వులనూలివల్లు నా, సమరోమముపతక•నొబ్బమలవలనఁ
గప్పఁ జుట్టినట్టిబా•గిరుపుఁ ప్రాంతపాక్కిళ్లి, వసువుఁ జూపెడిమేని•వళులవలనఁ
నునిసి క్రేవెలెమ్మ్రనూఁకు•తునుకల వలసించు, బాహువతీజలం•బనమువలన

తే. ఘూనిగనములచాల్పుస•ఘోరవృత్తిఁ, దనరుఘనకానకుహూ•ధ్వనులవలన
భావనుసు నెల్లపోయిన•సానమేడ, పగిదిఁ గాన్పించుముదుసలి•పడఁతియొకతె.

క. కలభాషిణిఁ జేరఁగ న, చ్చి లతాంగీ యెచటనుండి • చేరితి వకటా
నెలకువు బాల్యసపిల్లని, పలుకిఁయుబలె నిద్దురాత్తు • సిద్ధం డనుచున్. 84

ఉ. ఎంతయు వింత చల్వమున • నివ్వన మెల్ల నలంకరించువం
గాంతిని నుప్పుమేసినన • గన్నులపండువు సేయునిన్ను న
ల్లంతిన నూచి దైవ మకటా • దొరకించెనె యిట్టిసత్త్వయు
స్వాంతునచేతి కీభువన•సారము నంచుఁ గనుం గలంగితిన్. 85

క. ఆకలుపాత్తుఁ బ్రక్రమ్మఱ, రాకమును పె తోలఁగి పోవ • రాదా యెటకే
నోనాన యీమనోజ్ఞత, రాకృతి యేఁ జూడఁ జాల • నసిపాల్ గాఁగన్. 86

తే. అమ్మ విను మింక నొకఁడు చు•కాంతతచెప్పు, నీ సౌరుఁ జూడ నీపేరు • నీ తెఱంగు
నడిగి నీ కిందమయుల్ల•దెస వాఁడు, రాకి మునుసి పుత్తోఁ గుటఁ•సాకుఁ బ్రియము.

శా. సి కాంతే నీతిఁ డా ఫ్రుఁడో జనకుఁడో • నెయ్యంపుఁదోఁబుట్టువో
నీనాథార్యులొకొ పూని తా నెచటికే•నిం గొంచుఁ బోచున్నవాఁ
డో శాంగా దిట్టవంటిఁ ల్కనక తో•డ్తో నింత బెట్టాడ నే
నో కాంతామణి నిట్టిగా నితనిచే•యవ్వాల్ మున్ను వీక్షింపుదున్. 88

వ. అను పలుకుపలుకు లన్నియు విని కలభాషిణి తనమనంబున. 89

క. ఈయవ్వవాక్యములు దలఁ, పోయఁగ నాయుల్లమునకుఁ ♦ బొందుపడనియ
ట్లై యున్నవి యీసిద్ధుఁడు, మాయావియె యొక్కమాట ♦ మది నూహింపన్ .

తే. ఇంత నొక్కింతసేపున♦ కెల్ల వగపుఁ, బుచ్చి వైచెద నని పల్కె ♦ నిచ్చటికిని
జేరునప్పు డది యీయమ్మ♦ చెప్పినట్లు, శక్తికిడియెడు ననుట ని♦స్సంశయంబు.

సీ. ప్రజల కందఱకు నా♦పదలు వాపెడునట్టి, చక్రిపట్టణములో ♦ జనన మంది
వారకామిని నయ్యు ♦ గౌరవంబున సఖ్య, జను లిటు చేర ర♦మ్మనఁగ బ్రదికి
త్రైలోక్యగురుఁడు నా♦రదమౌని ప్రియశిష్య, నిర్విశేషముగ మ♦న్నింపఁగలఁ
జగదీశురాణివా♦సపుసతుల్ శిక్ష గా, వింపంగ సంగీత♦విద్య నేర్చి

తే. తుద కొకానొకకపటసి♦ద్ధుం డొనర్చు, శక్తిపూజకుఁ బశు వైతిఁ ♦ జర్చ సేఁగా
నెంతవారికిఁ దప్పింప♦ నెట్లు వచ్చు, బ్రహ్మ దా మున్ను వ్రాసిన♦వ్రాఁతఫలము.

క. అనిమదినడలుచుఁ బ్రియసఖు,లను మొఱఁగుటఁదలఁచికడుఁగ♦లఁగుచుఁ దెగువ
యనుభావ్య మెంతయంతయు,ననుభవమునఁగాక యనుచు♦ననయముఁగుందెన్ .

వ. తదనంతరంబ డెందంబు డిందుపఱచుకొని ధైర్యబలంబునఁ గంఠగద్గదిక నాఁ
చుచు నావృద్ధభామినితో నిట్లనియె. 94

శా. అమ్మా నీపలు కెల్ల నెంతయు నిజం ♦ బై యిప్డు గాన్పించె నే
నిమ్మాయావిప్రకార మి ట్లగుట యూ♦హింపంగ లే కొక్కయ
ర్థమ్ముల్ వీనికృపం గడింతు నని య♦త్యంతాశ ప్రేరేపఁగా
నిమ్మాడ్కిం దెగి వచ్చితిం దెరువు లే♦ దీపాటు దప్పింపఁగాన్. 95

క. ఎక్కడికిఁ బాఱిపోయెదఁ, జిక్కుపడక యేను వీని♦శీఘ్రగతిక నో
యక్క యిఁక దూరదృష్టియు,నెక్కడు వీనికిని గాంచు ♦ నెచ్చట నున్నన్ . 96

సీ. అన విని యాకె యో♦వనిత నీవు నెఱుంగు, దే వీనియాదూర♦దృష్టి యనిన
దానన కాదెయా♦తఁడునన్ను భ్రమియించి,యీరీతిఁదాఁ దెచ్చె ని♦చటికనుచు
బలికి యాతఁడుదన్నుఁ♦బ్రథమంబునందుగ్ర,హారామమునఁగాంచు♦టాది గాఁగ
నది తుద గాఁగ స♦మస్తంబు వినిపించి, తత్ప్రసంగంబునఁ ♦ దనదుపేరు

తే. కులము విద్యయు నప్పటి♦కోరికయును
జెప్పి యాకోర్కి సాధించు♦చింత దక్క
చింత యెఱుఁగక యేగుదెం♦చితిఁ గొరకకుఁ
బోవఁ బిడిగల్లు వడియె నో♦పాలఁతి యనియె. 97

చ. అన విని యట్ల యా నిది య♦థార్థము నీ కటు లాస చూపి యో
డ్కొని చనుదెంచెఁ దాఁ దనదు♦కోర్కి యొనర్చుట కీవినింద్యవ
ర్తనుఁడు మనుష్యయత్నమునఁ♦ దక్కఁగ నేరఁడు దూరదృష్టి సా
ధన మయినట్టిపిమ్మట ని♦తం డొనరించువిచార మారయన్. 98

తే. ఇంతపాట్లను బడికన్న • యీవిచిత్ర
మహిమకుం దగ రాజ్యసం • పదలు గనిన
నెంత యొప్పగునే యని • యేను వినఁగఁ
బలుమఱును వీఁడు ముచ్చట • పడుచు నుండు. 99

క. ఆకోరికకై కలదొకొ, లోకోత్తరగానయుతయు • లోకోత్తరగ
మ్యాకృతియు నొకతె వార, స్త్రీకులమున ననుచు దూర • దృష్టిఁ వెదకున్.

క. తానును గిన్నర యొకటి మ, హానందత మీఁటుచుండఁ • ననిశంబును ద
ద్జ్ఞానరసజ్ఞతి నిలఁ గల, గానము దూరశ్రవణము • కతమున ననియెన్. 101

సీ. తొల్లి యిచ్చటన యా • దూరదృష్టియును దూ, రశ్రవణము సిద్ధు • రాత్మకుండు
సాధించి నాఁటి త • త్సాధన కెందఱెం, దఱకుత్తుకలు గోసి • చెఱిచెనొక్క
యది కొంతయెఱుఁగుదే • సంగిన యెఱుఁగింపు, విని యెదఁగాలయా • పనముకొఱకు
మీఁదటఁ గాఁగల • మేలుగీల్లేరికిఁ, దప్పింపరాదు యెం • తయు ధ్రువంబు

ఆ. ఇంక నాఁడు నచ్చి • యేమేమి సేయునో, చచ్చు టెట్లొ యనువి • చారమునను
బెగడు చుండ నేల • జగదంబ యాశక్తి, సేయ వలసినట్లు • సేయుఁ గాక. 102

క. అన విని యాయమ మెచ్చుచు, ఘనధైర్యవివేకమహిమ • గలయుత్తమభా
మిని కాదు మేలు మేలీ, వనినట్ల వచింతు నీకు • నని యిట్లనియెన్. 103

క. ఓరమణి దూరదృష్టియు, దూరశ్రవణంబుఁ బడయు • త్రోవ లితరముల్
ఘోరములయైనఁ బరిహరిం, సారూపంబు లవి గావు సాహ • సపువిధుల్. 104

క. ఆరెంటను నితఁడు నడపెం, గోరిక నలగోరుగల్లు కొని • నిజనయనో
ద్ధారి మొనర్చియు నీనుల, ఘోరపునారసముఁ బరపు • కొనియుఙ్ వరుసన్. 105

వ. అనుచుఁ దన్మందిరాగ్రభాగంబున మృగేంద్రవాహనంబుదండ నేకాక్షరపం
క్తిచిహ్నితశిలాస్తంభంబున వ్రేలఁగట్టినయాశస్త్రియుగ్మంబును మఱియు న
చ్చట గంధపుష్పాద్యర్చితంబులై యున్నయొక్కసురియయు గండకత్తెరయు
దగ్గఱిం దోడ్కొనిపోయి చూపి యిట్లనియె. 106

క. ఈకోరిక కిది దెరు విది, యీకోరిక కనుచు వ్రాసి • యిడినారదె యా
శాకంబాబునఁ జనుపుము నీ, కాలిఫి తెలియునేని • నీరజవదనా. 107

సీ. అనుచు నమ్మాట దా • విని కలభాషిణి, యందు నున్నర్థమి • ట్లనుచుఁ జదివె
నిచట రెండుపల్ల జి • తేంద్రియత్వంబున, భువనేశ్వరీమంత్ర • మును జపింప
నెల్లకోర్కులు నిచ్చు • నిద్దేవి మఱియట్లు, గాక సద్యస్సిద్ధి • గావలసిన
దూరవీక్షార్థి యా • గోరుగంట హృతాత్ముఁ, డయ్యు దూరశ్రవ • ణార్థి చెవిని

తే. ఘోరమైనట్టియాబలు • నారసంబు, పరపుకొనియు సారస్వత • ప్రౌఢిమార్థి
యాసురియచేతనాలుకఁ • గోసికొనియు,నిమ్మహాశక్తిమెప్పించి • యిష్టమొందు.

గీ. ఈమెఱుఁగు♦గండగత్తెర, చే మిడిదల యిచ్చుసాహ♦సికుఁడు శిరం బ
ట్టే మగుడఁగ ♦ నదుకుకొనం, గా మని చంపుఁ దనుఁ జంపఁ ♦ గడఁగినవానిన్.

క. పదిలముగ నిర్విపక్షా, భ్యుదయమహారాజ్యలక్ష్మి ♦ పొందుక్ వశతక్
సదమలరూపసుగానా, స్పద వారవధూటి నిచట ♦ బలిగా నిడినన్. 110

తే. అని చదివి దానఁ దలఁపులో ♦ నాత్మనిధన
శంక నిస్సంశయం బయి ♦ చాలఁ బ్రబలఁ
గలఁగి చలియించుతద్ధైర్య♦గౌరవంబు
నంతన మగుడ్చి కడమ యి ♦ ట్లనుచుఁ జదివె. 111

ఉ. ఈవిధులందు నెందును నొ♦కింత సమర్థత లేనివృద్ధు లి
ద్దేవతయొద్ద నిర్భయత ♦ దేహము నెమ్మెయిఁ బాసినక్ లస
ద్భావనరూపసిద్ధి యగు ♦ నప్పుడ యంగవిమోక్షవేళ ని
చ్ఛావృత మెద్ది వారి కది ♦ సంఘటిలుం దిరమై తదాదిగన్. 112

క. అని చదివిన నందుఁ దుదక్, వినబడినవిధానమునకు ♦ వృద్ధాంగన యిం
పున నవ్వుచు నిది విని సు, మ్మనిశము నే నిచట నునికి ♦ యంబుజనయనా. 113

తే. అబ్జముఖి సుముఖాసక్తి ♦ యంద్రు నన్నుఁ
గరము కాశ్మీరభూమిఁ బ్ర♦ఖ్యాత మైన
శారదాపీఠమున సర♦స్వతిని గొల్చు
నట్టిపూజారిబ్రాహ్మణు♦పట్టి నేను. 114

వ. అనునంతట సిద్ధుండు దేవీపూజకుఁ దగినగంధమాల్యాదులు సంపాదించికొని వచ్చి యమ్ముదుసలిపడంతిం జూచి యోయవ్వ కుశలంబున నున్నదానవే నిర్మనుష్యం బైనయీశక్తిస్థానంబునఁ జిరకాలంబునంబట్టి యెట్లు వేగించుచున్నదానవని పలికి కలభాషిణిం బిలిచి యోచెలువ మనకు నవ్వలఁ జనవలయుఁ గడు మిక్కిలి ప్రొద్దు పోవుచున్నయది శక్తిం బూజించి పోవుద మాయమ్మచేత ననుపించుకొని రమ్మనుటయు నది భయాకులమానస యగుచు వృద్ధాంగనం జూచి.

క. ఏ నొంటిఁ బోవ వెఱతుక్, లోనికి నోయమ్మ నీవు♦నుక్ రాఁగదె నా
తో నన నెవ్వరు నేటికి, నే నుండఁగ ననుచు సిద్ధుఁ ♦ డింతిం బలికెన్. 116

సీ. పలికి యప్పటిదాని♦భయచేష్ట భావించి, యిమ్ముదిజంతచే ♦ నిది యొకింత
యే మైన నాతలం♦పెఱిఁగెఁ గాఁబోలు వి,ఘ్నం బేమి యగునో వి♦లంబ మైనఁ
నని సిద్ధుఁ డాత్మలో ♦ ననయంబు వేగిరం, పుచు నోసి చెల్లి యి♦మ్ముసలివగ్గు
నీకుఁ దోడై వచ్చు♦నో కలదో మఱి, యే మైన ననుచు నా♦యిగురుఁబోఁడి

తే. కొప్పుఁబట్టితివంబోవ ♦ నప్పుడంతి, ప్రాణభయమునఁ గలఁగి యో♦యన్న నీకు
బిడ్డనే కావవే నాకు♦నడ్డ పడవె,యనుచు నావృద్ధ నారిమా♦టునకు నొదిఁగె.

క. ఆవృద్ధనారియును గరు, ణావిలమతి యగుచు నాభ • యార్త మృగాక్షిం
దా వెనుక నిముడుకొనుచుం, గావుము కావు మని వాని • కరములు పట్టెన్.

సీ. పట్టినసతఁడులో • పలికి రాకుండవి; ఘ్నము సేసె దంతియ • కద యటంచుఁ
దద్దేవి కిచటుముం • దఱఁగాదె యంచు న, ప్పడఁతి చేతులు నుల్చి • పాఱఁద్రొబ్బి
బలిమిఁ దార్కొని కల • భాషిణీవేనలి, యొకకేలఁ బట్టి వే • ఱొక్క కేల
నొఱఁ గత్తి వెఱికి నీ • కొప్పిన మిదె యంచు, సత్తికిఁ గత్తిచే • యెత్తి మ్రొక్కి

ఆ. వ్రేయఁ బూన దీని • వ్రేసిన నిద్దేవి, యూన సుమ్ము నీకు • ననుచు డాసి
యానెలంత మెడకు • నడ్డంబుగా మెడ, యొగ్గి వృద్ధసతి య • నూనకృపను. 119

వ. ఇవ్విధంబునం గలభాషిణీకంఠంబునకుఁ దనకంఠంబు నడ్డంబుఁ జేర్చి వేటు కనువీక దాని నిరుఁగేలం బొదుగఁ బట్టుకొని పరమకరుణాపరవశత్వంబునఁ దొలంగక యావృద్ధభామిని యోలుబ్ధుండ నీకుం గార్యసిద్ధి గాదుసుమీ యద్దేవిమీఁది యాన నతిక్రమించిన ననుచు నోమహాశక్తి నన్ను సత్యవచనం గావింపుమీ యనుచు నుండ నతం డఖండరోషంబున మున్ను దానిమెడ ఖండితంబు సేసి విచిత్రవేగంబునఁ గలభాషిణీకొప్పుఁ బట్టి పట్టంబు ఝళిపించి వ్రేయ నెత్తుటయు నెత్తినచెయి తత్క్షణంబ యాదుకొని మృగేంద్రవాహన నిజపథసముల్లంఘనోత్సాహసాహసదోషదూషితుం డగునతని నతిదూరంబునం బడవైచె సుముఖాస్త్రియు నట్లు సంప్రాప్తం బైన యసివిఘాతంబునం దనజరద్దేహంబు వడిన తత్క్షణంబునంద. 120

సీ. నిండుచందురు నవ్వు • నెమ్మోముసిరితోడ, నిరులు గ్రమ్మెడు వేణి • భరముతోడ
నాకర్ణలోలంబు • లగు నేత్రములతోడఁ, దళుకొత్తు చెక్కుట • ద్దములతోడ
నిగుల మిటారించు • బిగిచనుంగవతోడ, లలితంపుబాహువ • ల్లరులతోడ
నతికృశత్వమున జ • వ్వాడుమధ్యముతోడ, నభినవం బైన నూఁ • గారుతోడ

తే. నలువమీఁదికిఁ దొలఁకుసు • వర్ణపులిన
గురునితంబప్రభాపరం • పరలతోడ
మహితసర్వాంగలావణ్య • మహిమతోడ
సమరుప్రాయంపురూపు చి • త్రముగఁ దాల్చె. 121

తే. తాల్చి యావికచోత్పల • దళనిభాక్షి
కనుఁగొనియె నభ్రమున శక్తి • కరవినున్న
గాత్రు సిద్ధుని నొకకేలఁ • గత్తి యొక్క
కేలఁ గలభాషిణిని విడ • కేచనంగ. 122

క. ఆకరణిఁ జూచినది యై, యాకలభాషిణియవస్థ నాత్మఁ • గలఁగుచుఁ జి
వ్యాకులత నొందెఁ దనమది, రాకాంక్షితసిద్ధి పెంపు • నరయనిమదిత్రోన్. 123

సీ. అంతఁ గ్రమంబున • నాసరోజాక్షి సం, సారస్వభావవి•చారమహిమ
వలనఁ దద్దుఃఖంబు • వారించుకొని దానఁ, దాను భోగ్యార్థచిం•తనము నవలి
దేవిసత్కృపఁ బ్రసా•దించినయట్టిజ, వ్వనపుసత్త్వము వృథా • చనక యు
యోగవిద్యాభ్యాస•నోపయోగంబునఁ, గడపెదఁ గా కంచు • విసువ కెపు
తే. యమనియమవర్తనములతో•నాసనాదు,లభ్యసింపఁగఁదొడఁగెన•త్యాదరమున
దాను మును విన్న భంగుల • దాఁపుగాఁగ, నచటిశక్తినిగురుపుగా•నాత్మ నునిచి.

వ. అంతటఁ గలభాషిణి యచ్చటికేగుదెంచి యాచంచలాక్షి నీక్షించి నీ వెపుడు
డివచ్చి తెట్టిదాన వని యడుగుటయు నప్పడంతి యేను మును నీకు సవిస్తర
సిద్ధునిచేత ఖండిత యైనసుముఖాసత్తి యనువృద్ధవనితం జుమ్ము గ్రమ్మఱ నిమ్మ
హాశక్తికారుణ్యాశక్తివలన నిట్టిమెలప్రాయంపుసొంపు వడసి యున్నదాన నని
తత్ప్రకారం బెఱింగించి యాకలభాషిణి యట్లు సిద్ధునితోడ నిమ్మహాశక్తి
దూరవిక్షిప్తవై యెచటం బడి తేమియునో న్వక యిట్లు దిరిగి వచ్చుట యత్యా
బగుచున్నది యనుటయుం గలభాషిణి యోయమ్మ ధర్మగుణంబున నిమ్మహా
విని మెప్పించి యిప్పగిది నీవు దిరుగం బ్రాయంబు గనుట యద్భుతంబు గాని
తటిమహాపుణ్యనిధి వైననీకారుణ్యంబు గలుగ నేఁ దిరిగి వచ్చుట యేమియు
తంబు నావిధం బంతయు విన్నవించెద నని పలుకుచుండ. 125

క. బంధురవీణాసహిత, స్కంధముతో రత్నమాలి•కాఘటిత జట
బంధముతో నంతట మణి, కంధరుఁ డచ్చటికి వచ్చె • గంభీరగతిన్. 126

క. వచ్చినఁ గని యతిమోదము, నచ్చెరువుఁ దలిర్ప మ్రొక్కె • సతని
నచ్చెలువఁ జూచి మోదము, నచ్చెరువుఁ దలిర్ప వికసి•తాననుఁ డగుచున్. 127

క. ఓహోహోహో మాబంధు, వ్యూహం బంతయును వచ్చి•యున్న ట్లయ్యె
నాహృదయమునకుఁ బరమ, స్నేహనిధిన్ నిన్నుఁ గనుట • నేఁడు

మత్తకోకిల. మచ్చెకంటి మముం దలంతువె • మానసంబున నిందు నీ
వచ్చు టెట్లు కడున్ విచిత్రము • ద్వారకాపురి వాయ నీ
కిచ్చ పుట్టుట యెన్నఁడున్ మఱి • యి ట్టటేగి యెఱుంగ నీ
వచ్చెలుల్ మణిగేహముల్ సిరు • లట్ల యున్నవియే కదా. 129

సీ. ఉత్తమశ్లోకుఁ బ•ద్మోజాక్షు సేవింప, నేగితే యావెన్క • నెన్నఁ
నాజగత్పతి తొంటి•యలవజ్రమణిసభ, కేతెంచి కొలువుసే•యించుకొను నె
తనసేవగాఁ బురం•దరుఁడు గట్టించుకెం, పులహజారము కడ • ముట్టసాకో
మనవీణియ లడం•చుకొని భ్రమయించు నీ, లపుటరుంగులకుఁ బో•నిపుడు
తే. యంతకంతకు వర్ధిల్లు•హారికుమాళ్ల, బలగమున కిది చాల దన్•తలఁపుతోడఁ
దిరుగఁ గట్టింత మనుపైండి•గరడిసాల, యట్ల యున్న దియే విశ•దాబ్జనయన. 130

మ. చిగురుంబోఁడి వెలుంగుచే యదుపతి♦ స్త్రీ తెన్వగే నినా నే
రు గదా యంచును శంకఁ గ్రమ్మఱితిఁ జా♦రుద్యానగేహంబు క్రొ
త్తగ నీ వొక్కటిఁ జూపఁ దోడ్కొని చనం ♦ దచ్చోక చౌవంచి ను
త్తిగ భారా దుగ యంచుఁ జల్కొనొద లు♦ద్దీపింపఁ జూపన్వలెన్. 131

చ. కుటిలకచా వెలుంగుదువె ♦ గొబ్బున నేఁ జని కొల్వుకూటమ మొ
క్కటి కడ నుండి యారయక ♦ నట్టిమాటుగ బటికింపుగోడఁ బ్ర
స్ఫుటముగ జానియందు సారిఁ ♦ జూచుచు మ్రొక్కఁగ నెక్కనుండి యు
ట్టుటు మొగ మాచు సన్న్యసభ ♦ యెల్లను దత్తిశిభిత్తి యున్నెడ. 132

క. అని యడిగిన నన్నియు శ్రో, భనవర్తనఁ దొంటియట్లు ♦ భాసిల్లంగ నో
యనఘ సురరాజుసేవయు, ననుపమముగఁ బూర్ణమయ్యె ♦ నని యడి పలికెన్.

వ. అని పలికిన నతండు. 134

సీ. సంగీతవిద్యాప్ర♦సంగంబునం దైన, ముమ్ముఁ బలుకుదువు పేదొ ♦ నోనసు నా
దనుజారి కేనొన♦ర్చినదండకంబు నీ, వైనైన మూఁక నల♦ఘుంచి యొక్క
ఘుష్టాను నారనుఁ ♦ దప్పటప్పటికి వ, చ్చుకొ నాఁడొ నసు పే♦నూనుఁ గొలున
నాలోకవిభునతుల్ ♦ మే లేర్చి యిచ్చిన, వీన్న గమ మయ్యెఁ దే ♦ విన్నటకును

తే. నేమి యేమియొ నాఁడు నీ♦హృదయమునను
గోర్కె యొక్కటి గలుగుట ♦ కొన్ను వింటి
నది ప్రవృద్ధంబుగాఁ బొంచి ♦ యాత్త్మయోగ
విడిచిపెట్టితో వీనైపై♦నేక్కెల్ల. 135

చ. అనుటయు లజ్జసజ్జలరు♦హానన యించుక యోరగాఁగ నం
చిన మొగి మెప్పు నేమనుచుఁ ♦ జెప్పెద బానసచేసి యాపై యొ
యనఘు చరిత్ర నాకుఁ గల♦యట్టిబలంగిము లెల్లఁ బాసి యు
ఘునగహనప్రదేశములఁ ♦ గట్టిపుఁ బోటులఁ గుందితిం గదున్. 136

వ. అని పలికి తనగానవిద్యాభ్యాసపరిసమాప్తి యైనపిమ్మటఁ దన యున్నచోటికి మణిస్తంభుండు వచ్చినప్రకారంబు వెలుంగించి యతండు దూరదృష్టిదూరశ్రవణశక్తిబలంబునఁ దనకుఁ జెప్పినయర్థము సకలంబునుఁ జెప్పి తన్నుఁ బతింగా మృగేద్రవాహనాభవనంబునకుఁ దెచ్చిన తెఱంగును బలిసమానివిద్యాసమప్రకారంబును సుముఖాసక్తి తన్ను రక్షించుటయు వినిపించి యాపుణ్యసాధ్వి యిందుఁ దాను యని యాయక్కఁ జూపి తత్కులస్థానవిస్తరంబులు దెలిపి యొంగి సాను యింక నాకు నీచందంబు వినవలయు నవ్విధంబున రంభచేత నతఁ డిం నిర్ణబు నొందుట యామణిస్తంభునిచేత నేను విన్నప్రకారంబు విన్నవించిన యా యటవిమీఁదటిభవదీయవర్తనం బెఱుంగింపు మనుసంతట మణిస్తంభుండు వచ్చిటయు నిప్పుడె చెప్పినసిద్ధుఁ జితం చేసి మానిన నితండా యని దరహాసితవదనసితా

ననుం డగుచు మణికంధరుం డతనిం దగుతెఱుంగున సంభావించె నతండును.

క. ఇచ్చఁ దదాగమనమునకు, నచ్చెరువు జనింప నిది మహాశ్చర్యము మీ
రెచ్చోటనుండి యిచటికి, విచ్చేసితి రని వినీతవృత్తిం బలికెన్. 138

సీ. పలికి యంతటఁ గలభాషిణిఁ జూచి యో, యింతి నీ వెదకితి నెల్లచోట్ల
నెందుఁ గానక చోద్య మందుచు నప్పుడ, క్కడ నుంటి విప్పు డిక్కడికి వచ్చి
తని పల్కుచును సుముఖాసక్తిఁ జూచి యె, చ్చటనుండి వచ్చి తిచ్చటికి [illegible]
పే రెద్ది యని తత్ప్రకారంబు దానిచే, తన విని వెఱఁ గంది వినుతి చేసి

తే. నాసతి యతనిఁ గనుఁగొని యరుసుపడుచు
ని ట్లనియె నోయిసిద్ధుండ యెచటఁ బడితి
రీవుఁ గలభాషిణియును నిద్దేవిచేత
నట్లు సరభసవిక్షిప్తు లగుచుఁ బోయి. 139

వ. మీర లేనియు నొవ్వక తిరిగి వచ్చుటయు నచ్చెరు వై యున్నయది నా[illegible] నింతయు వినిపింపవలయు ననిన విని మణిస్తంభుం డోయంబుజముఖి నీకు న[illegible] వినుపించెద విను మదియ కాదు మఱియు నెన్ని యేని విచిత్రంబులు గని వచ్చి నాఁడ నది యొక్కరితోడం జెప్పెడునందాఁక హృదయంబు వేగిరపడుచున్న ది గావున నన్నిటం బూజ్యురాల వైననీకు వినిపించెద నని యి ట్లనియె. 140

ఉ. ఆవిధి నీపయిం బెగి మదాతిశయంబునఁ గన్ను గానమిన్
దేవతమీఁదియానయు గణింపక యాకలభాషిణీ శిరో
జావళిఁ బట్టి త్రుంచుటకు నాయుధ మెత్తితి నెత్తినట్టికేల్
దేవి వహించి వైవఁ జనితిం గను దవ్వుగ నివ్వఘూటితోన్. 141

మ. అనుషక్ నీ విది చెప్పఁగా వలవ దే నామున్న యీరూపుఁ గై
కొని వీక్షించితి నిన్ను నీచిగురుటాకుంబోఁడిమూర్ధంబు వ
ట్టిన కేల్ పట్టినయట్ల యుండ దృఢముష్టిం బూని బల్గత్తి యె
త్తినకే లెత్తినయట్ల యుండ దివి నుద్వేగంబునం బోవుచోన్. 142

క. వినుపింపు నాకు నట మీఁ, దన నతఁ డి ట్లనుచుఁ జెప్పె న ట్లురువడి వ
చనమున వైచినగతి నభ, మునఁ జని మణికంధరునితపోవనభూమిన్. 143

క. ఇత్తరుణియు నేనును నొక, మెత్తనిక్రొత్తలిరుఁబాన్పుమీఁదఁ బడితి మో
మత్తేభగమన యట్లే, సత్తియుఁ గృపసేయఁ బోలుఁ జానక యుండన్. 144

క. మునుపటిభయమున గ్రమ్మన్పడి, యునికి నపుడు చేతికత్తియును దనదుశిరం
బును విడువఁగ నెఱుఁగనినను, గనుఁగొని నెమ్మేను మిగుల గడగడవడఁకన్.

సీ. అమృతంబు దొలఁకున ట్లమరంగ వెల్వెలఁ, బాఱుముఖేందుబింబంబుతోడఁ
బాలకర్ణద్వయీకూలంకషంబు లై, తల్లడం బందు నేత్రములతోడఁ

గిసలఁ జెమర్చినయట్టి•కలికి లేఁజెక్కుల, నంటుపువిగిళత్క•చాళ్లతోడఁ
వలిగుబ్బపాలిండ్ల • నిలువ కట్టిటు సం, క్షోభించుపయ్యెద•కొంగుతోడ
తే. వెలఁది నునుకయొజ్జ యై వింత•విలసనములు
గిలకుఁ జూపట్టు సౌందర్య•గరిమతోడ
సరభసాకర్షణాక్షోభ•చకితయైన
మదనుజయలక్ష్మిలీల ని•మ్మగువ దనర. 146
క. కనుఁగొంటిని గనుఁగొనునం, తన మన్మథవశుఁడ నగుచుఁ • దగఁ బరిరంభం
బును గావించితి నేఁ జే, సినపాపముఁ జెప్పవలయు • శీతాంశుముఖీ. 147
మ. అది సైరింపక బాల పేరెలుఁగుతో • నాక్రోశముం జేసి స
న్నిదె యీపాతకి బల్మిఁ బట్టుచుఁ గృపన్ • వీక్షింపగే కావ రే
సదయత్వంబున నోమహాసత్పురుషు లిం•చ్చో నెవ్వారున్ లేరె యీ
పద వారింపరె రక్షకులార యని యా•పద్మాక్షి యత్యంతమున్. 148
వ. అప్పుడు. 149
క. నెఱియఁగ నసహ్య మగుచు, మ్రోఁతల వీనులఁబడిన మిన్ను • ముట్టునెలుఁగుతో
వెఱవకు వెఱవకు మే నిదె, వెఱ తెంచితి సత్వరముగ • భామిని యనుచున్. 150
క. నెఱవని యెవ్వఁడరా నిను, వెఱపెప నిట్లుతిన నెందుఁ • బాఱెదఁ గూడం
దఱిమి నుడఁ దలసరములతోఁ, బెఱకెద ననుచున్ నితాంత•భీషణగతితోన్. 151
చ. విని వాఁడదెల్లు నల్వడి ర•యోత్థితుఁ డై నలకూబరుండు రాఁ
బ్రకటముగాఁ గనుంగొని య•భంగురభీతిఁ గలంగి దీని నే
సినలమనోధృతిన్ విడచి • వేగమ దవ్వుగఁ బాఱిపోయితిం
బ్రకుపితుఁ డై యతండు నన్నుఁ • బోయక వెన్కొని పట్టె నుగ్రతన్. 152
వ. అట్లు నూఁతిముట్టి పట్టుకొని. 153
శా. ఓరీ యెవ్వఁడ వీవు పోతరముతో • నున్మాది వై యిప్పు డీ
నారిం బట్టితి పట్టఁగా మొఱ యిడన్ • నాదండ నీదుండగం
బారాఁ దమ్మఁడ దానిఁ జూపుదువు ప్రా•యశ్చిత్త మామీఁద నీ
కేరీతిం దగు నట్లొనర్తు నని తా • నెంతే నమర్షంబునన్. 154
వ. కొంతమేర నన్నుం గ్రమ్మఱఁ దెచ్చునంత. 155
సీ. తిరముగా ముసవమి•విరియఁ బాఱెడుకొప్పు, నొత్తోడ నొకకేల•దుఱిమికొనుచు
వల్లెవాటుగఁ గొంత•వలువ చన్గవ నిల్పి, పెఱచేత నీవి గ•ల్పించుకొనుచు
నుదుటిపై నెక్కొంత•చెదరినముంగురుల్, పాపటకును బొందు•పఱచుకొనుచు
సారెకు జారెడు•శ్రవణకల్హారంబు, లందంద మూఁపున • నానుకొనుచుఁ
తే. చెమట నంటిన పానుపుఁ • జివురుఁదునుక
లెడనెడ నఖక్షతాశంకఁ • దడవుకొనుచు

రంభ యేతెంచె మిగుల సం♦రంభ మమరఁ
దాలుతఁ బ్రియుఁ జేగుదెంచిన♦త్రోవఁబట్టి. 156

శా. ఈలీలం జనుదెంచి యక్కటకటా ♦ యే మంచు నిన్ దూఱుదుం
గేలం గైదువు గీదు వేమియును లే♦కే యిమ్మెయిన్ వత్తురే
చాలున్ దూరము గాఁగ నే నిదె పరి♦శ్రాంతిం గడున్ నొచ్చితిం
జాలుం జాలుఁ గరంబు మెచ్చఁ దగు నీ♦చందంబు ప్రాణేశ్వరా. 157

వ. అని తనదుప్రియుం బలికి నన్నుం గనుంగొంచు నతనితోడ. 158

క. వీఁడా యట్లన్యాయపుఁ, బోఁడుములకుఁ బూనినట్టి♦పుణ్యుఁడు పూవి
ల్కాఁడో వల్లభ యెంతటి, వాఁడైన నగున్ విశంక♦వర్తనుఁ డెందున్. 159

క. ఆయింతి యెందుఁ బోయెనొ, కో యనుటయు దానిఁ జూపు♦కొఱకు న [illegible]
యీయయ్యఁ బట్టి తెచ్చుట, యోయంగన యిప్పుడనుట♦యనుగృపఁ నృప [illegible]

వ. ఆయింతిం జూపక యితం డింక నీముందట నెందుఁ బోయెనుఁ జెయి నపెల [illegible]
నుచుఁ బ్రార్థించి. 161

తే. విభునిచే విడిపించె న♦వ్వేలఁది నన్ను
నేను వారలఁ దోడ్కొని ♦ యీనెలంత
యున్నచోటారయుచు మును ♦ పున్న తలిరుఁ
బాన్పుఁ జూపితిఁ గాన ని♦ప్పుడఁతి నచట. 162

క. తానును మనతో ల్తటియా, పానుపుఁ జేర్చుకొనఁబోలుఁ ♦ బడఁతుక సను [illegible]
జోనీ సిద్ధుఁడు గాన న, నూనం బగుసిద్ధశయ్య ♦ కుచితుఁడ యనుచున్. 163

క. అట్టియెడ నచ్చుటన్ నా, పట్టముఁ గని పుచ్చుకొనియెఁ ♦ బాలస్త్యసుతు
డిట్టివియఁ దనకుఁ గొన్నిరె, గట్టిగ నీజోగి బంటు ♦ గదె యని నగుచున్. 164

తే. బంటు గాకున్న నిది యిందుఁ ♦ బాఱనైచి
వెళ్లునే యని నవ్వె న♦వ్విబుధకాంత
యంత నన్నియు నయ్యో న♦య్యతివ నెచట
నడఁచి తని నన్ను ధట్టించి ♦ యడిగె నతఁడు. 165

సీ. కినుకతో నిట్లింత♦యును బెదరింపుచుఁ, బిఱువీఁకు సేయఁ ద♦త్ప్రియవధూ [illegible]
నీనితో నిది యేమి ♦ విడిచిపెట్టుము వీఁడు, తను నట్లుడించి వె♦ళ్లిన నె [illegible]
యాయింతి డాగి యెం ♦ దరిగెనో యెచటఁ జూ, పెడునంచు సనువిడి♦పించి [illegible]
మననీఁక వెదకుద ♦ మని తానునాతండు, నేఁడొట్టుఁ బాఱిపో♦యిన [illegible]

తే. జనియెఁ గడు దవ్వుగాఁ గుచ♦స్తబక మొకటి
వరునిభుజముతో నొఱయ న♦వ్వలితదంస
భాగమునఁ దనకోమల♦పాణిఁ జేర్చి
యనుపదంబును రోమాంచి♦తాంగి యగుచు. 166

ఉ. ఏనును వారి వెంబడిన • యేగితిఁ బాయక యింతనంత నెం
దేని మనోభవక్రియల • నింపున నేమఱి పెట్టిపోవునో
యానలకూబరుండును మదు•దగ్రకృపాణము నంచు దాని స
న్న్యాసగురుప్రసాదమహి•మోన్నతిఁ గాంచుటఁ బాయఁ జాలమిన్. 167

చ. అదియును గాక యావిపిన • మంతయు నెంతయు సావధానతన్
బదిలము గాఁగ సుస్ఫుటలీలఁ • బాయక యప్పుడు దూరదృష్టిచే
వెదకి కనంగ లేక కడు • విస్మయ మందుచు నేమి మాయయో
యిది యని వీరి కైన నొక•యీగడ వెళ్లునో యంచు నేగితిన్. 168

క. అంతట నాయిరువురు న, త్యంతము సంగాంగసక్తి • నాత్మలు గలఁగన్
గంతుక్రీడలు గైకొని, రెంతయు నెడ గలుగ నేగి • యేను నిలిచితిన్. 169

శా. ఆలీలన్ రతికేళిఁ దేలి తుదయం • దాయిద్దఱుం గేలిభి
న్నాలంకారము లొక్కరొక్కరికి నిం • పౌనట్లుగా దిద్దుచున్
లోలత్వంబున నుండ నచ్చటికి నా•లోలత్పదశ్రేణిచే
న్నాలోకింపుచు రంభ వేఱొకతె డా•యన్ వచ్చెఁ జిత్రంబుగన్. 170

ఆ. వచ్చి రిచ్చవడియె • నచ్చెరు వందుచు, నచ్చకోరనయన • వచ్చు టరసి
యద్భుతంబు నొందె•యక్షేశసుతుఁడు న, వ్విధముఁ జూచి యేను•వెఱఁగుపడితి.

ఉ. అంతట యక్షరాజసుతుఁ • డాకరణిం జనుదెంచి యున్నయా
కాంతప్రకారముం దనదు•కాంతప్రకారముఁ గొంతప్రొద్దు వి
భ్రాంతి మహావధానమునఁ • గ్రమ్మఱక్రమ్మఱఁ జూచె నెందు నొ
క్కింతవిభేద మేర్పడమి • కెంతయు నద్భుత మావహిల్లఁగన్. 172

క. ఈమాడ్కిఁ జూడ నను న, క్కామినిఁ గడుఁ దిరిగి తిరిగి • కనుఁగొనియెదు నీ
వేమి యిది నాకుఁ జెపుమా, నీమది యని యతని నతని•నెలఁతుక పలికెన్. 173

వ. ఇట్లు పలికిన నతండు. 174

తే. సమప్రతిబింబ మదియొ బా•నిప్రతిబింబ
మీవు యే మని చెప్పెదు • నిగురుఁబోఁడి
యేర్పఱుప రాక యున్నవా • రీవు నదియు
నేని కరు దంది చూచెదఁ • దిరిగి తిరిగి. 175

క. తుద నేమి చెప్ప నాదం, పెఁ దొలంగిన దాని నినుఁ ద•డంబడ కుండన్
మదిలోన నేర్పఱుచుట, సుదుర్లభ మ టన్న నతని•సుదతి గలఁగుచున్. 176

సీ. అట్లైనఁ బ్రాణనా•యక నినుఁ గౌఁగిటఁ, బాయ నే వెఱతు నీ•మాయలాఁడి
యీరూపుతో మన•కెడ సేయ నేతెంచి, నదియొ తొల్లియునొక్క•యసురజంత
జనకనందనకు రా•మునకును నెడ సేయఁ, గడఁగి వచ్చుట వినఁ•బడుచు నుండుఁ
గావున దీని నీ•కిక్కడఁ బట్టిపట్టిన, నొంటంగి నిచ్చిన • నొప్ప కుండు

తే. వట్టిమొగమాట లాలించి ♦ గట్టిగాఁగ
నదరవైచుచుఁ జను మంచు ♦ నౌర నీవు
గదలెదు సు మంచు సంభ్రమం ♦ బొదవ నవ్వుచు
కాంతుకంఠంబు నొక కేలఁ ♦ గౌఁగిలించె. 177

క. క్రొత్తగ వచ్చినరంభయు, నత్తఱిఁ గంతయును గని క♦రాంగుళి నాసన్
హత్తించి తలఁ గదల్చుచు, నుత్తలపా టేర్పడంగ ♦ నుస్సురు మనియెన్. 178

ఉ. అక్కమలాక్షిఁ జూచి యల♦కాధిపనందనుఁ డోపడంతి నీ
వెక్కడనుండి వచ్చితివి ♦ యేటికి నుస్సురు మంటి నీకు నీ
యక్కజ మేల వచ్చెను మ♦దంగనరూపముఁ దాల్చి తేగతిన్
రక్కసివో పిశాచివొ క♦రం బిది చిత్ర మెఱుంగఁ జెప్పుమా. 179

క. అన నయ్యంగన నాకే, మన నోరున్నయది మీర ♦ లనినంతయుఁ జె
ల్లున మీ కౌఁగాములు చె, ల్ప నుపాయం బొకటి గానఁ♦బడునందాఁకన్. 180

ఉ. రక్కసి నన్నఁ గా ననఁగ ♦ రాదు పిశాచియు నౌదు నాదురూ
పెక్కడఁ దాల్ప నేరచియొ ♦ యిమ్మెయి నెంతయు హత్తుకొన్న యీ
చక్కనిముద్దరాలు తన♦సత్యము లోక మెఱుంగ నింకఁ దా
రక్కసియో పిశాచియొ తి♦రంబుగ నేర్పడి పోవునంతకున్. 181

క. విను మాయేర్పాటు దనం, తన యగుచున్నయది యెట్లుఁ ♦ దప్పదు సత్యం
బనఁగా దైవం బనఁగా, జనులకు లేకున్న నెట్లు ♦ జగములు నడుచున్. 182

క. దైవం బనఁగా నాకిఁక, నో వల్లభ వేఱ యొక్కఁ ♦ డున్నాఁడే యా
దైవమవు నీవ చేయం, గావలసిన నీవ చేయఁ♦గల వేర్పాటున్. 183

సీ. అల్లప్పు డొకచోటఁ ♦ జల్లనిసురపొన్న, నీడ మెచ్చుచును నా♦తోడఁ గూడి
యందుఁ బల్లవశయ్యఁ ♦ గందర్పకేళి నిం, పొందుచోఁ బడమటి♦యందు నొక్క
వనితయాక్రందన♦ధ్వని వినఁబడుటయు, నీవు డిగ్గున లేచి ♦ పోవుచుండ
నేను నీతోడన ♦ యేతెంచుచో నొక, యిఱ్ఱి డాపలివంక ♦ నేగుటయును

తే. జూచి నిలిచితి నేను ని♦ల్చుటఁ గనుఁగొని
యెచట నెట్లిది హత్తెనో ♦ యెఱుకపడద
వేగిరించక నీవ భా♦వించుకొనుము
కల్లనిజములు క్రమముగాఁ ♦ గానవచ్చు. 184

చ. అనుడుఁ గుబేరసూను మొగ ♦ మారసి తత్ప్రియ యొక్క కేల నా
తని మెడఁ గౌఁగిలించి యు♦దంచితహాసముతోడ నిట్లనున్
మనచరితంబుఁ జెప్పెను స♦మస్తము వేల్పులసాని చెప్పిన
ట్ల నిజము గాఁగ నివ్వరవి♦లాసిని యెచ్చటనుండి చూచెనో. 185

తే. ఆనాఁట నప్పు డట్లు నినుఁ గూడి • యలిగినసతియు
నట్లు నీ వేగుచో నచ్చి•నదియుఁ దాన
యగుచుఁ దోఁప సందడికి యె•ట్లాడ నేర్చె
మగువ గాదుర యిది పెను•దగర గాని. 186

ఉ. ఇప్పగిదిన్ మహాకృతి వ•హించి నినున్ సనుఁ బాయఁ జేయ నే
నా స్వప్నస నైనఁ బాఁ గలయఁ • జూచు దురాశలమాయలాఁడి నా
తప్పక యింతఁ దత్తదుచి•తంపుఁగుయుక్తులమాట లెన్ని యే
నొప్పఁగ నాపుకో నెఱుఁగ • కూరకునె యిట్టివి చెప్ప నేటికిన్. 187

క. విను వల్లభ కన్నుఁగవఁ, గను బాపఁ దివియ నేర్పు•గలమునిముచ్చి
వనిత తగ దిచట నుండన్, వెనుకను దిద్దుకొన వచ్చునే • యొకపైనన్. 188

వ. అని యచ్చటఁ దన్ను నిలువనీక పోఁదోలుటకు నిజవల్లభుని సత్వరంబుగా బోధించు నాచంచలాక్షి పలుకులకు సలుక బలియ మనంబు సైరింప లేక యాకంబు నంది చాసి నధిక్షేపించుచు నిట్లనియె. 189

క. త్రుళ్ళఁగ నేటికి నిలునిలు, మిల్లలికినఁ బంపు నగునె • యింతటిలోనే
వల్లభునకుఁ గెంపు వచ్చిన, యుల్లాలవె యేను లాఁతి•నే పోఁదోలన్. 190

క. మగఁ డాపట్టునఁ దలఁ, దెగఁ గొట్టినఁ గొట్టుఁ గాక • తెకతేరఁగ నీ
కెగవిడిచి పోయెదనె ప్రా, వగ నాకాణాచి యైన•వలపులపంటన్. 191

క. ఈనీలిని మద్వల్లభుఁ, గోరిక మెడఁ గౌఁగిలించు•కొని నీ వుండన్
సైరించుటకొఱ గాదిది, రా రమ్మిఁక నోర్వఁ జుమ్ము • రావే యనుచున్. 192

క. వెతపెనువు లిచటఁ జెల్లవు, పుడమి నహహా దొంగ లాసఁ•బొడిచినఁ గోకల్
విడుతురె గడితునే యె, క్కడి గతిమాలినపిశాచి•కవె నీమాటల్. 193

వ. అనుటయు నాయింతి సైరింపక. 194

మానినివృత్తము. అంత మదింపకువే యని పల్కిన • నంత మదింపకువే యనుచున్
గంతు లడంచెద లెమ్మని పల్కిన • గంతు లడంచెద లెమ్మనుచున్
రంతుల నేమిఫలం బని పల్కిన • రంతుల నేమిఫలం బనుచున్
బంతము చూడఁగ దే యని పల్కినఁ • బంతము చూడఁగ దే యనుచున్. 195

సీ. ఒట్టు సుమీ యన్న • నొట్టుసుమీ యంచు, నేమేమి యనిన నే•మేమి యనుచుఁ
గానిగదే యన్నఁ • గాని గదే యంచు, నిం కేల యనిన నిం • కేల యనుచు
నోసి పోవే యన్న • నోసి పోవే యంచు, నౌ నంటె వనిన నౌ • నంటె వనుచు
మఱువకు మిది యన్న • మఱువకు మిది యంచు, నీ వెంత యనిన నీ•వెంత య [నుచు
తే. నొకతె మగనికి నాసించు • టొప్ప దనిన
నొకతె మగనికి నాసించు • టొప్ప దనుచుఁ

బట్టి యాడెడి నారంభతోఁ • బ్రథమరంభ
ప్రియుఁడు నిలు మన్న నిలువక • పెద్దరొదగ. 196

చ. జగడపుఁగూటిసత్తరువు • సారెకుఁ గోరుచు వీఁడి వారిని౯
దగిలెడుతండనాలజడ • దారిఁ బోరింబోరిఁ గుంచె నీచుచు౯
మిగులఁగ వీణె మీటుచును • నేఁపు పడంతులమొద్దనుం గను౯
నెగడెడువిందు గల్గె నని • నెమ్మది మెచ్చుచు వచ్చెఁ జెచ్చెరన్. 197

క. వచ్చినఁ గుబేరసూనుఁడు, నచ్చెలువలు నెదురు గాఁగ • నరిగి యతఁడు౯
నిచ్చలు మగుతాత్పర్యం, బచ్చుపడఁగ బ్రమోక్తి గతఁను • నల్లన నగుచు౯. 198

క. నలకూబర నీ కిం దే, చెలువ ప్రియవధూటి నాకుఁ • జెప్పుమా దాని౯
దెలియక దీవింపఁగరా, దలరుఁ డొకరొకళ్ల ప్రేమ • ననుచు౯ నిస్తున్. 199

మ. తనకంటెం బ్రియ నీకు లేదు తనసౌం•దర్యంబె సౌందర్య మం
చును గర్వింపుచు నున్న రంభమదముం • జూడంగ లే కిట్టి చా
నిని నీవే సృజియించితో యుదియ తా • నీతోడఁ గ్రీడింపఁగాఁ
దనమే నొక్కటి చాల దంచుఁ గడఁక౯ • ద్వైరూప్యముం బాల్చెనో. 200

తే. ఎట్లయైన నీప్రేమ యీ•యిరువురందు
సమ మగునొ కాదొ చెప్పుమా • చాలఁ దడవు
వీరిఁ బోరించి తప్వేడ్క • విరియఁ జిమ్మ
లేక కనుఁగొంచు నుంటి నే • నాకసమున. 201

క. అనుటయు నే నెక్కడ వీ, రిని బోరించితి నయో వి•రించితనయ నా
కును వీరలసమరూపత, యును బోరును వెఱఁ గొనర్పు•చున్నది మిగుల౯.

వ. అని పలికి మున్ను దా నందు నొక్కరంభఁ గూడి క్రీడించుచుండి యున్న [illegible] దూరంబున వనితాకృతం బైనయాక్రందనంబు వినంబడినఁ గారుణ్యసంభ[illegible] బున నద్దిక్కునకై చనుటయు నంతం దనదృష్టిపథంబునం బలాయమాన[illegible] గునన్నుం దరిమి పట్టుకొని యొకకొంతదవ్వు దిమగఁ గొంపోవుటయు [illegible] కిఁ దనకాంత గూడ వచ్చుటయుఁ దత్ప్రార్థనంబున నన్ను విడిచి [illegible] విహారంబుల నడియుం దానుఁ గొంత ప్రొద్దుపుచ్చుటయు నంత [illegible] వచ్చుటయు దానివచనప్రకారంబును గలహాభంగులుం జెప్పి [illegible] రుం డాయిద్దఱురంభలయందు. 203

సీ. తా నటమున్ను క్రొ•త్తగఁ దీర్చినట్టిక, స్తూరికాతిలకంబు•సొంపుతోడఁ
గన్నె గేదఁగి రేకు • లన్ను నగాఁ గొనల్, గాన్పించ నిడినకీ•ల్గంటుతోడ
బంగారుపస మించు•పసనిపుప్పొడి రేఖఁ, జూపట్టు పాపట•సొబగుతోడ
సరివాటు గాఁగఁ గే•సరములు గ్రుచ్చిన, కురువిందవిరిగుబ్బ•సరముతోడ

తే. నొప్పు మీఱుచు నున్నట్టి ♦ యొకతెఁ జూపి
యీసరోజాయతాక్షియు ♦ నేను నున్న
చోటి కింతకుము న్నావ ♦ ధూతి వచ్చె
ననుచు రెండవయింతి న ♦ మ్మునికిఁ జూపె. 204

ఉ. చూపిన నాలతాంగి యజ ♦ సూనున కంజలి చేసి యోమహా
తాపస యల్లనాఁడు మము ♦ ద్వారక చేర్చిన నాఁడి నట్టిమీ
యాపలు కింత చేసె నన ♦ నన్యయు నట్ల యనన్ మునీశ్వరుం
డాపువుఁబోండ్ల నిద్దఱ య ♦ థార్థము పల్కితి రంచు నవ్వుచున్. 205

క. ఆమాటలు సరిదాఁకెఁ గ, దా మా కీక్షణోత్స ♦ వాతిశయంబున్
బ్రేమమునఁ జూడఁ గల్గెను, వామేక్షణలార పోయి ♦ వచ్చెద ననుచున్. 206

క. అనుటయు నలకూబరుఁ డో, మునివర యిద్దఱ యథార్థ ♦ ముగఁ బల్కితి రం
చును బల్కితి రెట్లొకొ యిది, వినవలయుం దేటపఱచి ♦ విచ్చేయుఁ డనన్.

సీ. నాఁడు దా నాత్మ సౌం ♦ దర్యవైభవపతి, వాల్లభ్యమహిమగ ♦ ర్వమున నాడు
కొనువాక్యములు నేను ♦ వినలేక సవతియే, గతిఁ గల్గునో మీఁదు ♦ గంటివె యని
నట్టిమాటఁ దలంచి ♦ యాపలు కింతసే, సె నటంచుఁ దార్కాణ ♦ సేసె నొకతె
యొక సారంభారూప ♦ యుక్తిచేఁ బ్రియుఁగూడఁ, గాంక్షించి యొక కార్య ♦ ఘటనవేళ

తే. నాదియందును నాచేత ♦ సది వరముగఁ
దనకు నిచ్చితి ననిసంచు ♦ కొనుట యిపుడు
హృదయమున నిల్పి యాపలు ♦ కింత సేసె
ననుచుఁ దార్కాణ సేసె రెం ♦ డును నిజంబు. 208

క. నా విని యిపు డీభావం, బీవనితకు నివనితకు ♦ నిది యనుచు బయల్
గావించి తథ్యమిథ్యా, భావంబులు మీర లేరు ♦ పఱుపఁగ వలయున్. 209

క. నావుడును దథ్యమిథ్యా, భావంబుల కేమి నీకు ♦ భావింపఁగ స్వా
భావికమే యీయాకృతి, భానము నిజ మెద్ది యీప్ర ♦ పంచమునందున్. 210

క. ని పట్టురునడ నొక్కతెఁ, జూపి యొకతె గర్వ మడఁపు ♦ చున్ వలయుఁగతిన్
బ్రాపింప నచ్చు భోగము, నీపుణ్యం బినుమడించి ♦ నేఁడు ఫలించెన్. 211

ఉత్సాహ. అనుచు నోమహాత్మ పెద్ద ♦ లైనవారిఁ దడవుగా
నునిచి యిట్లు నట్లు పలుక ♦ నొప్ప కేమి వచ్చునో
చనుఁడు నిలుప వెఱతు ననినఁ ♦ జనియె నాతఁ డట్ల యా
ననుచు నుచితలీల నుండు ♦ మనుచు నల్ల నవ్వుచున్. 212

సీ. అక్షేశనందనుఁ ♦ డంతట నెప్పటి, తనపువ్వుఁబోఁడి కై ♦ దండఁ గొనుచు
నిది యెంత లేదు నె ♦ మ్మది నిట్టివిఘ్నముల్, గుఱిచేసి మనకేలి ♦ మఱువ నేల

రమ్మంచు రెండవ•రంభఁ గనుంగొని, నీ వెంత నేర్పులు • నెఱపితేని
మాయలే యని తోఁచు • మాకుఁ గావున నీదు, సత్య మెఱింగించఁ•జాలినట్టి

తే. సాక్షిఁ దెమ్ము పొమ్మని తిర•స్కారసరణి
దోఁపఁ బలికెఁ దాత్కాలిక•దుర్నివార
మారకేళీకుతూహల•మహిమచేత
నెచటికేనియు నపుడు డా • రేగఁ దలఁచి. 213

ఉ. ఆసుదతిం గనుంగొని త•దంగన యప్పుడు హెచ్చినట్టి పే
రీసున నీసడింపుచు నో•కించుక నీకును సిగ్గు లేదొకో
దోసము గాదె యిద్దఱు•వధూవరు లేకత మున్న చోటికిం
డాసిన నిట్టియాసలఁ గ•డంగిన నే మని చెప్ప నావుడున్. 214

వ. ఆరంభ యమ్మాటలకు నలిగి గోపకషాయితవీక్షణంబుల నాపక్ష్మలాక్షి నీక్షించి.

శా. ఓసీ నీకొఱగామియే యిది నిజం • బూహింప కిట్లంగజ
వ్యాసక్తుం డగునాథుచేష్టితము గా • కైనం గుబేరుండు లేఁ
డో సుత్రాముఁడు లేఁడొ పద్మజుఁడు లేఁ•డో ధర్మపుం బ్రాపు లే
దో సత్యంబును నిల్ప నింతన కడుం • ద్రుల్లంగ నీ కేటికిన్. 216

క. అనిన విని నాయకాదర, ఘనగర్వము నిరసనంబు • గడుఁ జిత్తములోఁ
దనరఁగ నప్పులు కించుక, యును గైకొన కవ్వధూటి • యుద్ధతిఁ బలికెన్. 217

క. అఱవు లుడిగి పోపో నీ, యఱచేతం బండ్లు వచ్చి•నప్పుడు మమ్మున్
గఱచెదవు గాని తగునెడ, మొఱయిడుమది ఘొట్టిదైవ•ములు వినియెడినో. 218

వ. అనుటయు. 219

క. కానిమ్ము వేగిరింపకు, నీనుదుటనె ప్రొద్దు వొడిచె•నే యే దైవం
బైనను విన నిప్పుడె యిదె, నానిజ మేర్పఱచి నీకొ•నర్చెద శిక్షల్. 220

వ. అని పలికి యచ్చోటు వాసి కొన్ని యడుగు లరిగి యంతటఁ దనకోపంబును [illegible]
చి దీపించు ప్రియవియోగదర్పితానల్పకందర్పహేతిఘాతజాతచేతస్తాపంబున [illegible]
క యాపడఁతి కడుం గృశించి గళితకంకణ యగుచు నిలిచి యొక్కయుపా
యంబు చింతించి తిరిగి వచ్చి యి ట్లనియె. 221

క. నీ విచ్చో మెరియత వై, కావరమున వలసినట్లు • గయ్యాళించం
గా వెఱచి పెద్దమొఱ గా, దే వీరిని వారిఁ దగిలి • యేల వచింతున్. 222

క. నీవును రా ర మ్మిప్పుడు, దేవసభం దేఱి యేగు•దెంత మనుచుఁ దా
నావనజాక్షిని డగ్గఱి, తీవరమునఁ గొంగుఁ బట్టి • తిగిచెం గినుకన్. 223

చ. తిగిచినఁ జూచి తే నిను మ•దిం గణియింపక యెంత సేతకున్
డెగియె భయంబుడక్కి పెను•డిమ్మరితక్కసి గాక భూమిలో

మగువయె యీగయాళి ప్రథమంబున నోర్చినతప్పు నూవె యీ
పగిది ఫలించె నంచు బ్రియుఁ బల్కెఁ గరం బది సంభ్రమింపుచున్. 224

క. పలికిన మన కేమీ విభు, ధులసభలోపలన తనదుదుండగ మెల్లం
దెలిపి తగుశిక్ష సేయుద, మలిగి యిపుడు పదర నేలయని యతఁ డాడెన్. 225

తే. అంతఁ బ్రతిరంభ చూచి నీయాత్మలోన
నింత యుండిన నీసత్య మెఱుఁగవలయు
దిరుగఁబడినను విడువఁ జూ దేవసభకుఁ
బద మనుచు దానిఁ గూడి పోఁ గదలుటయును. 226

వ. కొంత చింతించి యిట్లనియె. 227

సీ. అప్సరః స్త్రీలలో నగ్రగణ్యత్వంబు, జగదుపశ్లోకితంబుగ వహించి
యూర్వశీమేనకాద్యుత్తమ స్త్రీలు రా, వమ్మ పోవమ్మ నా నతిశయిల్లి
యెన్నఁగ నెచ్చోట నెవ్వారిచే వ్రేలఁ, జూపించుకొనక ప్రస్తుతికి నెక్కి
నలకూబరునకు ధన్యతరుండ నా గరు, వతనంబుచే నీకు నన్నెఁ దెచ్చి

తే. యొప్పునే యింకఁ గడపట నిప్పిశాచి, నాకు సరిచేసికొని దేవలోకసభకు
నీవు నూ నీవు సు మ్మని యేవిధమునఁ, గలహమాడెద నిది నీవెంతలఁచిచూడు.

క. కోపము పాపమునకుఁ బొ, త్తీపెనుఁదగవునకుఁ దగఁగ నేతిట్లాటల్
ప్రాపించునో పడఁతుల, కోపురుషశ్రేష్ఠ యవియు నొక్కబ్రదుకులే. 229

వ. అదియునుం గాక. 230

క. రంభకు సహాహాయొక ప్రతి, రంభ గలిగి తిగిచి తెచ్చె రచ్చల కనినం
స్తంభింపనీరు హాస్యా, రంభణ మీపోరు నిర్జరవిటుల్ నగుచున్. 231

క. నానడకలకును యోగ్యము, కానిది యిపు డిచట నైనఁ గలహమ బ్రదుకె
క్కైన నగుఁ గాని యింక నీ, యాన ధరణి విడిచి దివికి నడుగటు వెట్టన్. 232

క. ఈకలహ మపుడు వినఁబడు, నాకంబున సురల యానమము లేగతి నా
లోకింతుఁ దెగినఁ దెగనీ, నాకు మఱఁదు నిన్ను నిలుమనక రాకునికిన్. 233

వ. అనుడు రౌడవకొమ్మ యమ్మాట లాకర్ణించి యోకాంతుండయీకాంత నేర్పుచూ
చితే వేల్పులకడకు నేతెంచినఁ దనమాయ బట్టబయలం బడు నని యెడుతలంపున
రాఁ గూడక సురలయానసంబు లేగతి నాలోకింతు నని నాకగమనంబు పరిహరిం
చె నంగును ధరణివిడిచి యడు గటువెట్ట నని తోడిఁబడన నీమీఁదియాన పెట్టు
కొనుట ఖేచరత్వంబుకలిమియు సందియంబ యింతతడవు ప్రియకాంత యనుచు
నెట్లు నమ్మితని పల్కిన నది వివేకమార్గంబ యగునని నలకూబరుండు తద్వాక్యం
బులకు నిరుత్తరయై యున్న తనదండ చెలువ నుండనీక యోసి మాయలాడివి గదె
యని మెడపట్టి పాయంద్రోయుటయు నదియు సందుగా నాయిందుముఖి నందంద

ధట్టించి యిట్టివెడసేతలచేత నాథుని కెడసేసి చేశోజాతహేతిఘాతంబుల పాలు పఱిచి తని పలికి యాతరళాక్షిని హేతిఘాతనిమిత్తంబుచేతన కాయవి ... బు నొందు మని శపించె నలకూబరుండును దత్కాలం బెట్టిదియో కాని ... ములు వివేకింపలేక యిది యిట్టిశాపంబునకుఁ దగు నని పలికి యోసి ... ద్ది యెట్టిదాన వని యడిగె నప్పుడు తత్ప్రతిరంభ సైరింపక. 234

శా. ఇందాఁక న్నినుఁ జేరనీక నను న ♦ క్లాంతే మనోజవ్యథ న్
గుందంజేయుట చాల కే మడిగె దీ ♦ గొంటు న్ వృథా యంచు నా
కందర్పత్వరఁ గానలే వనుచు నా ♦ కంజాక్షిఁ బోద్రోబ్చఁ దా
నెందు న్నిల్వఁగనీక పేరలుకతో ♦ నెంతేఁ గడు న్దవ్వగన్. 235

వ. అని చెప్పి యాసిద్ధుఁ డాసుముఖాసత్తికిట్లనియె. 236

తే. అట్లు పోద్రోబ్బుటయు నతఁ ♦ డాత్మ నిచ్చ
గించుకొని యుండెఁ గాని తా ♦ నెంచఁ డయ్యె
రంభయగాఁగాము లాప్రతి ♦ రంభమీఁది
ప్రేమఁ గాముకుల్ నూతన ♦ ప్రియులు గారె. 237

క. అనుటయు నీ వందేఁ యిం, తిని సత్యపురంభ యనుచుఁ ♦ దెలిసితి వా...
గున భంగమొంది యూరక, చను టరయఁగ నదియ కపట ♦ సతి గాన...

క. త న్నట్లు పలికి ద్రోబ్బఁగ, మిన్నక చన నంత నోరు ♦ మెదపక యగి...
ము న్నాడినమాటలబిఱు, సెన్నఁగ నిది గనియె నతఁ డు ♦ పేక్ష యొన...

క. అది యెట్టిద కాసిమ్మా, తుద చెప్పుము సిద్ధపురుష ♦ తొల్లి యెచటఁ గ
న్నది విన్నదిగా దద్భుత, మిది వినవలయు నన నాతఁ ♦ డిట్లని పలికెన్. 240

సీ. ఇఁకమీఁద నింక నొ ♦ క్కటి యద్భుతము విను, మోపయోజానన ♦ యా...
నారీతి నెంతయు ♦ దూరంబుగాఁగఁ బో, ద్రోబ్బి యే తెంచి యా ♦ ...
ప్రియుఁ జూచి మగవారి ♦ ప్రేమ లిట్టివిగదా, యెట్టు నమ్మఁగ వచ్చు ♦ నిచ్చ...
బాణేశ యటు దండ ♦ వాసినమాత్ర నీ, ద్రిమ్మరి నెచ్చోటఁ ♦ దెచ్చు...
తే. నిన్ను నే మన నున్నది ♦ నిరభిమాన
గుణత నినుఁ జేరు న న్నను ♦ కొనుట గాక
నాకునా యిన్నిపాట్లంచు ♦ నాకులమతి
నడలెఁ గన్నుల బోటబోట ♦ నశ్రు లొలుక. 241

చ. అడలిన నాదరంబునఁ ద ♦ దశ్రుజలంబులు కేల నొయ్యనం
దుడుచుచు నామెడం గలదె ♦ దోస మొకింతయు నెంచి చూడ నో
పడఁతుక దాని నీవ యను ♦ భ్రాంతిఁ గరం బిటు లాదరించి యే
ర్పడినఁ బరిత్యజించితిని ♦ బట్టఁగరా దిది తప్పుగా మదిన్. 242

మ. అని యింతిన్ నలకూబరుం డురముతో ♦ హత్తించుచున్ దుఃఖ మా
ర్చి నికుంజంబునకున్ రతిక్రియకు నై ♦ చేర్పంగ వేఱొక్క డం
తన వచ్చెన్ నలకూబరుం డచటికిన్ ♦ నారూపముం దాల్చి వం
చన నెవ్వాఁడొర జేసినాఁ డట దురా♦శన్ రంభ నంచున్ వెసన్. 243

తే. ఇట్లు వచ్చినఁ గనుఁగొని ♦ యేను మిగుల
నుల్లమున వెఱఁ గందితి ♦ నొకటివెనుక
నొకటి రాఁ జొచ్చె మాయ లీ♦యుర్విమహిమ
తెలియఁగు గాదు గదా యని ♦ ధృతి చలింప. 244

సీ. అ ట్లేగుదెంచుచో ♦ నతని గన్గొని రంభ, బెదరు నాశ్చర్యంబు ♦ మది జనింప
విభున కిట్లనియె న♦ల్లభ యిది యొక్క మా, యా ప్రపంచముచూడు ♦ మద్భుతంబు
నీదురూపముఁ దాల్చి ♦ భేద మొకించుక, యును లేక కాన్పించు ♦ చున్నవాఁడు
తనదురూపము నీవు ♦ ధరియించి నాఁడవం, చున్న వాఁ డిది గెల్వ ♦ యుక్తిచెపుమ

తే. యపుడు నారూపుతో నది ♦ యన్ని వెతలఁ
బెట్టె నది గడచితి మన ♦ బెట్టిదముగ
నిపుడు నీరూపుతోడ నీఁ ♦ డేగుదెంచెఁ
దిరుగఁ డొకమాత్రమును నచ్చు ♦ బిఱుసుఁ జూడు. 245

క. మనయభిమతఖేలనములు, మనమున సైరింప కెన్ని ♦ మాయ లకట యే
దనుజుఁడొకో మాత్సర్యా, బూనరఁగఁ జలపట్టి పన్ను ♦ చున్నాఁడు గడున్. 246

వ. అని పల్కుచుండె. 247

శా. అంతం జేరఁగ నేగుదెంచి యతఁ డో ♦ యబ్జాక్షి యే మంచు వి
భ్రాంతిం బల్కెదు కల్లయున్ నిజము నీ ♦ డ్పా టొందగా నిప్డు నీ
కాంతున్ నన్నుఁ బరిగ్రహింపుము మదా ♦ కారంబు నీఁ డెవ్వఁడో
యొంతే నొప్పుగఁ దాల్చె వంచితవు నీ ♦ వేతన్మహామాయచేన్. 249

మ. మది నామాటలు నమ్మవేనియు నిఁకన్ ♦ ను మ్మిద్దఱన్ ధైర్యసం
పదఁ బెం పారఁగ దర్పులన్ నిలిచి యో ♦ పద్మాక్షి వీక్షింపు మే
నిదె ఖండించెద నీని మామకమహా ♦ హేతిప్రకాండంబుచేఁ
దుద శోధించెదు గాని నీకుఁ గలయు ♦ క్తుల్ మీఱు నాసత్యమున్. 249

చ. అన విని చాలఁ దల్లడిలి ♦ యాయక నాయకుకంఠమున్ రయం
బునఁ దనకౌఁగిటం బొదివె ♦ భూరికృపన్ ననుఁ గావరే ప్రియున్
మనుపరె వేల్పులార యొక ♦ మాయపురక్కసుఁ డాక్రమించి తాఁ
దునుముచు నున్నవాఁ డలుక ♦ తోన నిరాయుధు నంచు నేడ్చుచున్. 250

చ. అది గని వాఁడు నవ్వి యిది ♦ యూర వివేకము గట్టి గాఁగ న
న్నె దనుజుఁ జేసితే ముగుద ♦ నీవు దలంకకు నే నిరాయుధున్

మదమఱి పాఱువానిని బ్ర♦మత్తుని జంపెడువాఁడఁ గాను నా
కెదిరిచి నిల్చునో యనుచు ♦ సీతనిఁ ద్రుంచెద నంటి నిత్తఱిన్. 251

వ. ఎదిరించి నిల్వనోపునేని తనకైదు వెచ్చట నున్నది తెచ్చుకొమ్మను మోకాన్పై
నెమ్మనంబున నితండ నిక్కపునలకూబరుం డనియు యుద్ధంబున జయాపజయంబు
లెంచినట్టురావు తోడింబడ నితని కొక్కటియయ్యె నేని యేనేమి యగుదాన నా
నియు విచారించి తేని నితనితథ్యమిథ్యాభావంబు లేర్పడునందాఁక నేనును యు
ద్ధంబునకు వేగిరింపక సహించెద నింక ను మాయిరువుర వాక్యప్రకారంబులు విని
యు నీవెఱింగినపూర్వరహస్యంబు లడిగియు మఱియు నుచిత మగు తెఱంగుల వల
న మాకపటాకపటవర్తనంబులు దెలిసికొనుము నాకుం బ్రియవనిత వైనసీవు
నాయెదుటన యిట్లు పరుని గంథాలింగనం బొనర్చి యుండ నిచ్చలోన మచ్చరంబు
పెచ్చుపెరుఁగక యుండఁదు పెచ్చుపెరిఁగెడుమచ్చరంబు సత్యాసత్యవివేచనంబు
ర్యంతంబు నిలువ కెట్లొనర్చునో యెఱుఁగరాదు గావున నాత్మహితంబు గోరి యేను
యతని విడిచి యెడ గలుగ నిలిచి నాపలుకులు విను మని పలికిన. 252

క. ఆచెలువ తనదుప్రియునిం, గాచుకొనఁగ నప్పు డదియె ♦ గతిగా మది నా
లోచించి చూచి మఱి త, ద్వాచాగతి నతని కెడగఁ ♦ బోఁ జని నిలిచెన్. 253

క. ఆతఁడు నోతొయ్యలి యిపు, డీతనియీక త్తి గిత్తి ♦ యేను గణింపన్
భీతిలకు మన్న మానవు, భీతప్రకృతి వని యొప్పెఁ ♦ బ్రియ యటు చనఁగన్.

శా. ఆరీతిం గడ కేగి తా నిలిచి ప్రే♦మాంచత్కటాక్షంబులన్
ఘోరాసూయనిరీక్షలన్ వరుసఁ గాం♦తున్ దత్సమాకారు న
న్నారీరత్నము చూచుచుండె నెచటన్ ♦ వ్యర్థంబు లత్యుజ్జ్వలా
కారశ్రీసమతల్ జనించు ననురా♦గంబుల్ మమత్వంబుచేన్. 255

సీ. రెండవనలకూబ♦రుం డంత రంభఁ గ, న్గొని చెల్వ భావించు♦కొనుము నీవ
యమరేంద్రుఁ డంపనిం♦దరుగుదెంచితిగద, మణికంధరునితపో♦మహిమఁ జెఱుపఁ
నతని నేచెట్లఁ గ♦ట్టితి వీతఁ డెచ్చోట, లంకించుకొనియె న♦లంఘ్య మైన
విరహతాపంబునఁ ♦ బొరలుచు నీరాక, కెదురుచూచుచునున్న♦యే నటుండె

తే. నకట సురకార్య విఘ్నమో ♦ యనుభయమున
వెంట రా లేనిపాప మీ♦వ్వేతలు దెచ్చెఁ
డేరకాఁ డిట్లు నిన్ను భ్రాం♦తిని బొరల్ప
బాస సేయంగవలసె నే♦ భర్త ననుచు. 256

మత్తకోకిల. వెంట వచ్చిన నీవు నాపయి ♦ వేడ్కఁ జిక్కి తపఃక్రియల్
గెంటఁ జేయ నెఱుంగ కుండినఁ ♦ గీడు వాసవుచేత నే
వెంట రా కటు నిల్చినన్ నన♦వింటివానికిఁ గోప మీ
రెంటఁ జింతలు గొంత ప్రొద్దొన♦రించినన్ బిఱువీఁకుగాన్. 257

మత్తకోకిల. అంతఁ గంతునిపంత మెంతయు ♦ నంతకంత కనంతవి
క్రాంతిఁ బర్వఁగ నోర్వ కెట్టటు ♦ కాని యింద్రునియల్క పై
రింతు నంచును సాహసం బొన ♦ రించి యే నిటు వచ్చితిం
గొంత వెండియు నింద్రు నెంచుచుఁ ♦ గొంచితిన్ నిను డగ్గఱన్. 258

చ. తపసితపఃక్రియల్ చెఱిచి ♦ దైవతకార్యము నిగ్రహించి నీ
వెపుడెపు డేగుదెంతు నిను ♦ నెప్పుడు కౌఁగిటఁ జేర్తు నంచు నే
నపరిమితాశ నోజలరు ♦ హానన యివ్వనిచేరువం బ్రియా
సపడుచు నిల్చుకొంటిఁ బిక ♦ సంచయపంచమవంచితాసువుల్. 259

క. ఇక్కడ నిను వీఁ డెవ్వఁడొ, యిక్కరణిన్ మోసపుచ్చి ♦ యేలుకొనంగా
నక్కట వలవనిశంకల, నక్కడనే పాడుకాఁపు ♦ లాగతి నుంటిన్. 260

ఉ. ఇంతకుమున్ను నారదము ♦ నీశ్వరుఁ డచ్చటి కేగుదెంచి నీ
వెంతయు మన్మథార్తిఁ బడి ♦ యేమిటి కిచ్చట నున్నవాఁడ వో
భ్రాంతుఁడ నీదురూపమున ♦ రంభ నొకం డవలం గరంబు వి
భ్రాంతిని ముంపుచున్ వివిధ ♦ భంగుల నేలుచు నున్నవాఁ డనన్. 261

క. విని వచ్చితి నేసమయం, బున నేగతి సందుకొని యేఁ ♦ బొలఁతుక యితఁ డీ
తని తెఱఁగుఁ జెప్పు మున నే, మని చెప్పెద ననుచుఁ జూచె ♦ నది ప్రియుమొగమున్.

తే. చూచుటయు నేమిచూచెదు ♦ శోభనాంగి, నిన్నుఁ జెందినపాపెల్ల ♦ నన్నుఁ జెంద
కుండునే నాఁటియలనార ♦ దోక్తి యరయ, నాఁడు నీతోడ నమ్ముని ♦ నాయకుండు.

క. నినుఁ బోలువనిత నీకును, వనజముఖి యితనిఁ బోలు ♦ వాఁ డితనికి నెం
దును గలిగి కలంచునె యి, ట్టినిగాఢపుసొంపుమదము ♦ లీవులు చనునే. 264

క. అని పలికెఁ గాదె యది వృథ, చనునే నైయెవను లతాంగి ♦ శంకింపకు నీ
మనమున నీగతి నిప్పుడు, తునిమెద నాఖడ్గమునను ♦ దుర్దమలీలన్. 265

వ. ఆఖడ్గం బపుడల్లయచటి కేళినికుంజంబునం బెట్టినవాఁడ నదె తెచ్చుకొనియెద నని పోవం జూచినఁ దత్ప్రతిభటుండు నీ కింతబీరంబు గలిగినం బోరు ఘోరంబు చేసి యిటు నటుం జన నేల నిరాయుధు నం టేని నేను నాయుధం బిదె విడిచితి నని విడిచి యుద్ధంబుగా నడిచిన బెడిదంపుటీరసంబున వీరరసంబును ఘోరంబులగుచు నుల్లసిల్ల మల్లయుద్ధం బాయిద్దఱకుం దద్దయుం బ్రవర్తిల్లె నప్పు డొండొరులయుద్దండదోర్దండచండాస్ఫాలనాభీలఘోషవిజృంభణంబులు కుంభినీధరగహ్వరసముద్ధతప్రతిధ్వానంబులచేత నినుమడించి ప్రళయజలధరవర్గనిర్గళితంబులగుబలుపిడుగులమ్రోఁత ననుకరింప నిశ్శంకనిరంకుశాహంకారహుంకారగంభీరారావంబులయార్భటులు నిర్భరసముద్భటంబులై దిగ్భిత్తులఁ బిక్కటిల్లుచు వ్రిక్కలింప నొక్కొక్కరిమిక్కుటపువిక్రమంబుల పెక్కువ లెక్కగొననియక్కజపుఁ జేతుక్కున మిక్కిలి పేర్చునిచ్చలపుటగ్గలికలఁ దగ్గుమొగ్గు లేక డగ్గఱి

యాగ్రహంబు నెఱప నుద్ధారింపుచు గద్దరకనీక యడ్డంబుగా నొడ్డుకొని యొ
నెదిరిపిడికిలి పాయం దట్టి బెట్టిదంపుటురువడిం దొడింబడఁగఁ దీసి కీలాగి
ష్ఠురముష్టిఘాతప్రయోగనైపుణంబుల దీపించుచుఁ గోపంబున నేపు చూపె
నాటోపంబుల నాఁపరానియనూనంపుబిఱుసునుం బరుసఁదనంబును హెచ్చ
జెచ్చెరఁ జొచ్చి పట్టికొని హెచ్చరికం గచ్చువదలఁ బెఱఁగడియచ్చలంబులు
లంబును బ్రబలంబుఁ జేయుగళంబుల ముంజేతు లిడి పెడమర నొక్కి నె
విఱిచి పడవైచియుఁ బడనైచిన విడువక తోడఁస పరునిం బడంగ దిగుచుచుఁ
చిన బిగివదలక పయిం బడి కదలమెదలనీక పొదివి పట్టుచుఁ బట్టిన నిట్టట్టు
నంగి పట్టు వదలించి కరంబులు నురంబుల నడిమికి ముడించి యొడముకొని బ
బడిం బొడుచుచుం బొడిచినఁ బొడవనీక కడిందికడిమి నడంగం బట్టి పగతు
లు తొడలనిఱికి పరాక్రమించుచుఁ బరాక్రమించినను విక్రమంబు దక్కక
కటిదట్టికట్టు పిడికిటఁ దొడివి యెత్తి తెరపిగొని పఱపి మోఁకాళ్లు న
బున నానివెల్లకిలఁద్రెళ్లి బిళ్లమీఁటుగాఁ జిమ్ముచుఁ జిమ్మి ముమ్మరపువేగంబు
డన లేచి పైఁబడఁ గడంగిన నెడయీక పదంబులు చాఁచి యెదు
ముఱి నెక్కింత తఱిఁ గని యద్భుతరయంబున దిగ్గున లేచి మెడ యొడిసి
గ్రుడ్లు వెలికుఱక నొక్కుచు నొక్కినఁ జిక్కువడక యొక కేలఁ గోకపట్టు
కేలఁ దొడయుఁ బట్టి కూలవైచి మఱియు మల్లచఱచి క్రమ్మఱ లెమ్ము
గర్జిల్లుచు గర్జిల్లిన నూర్జితరయంబున మగుడఁ దలపడి పౌరుషంబు సేయ
వెండియుం బాయుచు డాయుచు ననేకప్రకారంబులఁ బోరుచుండ. 266

ఆ. అట్టియెడను బచ్చ • పట్టుదట్టీచేత, నొప్పుతనదుప్రియుని • నుజ్జ్వలాస్య
కీవి నెఱపుచంద్ర • కావిదట్టీచేతఁ, బరుని గుఱుతెఱింగె • సురవధూటి. 267

క. ఇక్కరణి నించుకంతయు, నెక్కువతక్కువలు లేక • యిరువురు సరిగా
నుక్కునఁ బోరాడి శ్రమం, బెక్కుడుగాఁ జేసి నిలిచి • రెడగా సాతన. 268

ఉ. రంభయు వారిరూపు ననిఁ • బ్రౌఢియుఁ దుల్యతఁ బోల్చి సంశయా
రంభ మొనర్ప నెవ్వరిఁ డి • రంబుగ నమ్మకహా నిలుంపు సం
రంభము మాని యే నడుగు • ప్రాక్తనవర్తన మొక్కటిన్ రహ
స్సంభవ మైనదాని వరు • సన్ వచియింపుఁడు మీర లిత్తఱిన్. 269

క. దానన్ సత్యాసత్యత, నే నామతికొలఁది నిశ్చ • యించుకొనఁగ నె
వ్వానికి నెయ్యది యుచితం, బాసియతి యతండు పోవు • టర్హం బనినన్.

వ. అని యావనిత యాడుమాటకు వార లియ్యకొన నిద్దఱిం బాయ
బిలిచి యొకఁడు వినకుండ నొకనితోడ మనకుఁ దొల్లి కళాపూర్ణుం డను
ప్రసంగం బెచ్చటఁ గలిగెఁ దత్ప్రకారం బేమి నీవు వింటివని యడుగుటయు
ద్వితీయుండు దానికి సమ్మతంబుగా నుత్తరం బిచ్చెఁ బ్రథముండు వెలవెల

ఱుచు నూరకుండె నయ్యతివయు నతనిం జూచి కటకటా యిందాఁక నేను నిన్ను నిక్కపుఁబ్రియుం డనుచు నమ్మి యుండితి నీవు కపటరూపధరుండవే యని యద్భుతంబును జుగుప్సయు భీతియు నాకారంబును దీపింప నతని విడిచి యితరునిం బరిగ్రహించె నతం డమ్మాయ విలోకించి యతని నల్పావశిష్టాయువుగా శపియించె నప్పుడు రంభ యక్కపటవర్తనుం జూచి నీ వెవ్వండ వెవ్విధంబున నిట్టిరూపంబు ధరియించి నన్ను వంచించి తని యడుగుటయు నత్యనలకూబరుండు. 271

సీ. ఇందాఁక నినుఁ జేర ♦ నీక నన్నిట్లల, యించుట చాలక ♦ యింక నిలిపి
వాని నే మడిగె దె ♦ వ్వఁడు గాక నీ కేమి, యిది కాకదంతప ♦ రీక్ష నుమ్ము
నామనస్థార్తి యె ♦ న్నఁగ వలదే చాలు, రా రమ్మటంచు నా ♦ రంభ నపుడ
తోడ్కొని చనియెను ♦ వేడ్కతో మోముఁదా, మర వికసింపఁగా ♦ సురపథమున

తే. నంత నితరుండు చింతతో ♦ నంత నింతఁ
గొంతవడి నిల్చి దీనతఁ ♦ గొమరు దఱుఁగఁ
జనియె మణికంధరునిపర్ణ ♦ శాలదిశకు
నల్లనల్లన మిక్కిలి ♦ నలసగతిని. 272

వ. అట్టియెడ మున్నతండు తన కేళికానికుంజంబునం బెట్టిననాపట్టంబుఁ బుచ్చుకొని తత్సంతోషంబున నుబ్బుచు నిచటికి వచ్చితి నిది యిచ్చినప్పుడు మద్గురుండు నాతోడ దీని నెవ్వరి గ్రైవేయం బూనితి వవశ్యంబును వారిని వధియింపక మానదని యానతిచ్చినవాఁ డేను నిమ్మహాయుధంబు కలభాషిణికంఠంబు గ్రైవేయ నట్లు పూన్చితిం గావున నప్పటికిఁ దప్పిచనియు మీఁదట నవశ్యం బగు నని పలుకుచు నంతం గలభాషిణిం జూచి కడమపలుకక గ్రక్కుటయు నాకలభాషిణి యతని నీక్షించి సంకోచం బేల భవితవ్యతావశంబునఁ గా నున్నయర్థంబు గాక మానదనుటయు నమ్మాటకు మెచ్చుచు నతండు. 273

క. నీవు వివేకధురీణవు, గావున నిమ్మాట యంటి ♦ గాక యవశ్యం
భావి యగుదుఃఖమును జను, నే వాక్రువ్వంగ నిజము ♦ నిష్ఠుర మెందున్. 274

తే. ఇంక నీవృత్త మెఱిఁగింపు ♦ మేను బలిమిఁ
బట్ట మొఱఁ బెట్టునిను డించి ♦ పాఱిపోయి
క్రమ్మఱఁగ వచ్చి మఱి నిన్నుఁ ♦ గాన నెచట
నుండి తది మొదల్కొని చెప్పు ♦ మువిద యనిన. 275

శా. మేఘాంభోనిధికామధేనుసురభూ ♦ మీజాతచింతామణి
శ్లాఘాలంఘనజాంఘికత్వసముదం ♦ చద్దానలీలాసఘం
టాఘోషానిశఘోష్యమాణపరిపూ ♦ ర్ణశ్రీకటాక్షోదయ
ద్రాఘీయోధనసంపదూర్జితయనం ♦ తప్రాభవస్ఫూర్జితా. 276

క. కంజముఖీలోచన జీ, వంజీవాజీవమృదున•వస్మితశోభా
మంజులముఖచంద్ర సదా,రంజితవిద్వత్కవీంద్ర • ప్రణుతోపేంద్రా. 277

స్వాగతము. నిర్జరామధర•ణీభరణాంకా, గర్వితారిజయ•కర్తవిశంకా
సర్వదిక్చరవి•శంకటకీర్తీ, శర్వరీరమణ•సన్నిభమూర్తీ. 27౮

గద్యము ఇది నిఖిలసూరిలోకాంగీకారతరంగితకవిత్వవైభవపింగలియమరనార్యతనూభవసౌజన్యజేయసూరయనామధేయప్రణీతంబైన కళాపూర్ణోదయం బను మహాకావ్యంబునందుఁ దృతీయాశ్వాసము.

ఓం నమః కామేశ్వర్యై.

కళాపూర్ణోదయము.

చతుర్థాశ్వాసము.

శ్రీ సౌభాగ్యవిభూతివి
లాసాలంకార నిత్య•లలితాకారా
భాసురయశఃప్రసూనసు
వాసితసకలాశ కృష్ణ•వసుధాధీశా. 1

సీ. ఆవధూమణి నవ్వి • నావర్తనము నీవ, చెప్పితి వింక నేఁ • జెప్పవలెనె
గురుసత్త్వుఁ డగునల•కూబరుచేఁ బట్టు, వడి నీవు నను జూపఁ • గడఁగి యట్లు
వచ్చుచో నెదురుగా • వచ్చినరంభ నేఁ, జుమ్ము నిన్ విడిపించి • యిమ్మెయిఁ జని
యభిమతం బైనయ • ట్లంగజలీలావి, హారంబు సలిపితి • నంతలోన
తే. నరుగుదెంచినయదియ సు•మ్మాద్యరంభ, యారమణిఁ బ్రాణవిభుదండఁ • జేరనీక
యవ్విధంబునఁ బోరాడి • యంతమునను, దద్గతిని శాపమొందిన•దాన నేను. 2
చ. అన విని వార లందఱును • నత్యధికం బగువిస్మయంబునన్
మునుఁగుచు నెట్టటూ చెపుమ • ముద్దియ యేగతి నట్లు రంభరూ
పును ధరియింప నేర్చితివి • పొందుగ నెమ్మెయి సందుకొంటి వా
యనఘుని నట్లు గూడఁగఁ జి•రాభిమతం బిది నీకు నావుడున్. 3
సీ. ఆకాంత సిద్ధు నా•లోకించి నిన్ను న, వ్విధమునఁ దరమెడు•వేళఁ దనదు
ప్రాణేశు వెంటన • యారంభ గదలి తా, నేతెంచినంతట • నిట్టి యొకటి
యెదురుగా వచ్చుట • కెంతయు శంకించి, యటముందు పోవక • యచట నిల్చి
నప్పు డే నీక్షించి • యదియ వచ్చినయట్లు,గాఁ దదాకృతి గట్టి•గాఁగఁ దాల్చి
తే. వచ్చితి నతండు నినుఁ బట్టి • తెచ్చుచోటి
కాచెలువ రాక మసలుట • యతని కెఱుక

పడక యునికి నాకృతివేష♦భాషణాదు
లాగతిన యున్కి నాచేఁత♦ లమరె నట్లు. 4

తే. ఆచెలువరూప మొక్కట్ల♦ యగుచు నుండఁ
దాల్చునేరుపు ము న్నొక♦తఱిని నాకు
నారదుం డిచ్చె నదియు వి♦నంగఁబడియెఁ
గద యతఁడ చెప్ప నీకు మా♦కలహవేళ. 5

క. అమ్మెయిఁ జెప్పియు నతఁడవు, డమ్మాయారంభ యిది య♦టంచు ననుఁ బ్రకా
శమ్ముగఁ జేయక కారు, ణ్యమ్మున మన్నించె మన్మ♦థాకృతిఁ గనుచున్. 6

వ. అది యెల్లఁ జెప్పనేమి కడపట నిట్టిశాపంబునకుఁ గారణం బైనయమ్మాయారూపు [illegible]
యది యంతయు నుజ్జగించి యవశ్యభోగ్యం బైనతచ్ఛాపఫలం బిద్దేవిసన్నిధి
ననుభవించినఁ బరోపకారం బగు నని వచ్చితి నని చెప్పి కలభాషిణి యయ్యా
స్తంభున కిట్లనియె. 7

తే. నీదుగురుఁ డన్నయట్ల నీ♦నిశితఖడ్గ, మవితథోద్యమ మగుట సు♦న్యక్త మయ్యెఁ
దిరుగ నిన్నును నన్నును♦ దెచ్చె దైవ,మిప్పటికి ధన్య నైతి నీ♦యిష్ట మొసఁగ.

చ. అది యటు లుండె నాపదుప్ర♦యాసము లూరక పోక యుండ స
ట్లొదవెఁ బ్రియున్ భజింప నని♦ యుండఁగఁ జెప్పితి వీవు దానికిన్
గొదవ గలుగంగ సత్యనల♦కూబరుఁ డొక్కఁడు వేఱ వచ్చి యా
తుద నతనిన్ శపించె నని♦ తొల్లిటియాకపటాత్ముఁ డెవ్వఁడో. 9

క. అన విని యేమియు మిక్కిలి, యనఁబోయెదు సుమ్ము తరుణి♦యట్లప్రకాశం
బున నున్నవాఁడ నేఁ జు, మ్మని మణికంధరుఁడు పల్కె♦ నల్లన నగుచున్. 10

వ. ఇట్లు పలికినం గలభాషిణి యాశ్చర్యంబు నొందుచు. 11

క. విని నీ వవు డెట్లారూ, పును దాల్చితి చెప్పు మని త♦పోహాని గావిం
చిననేర్పునంద రంభయు, ధనదసుతుఁడు గూడె ననిరి♦ తత్సఖు లెదురన్. 12

సీ. అని రంభ నట్లు గూ♦డినవాఁడ నేనె యే,ర్పడ విను మట్లు త♦పంబు చెఱచి
మును నన్ను నది గూడి♦ తనరెడుతనమాన, సము నలకూబరా♦సక్తమగుట
ప్రకటంబు గాఁగ గో♦త్రస్ఖలితత్వంబు, చే నెఱింగించిన♦ నేను గోసి
దానివీక్షించి యెం♦దేనిఁ బోయెద నని, వీడ్కొని చనుచు స♦న్వాలఁడి యతుఁగ

తే. దనియమిఁ దదాత్మరంజన♦ దనరఁ గలయ
వలయు నని యంత మత్తపో♦వ్యయముచేఁ ద
దీయవిభురూపుఁ దాల్చి వే♦ తిరిగి వచ్చి
పొనఁగఁ బల్కి రమించితిఁ♦ బూర్ణరతుల. 13

వ. అత్తెఱంగున నద్దివ్యాంగనతో రమించుచునికిం జేసి తత్ప్రకారంబున [illegible]
నీతోడిక్రీడ లనుభవించి యమ్మాయారూపంబునకు సద్యఃఫలంబుగా నట్టిశాపం

బుఁ బెచ్చుకొని యంతట బుద్ధిమంతుండ నై యప్పటిపర్ణశాలకుం జని మెల్లమా యలం బాలించి నాపినాయ రత్నమాలికయుఁ బుచ్చుకొని యచ్చటిమహిమ లు గొల్లి యెఱింగిననాఁడ నై యిం దేమివిశేషంబులు దొరకునో యని వచ్చి తి నని చెప్ప నగుచు ని ట్లనియె. 14

చ. నలుఁతుక రంభపొందు విడ • నేరక యెంతఘనప్రయత్నతన్
నెలకొని యే రమింప నది • నీ వయి తే మని చెప్ప నీవు న
త్యలఘుతరప్రయత్నపర • తన్ నలకూబరుఁ గోరి కూడి రం
జలఁగ ననంగ యే నయితిఁ • జిక్కితి నెట్లును నాదుకోర్కికిన్. 15

చ. జలజదళాక్షి యేను ముని • శాపభయంబున నెందు నేరికిం
దెలిపెడంగనీక మది • ధీరతఁ ద్రిప్పెదఁ గాని నీపయిన్
గలదు సుమీ తలంపు మన • గానకళాభ్యసనంబువేళలన్
ఫల మిఁకఁ బొందె దానికిని • భాగ్యవిశేషవశంబునం దుదన్. 16

చ. అనుపమ గృతార్థ నైతిఁ గుటి • లాత్మకుఁ డెవ్వఁడు నన్ను నట్లు వం
చనమునఁ గూడునో యనువి • చారము వాసెను నీదుపొందు నా
కు నభిమతంబె నీకుఁ దగ • నన్న తలంపున నీతలంపు నేఁ
గనుమిని ద్రిప్పెదన్ హృదయ • కాంతుఁ డినుం గనుఁగొన్న వేళలన్. 17

శా. నీసౌందర్యవిలాసభాసురతనూ • నిర్నిద్రసౌభాగ్యమున్
నీసంగీతవిశేషకౌశలము నీ • నిర్దోషనానాగుణో
ల్లాసంబున్ నను నప్పు డెంతపరమా • హ్లాదంబు నొందించునో
గాసుద్దుల్ హృదయైకసాక్షికము లే • మన్నన్ వృథా యిత్తఱిన్. 18

ఉ. ఆవిధ నుమానసంతట నో • కస్మాను నిన్నును జూచుచో మణి
గ్రీవుని నేఁడు దోఁచె మది • కిన్ మణికంధర యేకదేశసా
మ్యాంగుణంబుచే నతని • నాతనియన్నను మద్ది చెట్లుగా
నైనతనూని దిట్టినవి • ధంబు మనంబునఁ బాఱె నంతటన్. 19

ఉ. దానను గుంటె ఘుబ్బుమన • దా నెరియన్ విడిచెం ద్వదంగసం
గానుభవేచ్ఛ యి ట్లెడిన • యట్టిది యోదిగ నాదుచిత్తమో
మానితశీల యంతట న • మంచితతానకరూపరేఖచో
న్నెనుకొంటి గిల్గఁ గని • యుబ్బెఁ గుబేరతనూజుఁ గోఱితిన్. 20

క. శాపభయంబున నెఱియఁగ, నిప్పైకోరిక మరల్చి • నిధిపతిసుతు నే
నాపువ్వేనను జూచితి, నో పడఁతి సొబ గేను మఱి క • నుంగొన గుఱిగాన్. 21

క. అయయితనయుఁ డని ని, న్నే యేఁ బొందితిఁ దుదన్ వ • నిన్ మనభాగ్య
శ్రీ యేమని చెప్పెదఁ బడఁ, బోయినఁ బూఁబాన్పునఁ బడు • పోలిక యయ్యెన్.

ఉ. శ్రీయుత మైనదివ్యమణి ◆ చేతికి నబ్బఁగఁ బారవైచి త
చ్ఛాయ యొకింత యున్కిఁ గని ◆ చాలఁ గృశించితి గాజుపూసకై
నాయవివేక మే మనుకొ◆నం బదఁ దన్మణి యబ్బె నన్న న
త్యాయతతత్సమాగమసు◆ఖాప్తికి నోఁచమి నెంచి కుందెదన్. 23

ఆ. ఇట్టిమాట లిప్పు ◆ డే నాడుకొనుటయు, ననుచితంబు వార◆వనితపలుకు
లిచ్చకంబు లనక ◆ యెవ్వరు నమ్మెద, రదియుఁ గాక దృష్ట ◆ మన్యవాంఛ. 24

వ. అని లజ్జాశోకంబు లడర నవనతముఖి యైనకలభాషిణిం జూచి మణికంధరుం డిట్ల
నియె నోయుత్తమవిలాసిని నిన్ను నితరవారవనితలయ ట్లసత్యవాదినిగాఁ దల
ప నంత వింతవాఁడనే నీపలికినట్లు నీకు మున్ను నాయందుఁ గోరిక గలుగుటఁగా
గుఱు తొకటి యున్నది యది యెద్ది యంటేని నారదుండు కడపట నిన్ను నిల
కి ననుపుచు నేను విన నీతోఁడ. 25

తే. కొమ్మ నీవాత్మలో మును ◆ గోరినట్టి, కాంతు రంభామనోహరా◆కారుఁ డగుచు
మెఱయువానిని గూడి ర◆మించఁగలవు, నమ్ము పొమ్మిఁక నీభవ◆నమున కనియెను.

క. నలకూబరుఁ గూడెద వని, పలుకక యి ట్లనినసత్య◆భాషణపలుకుల్
ఫలసిద్ధిని నరయఁగఁ దొ, య్యాలి నను మును నీవు గోరు ◆ టనృతం బగునే. 27

క. ఆకోరిక శాపభయమో, ద్రేకవిశేషమున నెఱయఁ ◆ దెగు టరుదును గా
దో కామిని లోకమున వి, వేకింపఁగ గలవ యట్టి◆వియు నొక్కొకచోన్. 28

వ. రంభాసాన్నిధ్యశోభితాభినవవిలాసభాసురుం డై ననలకూబరునిరూపున హా
ట్టిచిత్తంబునకుఁ దదన్యం బెట్టిది యైనను మఱి యింపుగామియుఁ జిత్రంబు గా
పురుషులందు నొక్కొక్కవేళ గుణంబున నిట్టివి గలవు తత్ప్రకాశకం బై
యొక్కకథగల దది పాపనాశం బై యొప్పుచుండుఁ గావునఁ దాత్పర్యంబున నా
కర్ణింపుము తన్మూలంబు మొదలుకొని చెప్పెద నని యి ట్లనియె. 29

సీ. కాంత యేఁ దొల్లి య◆నంతదేవవ్రతో, ద్యాపనకొఱకు న◆నంతపద్మ
నాభునిసన్నిధా◆నమునకు వచ్చితి, వచ్చి యచ్చటఁ గరం ◆ బచ్చుపడఁగఁ
గవితచే నద్దేవు ◆ వివిధభంగుల నుతి, సేయుసత్కవుల నీ◆క్షించి యిట్టి
సౌభాగ్య మేగతి ◆ సంభవించునొ యను, వాంఛతో నచ్చటి◆వారివలన

తే. నీమృగేంద్రవాహనసుద్దు ◆ లెల్ల వినుచు, నచటి కిద్దేవి యనతిదూ◆రాంత
యగుటయు నెఱింగి యే తెంచి◆తగశిలాక్షు, రోక్తసాహసవిధినిష్ట◆ మొందితిన్.

వ. అరిగి యద్దేవునియగ్రమంటపమున. 31

ఉ. అంతము గాఁగ గౌతమక◆ణాదమతంబులు భేదవాదిసి
ద్ధాంతము జైమినీయ ముర◆గాధిపశాస్త్రముఁ గాపిలంబు న
త్యంతము నాకలించి యవి ◆ యాత్మల మెచ్చనిపాంచరాత్రరా
ద్ధాంతవిధాసమర్థనస◆మర్థకృతార్థమతిప్రదీప్తులన్. 32

సీ. శ్రీమహితాష్టాక్షరీమంత్రజపపరా, యణుల నారాయణ♦ధ్యానపరుల
దేవతాంతరచింత♦నావిదూరులఁ గామ, రోషాదిరహితుల ♦ రూఢమతులఁ
జడచిదీశ్వరతత్త్వ♦విదులఁ ద్రైలోక్యపా, వనచరిత్రుల బుధ♦వంద్యపదుల
నకలంకశీలుర ♦ నఖిలశ్రుతిస్మృతి, శాస్త్రపురాణవి♦జ్ఞానఘనులఁ
తే. దమకుఁ జక్రికి నిత్యసి♦ద్ధంబులైన, శేషశేషిత్వములు చింత ♦ చేసికొనుచు
నతనిదాస్యంబుగతి గాఁగ♦నరయుపరమ, వైష్ణవులఁ గంటి సభయమ్మెప్ర♦వర్తిలంగ.
క. కని యే దండనమస్కృతు, లనేకము లొనర్చి వార ♦ లడుగఁగ నాపే
రును గంధర్వత్వంబును, వినిపించి హరిస్తవేచ్ఛ♦విధముఁ దెలిపితిన్. 34
ఆ. తెలిపి యోసుబోధ♦విలసితులార మీ, రాయనంతశయను♦నట్ల నాకు
నాకవిత్వసేవఁ ♦ గైకొనుఁ డని తగు, వర్ణనకుఁ గడంగ ♦ వారు చూచి. 35
సీ. ప్రకృతిపూరుషులందు♦బహిరంతములను నెప్పుడుఁ జలింపక పరి♦పూర్ణుఁ డగుచు
దనకు నాదియును మ♦ధ్యంబునంతమునసమా, నుఁడునధికుండు నెం♦దునుగలుగక
సర్వజ్ఞుఁడై సర్వ♦శక్తియై సర్వని, యంతయై సర్వాత్ముఁ ♦ డై వెలయుచు
సర్వంబుఁ దనకు శే♦షముగ సర్వమునకు, శేషి దా నగుచు ల♦క్ష్మియును దాను
తే. రుచియు రవియుఁ జంద్రికయుఁ జం♦ద్రుండువోలె
నయుతసిద్ధత్వ మొప్పంగ ♦ నాదిమిథున
మనఁగ సకలవేదాంతవే♦ద్యతఁ దనర్చు
పరమపదనాథుఁ బొగడు నీ♦ప్రౌఢికొలఁది. 36
క. అని యట్టిటు నాచేఁ ద, ద్వినుతులు సేయించి మెచ్చి ♦ విశ్వహితార్థం
బును జెప్పించిరి త్రిజగ, జ్జననీపరమపదనాథ♦సంవాదకథల్. 37
క. చెప్పించి యీకవితచే, నిప్పుడు గాకున్న నీకు ♦ నిఁక నొకమేనన్
దప్పక యొదవు తిరంబుగ, నప్పరమునిపరమభక్తి ♦ యని రధికదయన్. 38
వ. ఏనును దాదృశంబైనమదీయకవిత్వాధార శారదాపీఠంబునందలియందఱివినుతి
కెక్కునందాఁక మిక్కిలి మెచ్చుకొనరా దని యచ్చోటికి నంత నరిగితి నని పలికి
యింకఁ బ్రకృతకథ వచ్చుచున్నది యాకర్ణింపు మట్లు శారదాపీఠంబునకు నేఁ
జను నప్పుడు తత్సన్నిధియందు. 39
సీ. ఋగ్వేదఘోషస♦మృద్ధిపెం పొకచోట, నొకచోటయాజుషా♦భ్యుదయమహిమ
సామగానధ్యాన♦చాతుర్య మొకచోట, నొకచోట నాథర్వ♦ణోక్తిగరిమ
గృహ్యాసూత్రనిపాఠ♦ఖేలనం బొకచోట, నొకచోట శబ్దతం♦త్రోపచయము
జ్యౌతిషసిద్ధాంత♦సంఘర్ష మొకచోట, నొకచోట ధర్మశా♦స్త్రకలనంబు
తే. లుభయమీమాంసలప్రసంగ ♦ మొక్కచోట
నొక్కచోటను బటుతర్క♦యుక్తికథలు

యోగసద్గోష్ఠి యొకచోట ♦ నొక్కచోటఁ
గావ్యకలకల మొప్పారఁ ♦ గనుచు నంత. 40

సీ. పదవర్ణ స్పష్టత♦ ప్రకటనం బెంతయు, నింపు మీఱంగ రు ♦ వ్విచ్చి యిచ్చి
తగ నుదాత్తాదిభే♦దములు గెంటక పర్వఁ, గనుబొమ్మచేష్టలఁ ♦ గలిపి కలిపి
యెడనెడలఁ గవళ్ళఁ ♦ దడఁబడకుండంగ, గుఱుతులు మదిఁ బాదు♦కొలిపి కొలిపి
నిజశిక్షులో బుద్ధి ♦ నిలుక విస్వరములు, పలికిన బుగ్గలు ♦ నులిమి నులిమి

ఆ. యొక్కమండపమున ♦ నుజ్జ్వలబ్రహ్మవ, ర్చసముతోడ బ్రహ్మ♦చారులకును
బరమనియమవృత్తి♦పరత వేదముఁ జెప్పు, చున్నయట్టియొక్క♦యొజ్జఁ గంటి.

క. కని డగ్గఱఁ బోయిన నా, యన రా రమ్మనుచు నెవ్వ ♦ రయ్యా మీరల్
ఘనతేజంబున నొప్పెద, రనుచుఁ జోటిచ్చి మత్కు♦లాఖ్యలు వినియెన్. 42

క. విని పూజ్యులు వచ్చిన యవు, డు ననధ్యాయ మని యప్పు♦డు వేఱుప్రకరణం
బును జదువ మాన్చి నాతో, ననుగుణవిహితోపచారుఁ ♦ డై వర్తిలఁగన్. 43

సీ. మెఱుఁగాఱుముంజియు♦ మేనికోమలికంబుఁ, గడుఁదిట్టగుణముగు♦ల్కెడు మొల...
పసపుగోచులయొప్పు♦ బ్రహ్మతేజంబును, జారుకృష్ణాజిన♦ ధారణంబు [44
తళుకుజన్నిదము మే♦ధావిబొట్టును జిన్ని, పట్టవర్ధనమును ♦ జిట్టితమువు
మొలవంకయుంగరం♦బులసొంపు దండవుఁ, గోలయు సన్నవు♦ వ్రేలుసిగయు

ఆ. నొప్పు బ్రహ్మచారి♦ యొకఁడేగుదెంచెఁ బు, స్తకముఁ గొంచుమిగుల♦సంభ్రమమున...
నొజ్జ యతనిఁ జూచి ♦ యోరి యేమిర కడు, నాలసించి తనియె ♦ ననిన నతఁ...

వ. ఏ నాలసించుటకు నిమిత్తంబు చాలఁ గలదు మీకేమియు వినఁబడదు గాని... యు వినిపించెద వినుం డని పలికి యిట్లనియె నట్లు మీరు ననిచిన నేఁ జను... ప్పుడు శాలీనుండు తమపుప్పొడోఁటలోన నొక్కలతాగృహంబునందుఁ దన పా... దంబులు సుగాత్రి వేఁకతోడఁ దొడలమీఁద నిడుకొని యొత్తుచుండ ... సల్లాపంబుల నలరుచుండి నన్నుం జూచి నగుచు నుపాధ్యాయులు పుస్తకం బు... నకుఁ బంచిరే యది యిక్కడన యిదే డాచినాఁడ నని తమయుపరిభాగ... జూపికొంచుఁ బోదువు గాని యటఁ గూర్చుండు మని యెదుట నున్న యొక్క... హారవేదికతోడిలేమావినీడఁ జూపినఁ గూర్చుంటి నంతఁ దనయింతిమఱఁ... జే యిడి యాయమ కిట్లనియె. 45

క. అమృతము సేవించితివో, రమణీ యేమైనసిద్ధ♦రస మబ్బెనొకో
కొమరుంబ్రాయము మిక్కిలి, గోమరొందెడుదినముకొ♦త్తక్రొత్తగ నెలసె...

క. మగవానికంటె మునుపుగ, మగువ కెడలుఁ బ్రాయ మండ్రు ♦ మానవతీ ...
జిగిబిగువు లంతకంతకు, మిగులఁగఁ బొలుపొందుటకు ని♦మిత్తముఁ జెప్పుమా.

వ. అనుటయు నవ్వనిత చిఱునవ్వుతోడ నాయనం జూచి. 48

లయగ్రాహి. ఏ నెఱుఁగ నేమియును ♦ దీనికి నిమిత్తము న♦నూనమమతామహిమ♦
చే నైనఁ దోఁచున్, లేనికొమరుందనము ♦ లేని చెలువంబు నన ♦ నోనెలఁత
యాఁగతిన ♦ లేనియవి గా వి, మ్మేనిపస లీవెఱుఁగ ♦ వేని వినుపింతు విను ♦ దీనికి
నిమిత్త మది ♦ యేన యనుచున్ శా, లీనుఁడు సుగాత్రి దన♦పై నొరుఁగ వంచి
చెవి♦లో నొకటి యే మనుచు♦నో నగుచుఁ జెప్పెన్. 49

ఉ. చెప్పిన మోముఁ ద్రిప్పి కను♦చిత్రము నొందుచు నాథువక్త్రమున్
దప్పక చూచి యే నొకటి ♦ తన్మును నేఁడిన సమ్మతించెఁ దా
నప్పలు కేమి సేయునొకొ ♦ యాజగదంబ యిఁకన్ వినుం డదిన్
జెప్పెద నంచు మోవను చెవిఁ ♦ జేరిచి యేమియొ చెప్పెఁ జెప్పినన్. 50

క. ఘనఘోషుఁ డగుచు నతఁ డా, వనితయుఁ గో నరుగుదేర ♦ వడిఁ జని యాచే
ర్పునను శతతాళదఘ్నం, బనుపేరన్ వెలసియున్న♦హ్రాదమున నుఱికెన్. 51

క. పడఁతియు నాకుం గతి దన, యుఁడుగుం దామరలకాక ♦ యన్యము గలదే
విడిచెదనే తను ననుఁ దా, విడిచిన నని పాఱి యుఱికె♦ విభుఁ డుఱికినచోన్.

క. కను నెడ గావున నది యి, క్కడ వినఁబడ దేమొ నీటఁ ♦ గలవా రెల్లన్
వడి నేగి వలలచే న, మ్మనుఁ గిటు నటు నరసి యిపుడు ♦ మగిడిరి వగతోన్. 53

వ. ఏనునుం దిరిగి శాలీనుండు మున్ను చూపినచోటి పుస్తకంబుఁ బుచ్చుకొని వచ్చితి నని చెప్పిన. 54

క. విని యావిప్రవరేణ్యుం, డనయంబును శోకవిస్మ♦యవిషాదములన్
మునుఁగుచు నాశుభదంపతు, లను జెంచెనె యకట యితరు♦లకెఱుం గనుచున్.

చ. అవె శతతాళదఘ్న మను♦సార్థపునామముతోడ నుత్తమ
హ్రదములలోఁ బొగడ్తఁ గని♦నట్టిది యందును బడ్డవారికిం
బ్రదుకులె యంచుఁ దప్పదు పు♦రాకృత మెవ్వరి కైన నంచుఁ గొం
తదడవు గుందెనే నవుడు ♦ తద్ద్విజముఖ్యునిఁ జూచి యొయ్యనన్. 56

క. అనఘా యాశాలీనుం, డనఁగ సుగాత్రి యన నెవ్వ ♦ రాదంపతులన్
వినుతించెదు కథనుత్తము, లని తత్కథఁ జెప్పవలయు ♦ నంటి ననుటయున్.

క. ఆయనఘులచరితము గా, దే యీపుస్తకములోని♦దియు మాకు నిఁకన్
శ్రేయస్కర మది వినుటయుఁ, బోయెం దద్దర్శనంబు♦పుణ్యోత్సవముల్. 58

వ. అని యాబ్రహ్మచారి తెచ్చినపుస్తకంబుఁ బుచ్చుకొని శిరంబున మోపుకొని కన్నుల కద్దుకొని తిరుగ నతనిచేతిక యిచ్చి చదువు మనుటయు నతం డిట్లనుచుం జదివె. 59

సీ. కాశ్మీరభూమికిఁ ♦ గర్ణిక యగుశార, దాపీఠమున శార♦దను భజించు
పూజారిబ్రాహ్మణు♦పుత్త్రి యొకర్తు సు, గాత్రి నాఁ బరఁగెడు♦కాంత గలదు
దానివరుండు శా♦లీనాహ్వయుం డిల్ల, టపుటల్లుఁ డత్తయిం♦టను వసించు

నాతఁడు దనకడ ♦ కాకన్యఁ బ్రథమసం, గమవేళఁ గను సలం♦కారకలితఁ
ఆ. జేసి యనిపి దాని♦ చెలు లింతటంతటఁ, బొంచి యుండఁ దద్వి♦భూషణాని
మహిమఁ దలఁకిపట్టు ♦ మదిని సంకోచించెఁ, దరుణి యూఁడియుండి ♦ తిరిగిపోయె.
ఉ. పోయినఁ దద్విధం బపుడు ♦ బోట్లు తదంబకుఁ జెప్పి భూమిలో
నేయెడ లేనిచంద మిది ♦ యేమినిమిత్తమొ యంచు మంచిలేఁ
బ్రాయపువాఁడు గల్గె భళి♦ రా యితఁ డంచు నెట్టైన నేఁటికిన్
బోయెనొ కాక యెల్లి తమ♦పోకలు చూడమ యంచు నవ్వినన్. 61
క. ఆయన వినఁ బ్రేలెదరు సుఁ, డీ యిట్లు గయాళులార ♦ డిగవిడుతురు ల
జ్జాయుతులు సర్వమును దము, నేయెడ హాసాస్పదం బొ♦కింత వెరసినన్. 62
తే. అని పలికి రెండుమూఁడునా♦ళ్లట్ల యనిపె, నల్లునొద్దకుఁ బుత్త్రిక♦నపు డత [illegible]
నాది నేభావమునఁ జూచె ♦ నట్ల చూచె, వట్టి రాకపోక,లొనర్చె ♦ వానిసఖియు.
వ. అంత లజ్జావతికిఁ దజ్జననియనుమతిఁ బ్రియవయస్య లేకాంతంబున నిట్లనిరి. 64
ఆ. పొలఁతి యాలిమగని♦పోఁడుము లేమియుఁ, గలిగినట్టిచొప్పు ♦ గానరాదు
నీ తెఱంగు చూడ ♦ మేల్మేలు దంపతు, లిరువురును వివేకు ♦ లేమి చెప్ప. 65
క. కాంతుఁ డుచితజ్ఞుఁ డైనను, గాంతకు సిగ్గువడఁ జెల్లుఁ ♦ గాక కటకటా
కాంతుఁడు సిబ్బితికాఁ డై, కాంతయు నట్లైన నెట్లు ♦ కాఁపుర మింకన్. 66

ఆ. నలినవదన యెన్ని♦నాళ్లైనఁ జిన్నకూఁ, తురవు గావు నీవు ♦ తొడఁగి పతికిఁ
దగినసేవ సేయ ♦ కగునె యూరక యుండ, నాతఁ డేమియు ననఁ♦డనుచు [illegible]
క. మగవాఁడు భాగ్యవంతుఁడు, మగువకు నెప్పగునె యిట్లు ♦ మానవుబిగి గ
ట్టిగఁ దాల్పఁ దనంతన యూ, డిగ మిటు నటు సేయ నతని♦చెందము గనఁగన్.
క. గారామునఁ దోడ్తోడన, రా ర మ్మనఁ డనుచు మగుడి ♦ రానేటికిఁ గ
ర్పూరంబుతోడిబాగా, లీగాదో యాకు మడిచి ♦ యీరాదో చెలీ. 69
క. వెంగలివి గాక నీ వో, యంగన భోగములపంట ♦ యామని యగునీ
బంగారువంటిపాయము, సంగతియే యకట రిత్త♦శయ్యకు నొసఁగన్. 70
క. యౌవనము గలిగినప్పుడ, పూవుంబోఁడులకుఁ బతుల♦భోగంబులు గా
కావిభవములకుఁ గొఱయే, యౌవనజాతాక్షి ప్రాయ ♦ ముడిగిన వెనుకన్.
క. అన విని యాపెడమాటల, నను నేటికిఁ జంపెదరు వి♦నన్ సైఁపవు నా
కనిసిగ్గునఁ బలుకుచు నాఁ, డొనరించి చూచెను దదీయ♦యుక్తుల తెఱఁగున్. 72
వ. చూచి యెందును ఫలంబు గానక యాసుగాత్రి యాయన నింకేమి ప్రపంచంబుఁ
జేసిన నెఱయ నెడసిపోవుట దక్కఁ బ్రయోజనం బేమియు లేదు నాకును మం
గళసూత్రం బీపాటిశుభస్థితి నుండుటయ పదివే లనుచు నెంచుకొనియు వేఁడ్కా
క్కలాగున నుండక యతనికి నాయురభివృద్ధికరంబు లని వివిధాలంకారంబు నె

స్నానము నేమరక తాల్చుచుఁ దనతల్లి యతని నేమియు నిట్టట్టాడకుండం బ్రార్థింపు చుండె నదియును దత్ప్రార్థనావశంబునఁ బెక్కుదివసంబు లెడనెడఁ గూఁతుచే తి నివారితదురాలాప యగుచు నోర్చి యోర్చి యంత నొక్కనాఁ డమ్మెలుం గుఁబోఁడితోడ. 73

ఉ. ఇట్టినిరర్థు నెట్లుఁ గని ♦ మే మనఁ బోయిన నీవు మిక్కిలిన్
దిట్టవు నాదుసంపదకు ♦ దిక్కగుచున్ మొగమొల్కఁ నీ కిఁకన్
బుట్టెనొ యంటిమే నితని ♦ పోఁడిమిఁ గంటిమె వట్టిగొడ్డుతా
కట్టెలఁ జెంత యున్న నినుఁ ♦ గాఁకియ పెట్టుట వెళ్లఁగొట్టినన్. 74

ఉ. పూవులకోటకైన సటు ♦ పొందు విచారము చేసి రమ్మనం
గావలయుం గదా యనుచు ♦ గారవ మొప్పఁగ నట్లు పిల్చి ము
న్నావిధ కొంప యుండఁ గల ♦ యట్టిపనుల్ సకలంబుఁ జేయ నే
ర్పానహీలఁ గాఁ దా నతని ♦ నంతటఁ గట్టడఁ జేసెఁ జేసినన్. 75

తే. దివిజనుత మైన శారదా ♦ దేవిపూజ, కుపకరించు కార్యంబ యిది ♦ యొప్పు ననుచు
సభిక మోదంబుతో నతఁ ♦ డాదరించి, సంతతంబు తదేకని ♦ ష్ఠతఁ దలిర్చె. 76

క. సనుధరక మధుమదగరిమా, సమచంచలచంచరీక ♦ సంచయసంచా
రమనోరమసుమనోరమ, సమరంగ నాపూఁపుఁదోఁట ♦ ననిశము బెంచెన్. 77

సీ. సిరితమ్ము వేళల ♦ సిరితమ్ముఁ బొనుప, దునకుఁ గాలువలు పొం ♦ దుగ సమర్చి
త్రవ్వటంబులలతిఁ ♦ ద్రవ్వటంబులు వెట్టి, దగినట్టికట్టు గు ♦ ద్దలి గడించి
యెఱుపుఁ జల్లెనపువేళ ♦ నెఱుపుఁ జల్లుగి తాభి, మానుఁ డై గంపలఁ ♦ దాన తెచ్చి
యుం గ్రొత్తపదనున ♦ సం గ్రొత్తు నెలమిఁ గా, న్పించు లేఁగొమ్మలు ♦ వంచి వంచి

తే. నాటు నోయంగ వలయుచో ♦ నారు వోయుఁ, గొమ్మి నాటంగఁ దగునెడఁ ♦ గొమ్మి నాఁటు
నొకటి విసువక యంతికాం ♦ తకును హెచ్చు, సాత్త్వికోడెను శాలీనుఁ ♦ డవిరతంబు.

లయగ్రాహి. అంగపరిభేదము నెఱుంగ కతఁ డీగతిఁ గ ♦ సంగి తులసీవనముఁ ♦ జెం
గలువలుం గేఁ, దగులును జంపకములుం గురువకంబులు ల ♦ వంగములు జా
జులును లుంగితతులుం గొ, జ్జంగులును మల్లెలును ♦ రంగములుఁ బాటలము ♦
లుం గదలికాచయముఁ ♦ దుంగతతులున్ నా, రంగములు నాదిగ ధ ♦ రం గలు
గునట్టి హృద ♦ యంగమబహుద్రుమకు ♦ సుంగములుఁ బెంచెన్. 79

చ. రవికిరణాళి కెంపును జొ ♦ రంగ నగోచర మైన నీడచే
నవిరళపుష్పరేణుయుత ♦ మై పొలుపొందుమరందవృష్టిచే
నవముగ నొనంగఁ దద్వనస ♦ మృద్ధిఁ గనుంగొని యవ్వసుంధరా
దివిజకులప్రసూతుఁ డమ ♦ దిం బరితోషము నొంది యత్తఱిన్. 80

క. ఎంతయుఁ బ్రొద్దున లేచి ని, తాంతాచరితస్వజాతి ♦ ధర్ముఁ డగుచు ని
శ్చింతుఁ డయి గురుపరంపరఁ, జింతించి తమంత్రజపము ♦ చేసి ముదముతోన్.

తే. నియమమునఁ బుష్పములు గోసి ♦ నేర్పు మీఱఁ
బలు తెఱంగుల వింతవిం♦తలుగ మాలి
కలను బొండులు కందుకం♦బులు రచించి
బ్రహ్మాయిల్లాలికిని సమ♦ర్పణము సేయు. ౮౨

వ. అప్పుడు సుగాత్రి పాతివ్రత్యధర్మనిష్ఠకతంబున. ౮౩

తే. తల్లిమాటలచే నిట్లు ♦ తనవిభుండు, తనువుబడలంగఁ బూఁదోఁట♦పనులు సేయఁ
జూడనోర్వక తాను న♦చ్చోటి కరిగి, తోడుపడియెద నని చూచు♦ప్రీడనుడుగఁ.

వ. అప్పు డొకనాఁడు శాలీనుఁడు తోఁటకుం జని యుండ నాసమయంబున. ౮౫

క. ధళధళమెఱుపులు మెఱయఁగఁ, బెళపెళనుఱుముచుఁ బెళిల్లు♦పెళిలునఁ బిడుగుల్
నలుఁగడఁ బడ బెడిదపుధా, రలు గలబలువాన జలధ♦రంబులు గురిసెన్. ౮౬

చ. మిగుల జగంబు బెగ్గడిల ♦ మించెఁ దదుద్ధతవృష్టి యద్భుతం
బగుచు ఘనాఘనౌఘసము♦దగ్రనిరర్గళఘుర్ఘురార్భటీ
లగనఘనోచ్చలజ్జలఝు♦ళంఝుళనిర్ఝరఝర్ఝరీభవ
న్నగవిగళచ్ఛిలాగణఘు♦ణంఘుణఘోషణభీషణంబుగన్. ౮౭

సీ. ఉదధిసమేతపీ♦తోద్వాంతబాడబ, జ్వాలయితోగ్రశం♦పాలతంబు
నిర్ఘాతరవసరం♦ధ్రీకృతాజాండబ, హిర్గలభ్రమదధా♦రోర్జితంబు
నిర్జాడ్యగర్జిత♦స్ఫూర్జిఝూర్జర్జిత, ప్రళయభైరవరట♦త్పటహారవము
జంఘాప్రభంజన♦జాతసంఘట్టన, పరిగళత్తారక♦త్కారకగణము

తే. నగుచుఘనఘనాఘనసంఘ ♦ మవ్విధమునఁ
బూని హోహూరున బెడిదంపు♦వాన గురియఁ
గరము భూనభోంతరము చీఁ♦కట్లు గొనియె
నఖిలలోకంబు నుదకమ♦యత్వ మొందె. [

క. అటమున్ను మొగులు బలియుచుఁ, జిటిపొట మని పొటపొట♦చినుకులు న…
చ్చుటయాదిగాఁగఁ దన పెని,మిటి దడియునో యని సుగాత్రి♦మిగులవగవు…

చ. అపుడు మనంబులోన నన♦యంబు పతిం దలపోసి యిట్టిఘో
రవుఁ బెనువాన నెట్లయితో ♦ ప్రాణవిభుండ యటంచు నిక్కఁ బా
పపుఁబువుఁదోఁటపా ల్పైచటఁ ♦ బ్రాప్తము లయ్యె నటంచు నెంతయుఁ
విపులతరార్తిఁ జేడ్పడుచు ♦ నింగిఁ బొరింబొరిఁ దొంగి చూచుచున్. 90

క. ఓశారద యోపరమద, యాశాలిని యోమదంబ ♦ యారసి మత్ప్రా
ణేశు నటు చూడుమీ నీ, వే శరణము గాని యేను ♦ వేఱొం డెఱుఁగన్. 91

శా. ఈదేహంబునఁ బూర్వదేహములయం♦దేసద్వ్రతధ్యానదా
నాదిప్రోద్భవ మేమి యేమి గలదా ♦ యాపుణ్య మీవర్షపీ

తద్దోషంబును మత్పతిఁ బొరయ కుం•డఁగ మానుపుఁ గాత నే
నొందుఁ గాన్పుతఁ దన్నిమిత్తసతీపా•పాక్రాంతికిఁ బాత్రమున్. 92

వ. అని స్వహృదయంబునఁ దమకులదైవతంబైనసరస్వతిం బ్రార్థించుచు సంతల నిలువఁ జాలక తద్వర్షఘోరతయుఁ గైకొనక యత్యంతసాహసంబునఁ దల్లియు నెఱుఁగకుండ నిల్లువెడలి తనదుపాతివ్రత్యధర్మంబుచేత వృష్టిబాధఁ బొరయక తొలఁగుచుండం బోలుఁ వెల్లి యైనజలపూరంబు పాయ నిచ్చుచుఁ దెరువు విడువఁ బ్రాణవల్లభుం డున్న వనంబున కరిగి కడన యుండి పలికించి యప్పటియవ్వాతన శ్లోకద్రవం బొక్కించుకయు లేక యాత్మసంప్రార్థితబ్రాహ్మీప్రసాదవిశేషంబున నెప్పటియట్ల శుభవర్తనంబున నున్న తనభర్తను దదారామంబునను జూచి నాతల్లి యాసరస్వతీ నీభక్తవాత్సల్యచింత ప్రకటించితే యని తత్కారుణ్యంబునకు నుబ్బుచుఁ గ్రమ్మఱ గృహంబునకు వచ్చి తనవచ్చుటయుం బోవుటయు నెవ్వరికి నెఱుకపడనికి వ్రీడావశంబున నడఁగి మడఁగి యథాపూర్వస్థితిఁ బ్రవర్తిల్లుచుండె నప్పు డప్పువ్వుఁదోఁట గాటంబుగాలివానచేత నేకీడునుం బొరయ కునికి జనులు వెఱఁగందుచుండి రాసుగాత్రియు మఱియుఁ గొన్నిదినంబులు లజ్జపెంపున వల్లభుని యుసుమపాట్ల కోర్చి యోర్చి. 93

ఉ. అంతట లజ్జ గ్రిందుపడ • నత్యధికంబుగ మించి మానసా
భ్యంతరపూర్ణమైనపతి•భక్తికతంబునఁ దల్లిమాట యొ
క్కింతయుఁ దాను గైకొనక • యెప్పటియట్ల యలంకృతాంగి యై
యెంతయు నింపుతోడఁ జని•యెం బ్రియుఁ డున్న వనంబులోనికిన్. 94

క. చని యాతఁడు దా సలిపెడు, పనులకు నియకొన కున్న • బలిమి నడంగెన్
దినసొమ్ము లెల్ల నొకమఱుఁ, గున నిడి పిరిసుట్టు సుట్టు•కొనినవలువతోన్. 95

సీ. ఘోరంపుఁజనుదోయి • త్రుళ్ళింతల నిడంగఁ, దగుచోట్లు గుద్దంటఁ • ద్రవ్వి త్రవ్వి
వేఁగైనపిఱుఁదు బ•ల్విడిఁ జలింపంగను, వడి నిట్టు నట్టును • నడచి నడచి
యడుసుతుంపురు చెక్కు•టద్దంబులను బర్వ, మళ్లకు మడవలు • మార్చి మార్చి
నడుము లేదీవియ • నకనకల్ గుడున నిం, పునఁ దగు మోఁపులు • మోసి మోసి

తే. చిఱుచెమటఁ జేర్చువింత క్రొ•మ్మెఱుఁగుతోడఁ
గోమరు మే నొప్ప సారెకుఁ • గొప్పు వదల
నేమిటికి నైనఁ దా మున్న • యేగి యేగి
యెల్లపనులు నొనర్చ నిం • పెసక మెసఁగ. 96

తే. పడఁతి సంభ్రమించుచు నిట్లు • పనులు సేయఁ
బిఱుఁదు పాలిండ్లు గొప్పుఁ గం•పించు నొప్పు
గనుఁగొనుచు నేఁచుకొనుగతిఁ • గాంతుమదిని
బెల్లుశరముల వైచె ద•ర్పించి మరుఁడు. 97

చ. అపుడతఁ డట్లు పేర్చుకుసు•మాస్త్రనియుద్ధతి యోపలేక వె
ఱ్ఱిపడుచ యెంతమాన్చిన నె•ఱింగెడుదానవు గావు నీకుఁ బోఁ
టపనుల కెంతదూర మక•టా యనుచుం దనయుత్తరీయవ
స్త్రపుమునికొంగునం దుడిచెఁ•దన్వికపోలపుఘర్మబిందువుల్. 98

చ. తుడిచినఁ బోక మన్మథుని•దుర్జనతామహిమం బొరింబొరిం
బడఁతిమెఱుంగుచెక్కుళులఁ•బర్వెడుఘర్మము గాంచి యాతఁ డా
బడలిక చూడలేక కిసుమ•పాట్లకుఁ జొచ్చి నలంగి తంచు నె
క్కుడుతమకంబుతోడఁ దల•క్రుచ్చి కవుంగిటఁ గూర్చె [illegible]. 99

క. తదనంతరంబ మిక్కిలి, పొదిగొన్న చిగుళ్లజొంప•మున సొంపగుపూఁ
బొదరింటికిఁ జొర్చి సతిం, మదనమహారాజ్యభోగ•మహిమం దేర్చెన్. 100

తే. ఇట్లు దేర్చుచు సతి నతఁ•డపుడు విడక
కౌఁగిట బిగించె పైఁబయిఁ•గాముఁ డడర
నివి మిగులఁ గ్రొత్త లింటికి•నేగవలదె
యని ప్రియముఁ జెప్పి విడిపించు•కొనియె సతియు. 101

క. విడిపించుకొని మఱుంగున, నిడినతనదుభూషణంబు•లెల్లను బ్రేమం
దొడిగి గృహంబున కల్లన, నడచెం బతిచరిత్రభావ•నల మనం మలరన్. 102

క. వసివాళ్లు వాడి యప్పుడు, వసంతసమయంపుటెండ•వలనన్ నెఱసో
కసుగందులు గందిన నవ,కుసుమలతికవోలె మిగులఁ•గోమలి యొప్పెన్. 103

వ. ఇవ్విధంబునఁ బతియనుగ్రహంబు వడసి భాసిల్లుసుగాత్రి గృహంబునకుఁ జనిన
నప్పు డప్పడంతిసఖులు ముఖవికాసాదులవలనం దన్మనోరథసిద్ధి యెఱింగి [illegible]
లాపంబుల వినోదించుచుండిరి తల్లియుం బ్రమోదంబు నొందె [illegible]
సమయంబున నయ్యంబుజాక్షికిఁ దద్వయస్యలు కౌతుకాతిశయంబున [illegible]
టు మిగుల నలంకరించి కేళికాభవనంబున నున్నతత్ప్రియునికడ కనిప [illegible]

సీ. గతిసంభ్రమంబునఁ•గరము బెడంగుచు, నకనకల్ గుడుచు నె•న్నడుముసొంపు [illegible]
గుఱుమాపుదడిమంపుఁ•గోకలోఁ దూలఁగెడు, కంపమాననితంబ•కాంతిసొంపు
బిగువుపయ్యెదలోనఁ•బిక్కటిల్లుచుఁ జాలఁ, ద్రుళ్లుచన్నుల నొప్పు•యుల్ల[illegible]
చెమటచిత్తడిఁ జిట్లి•యమరు కస్తురిచుక్క, బొట్టుతోడి పసపు•బొట్టు సరియు

తే. గునిసి సారెకు వడఁకెడు•గొప్పకొప్పు
గలిగి యాకెద న్నొకటియు•సలుపనీక
తోడఁ బఱువులువాఱుచుఁ•దోఁటపనులు
సేయురూపు మదిఁ హత్తి•పాయకునికి. 105

ఉ. అప్పటితద్విలేపనప•టాభరణాదులవైభవోన్నతుల్
రెప్పలు విచ్చి చూడక చ•రింపనియట్టిపరాకుచేతఁ దా

నెప్పటియట్ల యుండె నతఁ • డింటికడం దడ వుండి యుండి నా
యొప్పమి యేమి సంఘటిలె • నొక్కొ యటంచు విషాద మొందఁగన్. 106

తే. తొలుదొలుత నట్లు సాధ్వసా • ద్భుతకరంబు
లగుచు మరుసుద్ది లేకుండ • నెగయ మీఁటి
పెక్కునాళ్లు తద్వాసన • ప్రిదులనీని
ఘనవిభూషాదు లపు డింపు • గామి యరుదె. 107

ఆ. తిరిగి యరుగఁ జూచి • యరిగి యే నెచట నె, వ్వారిదాన నచట • నూరక పడి
యుండ దైన మెద్ది • యొనరించె నది యగుఁ, గాక యనుచుఁ దలపు • కడన యుండె.

ఉ. ఆలలితాంగి చాలఁ దడ • నచ్చట నమ్మెయి నుండి సాహసో
ద్వేలత నంతఁ జేరి కసుఁ • ద్రిమ్మటచే శ్రమ మొందినారు గాఁ
బోలును బోఁగునా నిదురఁ • బోయెద రే యని కప్పురంపుఁదాం
బూలముతావి భుగ్గు రని • ముంచుకొనం జెవిదండఁ బల్కినన్. 109

క. పైకొన్న పరాకున నతఁ, డేకోర్కిని వచ్చి తసియె • నింతియు వగతో
లోకమువారలు పతికడ, కేకోర్కిని వత్తు రనుచు • నొంతయుఁ బొలసెన్. 110

క. ఓనాయక యితరంబులు, పోని మ్మాపాటి యైన • బుద్ధి గలిగి నా
మానసములోనికోర్కుల, పూనిక యడిగితిరి లోక • పూజిత నైతిన్. 111

మ. అకటా యే మని దూఱుదాన మిము నా • థా వేగుజా మయ్యెఁ బొం
దికగాఁ బాదము లొత్త ర మ్మనుట గా • నీ యొంటి యేమో కదా
నికటక్షోణికి నేగుదె మ్మనుట గా • నీ కొంత నెయ్యంపుఁబూ
నికతోఁ గన్నులు విచ్చి చూచుటయె కా • నీ లేద యొక్కింతయున్. 112

ఉ. నేఁ డలతోఁటలో నపుడు • నిబ్బర మైనమదీయభాగ్యమున్
బోఁడిమి యేమిపాకమునఁ • బొందెనో మీకృప యట్లు గాంచి పె
న్వాఁడిఁ దనర్చునాచనువు • నన్ మిము నెమ్మెయి నంటిఁ గాని యే
నాఁడును బుణ్యసాధ్వికి గు • ణం బిది గా దని నే నెఱుంగుదున్. 113

న. అని పలికి యంతరంగంబున నంతకంతకుం బ్రబలుకంతుసంతాపంబున వంత నొం
దుచుఁ గొంత చింతించి. 114

క. రా వైనఁ గొంతమేల్ నా, రాయణ మీమనసుకంటె • రహి నింక నెపుడున్
మీయంతఁ దడవెదరె యని, యాయంగన యతనిపాద • మల్లన పట్టెన్. 115

ఉ. పట్టి యొకింత యొత్తుచునె • పాన్పుకడన్ వెసఁ గూరుచుండి సొం
బట్టున నొప్పునూరువుల • పై నిడి యొత్తి తదంఘ్రి యంతఁ జ
న్కట్టుపయిన్ ఘటించుచును • గన్నులు చేరుచుకొంచుఁ జెక్కుటన్
గట్టిగ నద్దుకొంచుఁ దన • గాటపుఁగూరిమిఁ దెల్పె మిక్కిలిన్. 116

క. ఎంచుఁ బరా కుఁకుగనికిఁ, సందియ మందుచు ని దేమి◆చందమకో యం
చుం దనడెందము గొందల, మందఁగ నిందుముఖి యతని◆ నల్లన పలికెన్.

ఉ. చిత్తము వేఱొకర్తుపయిఁ ◆ జేర్చి మరల్పఁగ నేర కేమొ మీ
రత్తరళాక్షిఁ దెచ్చుకొనుఁ ◆ డాయక నానశ మైనఁ బాపుఁ డేఁ
దెత్తు నవశ్యమున్ మఱియు◆ దేవరకుం బలె నవ్వధూటికిం
దొత్తగుచున్ బనుల్ సలుపు◆దున్ నిజ మాడెద దైవసాక్షిగన్. 118

క. తుదఁ జిక్కులేల మీమది, కొఁద దీఱినఁ జాలు నమ్ము◆కొనవలసిన వ
చ్చెద నమ్ముకొనుఁడు న న్నో, హృదయేశ్వర యేమిచింత ◆ యిది చెల్లఁదగున్.

వ. అని యిట్లు పలుకుచుం బాదసంవాహన సేవలు సలుపుచుండ. 120

చ. అది యొకయించుకైన నర◆యంగ నెఱుంగక యాతఁ డత్తఱిన్
మదిఁ గడు నాఁటి యున్నప్రథ◆మంపుఁదదాకృతియొప్పిదంబు లా
చెదరినవన్నెయాపనులు ◆ సేయుఘనత్వర యావినీతి యా
పదిలపుఁబ్రేమ యారతుల◆భంగులు చాల విరాళి గొల్పఁగన్. 121

క. ఆసతియును దత్పదయుగ, సంవాహనము విసువు ◆ లేక సలుపుచున్
భాసురపాతివ్రత్యగు, ణాసక్తిఁ దదన్య మెన్న ◆ కన్నిశి గడపెన్. 122

తే. అంతఁ దొలునాఁటియట్ల య◆త్యాదరమునఁ
బోయి పూఁదోఁటఁ బను లెల్లఁ ◆ జేయుచుఁ బతి
మన్ననలు గాంచి యెంచెఁ ద◆న్మతికి నట్టి
సొంపులే గాని భూషణా ◆ లింపుగామి. 123

ఆ. ఎంచి దినము నట్ల ◆ యేగి యాఁతోఁటలో, నట్లు పనులు సేసి ◆ ప్రాణవిభుని
నట్ల నిష్టరతుల ◆ నలరించెఁ దద్విధం, బంత నంతయును ద◆దంబ యెఱఁగి. 124

వ. ఎఱిఁగి కూఁతుత్తో నేకతంబున నున్నవేళ ని ట్లనియె. 125

ఉ. అమ్మ సరస్వతీవరమ◆హత్త్వమునన్ జనియించి తీవు నా
కిమ్ముగ సర్వధర్మములు ◆ నీవ యెఱుఁగుదు వంశ మెల్లఁ బూ
త మ్మగునీదుచర్య నని ◆ ధాతపడంతియె యానతిచ్చె స్వ
ప్నమ్మున వచ్చి తావకగు◆ణంబులు చూచిన నట్ల గట్టిగన్. 126

క. పెనిమిటి దేశాంతరి యై, చనినన్ భవదీయ మైన◆సంతతి నాము
ప్పున కయ్యెడు ననుచును ద, జ్జననంబున కెదురుచూతు ◆ సతతము నాత్మన్.

సీ. ఆయాశ విఫల మై ◆ పోయెనో యనియెడు, బుద్ధిని జేసి యో◆పుత్త్రి యేను
నీపతి నిటమున్ను ◆ నిన్నుఁ జేపట్టక, యుండుకాలంబున ◆ నోర్వలేక
విసివి యే మాడిన ◆ విని సహింపక నీవు, నన్నుఁ గోపించుచం◆దంబు దలఁచి
నిలఁ బతివ్రతలలో◆ నీలువు గలయట్టి, తల్లివి కొఁద వాకిం◆తయును లేదు

తే. చిన్ననాఁడును బ్రియ మొకఁ ♦ జిన్నమంత
మాట యాడిన విని తాప♦మగ్న వగుదు
తద్గుణము లెవ్వ రేపాటఁ ♦ దడవిన విని
యలరు దొంగడొరుఁ బఱపి నె♦చ్చెలులు నగఁగ. 128

సీ. మఱచి తప్పియు నన్య♦మహిమ విమర్శింపఁ, జూడ వీ వన్యాని♦సొబగు వేడ్కఁ
బతిభక్తియందుఁ గీ♦డ్పడ నీవు వేఁడుదు, తత్ప్రష్టి యేదైవ♦తంబు గనిన
నధిపుఁడు హర్షింప ♦ హర్షింతు చింతింపఁ, జింతింతు చిక్కినఁ ♦ జిక్కు దెపుడు
గడుఁ జన విచ్చినన్ ♦ గర్వింపనీక యుం,డిన భేద మొందవు ♦ డెందమునను

ఆ. నింగుఁగడవరీతి ♦ నుండు దెపుడును గం, భీరతకుఁ గలంగి ♦ చేరనీక
పతిప్రవాసవేళఁ ♦ బాటించుకొనవు నె, మ్మేన గరగరికలు ♦ మెఱుఁగుఁబోఁడి.

క. రాతిరిపగళ్లు దృఢసే, వాతాత్పర్యమున నున్న♦వార లటుండన్
నీతోడ మాటలాడుం, బాతివ్రత్యమునఁ గాదె ♦ భారతి కృపతోన్. 130

క. ఓతల్లి నాదన యొక్కటి, నాతలఁపునఁ దోఁచినది వి♦నన్ వలయు గుణా
న్వితుండు గానిసుతుఁడు ప్ర, సూతుం డగు నఁట యకాల♦సురతక్రియలన్. 131

ఉ. నాఁటికి నెట్టిపైనఘట♦నంబున నో నిను నెల్ల కెంతయున్
గాటపుఁగోపమున్ బెనుపఁ♦గాఁ దను నెమ్మెయి నంటెఁ గాక పూఁ
బోఁటకు శీతగాత్రము మన♦త్తొల్లిటివారలు లేరె నీవిభుం
డేఁటికిఁ బోనఁగానలయు ♦ నీ పటు పోవఁగ నేల కూఁతురా. 132

క. ధవళాక్షి వయసునఁ బి,న్నవు గాని వివేకగుణము♦నన్ మిక్కిలి పె
ద్దవు నీకుం దెలియనియ, ట్టివిధినిషేధమ్ము లెక్క♦డివి తలపోయన్. 133

వ. అని పలికిన మొలకనగవు మొగంబున నిగురొత్తఁ దల్లిం జూచి సుగాత్రి యి
ట్లనియె. 134

చ. పరునకు నెట్టియుం బతి సు♦వర్తన గాఁగఁ దదప్రియం బస
చ్చరితము గాఁగ నెన్నుదు ని♦సర్గము నా కిది మాసరాద యీ
శ్వరుఁడును వేదమున్ గురుఁడు ♦ సర్వము భర్తయ యేఁ దదాజ్ఞ సు
స్థిరమతిఁ జేయుచున్ విధిని♦షేధము లెవ్వియుఁ గైకొనం దుదిన్. 135

క. విను మెయ్యదియు నిషిద్ధం, బని విడుచుట లేను విహిత ♦ మని సేయుట లే
దనుమానింపక యెద్దియుఁ, బెనిమిటి యొల్లనిది విడుతుఁ ♦ బ్రియ మొనరింతున్.

సీ. అని తల్లితోడ ని♦ట్లాయింతి పలుకఁ న,త్పతిభక్తిమహిమ కెం♦తయును మెచ్చి
వాణి ప్రత్యక్ష మై ♦ వాత్సల్యమున మిక్కి, లిని గారవించి త♦జ్జననిఁ జూచి
యీసాధ్వివర్తన ♦ కిట్టట్టు వంకలు, దిద్దఁ జూడకుము సు♦స్థిరత నొప్పు
పతిభక్తిచే నిజ♦పాపంబ కాదు నీ, యుభయవంశములపా♦పోత్కరములు

తే. నెఱయ నిర్ధూతములుగ ని♦న్నెలఁత చేసె,నిదియ కాదింక నిమ్మాఁద ♦ నీసతికథ

వెలయు మత్ప్రీతికరముఁ బ♦విత్రము నయి, నేనవెలయించుదానవం♦చానతిచ్చె.

క. అని యిట్లు చదివి పుస్తక,మును గట్టిగ వటువు విప్ర♦పుంగవుఁడు నసుఁగ
గనుఁగొని యిదిగో నయ్యా, యనఘము వారలచరిత్ర ♦ మని యిట్లనియెన్.

వ. ఆసుగాత్రిశాలీనులయందు నరవిందభవునికాంత కెంతదయయో యెఱుంగను నాకు నద్దేవియ కలలోన వచ్చి యీపుస్తకంబు నిత్యంబును బ్రాతఃకాలంబునఁ జదువుకొను మని యిచ్చె మఱియు నస్వీటం జదువ వ్రాయ నేర్చినవారి కెల్ల నారాత్రియంద యట్ల యిచ్చినది యందఱు నిది యొండొరులతోడఁ జెప్పుకొని వెఱఁగుపడిరి నిన్న నే నాపుణ్యదంపతులసందర్శనంబుకొఱకుఁ దత్కుసుమోద్యానంబులో వారలచేతం బ్రత్యుత్థానాసనార్ఘ్యపాద్యాదివిధుల నుపచరితుండనై నగుచు నచ్చట నీపుస్తకంబు మఱచి వచ్చి నేఁడు రేపకడఁ జదువంబోయి తలంచుకొని యది దెచ్చుటకుం బంపిన నిట్టిఘోరంపువార్త వచ్చె నని వెండియు నయ్యుత్తములప్రహదపాతంబునకుఁ బెక్కులాగుల వగచె నేను నాయధ్యాపకుని వీడుకొని యప్పటికి నప్పురంబు తత్ప్రసంగాకులం బగుట యరసి నావిద్య గమెఱవసి చూచుట కిది సమయంబుగా దని నాగలోకంబున కరిగి యంతఁ గొంతకాలంబునకు సంగీతవిద్య సవిశేషంబుగా నభ్యసింప వేడ్కపుట్టిన నారదమహామునిం గొలిచి తిరుగ దొరకొంటి నని చెప్పి మణికంధరుం డాకలభాషిణి యట్లు శాలీనుని చిత్తంబు జానపదత్వముగ్ధత్వదోషంబునం జేసి మున్నత్యంతాపూర్వవస్త్రభూషణాద్యాడంబరంబునం దలంకి తదలంకృతపత్నీరూపంబునకు నెఱయ గొలుసుకుండుటయు వెనుకఁ దోటపనుల నాకులితం బైనయత్తన్వివిచ్ఛిత్తివిలసితాకారంబున హత్తి యితరంబు నెఱుంగమి భవదీయవృత్తంబునకు దృష్టాంతంబు లని పలికి సుముఖాసత్తిం జూచి. 139

తే. నీకులస్థానవార్త గ♦ణించి చూడ
నాసుగాత్రిచరిత్రంబు ♦ నంతవట్టు
నీ వెఱుఁగ కున్కి యెట్లన్న ♦ నేల యెఱుఁగ
నాసుగాత్రిన యే నని ♦ యాకె నగియె 140

క. అమ్మాటకు వా రందఱు, నెమ్మనములఁ జోద్య మంది ♦ నీ వాసతి వే
నెమ్మెయిఁ బ్రతికితి వేమిక, తమ్మున నిమ్మాఱు పేరు ♦ దాలిచి తనుడున్. 141

సీ. శతతాళదఘ్నసం♦జ్ఞిత మైనయట్టిపె, న్మడువున నేనట్టు ♦ వడియెడుతఱి
మత్పతిపాదప♦ద్మము లాత్మలోనఁ ది, రంబుగా నిడి తద♦న్యం బెఱుఁగక [ప్రేక
మునుఁగుచో నడుమఁ గో♦ర్మొసలి మ్రింగెనది మ్రిం,గినవెన్క నఱిగించు♦కొనఁగ
మఱునాఁడు తత్తీర♦మహిఁ బడి పొరలుచు, వెడలఁ గ్రాసినది య♦వ్వేళయందు

తే. నచట నున్నవా రిది చెప్పి ♦ రంత నేను
నెల్లజనులును వెఱఁ గంద ♦ నింటి కేగి

నాఁటికని మ్రొక్కికొనుచుంటి ◆ వదల కెపుడు
పతి దిరుగఁ గూర్ప నింక నీ ◆ భార మనుచు. 142

సీ. దేవి నాలీలఁ బ్రార్థింపుచుండఁగ వచ్చె, నరలు నా కప్పుడే ◆ నాథుసేవ
యొక్కఁడి దీవాణి ◆ యొకఁ చేసె సట్లుగా, నిమ్మది యని విరా◆గమ్ము పొడమ
వేదాంతశాస్త్రకో◆విదులగోష్ఠిని గొంత, యోగశాస్త్రజ్ఞుల◆యొద్దఁ గొంత
ప్రొద్దుపుచ్చుచు యోగ◆ములకు సంగము లైన, యాసనాదులకు స◆మర్థ మైన
తే. ప్రాయ ముడివోవుటకు వెతఁ◆బడుచు నూఁటి
నా కెపుడు సుముఖాస్త్రి◆నామ మొదవె
సుముఖు లన శాస్త్రవిదులు ని◆త్యమును దల్ప
మీఁపవర్తన గలిగి యే ◆ మెలఁగుచునికి. 143

తే. అట్టిపేరఁ బ్రసిద్ధ నై ◆ యంతలోన, దల్లితగు లూఁడఁ దీర్ఘయా◆త్రగ ధరిత్రిఁ
గ్రుమ్మరుచుఁ గాదనిద్దేవి◆గుణములువిని, యిచటఁ జేరితిఁగడమమీ◆రెఱిఁగినదియ.

క. అమ్మాడ్కిని బాతివ్రత్య, మ్మును నుతి గనియు నిట్టి◆దశ నొందితి నేఁ
డిమ్మెయిఁ బ్రతికి యొకింతయు, సమ్మదముగఁ గాంతుఁ జేమి◆యయ్యె నొయెఱుఁగన్.

మ. అనుచుం గ్రాహము మ్రింగి యుండ మరునాఁ ◆ డాలీల నక్లిష్టమా
ర్గని రా నేర్చిన నియసంకుచితపా◆తివ్రత్యమో యుత్తమాం
గన సినాథుని బ్రోవకున్నె పెలుఁ◆కల్ మాను బ్రాపించె దా
తపసాంమ దుడి నాతఁ ఁజే సని మణి◆స్తంభుండు నూపెం దనున్. 146

సీ. చూప యే బ్రదికిన◆చో పెల్ల విను మట్లు, నీమాటఁ గడు నల్గి ◆ యేమికర్త
వశతనో యాయల్క◆నఁడి యాఁపలేక వే, గోద్ధతిఁ జని నీట ◆ నుఱికితిఁ గడ
యాఁపక్క నొక్కఁ◆చుంచెకంతి సేపునకు జ, లస్తంభవిద్యావి◆లాసగుప్తు
నొకసిద్ధునింటిలో ◆ నున్నట్ల యున్నమ, హాత్ముఁ డిజారిపిధూ◆తాంధకారుఁ
తే. జేరితిం జేరి యటమున్ను ◆ దూరపాత
సంభవం బైనయప్పరి◆శ్రాంతిచేతఁ
బ్రక్క లెగయంగ రొంజుచు ◆ నొక్కక్షణము
నిలిచి కనుఁగొంటిని సమాధి◆నిష్ఠు నతని. 147

తే. అంతఁ గనువిచ్చి చూచి న◆న్నాతఁ డేను, బ్రణుతిచేసితిఁ జేసి త◆త్ప్రణుతిసరణి
నంబడని జెప్పితిని నాదు◆వృత్త మతఁడు, నింతకోపవే యనుచు నొ◆క్కింతనవ్వె.

క. ఇది మిక్కిలి యేకాంతపు, పద మని యిట్టున్న వాఁడఁ ◆ బరుల నునుపఁ గూ
డదు క్షణమునందు నని మ, ద్వదనము దెస యంతఁ జూచి ◆ దాక్షిణ్యమునన్.

సీ. నాఁ డెల్లఁ దనయొద్ద◆నను నుంచుకొనినాఁడు, గురుభక్తి తెలుఁగుఁ గ◆న్గొనుచు నలరి
నాకు వయఃస్తంభ◆నపుమణి యొకటియుఁ, దా నెక్కు సింగంపుఁ◆దత్తడియును

దద్వశీకరణౌష♦ధజ్ఞానమును వాద, విద్యయు నిహ్వాలు ♦ వేడ్క నిచ్చి
పా మ్మని యనిపిన♦ప్పుడు గాదె యీపట్టి, మెవ్వరి వ్రేయంగ ♦ నత్తెఱంగునను
తే. వారిఁ జంపును దుద నను♦వాక్యమునకుఁ
గడు నలరి మ్రొక్కి యతనియా♦కర్ణనమున
నటకు మును వచ్చినట్టిసిం♦హంబు నెక్కి
మడమ ద్రొక్కినంత దాఁకించు♦మాత్రలోన. 150
శా. గంభీరప్రహ్లాదముగ వడిగ వెడలి యా♦కాశంబునం బోవునా
కుంభిద్వేషిని మెచ్చి యెన్నిగల పీ♦ఠక్షోణుల్ విచిత్రంబు లా
శుంభద్వస్తువు లెల్లఁ జూతు నని పో♦చున్ వేడ్క నుండంగ నా
స్తంభంబున్ మణిచేతఁ గాంచుట మణి♦స్తంభుండు నా నొప్పుచున్. 151
ఆ. అతివ నాదుగురువు ♦ లంగీకరించిన, యట్టిది యని మిగుల ♦ నాదరమునఁ
నేను నాఁడు మొదలు♦గా నిట్టిసిద్ధవే, షమున వలయుచోట్ల ♦ సంచరింతు. 152
క. ఆవేడ్కలతమి నెప్పుడు, నీవిధమె తలంప నంత ♦ నిప్పు డెఱుఁగు దే
చ్చో వచ్చియున్న తెఱఁగులు, నావుడు నవ్వారిజాక్షి ♦ నగి యిట్లనియెన్. 153
స్రగ్ధర. ఆశాలీనుండ వీవే ♦ యగుట గలిగ నా♦యల్లనాఁ డంత క్రోధా
వేశం బేతేర నీ వే♦వికటపు బలుకుల్ ♦ వింటి నాచేతఁ గర్ణా
భ్యాసంబుం జేరి చెప్పన్ ♦ బ్రథమమున వయః♦ప్రస్తుతుల్ చేసి గూఢా
బై శోభిల్లంగ నీ వే♦మని పలికితి మా ♦ కాసతి మ్మంతనప్పున్. 154
సీ. అని కలభాషిణిఁ ♦ గనుఁగొని నీ విట్టు, రమ్ము నీ కారహ♦స్యమ్ము మునుపు
చెప్పి తార్కాణగాఁ ♦ జెప్పింపఁ దగు మణిఁ, యాయనచే నని ♦ [illegible]
చెవిలోనఁ జెప్పంగఁ ♦ జేరి యోహోహో యది, గాదు పాయ నుతో[illegible]♦[illegible]
దూరశ్రవణశక్తి ♦ తోడ్తోడ వినియెదు, నటుగాన వ్రాసి నీ ♦ [illegible]
తే. ననిన దూరదృష్టిని గను ♦ నదియుఁ గూడ
దనుచు మణికంధరునిఁ జూచి ♦ వినుము నీవు
మును పతనిచేతఁ జెప్పించు♦కొనుతదర్థ
మంత నేఁ జెప్పెదను గాని ♦ యనుచు నతఁడు. 155
వ. అమ్మణిస్తంభుని నేకాంతంబునకుం దోడ్కొనిపోయి యతనిచేతఁ [illegible]
[illegible]కారణంబును నట మును పటీరహాస్యవాక్యంబులను [illegible]
సుముఖాసత్తిం జూచి యింక నీ వేమని చెప్పెదో చెప్పు మనుటయు [illegible]
మణి యిట్లని చెప్పె నట్లు శాలీనుండు మఱువునం బడుటకు మును నా[illegible]
నేకాంతంబున నుండి ప్రసంగవశంబున. 156
క. అమృతము సేవించితివో, రమణీ యే మైన సిద్ధ♦రస మబ్బెనొకో
కొమరుం బ్రాయము మిక్కిలి, కొమరొందెడు మిగుల గ్రొత్త♦క్రొత్తగ నలమిన్.

క. మగవాసికంటె మునుపుగ, మగువ కెడలుఁ బ్రాయ మండ్రు ♦ మానవతీ నీ
జగిబిగువు లంతకంతకు, మిగులఁగఁ బోలు పొందుటకు ని♦మిత్తముఁ జెపుమా.

క. అని యడిగిన నే నెయ్యది, యు నిమిత్తం బెఱుఁగ ననుచు ♦ నూరక ఇట్లుం
టిని గాని యేన చెప్పెద, విను మని మొగము చెవిఁ జేర్చి ♦ విభుఁ డిట్లనియెన్.

చ. అనిశము నీద యౌవనశు♦భాకృతిఁ గౌఁగిటఁ జేర్చు వేడుకన్
దనియమిఁ జేసి వేఁడితిని ♦ దక్కక నీకును గర్భ మొన్నఁడున్
జనితము కాక యుండ నల♦శారదఁ బూజ యొనర్చువేళ వా
రనికృప నట్టు లిచ్చితి వ♦రం బని యాయమ పల్కె నత్తఱిన్. 160

క. దానన సుమ్మీ నానె, మ్మేనన్ సౌందర్యగుణస♦మృద్ధి దలిర్పం
గా నవయౌవన మెప్పుడు, గానఁబడుట యనుడు నేను ♦ గడు వెఱఁగొందన్. 161

తే. నాదుసంగంబునన నీకు ♦ నందనుండు, గలుగువర మిచ్చె నాకున♦న్నలు వసతియు
నేన వేఁడిన నొక్కనాఁ♦డిదియు నదియు, నొనరు టెట్లకొ యట్లన♦య్యనఘుతోడ.

క. నావుడు నాయిష్టమునకు, నీవు విరుద్ధముగ వరము ♦ నిట్లడిగితె య
ద్దేవి నని దుర్దమక్రో, ధావిలమతిఁ జని యతండు ♦ హ్రదమున నుఱికెన్. 163

క. అని చెప్పుటయు మణిస్తం, భునిమాటయు నదియు నైక్య♦మున శోభిల్లన్
విని మణికంధరుఁ డో మా, నిని సందియపడకు మితఁడ ♦ నీవిభుఁ డనియెన్. 164

సీ. ఆవధూటియును స♦ద్యఃకందళత్త్రపా, లంకృతం బగుసద్వి♦లాస మమతఁ
బతిఁ జూచి సంతోష♦భయభక్తివిసయంబు, లుదయింపఁ దగురీతి ♦ నుపచరించి
యిందాఁక నెఱుఁగ కే♦నేమియంటినొ మిమ్ము,ననుచుఁ గన్నీళ్లు రా♦నడఁచుకొనుచు
నడవుల మాటల ♦ నగవులమీయందుఁ, దొంటికై వడిఁ గొంత ♦ దోఁచుచున్న

తే. వసుధ నూనిసిఁ బోల మా♦నుసులు లేరె
యనుచు నుండుదు భాగ్య మ♦ట్లునికిఁ జేసి
యిప్పు డీయన్న చే ఫలి♦యించె నదియు
సజ్జనులగోష్ఠి యిహపర♦సాధకంబు. 165

క. అని మణికంధరుఁ గనుఁగొని, వినుచుండుదు మునుపు నిన్ను ♦ వేమఱు నిచ్చో
టన దూరశ్రవణబలం, బున నీయన నీదుగాన♦మున్ విని పొగడన్. 166

శా. గంధర్వుండవు జాతి నెంచఁగ శుభా♦కారంబు చంద్రత్రపా
సంధానక్షమ మద్వితీయుఁడ విఁకన్ ♦ సంగీతసాహిత్యధౌ
రంధర్యం బరయం దపస్వి వసుర♦ప్రద్వేషిభక్తుండపున్
బంధం బొక్కటి గల్గె శాప మనఁగా ♦ నాయన్న నీకుం దుదన్. 167

తే. అనినఁ దచ్చాపగతి కాత్మ♦యందు వగవు
దనరఁ గలభాషిణి మణికం♦ధరుని జూచి

మును కళాపూర్ణకథ నీవు ♦ వినవె ఘనదు
పట్టిచే సంత యశ్లేల ♦ తిట్టువడితి. 168

చ. అన నతఁ డెందు నే నెఱఁగి♦నట్టిద గా దని నీకు నెచ్చటన్
వినఁబడి యున్కొనో యది వి♦వేకము సేయఁగ లేక పల్కి
ట్లనుడు మదిం దలంచుకొని ♦ యూ నవ్వు నీ వెడ గాఁగఁ బోలు యు
టి నిజము తత్ప్రసంగము ఘ♦టిల్లినయప్పుడు పల్కి యత్తెఁడిన. 169

సీ. నారదుప్రథమసం♦దర్శనం బైనట్టి, నాఁడు తత్కథఁ బ్ర♦శ్నఁ బ్రసంగి
మే తెంచినవిధంబు ♦ నాతపస్వియు నపూ, ర్వం బిది యని యా♦శ్చ
భూతభవద్భావి♦భువనవస్తువు లెల్ల, నిజయోగదృష్టిచే ♦ నరసి
తన కది చెప్పరా♦దని పల్కుటయుఁ జెప్ప, రాకయుండుటయుఁ గా♦దనుచు
తే. నతఁడు దెల్పిన బహుసంప♦దాదిఫలము
దాను వినినంతవట్టొకం♦తయును నీడఁ
బూన గ్రుచ్చినరీతి నా♦పువ్వుఁబోఁడి
చెప్పినది విని వారల♦చ్చెరువు నంద. 170

వ. అప్పుడు. 171

క. మళయాళపుబ్రాహ్మణుఁ డొకఁ, డలఘువ్రతనామధేయుఁ ♦
త్కలనాకాముఁడు జపవిధి, తలఁపున నేతెంచి వినియెఁ ♦ దత్కథవిధమున్. 172

సీ. వినియె కళాపూర్ణుఁ♦డను నెట్టిఘనుఁడొ తత్, కథయంతయును వినఁ♦గలుగు
సంపదర్థంబున ♦ జపముచేసిన నయ్యె, పూర్వపుకథ వినఁ♦బుణ్య మబ్బ
నది వినునట్టిభా♦గ్యంబు సాధించినఁ, దన్మహత్త్వంబుచే♦తను నమ
భోగవైభవమాత్ర♦ములుగాక దీర్ఘాయు, వును ♦ దిఘన
తే. గలుగునఁట కడు మంచిమా♦ర్గంబు దొరికెఁ
దత్కథాశ్రవణార్థ మీ♦తల్లి నేఁ బ్ర
సన్నఁ గావింతు ననుచుఁ దా ♦ సలుపఁ దొడఁగె.
మహిత మగుభువనేశ్వరీ♦మంత్రజపము. 173

క. మనమునఁ గలభాషిణియున్, దనశాపముఁ దలఁచుకొని స్వ♦
జనఁబడునో తడసిన నం, చును సిద్ధుని సతనివాలుఁ ♦ జూచి ఘన. 174

క. ఏల యిఁకఁ దడయ నీబలు, వాలు నియమమునకుఁ గ్రదివ♦
భీలపుశాపమునకు నను, కూలంబుగ నడచి చేర్చు♦కొను రాజ్యంబున్. 175

సీ. ఆమణిస్తంభుఁ డా♦యకఁ జూచి యీనుము, ఖానసత్తి యో హరి♦ణాక్షి
నేను నీపైఁ గత్తి ♦ యెత్తిన నిన్ను వేఁ, యక యుండ నిజగ♦దంబమీఁది
యాన వెట్టదె యటు♦గాన నే వెఱతు నీ, పయిఁ దెగ మునుపటి♦
నని మణికంధరుం ♦ గనుఁగొని నాదువా, లొసఁగవె

ఆ. చెప్పినట్లు చేసి • చేకొను మత్యంత, విపుల మైనరాజ్య•విభవలక్ష్మి
ననుచుఁ బలికె నతని•వనితయు నోమణి, కంధర యిది మంచి•కార్య మనియె.

వ. అనిన నతం డతనితోడ వెండియు నిట్లను నలకూబరుశాపానుభవంబునకుం గాచుకొనియున్నవానికి నీదుష్కర్మంబున సాధించినరాజ్యవైభవం బేమికీర్తి సుకృతంబులకు సాధకంబు నయ్యెడు నని చింతింపవల దనివార్యం బైనశాపానుభవంబు పరోపకారంబు నెక్కింప నుద్యోగించి తనయంతనచేరి యత్యంత ప్రార్థనంబు చేయుచున్న యిన్నెలంతచేత మహాదేవికి సంతర్పణము సేయుట దుష్కర్మం బనరాదు కావున నప్పడంతి చెప్పినచొప్పున నడవు మని యత్తెఱంగున మఱియుఁ బెక్కుప్రకారంబుల నొడంబఱచిన నెట్టకేలకు నాదయాళుం డియ్యకొని నియమపూర్వకంబుగా నవ్విధికిఁ గడంగెఁ గలభాషిణియు మణిస్తంభునకుఁ దదంగనకుం బ్రణామంబు చేసి కన్నీళ్లు గ్రుక్కుకొనుచు నిష్కలంకపాటు తక్క నభయంబునకుఁ గాదుసుమీ మిమ్ము నెప్పుడు గురుభావన నారాధింపుచుండ లేమికిం గాని యనుటయును సుముఖాసత్తియు నోయమ్మ మన నెమ్మనంబుల నూర్గ్రి యింతటన పోయెనే మీఁదటనైన నీపతియు నీవుఁ గోరినట్లు మమ్ము గురుభావంబు నమపుకొనియెద రనినఁ గలభాషిణి పునఃపునఃప్రణామంబు లాచరించి ముకుళితకరకమల యగుచు నిట్లనియె. 177

శా. పూతం బైనమదీయపుణ్యయుగ మో•పుణ్యంపుటిల్లాల నీ
పాతివ్రత్యముచందముల్ విన మదిన్•భావింపఁగా నెట్టిదు
ర్నీతిప్రక్రియవారి కైనఁ గృపఁగో•నీవచ్చినం గల్గుఁ ద
త్పాతివ్రత్యము నాకు మీఁద నయినం•బ్రాపింప దీవింపవే. 178

క. నాపుణుఁ బరమపతివ్రత, నై నెలయుము రాజ్యవైభ•వానుభవం బెం
తే వర్తిల్లఁగ నలరుచుఁ, బ్రోవుఁడు మముబోంట్ల నీవి•భుండును నీవున్. 179

ఉ. అట్టిటు చంచలింపకు దృ•ఢాత్మత నుండు మ టంచు నిప్పుడే
మిట్టివి నీకుఁ దెల్పునవి• యెయ్యవి పెండ్లికిఁ బోవునట్లు గ
న్పట్టుచు నున్న దాన వతి•భవ్యవికాసము నుబ్బుఁ జూడ నిక్
గట్టిగ నెన్న దేవతవు • గాక నరాంగనవే మృగేక్షణా. 180

చ. అని తనుఁ బల్కునజ్జలరు•హాక్షిని వీడ్కొని సిద్ధవర్తిముల్
గనుఁగొని నన్ను నంపితిరె • ఖడ్గము నిచ్చెదరే యటంచు నా
తనిబలుకత్తిఁ బుచ్చుకొని • తా మణికంధరుచేతి కిచ్చి యో
గ్యనియమ గంధమాల్యవతి • యై కలభాషిణి నిర్విశంకతోన్. 181

క. తగ నాశక్తికి నభిముఖి, యగుచుం బద్మాసనస్థ • యై కూర్చుండెన్
మొగ మెంతయు వికసింపఁగ, బిగి వదలక పొదలు మదిగ•భీరత మెఱయన్.

ఉ. కాంత యనంతరంబ మణి•కంధరుఁ గన్గొని నీ విఁక [illegible] వి
శ్చింతత దేవి కర్పణము• సేయుము కొంకక దగ్గఱిల్ల కొ
క్కింతయు శంక లేక మెఱ•యింపుము చూచెద నుత్ప[illegible]
త్సంతతికంఠఖండనవి•చక్షణదక్షిణబాహుశౌర్యమున్. 183

క. సమరంబున నెదిరించిన, సమదాహితవీరవరులఁ • జక్కాడెఁ [illegible]
జను మీకు నిట్టియెడలన్, భ్రమియక చేమఱవకున్న • [illegible] శస్త్రములన్.

క. అని తెలిపెడికలభాషిణి, మనసు తెలివి కరుదుపడుచు • మ[illegible]
మని చెప్ప నెట్టకేలకుఁ, దనమది నూల్కొల్పి న[illegible] • ద[illegible]. 185

వ. అప్పుడు మృగేంద్రవాహన యతని నుద్దేశించి యో మణికంధర [illegible]
లత్వంబునం జేసి యాబలిసమర్పణవిధానం బాకించుకి విల[illegible]
తివి గావున జన్మాంతరమాత్రవ్యవధానంబున న[illegible]
హారాజ్యవైభవంబు లనుభవించెదు కలభాషిణియుఁ [illegible]
లేక మత్పరిణామతాత్పర్యధైర్యాదిగుణంబులచేతను [illegible]
మామకప్రసాదవిశేషంబునం జేసి యిపుడు పునస్సహితమ [illegible] యు [illegible]
యు నై తనబంధుమిత్రాదుల నలరించు నని యానతి[illegible]
దికి కనువిచ్చి నలుదిక్కులు పరికించి యప్పుడు బాను[illegible]
శవాటిభూషణాయమానస్వభవనారామభూమి నైన యు[illegible]
దుచు నిది యంతయు మృగేంద్రవాహనామహాదేవి [illegible]
లు నని యద్దేవిం గొనియాడి తనగమనాగమనప్ర[illegible]
జనంబులకు వినిపించి ఘనతరాద్భుతంబులు గావించుచు న[illegible]
రాదులు నవ్వారవర్ణినీశరీరఖండంబులు సద్భృత్యంబు [illegible]
య్యాదిమశక్తిమూర్తిమహిమ పలుదెఱంగులం బ్ర[illegible]
డు మృగేంద్రవాహనకు దండప్రణామంబు గావించి సుముహూర్త [illegible]
లఁ దగువిధంబుల వీడ్కొని శాసానుభవకాలంబు ప్ర[illegible]
బైనతనరత్నమాలిక యచ్చట జపపరుఁ డై యున్న యా[illegible]
ష్ణార్పణబుద్ధిని సమర్పించి విపంచి యద్దేవిగృహంబున [illegible]
బున నన్యులకుం గానరాకుండ గుప్తంబు చేసి. 186

క. అమ్మణికంధరుఁ డంత మ, నమ్మునఁ బ్రేరేచుచున్న •[illegible]
పమ్మునఁ జనియెను శ్రీశై, లమ్మునకును భృగునిపాత•[illegible]. 187

సీ. తనసుముఖాసక్తి • దనకు శుశ్రూషసే, యఁగ మణి స్తంభ[illegible] • [illegible]
వాహనాదేవిని•వాసంబునందు న, త్యంతజితేంద్రియ•త్వంబు [illegible]
యష్టాంగయోగవి•ద్యాభ్యాసప్రౌఢిఁ, దనరె నజ్జలజనే•త్రయును [illegible]
వలసినపరిచర్య • నలిపినతుద[illegible] ద, దాజ్ఞను మును[illegible]•[illegible]యోగ

ఆ. వర్తనంబు ప్రేమ ♦ వదలక తత్పగి, శీలనంబు నెప్పుడు ♦ సేయుచుండెఁ
దదనిశప్రయత్న ♦ తాత్పర్యమున నల, బ్ధావకాశుఁ డగుచు ♦ నతనుఁ డుడుగ. 188

క. అంత మణిస్తంభుఁడు దన, యంతఃకరణంబునందు ♦ నలరారెడు దే
శాంతరవస్తువిశేషా, త్యంతదిదృక్షున్ దిగంత ♦ యాత్రాపరుఁ డై. 189

క. వరజవశాలిం దనకే, సరి యాకర్షించి యాత్మ ♦ సతియుం దానుం
బరమోత్సాహమునఁ గృతా, ధిరోహుఁ డై గగనమున య ♦ థేచ్ఛాగతులన్.

క. అరుగుచుఁ గనుఁగొనియెను భీ, కరమకరతిమింగిలాది ♦ ఘనజలజంతూ
త్కరవిహరణభృశసాంద్రున్, నిరుపమఘుమఘుమరవాప ♦ నిద్రుసముద్రున్. 191

వ. ఇవ్విధంబున నయ్యంబుధిం గనుంగొని తత్ప్రకారంబు కౌతుకకారణం బగుచు
సొంపు మీఱఁ దనవనిత కతం డిట్లనియె. 192

ఉ. శీకరబృంద మొంతయు న ♦ శీతమరీచిమరీచిజాలమై
శ్రీకృతశాళధళ్య మయి ♦ తేజరిలన్ నిజధర్మ మైనగ
త్నాకరభావ మీజలధి ♦ యంబుజలోచన చూచితే కడుం
బ్రాకట మై తనర్పఁ దన ♦ బాహ్యవిభాగమునందుఁ జూపెడున్. 193

ఉ. ఓలలితాంగి చూడు కడు ♦ నొప్పెడునీరము నిండఁ గాఁగఁ దాఁ
గ్రోలి తిమిప్రకాండము శి ♦ రోవివరంబున వెల్వరించును
ద్వేలపుటూర్ధ్వధార యల ♦ వేలుపుటేటిపయిం గుతూహల
శ్రీల మరున్నదీవిభుఁడు ♦ చిమ్మెడుచిమ్మనగ్రోవిసీ రనన్. 194

తే. ఉగ్రతిమిశిరోరంధ్రని ♦ ష్ఠ్యూత మగుచు
నెగయుసలిలౌఘ మది యొంచు ♦ మిగుల నొప్పె
సబ్ధిపేరిటికుండలి ♦ తాంగభోగి
యుస్సు రనఁ దనపడి గెత్తె ♦ నో యనంగ. 195

ఉ. ఔర్వము పేర ఘోరవిర ♦ హానల మెంతయు నంతరంబునన్
బర్వఁ దరంగబాహువులు ♦ బారలు చాఁచుచు నీపయోధి యో
పర్వసుధాంశుబింబముఖి ♦ భాసిలెడుం గడు నుల్లసద్రసా
ఖర్వసుపర్వసింధువును ♦ గౌఁగిట నెంతయుఁ జేర్చుకై వడిన్. 196

మ. వికచాబ్జానన యీపయోధి శశియా ♦ విర్భూతకాలంబునన్
సకలద్వీపవతీగణంబు యుగప ♦ త్సంప్రాప్తినవ్యోల్లస
న్మకరీభంగపయోధరత్వమునఁ గ ♦ న్పట్టన్ రసోజ్జృంభణా
ధికతం జేయుచు నాచరింపఁ గడఁగున్ ♦ దివ్యాపగాశ్లేషమున్. 197

చ. ఉదకముఁ గ్రోల వ్రాలెడుప ♦ యోదము పౌరుషకేళిసంభ్రమా
ద్భుతవిగళద్రమాకబరి ♦ పోలిక నొప్పెఁ దటిద్విలాసముల్

తదభివృతాంగకస్ఫురణ♦లం దలపింపఁగ నీపయోధియొ
ప్పిదము శయించినట్టిముర♦భేది తెఱంగు వహించెఁ జూచితే. 198

క. అని పలుకుతనదుపలుకుల, కును ముసిముసినగవుతోడఁ ♦ గోమలి లజ్జా
వనతముఖి యయినఁ దద్విల, సనజృంభితకుసుమశరవ♦శంవదుఁ డగుచున్ .199

తే. తనదుభానంబు తెలుప న♦వ్వనిత మీకు
వలసినవిధంబునం బ్రవ♦ర్తిలుట గాక
యిందు నాకు స్వతంత్రత్వ♦ మెక్కడియది
యనియె ననుటయు నాసిద్ధుఁ ♦ డాత్మ నలరి. 200

మాలిని. కిసలయకుసుమాఘా♦కీర్ణనానావనాంతో
ల్లసదభినవకుంజ♦శ్లాఘ్యభాగంబులందున్
బిసరుహదళనేత్రన్ ♦ బ్రేమతోఁ గూడి నానా
ప్రసవశరవిహార♦ప్రౌఢిఁ గ్రీడింపుచుండెన్. 201

క. అలఘువ్రతాహ్వయుం డను, మళయాళపుబ్రాహ్మణుండు ♦ మహనీయసము
జ్జ్వలనియమంబున జపవిధి, సలిపెం బూర్ణముగ రెండు♦సంవత్సరముల్. 202

ఉ. శీతలసత్యభాషణవి♦శేషవిలాససమార్జితాఖిల
శ్రోతృజనానురంజన వి♦రోధినరాధిపగర్వభంజనా
నీతికలాతికౌశలవి♦నిర్జితభార్గవదేవమంత్రివి
ఖ్యాతివిభూతిగర్హణ ని♦రంతరకల్పితవిద్వదర్హణా. 203

క. నరసింహప్రభునందన, నరసింహాబలారిగమఘు♦నస్థేమబలా
నరసింహాకృపాస్పదకి, న్నరసింహాసనపదస్థ♦నతికృద్ద్రవిణా. 204

తోటకవృత్తము.

మానసుమోధన ♦ మంజులనిత్యా, నూనయశోధన ♦ యుజ్జ్వలకృత్యా
దానసుబోధన ♦ ధర్మదకృత్యా, దీనమహాధన ♦ దీపితసత్యా. 205

గద్యము. ఇది నిఖిలసూరిలోకాంగీకారతరంగితకవిత్వవైభవపింగళియమరనామాత్యత
నూభవసౌజన్యజేయసూరయనామధేయప్రణీతం బైనకళాపూర్ణోదయం బను
మహాకావ్యంబునందుఁ జతుర్థాశ్వాసము.

శ్రీరస్తు.

ఓం నమః కామేశ్వర్యై.

కళాపూర్ణోదయము.

పంచమాశ్వాసము.

శ్రీ దఖ్యాతినిరాకృతి
వైదుష్యసుపుష్యదర్థి • వైభవ యపరి
చ్ఛేదప్రాభవ యాచక
ఖేదప్రశమనవిలోల • కృష్ణనృపాలా. 1

వ. అవధరింపు మవ్విధంబున నలఘువ్రతుండు భువనేశ్వరీమంత్రజపంబు రెండుసంవత్సరంబులు పరిపూర్ణంబుగాఁ జేయ నాతట మృగేంద్రవాహన యో బ్రాహ్మణుండ నీయభీష్టంబు వేఱొకచోట సిద్ధించు నని పల్కు నప్పలుకులు వినంబడునంత నతం డాకస్మికోద్ధూతతీవ్రవాతనిపతితుం డగుచు ననేకజనపదవ్యవహితం బైన యొక్కపురంబునడుమ రాజస్థానమధ్యంబునం బడి తదీయశోభాకులత్వంబున నొక్కింతతడవు వ్రాఁడీ మూసినకనుఱెప్ప లంత విచ్చి నలుదిక్కులుం బరికించి తనపతనప్రకారంబునకు వెఱఁగుపడుచుఁ జుట్టును నున్నసభాసదులఁ గొందఱను గట్టెదుర రెండవదేవేంద్రుంబోలె సపూర్వవైభవంబున నున్నయొక్కరాజును నతనియగ్రభాగంబునఁ బసిండితొట్టియలలోపలఁ బొత్తులలో నున్నయొక్కచక్కని బాలికనుం జూచి యొక్కింతతడవు నివ్వెఱపాటున నిశ్చలుం డగుచు నుండి పదంపడి దిగ్గున లేచి మణికంధరపత్త్రం బైనతనరత్నమాలిక యాశీర్వాదపూర్వకంబుగా నారాజునకుఁ గానుకపెట్టుటయు నతండు నత్యాదరంబునం గైకొని కొంతసమీపంబునం గూర్చుండ నియమించి యప్పటికి దిక్కులనామమాత్రంబు లడిగి తెలిసి యిప్పటినీయాగమనప్రకారం బత్యద్భుతం బది చెప్పెదవు గాని యిటు మాటలాడక యొక్కింత నిలువు మని పలికి యిప్పటికానుక లెవ్వియైనను దీసిసొమ్ముల యని యమ్మణిహారంబు దనయొద్ద నున్నయాశిశువునకుఁ బెట్టించె. 2

క. అత్తఱిన తదీక్షుల నా, పొత్తులలో శిశువు చిబుకము గళంబుపయిన్
హత్త నది చూచి తెలిదళు, కొత్తుచు లేఁజెక్కు లమర నొయ్యన నగియెన్.

క. తిరుగా రెండేండ్లకు నీ, సురుచిరహారోత్తమంబుఁ జూడఁగ నాకున్
దొరకెను గనుఁగవచేసిన, యురుపుణ్యము నేఁడు వెండియును ఫలియించెన్.

తే. అనిన విని యేమి చెప్పంగ నచట నున్న, వారలెల్లఁ జిత్తరువున వ్రాసినట్టి
ప్రతిమలునుబోలె నతినిశ్చలత నొకింత, తడవు గనుపట్టి రత్యద్భుతంబునొందె.

ఉ. ఎంతయు విస్మయంబున మహీశుఁడు బాలికమోముఁ జూచి య
త్యంతము వింత లీపలుకు లారయఁగా నిది యెట్టిదేవతా
కాంతయొ కాక యేవిధపుఁగారణజన్మయొ యింక మాటలా
డింతము గాక యంచు దనడెందమునం దలపోసి యిట్లనున్. 6

క. ఓయద్భుతంపుబాలిక, నీయుదయం బగయ రెండునెల లయ్యెనో కా
దో యెట్లు పలికితిమ్మెయి, నేయెడ రెండేండ్లక్రింద నిది చూచితివో. 7

క. అన విని యిటమునుపటినా, జననంబున నేను దీనిఁ జాల గుఱుతుగాఁ
గనుఁగొన్నదానఁ గావున, ననఘా యామాట యంటి నని యది పలికెన్. 8

వ. అమ్మహీపాలుండు నబ్బాలికను జూచి నీవు కారణజన్మవుగాని సామాన్యంబైన మనుజశిశువుమాత్రంబు గావు కావున నీ తెఱంగంతయు నెఱుంగుసందాఁక డెందం బమందకౌతుకసంరంభంబున సంభ్రమింపుచున్న యది నీపూర్వజన్మవర్తనంబు లెవ్వి యేమికారణంబున నిచ్చటఁ బుట్టితి వెఱింగింపవలయు నని ప్రార్థించుటయు నది తనపూర్వజన్మవర్తనంబును దజ్జన్మనిమిత్తంబైన తత్పూర్వవర్తనంబును సంస్మరణసంబంధపరంపరావశంబున సమస్తంబును గరతలామలకంబుగా నాకళించి తనపలుకు లాస్థానం బెల్ల సావధానం బగుచు వింజమాకిడినట్లు వినుచుండ నన్నరేంద్రచంద్రునకు నిట్లని చెప్పం దొడంగె. 9

సీ. వినవయ్య యోకీర్తిధన యిటమునుపటి, పుట్టువు గాక తత్పూర్వమైన
పుట్టువునందు నంబుజగర్భుదేవి పెం, చినయట్టిప్రోదిరాచిల్క నేను
నాకుఁ దజ్జన్మంబునన్ శాప మొక్కటి, తగుల రెండవమేను దాల్పవలసెఁ
దచ్ఛాపమూల మంతయు నీకు వినుపించెదను విను మిది నిమిత్తముగ

ఆ. నొకయపూర్వకథ సముజ్జ్వలరసభావ, మాయురభ్యుదయకులాభివృద్ధి
హేతు వతిపవిత్ర మిప్పుడు వినుపింపఁ, గలిగె జిహ్వ కలిమిఫలము నొందె.

మత్తకోకిల. అంబుజాసనురాణివాసమునందు నేను వసించుకా
లంబునం దొకనాఁడు మోద మెలర్ప నాయన వాణితో
నంబరాభరణాంగరాగసమంచితాకృతివైభవా
డంబరంబు కరంబు వింతబెడంగునం గనుపట్టఁగాన్. 11

క. భవనారామమునకుఁ జని, నవనానాఖేలనము లొనర్చుచు నరవిం

దవనామోదభరాలస, పవనామోదములచేత ♦ భావము లెసఁగన్. 12

తే. తరుణసంతానకచ్ఛాయఁ ♦ దలిరుఁబాన్పు
నందు నాసరోవరమున ♦ కభిముఖముగఁ
బవ్వళించెను దనపాద♦పల్లవంబు
లూరువులఁ జేర్చుకొని నాతి ♦ యొత్తుచుండ. 13

ఉ. అంతట నంతకంతకు ని♦రంతరమై తనరారుమారదా
ర్తాగతతఁ గాంతఁ బాన్పునకు ♦ దార్చెను దన్మధురాధరామృతా
క్రాంతిరసోద్ధతిన్ దనమొ♦గంబులు నాలుగు నొక్కమాఱె య
త్యంతముఁ దత్తరిల్లఁగఁ ద♦దాననముం దనకై మరల్చుచున్. 14

సీ. ఆలీలలకు నవ్వి ♦ మేలుమే లెంతయు, నీవింత లన్యాయ ♦ మింత గలదె
మీమొగంబులు నాల్గు ♦ నీమాడ్కి నువ్విళ్లు, లూరిన నేకాస్య ♦ నొకతె నేను
చాలుదునే యివి ♦ చాలించెదరొ మఱి, యేమైనఁగలదొ యం♦చామృగాక్షి
మెడ బిగించుచు నించు♦కెడగవక్త్రము నిల్పి, యధరంబునసపాణి♦యడ్డమిడుచు

తే. మొలకనగవును గోపంబు ♦ చెలువు చిలుకు
తళుకుచూపులు చూపులోఁ ♦ దర్జనముల
వక్రితభ్రూలతాతాండ♦వంబు సిరుల
మిగులఁ గరలించెఁ బ్రియుమది ♦ మెఱయుమరుని. 15

ఉ. ఆయజుఁ డప్పు డంగనము♦ఖాబ్జము బల్మిని వంచి మోవిపైఁ
జే యటు పారద్రొబ్బి పలు ♦ చేర్చి నొకించుక నాటునట్లుగా
నాయమకుం గళాభిదుర ♦ మై మది నిం పొనరింప మోహనం
బై యుదయించె నొక్కమధు♦రాంచితశబ్దము కంఠసీమలోన్. 16

వ. అంత నావాగ్దేవి యీవిధంబున నొదవినకళామర్మభేదనసామ్రాజ్యసంపదనుభవానష్టమానలాఘవశంక నప్రకాశంబుగాఁ గడపిపుచ్చుటకు నుపాయంబుఁ జింతించి తద్విరోధకారిణి యైనవిభునియభిమతకేళికి విఘాతంబుగ నధరపీడనాసహత్వనాటకంబున నలుకఁగల్పించుకొని యవ్వలిమొగంబుగాఁ బొరలె నే నప్పుడు తదీయభావం బంతయు నూరుశ్లేషనయనాంతమీలనాదు లైనశాస్త్రప్రసిద్ధలక్షణంబులచేత నూహించితి నజ్జలజభవుండు తద్విరహదశావికలితధైర్యుం డయ్యు నుల్లంబున సగ్గుట నట్టు నెట్టుకొలిపి యిట్టటు దెల్పుటకుం జొరకుండె యంతటఁ బురోవర్తిశాఖాసమాసంజితసమంజసరత్నపంజరంబున నున్ననన్నుం జూచి యోచిలుకచెలువ యుబుసుపోదు కథ యొక్కటిఁ జెప్పవుగా యనుటయు నేను నోదేవ దేవరముందఱ నెట్టికథయు నేను జెప్ప భాజనంబనే మీరు చెప్పితిరేని వినియెద ననుడు నట్లేని వినుము చెప్పెద నని యిట్లనియె. 17

క. కాసారసంజ్ఞతోడను, భాసిల్లుచు నున్న యొక్క♦పట్టణమున ల

క్ష్మీసంపద నొప్పెడునువి, లాసుఁడు రాజోత్కరుఁడు క♦ళాపూర్ణుఁ డనన్. 18

క. ఈజగములఁ గలతనసరి, రాజుల నందఱను జయధు♦రంధరుఁడు మహా
రాజితుఁ డొనరించెను నిజ, రాజితలీలాకళాప♦రాజితు లనఁగన్. 19

క. ఆతఁడు సద్యోయావనుఁ, డై తోడన యొకప్రభావుఁ♦ డనుసిద్ధునిచే
నూతన మొకమణియు సము, ద్యోతితశార్ఙ్గము మెఱుంగు♦తూపులుఁ బడసెన్.

తే. ఆమణిశలాక యరుణ మై♦ యద్భుతంపు
రంగు గలిగినయది యామె♦ఱుంగుఁదూపు
లక్షయము లాశరాసన♦ మతనువిజయ
గౌరవానీకసంప్రాప్తి♦కారణంబు. 21

సీ. అంతట నొకఁడు మం♦దాళయుం డనుజగ, తీనాయకుండు రూ♦పానుభూతి [చ్ఛ
యనుభార్యయును దాను♦ ధనమంత్రిధీరభా, వాఖ్యుండు దోడురా♦ సట యదృ
నొక్కింత పోలయుట♦యును దత్కళాపూర్ణుఁ, డాత్మకోదండవి♦హారపటుత
ధీరభావునిఁ గడు♦దూరంబుగాఁ బలా, యనము నొందించి మం♦దాళయాఖ్యుఁ

తే. దనకు శరణు చొచ్చినవానిఁ♦ దత్కళత్ర
యుక్తముగ దాసుఁగా నేలి♦ యూడిగంపుఁ
బనులు సేయించుకొనుచు నిం♦పెనయ నిలిపి
యతఁడు వర్తిలుచుండెఁ దం♦దాజ్ఞలోన. 22

వ. అని చెప్పిన నప్పలుకులు సభ్రూవిలాసలోచనాంచలకషితకర్ణిక యగుచు నాక
ర్ణించి యించుక నగుచు శారద నన్నుం జూచి యాకళాపూర్ణునకు మఱి యే
మి యయ్యె నతనికిఁ దల్లిదండ్రు లెవ్వ రడుగు మని కఱప నేను నట్ల యడుగుట
యు నజ్జగద్గురుం డిట్లనియె. 23

సీ. అభినవకౌముది♦ యనుకాంతచే నంత, వరియింపఁబడియె స♦వ్వారవిలాసుఁ
డాతనికిని సుము♦ఖాసత్తి యనునది, తండ్రియు మఱి మణి♦స్తంభుఁ డనెడి
వాఁడు తల్లియు నన♦ వాణి హాసంబుతో, గ్రక్కునఁ గ్రమ్మఱి♦ కౌఁగిలించి
యింతలోనన యాకార♦ మెన్నితబ్బిబ్బులు, దద్దరిల్లకుఁ డంచు♦ ధవునివీఁపు

తే. చఱిచి యెట్టిటు లారాజు♦జనని మొగది
యును జనకుఁ డాఁడువాఁడునా♦ యనుచు మఱియు
మిగుల నవ్వుచుఁ జెప్పఁ డా♦మీఁదు ప్రాణ
రమణ మఱి యేమి యయ్యె నా♦రాజనుటయు. 24

క. ఆనర్మలీలచేత శ, తానందుం డధికసంభ్ర♦మానందుం డై
తానును మే లొప్పఁగ న, మ్మానిని మెడఁ గౌఁగిలించె♦ మక్కువ మీఱన్.

తే. వదనములు నాలుగిటికిని♦ వరుసఁ గలియ
మెలపుతోడన కంఠంబు♦ మలఁచి మలఁచి

యొసఁగెఁ దదధరపానమహోత్సవంబు
గళము గౌఁగిలితోన చెక్కులు నిమురుచు. 26

చ. చెలువయు నంత నం దొకటిచే జనితాధరపీడ యై మదిం
గొలఁది యెఱుంగ రెందు నని కోపముఁ జూపుచుఁ జాలుఁ జాలు న
వ్వలఁ జెపుఁ డేమి యయ్యెను భవత్కథితుం డలరా జటంచుఁ గౌఁ
గిలి విడిపించి మోము లిరుగేలను బాయఁగఁ బట్టెఁ బట్టినన్. 27

ఉ. దానఁ బ్రకాశితంబు లగుతత్కుచకుంభవిజృంభణంబు లేఁ
గాను బెడంగుఁ గొంతవడిఁ గన్గొని చొక్కుచు నంత మోవితీ
పానె నజుండు వెండియుఁ బ్రియత్వముతో నివి యెల్ల నేర్తు రా
నౌ నృపుఁ డేమి యయ్యెఁ గథ యానతి యిం డని పల్కె వాణియున్. 28

సీ. ఏమియు నేల యయ్యెను సమ్మహారాజు, సత్యదాత్ముం డనుసచివుఁ డంత
రమణీతో నంగదేశమునందుఁ గ్రముకకం, ఠోత్తరం బనుపట్టణోత్తమమునఁ
దన్నుఁ బట్టము గట్టి నున్నతసామ్రాజ్య, వైభవశ్రీసముజ్జ్వలత నొప్ప
నతనియాపురికి మందాళయుండు పసిండి, కోట పెట్టించి యెక్కుడుగ నతని
తే. దయ నడపె నంతఁ దనదుభార్యయును దాను
నుసుగ కభినవకౌముదీయుతుని నతనిఁ
గొలుచుచును దన్మణివిలోకగుణమహత్వ
మునను మధురలాలస యనుతనయఁ గనియె. 29

సీ. కని తన్మణీగుణంబునకు మెచ్చుచుఁ బ్రథ, మాగముండును ద్వితీయాగముఁడుఁ దృ
తీయాగముండుఁ దురీయాగముండు నాఁ, బ్రఖ్యాతి నొప్పువారలు నలువురు
తత్పురోహితులు సత్వరము కళాపూర్ణుఁ, జేరి యాతఁడు దాల్చు చారుమణిని
బర్యాయమునఁ దారు పట్టి తత్సంస్పర్శ, మహిమచే నానందమగ్ను లయిరి
ఆ. యతఁడు తద్వశీకృతాత్ము లై వారాశ్ర,యించి యునికిఁ దనదుహృదయమునకు
నియతివశతఁ జాలఁ బ్రియ మగుచునికిఁ ద,త్క్రియల కెల్ల నిచ్చగించి యుండె.

వ. అంత వారిలో నొక్కరుండు మిక్కిలి మందెమేలమ్మున నమ్మణిని గరంబు నొక్కి పట్టుటయుఁ గళాపూర్ణుండు కోపగించుకొని వారిఁ బాయందోలి తదపరాధంబు నం జేసి తత్స్వామి యైనమదాళయునికనకప్రాకారంబు నెల్లక విఘటితంబుగాఁ జేయించె నతండును దానికిఁ దలంకక యందుల కేమి యెట్లైనను దనవాఁడ నతని దేశంబునంద యెందైనను బ్రదికెద నని కళాపూర్ణుసేవ విడిచి కుటుంబసహితంబుగాఁ గ్రముకకంఠోత్తరపురంబు వెల్వడి యొక్కించుక చనుచుండె. 31

సీ. కట్టెదుటను బూర్ణకలశద్వయం బతి, శోభనస్ఫూర్తిమై సొంపు మీఱఁ
గని వేడ్క నుబ్బుచుఁ జని సుఖంబున మధ్య, దేశంబునను జిరస్థితిఁ దనర్చు

క్రముకకంఠోత్తరా♦ఖ్యపురంబు వెడలున, ప్పుడు ప్రయాణక్షో♦భమునఁ గృశత్వ
మును బొంది తేరని♦ముద్దులపట్టిని, మధురలాలసఁ దలం♦పఁగ నెఱుఁగఁడ

ఆ. అప్పు డేమి సెప్ప ♦ నాతఁ డాపువుఁబోఁడి, యెట్టివా రని గణి♦యింప దంత
మీఁదమీఁద సుఖని♦మిత్తంబు లొదవుచో, నడుమఁ జెందునిజజ♦నంబుపీడ. 32

తే. క్రముకకంఠోత్తరపురో♦త్తమమున కంత, నరుగుదెంచెను దిరిగి మ♦దాశయుండు
నిజకుటుంబయుక్తముగన♦న్నిసువు భాగ్య, మెట్లు పేరేచెనో మఱి♦యెందునిలక -

క. ఈపగిది నేగుదెంచి క, ళాపూర్ణుని గనుఁగొనం జె♦లంగె నిజకృశ
త్వాపగమోల్లాసిని యై, యేపునఁ దత్పుత్త్రి యంత ♦ నెంతయుఁ దెలివిన్.

సీ. అంత మదాశయుం♦ డట్లు దేఱి కరంబు, పొదలెడు సుతఁ గళా♦పూర్ణునొద్దఁ
దగ నిల్పి యతనికిఁ♦ దత్ప్రకారము దెల్పి, యిట్టిచిత్రమహత్వ♦ మేరికైనఁ
గలదె యెందును నీక♦కాకంచుభార్యయుఁ, దానుదన్మహిమయుం♦తయునురమణఁ
బొగడుచు నింపునఁ♦బొదలి రత్యంతంబు, నతనిపురోహితు♦ లపుడు వినయ

తే. పరతఁ బ్రథమాగమాదులు ♦ తిరుగఁ జేరి
రాకళాపూర్ణ నాతండు ♦ నాత్మ నిచ్చ
గించుకొని యుండె నోతటి♦చ్చంచలాక్షి
సుప్రసన్నత్వ మెంతయు ♦ సొంపు మీఱ. 35

తే. మధురలాలస యంతఁ గ్ర♦మంబుతోడఁ, దల్లిదండ్రులప్రోదిని♦ దరుణి యగుచు
నాకళాపూర్ణుచేత న♦నన్యసదృశ, మైనయౌవనఫలము దా♦ ననుభవించె. 36

క. నిరవధికప్రేమోదయ, దురపహ్నవకందళన్మృ♦దుస్మితశోభా
సురుచిరకృత్రిమరోష, స్ఫురణంబున బొమలు ముడువు♦చుఁ సతి పతితోన్.

చ. అటు దలుఁ డౌర యెంతటిమ♦హాత్ములు మీరలు నాదుమీఁదనా
కటకట మీవచోరచన♦కౌశల మోభువనప్రపంచసం
ఘటనధురీణ యన్న నగి♦ కామిని యిం దిపు డేమి గాంచి యీ
కిటుకు గడించి పల్కె దెఱుఁ♦గింపుము కల్గిన నాకు నావుడున్. 38

సీ. చెల్లఁబో మీసేవ ♦ సేయుచు నింతమా, త్రము నెఱుంగఁగలేన ♦ ప్రాణనాథ
యీదంటమాటలు ♦ నిట్టిభావంబుల, విధము నే నిచ్చిన♦విద్య లకట
యిప్పటిమనవృత్తి ♦ మీకథ సర్వంబు, తుదముట్ట నేమిసె♦ప్పెదరొ యనుచు
నూరక యిందాఁక ♦ నుంటి నంతయుఁ జెప్పె, దను నది వినవల♦సిన వినుండు

తే. కొలఁకు కాసారపురముగాఁ ♦ బలికి యందుఁ
బొలుచు నామోము నీడ సం♦పూర్ణ శశియు
ననుతలంపునఁ బలికితి ♦ రవుడు దానిఁ
బ్రకటముగఁ గళాపూర్ణుఁ డా♦రాజు గాఁగ. 39

వ. ఆరాజు=ఆకళాపూర్ణుఁడు ; సరిరాజులనెల్ల లీలాకళాపరాజితులం జేసెననుట= అవదనప్రతిబింబచంద్రుఁడు = ఎల్లముఖచంద్రులకు నెక్కుడైనసౌందర్యముగలవాఁడని యతిశయోక్తి; మీమహత్త్వవిశేషంబు దెలిపితిరి. ఇది యంతయు విస్పష్టంబు ; మఱి యతఁడు స్వభావుం డనుసిద్ధునిచేత ధనుర్బాణంబులు నొక్కయరుణమణిశలాకయుం బడసె ననుట—భ్రూలతావీక్షణంబులు నధరంబును స్వభావంబుచేతన కలిగియున్నవి యనుట; అని యెవ్వరి కెఱుంగఁబడదు. మదాశయుఁ డనువాఁడు రూపానుభూతి యనుభార్యయుం దాను ధీరభావుం డనుమంత్రితో నలవ్రాక యటుల వలసినమాత్రఁ గళాపూర్ణుం డాధీరభావుని దనధనుర్విలాసంబునఁ బలాయనంబు నొందించి మదాశయు నతనిభార్యతోడఁ గూడ నొక్కించుక ప్రవర్తించిన నది—మత్ప్రతిబింబంబు నిజభ్రూవిలాసంబున ధైర్యంబుం బాఱఁ దఱిమి మీహృదయంబును దృష్టిసహితంబుగా నాకర్షించి విడువ దనుట యై కానుపించుచున్న యది ; అంత నిప్పలుకులకు నాకు నవ్వు వచ్చినది—మత్ప్రతిబింబంబునఁ దోఁచి చూచి యానవ్వును లేఁత వెన్నెలతో సామ్యాతిశయంబు దోఁపఁ దదభేదాధ్యవసాయంబు గల్పించి యభినవకౌముదీశబ్దంబునఁ బలికి యది స్త్రీలింగత్వసామగ్ర్యంబున స్త్రీనామధేయం బై కానుపింప నభినవకౌముది యనుకాంతచేత నతఁడు వరియింపఁబడె నంటిరి. ఆకళాపూర్ణునకు సుముఖాసత్తి యనునది తండ్రియు మణిస్తంభుఁ డనువాఁడు దల్లియు ననుట, ఆప్రతిబింబంబు శోభనముఖసామీప్యంబు కారణంబుగాఁ దత్కాసారమధ్యమణిస్తంభగర్భంబున నుదయించె నని చెప్పుటకాదె యందు స్త్రీత్వపురుషత్వంబులు మీర లేమితడఁబాటుననో విజ్ఞోడుపడఁ గల్పించి పలికిన నేను హాసౌత్సుక్యంబుల నాఁపలేక మీ కభిముఖంబుగాఁ బొరలినఁ గాసారమధ్యవిద్యోతమానప్రతిబింబంబువ్రాయి మన్ముఖంబు మీకు నెదుటఁ గాన్పించిన నది మదీయదేహంబునానుఁ గంఠోపరిభాగంబునఁ గనుపట్టుటం జేసి - యాకళాపూర్ణుం డంగదేశంబునఁ గ్రముకకంఠోత్తరపురంబునం బట్టంబుఁ గట్టుకొనియె నంటిరి. అదియే మదీయాత్మాధీనంబు గావున సత్త్వదాత్ముం డనుమంత్రిపట్టంబు గట్టుటగాఁ జెప్పితిరి ; సత్త్వదాత్ముం డనఁగ—సమీచీనత్వదాత్ముం డనుట తోఁచుచున్న యదియు ; అంతట మీరు మత్కంఠపరిరంభణంబు గావించి యిది యుష్మదాత్మాధీనం బగుటను మీబాహువులు సువర్ణవర్ణంబు లగుటను మదాశయుండు క్రముకకంఠోత్తరంబునకుఁ బసిఁడికోటఁ బెట్టించె నంటిరి ; మీయాత్మయు దృష్టియు నెట్టిమమతావశంబుననో మన్ముఖంబునం బాయక వర్తిల్లుచు మధురాధరేచ్ఛ యార్జించుట యరసి మదాశయుండు రూపానుభూతిసహితుం డై యాకళాపూర్ణునకు సేనఁ జేయుచుఁ దన్మణిశలాకమహత్త్వంబున మధురలాలస యనుతనయం గాంచె నంటిరి;అట్లు మధురలాలసఁ గనిన దన్మణిశ

లోకమహిమకు మెచ్చుచుఁ బ్రథమాగమప్రముఖు లయినమదాశయునిపురో
హితు లమ్మణిశలాకం బట్టి చూచుచుఁ దత్సంస్పర్శనమహత్త్వంబున నానందమ
గ్ను లయి రనుట—చుంబనేచ్ఛానంతరంబున మీముఖంబులునాల్గును మదీ
యాధరపానంబున నింపొందె ననుట గాదె? యీముఖంబులు ఋగ్యజుస్సామా
ధర్వణప్రాదుర్భావకారణంబు లగుటను మీయాత్మకు నధీనంబు లగుటను గ్ర
మంబునఁ బ్రథమాగమాదినామధేయు లైనమదాశయుని పురోహితు లంటిరి.
అంతట నేను మీముఖచేష్టలచేత నధరపీడజనించినఁ గోపించి వానివారించి కౌఁ
గిలి విడిపించుకొనిన నది కళాపూర్ణుండు తనతాల్చినమణిశలాక యబ్రాహ్మ
లయుండు నొక్కరునిచేతఁ గొంతపీడితం బైనఁ గనలి వారిం బాయఁదోలించె న
నియుఁ, దత్స్వామి యైనమదాశయునిఁ గనకప్రాకారంబు విఘటితంబు చేయిం
చె ననియుఁ బలికితిరి; అంత దేవరచిత్తంబు దృష్టిసహితం బై మన్ముఖంబును
విడిచి పరిరంభవిశ్లేషప్రకాశితంబు లైనయితరావయవంబులకుఁ బోయిన నస్మ
దాశయుండు నిజభార్యాసమేతుం డగుచు నాకళాపూర్ణుసేవ విడిచి తదాశ్ర
యం బైనయంగదేశంబునకుం బోయె నంటిరి ; అట్లుపోవుచు నెదుటనెదవి
పూర్ణకలశద్వయశుభనిమిత్తదర్శనంబున నుబ్బుచు నేగి మధ్యదేశంబునం
నివాసంబు గావించె ననుట వక్షోజయుగళసందర్శనంబున నానందించుచు నరిగి
వలగ్నభాగంబు నవలంబించి తడవు నిలిచె నని పలుకుట గాదె ముఖంబుఁ జూ
యుట యాదిగాఁగ నధరేచ్ఛ యడంగిన - ప్రయాణక్షోభంబున మధురలాల
సకృశత్వంబు నొందె నంటిరి; అంత దృష్టిసహితంబుగా మీయాత్మ తిరిగి మ
న్ముఖంబునకు వచ్చుటయు దానఁ జుంబనేచ్ఛ మగుడఁ బరితుష్టినొందుటయు న
ముఖపానంబుచేత సఫల మగుటయుఁ గ్రమంబున మదాశయుండు కుటుంబస
హితంబుగా మరలి కళాపూర్ణునిసేవకు వచ్చె ననియుఁ దత్కారణంబున మధు
రలాలసకుఁ గృశత్వంబు మానె ననియును, అది యౌవనంబునఁ గళాపూర్ణున ను
గ్రహంబు వడసె ననియును మీకాముకత సముచితవచనరచనలఁ దేటపఱిచితి
రి; ఇది యంతయు నిట్ల యగునో కాదో యానతీవలయు ననిన నతం డిట్లు తప్ప
దని నగుటయు నతనియథార్థవాదిత్వంబునకు మెచ్చుచు ని ట్లనియె. 40

క. ఇ మ్మగుపరిహాసపువా, క్యమ్ములయెడ బొంకు వినముఁ•గా మీవలనన్
మిమ్ముఁ గనిసహరిపొక్కిటి, తమ్మికడుపు చల్ల నై స•దా మనవలయున్. 41

క. అని పలికినతనప్రియభా, మినిపలుకులకును బ్రమోద•మేదురహృదయుం
డును దత్పరిరంభణపరుఁ, డును నై యాపద్మజుఁడు గ•డుం బొలుపొందెన్.

ఆ. అని సరస్వతికిని • గనకగర్భుఁడు రహ, స్యమునఁ జెప్పినట్టి•సరసపుఁగథ
యేర్పడంగఁ జెప్పి • యి ట్లని పలికె నా, శిశువు వినుజనులకుఁ • జిత్ర మొదవ.

ఆ. తమయభీష్టకేళి•తమి నె తిర్యగ్జంతు, వనియొ నను గణింప • కవ్విధమునఁ

జెప్పుకొనఁగ వింటి ♦ నప్పలుక్కు లేను నా, నడుమఁ గదలిపోవ ♦ జడిసి యుంటి.

ఉత్సాహ. అంతఁ బంజరంబు వెడలి ♦ యట్టు నిట్టు నొయ్యనన్
గంతు లిడుచు జాతిజాతి ♦ కడకుఁ దొలఁగి వచ్చితిన్
జంత సేయ మింతతడవు ♦ చిలుకయున్కి యనుచు నా
యింతి గొంత యలుగ నున్న ♦ నేమి యనుచుఁ బల్కినన్. 45

సీ. అంతట నొకసమ♦యంబున నంభోజ, సంభవు సేవ తా ♦ జరుపుకొఱకుఁ
జనుదెంచునిర్జరే♦శ్వరుని వెంటను రంభ, చనుదెంచి భారతీ♦శ్వరునిఁ గొల్వ
నంతఃపురంబుక♦క్ష్యాంతరంబులు గొన్ని, గొచ్చి యేతెంచి య♦చ్చోట నొక్క
పంజరంబునను ము♦న్నపటియట్ల వాగ్దేవి, మణితవిశేష మా♦త్మకు సుఖముగ
తే. నొయ్యనొయ్యన వర్తించు♦చున్న నన్నుఁ, జూచి దగ్గఱవచ్చియా♦సొంపుమిగులఁ
జిత్ర మిది యయ్యొ వారిసం♦సేవవేళ, నమ్మవా రుగ్గడించిరో ♦ యనుచు నడిగె.

ఉ. ఏనును దాఁపురం బెలుఁగ ♦ కేర్పడఁ జెప్పితిఁ దత్స్వరోదయం
బైన తెఱంగుఁ దత్ప్రభవ ♦ మైనకథాకథనంబు నంతటన్
మానఁగనీక యవ్విబుధ♦మానవతీమణి ప్రేమతోడఁ బై
పై నడుగన్ వివేక మొక♦పాటియె చిల్కల కేమి నేర్పినన్. 47

ఆ. ఇట్లు చెప్ప యంత ♦ నేనవ్విలాసిని, పలుకు మనఁగఁ దొంటి♦పలుకులకును
రాగుమూఁగుమాట్లు ♦ నెండియుఁ బలుకఁగ, నచటి కేగుదెంచె ♦ నజునియతివ.

వ. ఇట్లరుదెంచి కనుబొమలు ముడుపుచు నన్ను నవలోకించె. 49

చ. తలఁకక నీ యూస యేమిటికి♦తల్ దలపెట్టినదాన విచ్చటన్
దెలియుము గాన నిప్రు పెను♦ద్రిమ్మరికూఁతలదానవే కదా
భళిభళి యీవిహారములు ♦ భ్రాంతి యవిఘ్నత జాగిలంబ పై
యిలుపయిఁ బుట్టు మంచు శపి♦యించె మనంబున నల్క హెచ్చఁగన్. 50

క. రంభయుఁ దత్కోపవుసా, రంభమునకు వెఱచి యొక్క♦రత్నమయోరు
స్తంభముమఱుఁగున నొదిఁగె వి, జృంభితతద్రోషభాష ♦ వినఁబడ నంతన్.

సీ. నలువ యేతెంచి యో♦న్నఁపలేనియింతకో, పపుఁబలు కిది యేమి♦పడఁతియనుచుఁ
దనభార్యఁ బలికె న♦వ్వనితయుఁ గోపంబు, మించి శోభిలుమృదు♦స్మితముతోడ
వినరుగా యీచిల్క♦విధము మున్న ద్యాన, వనములో మనమాడు♦కొనినయట్టి
యాకథమాట లా♦ద్యంతంబు రంభతోఁ, జెప్పుచున్నది యేను ♦ నప్పలుకులు
తే. వింటి నిపుడు వచ్చుచు గోడ♦ వెనుక నిలిచి
యనుచు నది నామి యెఱుఁగు ని♦ట్లదయవృత్తిఁ
దిట్టుమరె యంచు సతిఁ బల్కి ♦ యట్టిశాప
గతికిఁ గుందెడు నన్నంతఁ ♦ గరుణఁ జూచి. ౫౨

వ. మీాయమ్మ శాపంబునకు సొం గాదని నెవ్వారి నెట్లు వచ్చు నని యా ట్లనుభవించి తి
దనంతరజన్మంబున మదాశయుం డనుజగతీపతికి మధురలాలస యన [illegible] సయ్యై
జనియించి కళాపూర్ణుం డను రాజునకు భార్యవై యనన్యసామా [illegible] మైశ్వ
ర్యభోగంబు లనుభవించుచు సహజంబైన పరమపాతివ్రత్యంబున సకలపు
బులను సాధించి కృతార్థ వయ్యెదు విచారింపకు మని పలికిన నారద మునిప్ర
భునిం జూచి యిది యే మయ్యా నెండియు మదాశయుం డను మధురలాలసయు
ను గళాపూర్ణుం డను నంచుఁ బల్కుచున్నవారు దేవరకు [illegible] తెలియ
రంత లై యున్నవి యనుచుఁ బలికి నవ్విన నతం [illegible] నాస [illegible]
కథలయందు నాకుఁ గలవరింతలు సంతతంబును గలుగుచు [illegible] యా
ట్లు గాదు మేదినిమీాఁద నింకఁ గళాపూర్ణుం డనురా [illegible]
త్నియుఁ గాఁగల దనుటయు నేఁ దత్కథ వినవలయు నా [illegible] సరస్వతి
పల్కిన నిట్లనియె. 5

సీ. కాంత మున్విన్నయా◆కథ యీాకథయు నాఁగ, [illegible] నాన
జాతిక్రియాదిక◆సకలపదార్థవా, క్యార్థాంతరము లివ్వి◆ [illegible]
గలయవి యిందుఁ ద◆త్కథకంబు భేదంబు, [illegible]
ననునివి మొదలైన◆యట్టిభూతార్థంబు, క్రియలు [illegible]
తే. నిలువు ననునివి యాదిగాఁ◆గలభవిష్య
దర్థవచనంబులైన క్రి◆యాపదంబు
లునుచుకొనుటయె నానియం◆దును డలం [illegible]
నోసుధాంశువిలాసప్ర◆హాసివదన. 5

వ. మఱియు శ్రోతృజనానుమోదనారంబున [illegible] బులోనే
నిదియు గొంత విస్తారంబు నొందఁ గల దని చెప్పఁ [illegible]
గం బింతియె కావున. 5

సీ. అసిన సరస్వతి◆యద్భుతం బంది యెు, క్కింత విచారించి◆ [illegible]
యారాజునకు సుము◆ఖాసక్తి యనునది, తం డ్రియు [illegible]
పగువాఁడు దల్లియు◆నయ్యెద రే యస్న, [illegible]
శ్లేషావిశేషంబు◆చేతన కాఁ గిల, దని బ్రహ్మ [illegible]
తే. మిగుల వెఱఁగంది యంతట◆నగుచు మీాఁగు, సృష్టి [illegible]
మదికి వెలసెనయట్లు చే◆యుదురు గాని, వట్టికోడెములు నాకును◆ [illegible]

క. తలపెట్టకు డీకి నెన్నఁడుఁ, గల నైనను మత్ప్రసంగి◆ [illegible]
త్రిలినట్టియీాకథాస్థితి, యిల నిట్టివి గోరఁ దివియ◆నే నైన పాటునే. 5

సీ. మన మంత నేకతం◆బునఁ జెప్పికొనినట్టి, కథ [illegible] లోన [illegible]

యింతమాత్రముగాక ♦ నిటమీఁద నీకథ, పృథివిపైఁ గలుగఁ జె♦ప్పితిరి మీరు
తొలుతన యిది బ్రహ్మ♦వలన వచ్చినయది, యనఁగఁ దన్మూల మె♦ట్టిదియొ యనఁగ
నాఙ్ముఖప్రతిబింబ♦వర్ణన యనఁగ ని, ట్టిప్రసక్తి నిది సంఘ♦టిల్లె ననఁగ [వకి
తే. వచ్చె నగుఁబాట్లు నాకు మీ♦వలన నాథ, నన్ను మన్నించి యింకనై♦నను దడ
మీర లూరక యున్న నె♦వ్వారు నంత, వినరు గాన గుప్తంబు గా♦వింపవచ్చు.
శా. అనుచుం బైపయిమాట గాక యిది యా♦హా యాత్మశృంగారశో
భనలీలాయశ మేరి కప్రియము నీ♦పల్కుల్ మనోవర్తనం
బును నేఁడుం బగునేని నాలుకతుదన్ ♦ ముక్కంటికొమ్మా విలా
సిని యే నమ్మెద నంచు బ్రహ్మ నగిపిం♦చెన్ మేలుమాటన్ సతిన్. 59
ఉ. ఘనయత్నంబున నవ్వడంచికొనుచుం ♦ గంజాక్షియున్ నాథ యే
మనినం గోపము వచ్చుచున్నది సుఁడీ♦ యత్యంతమున్ నన్నిఁకం
జెనకన్ రాకుఁడు చాలు నవ్వు లని వై♦చెం గాంతుమీఁదన్ నిజ
స్తనగుచ్ఛప్రతిమల్లహల్లకదళో♦ద్యత్కందుకం బంతటన్. 60
శా. అనయంబుం జల మొప్పఁగా మఱియు నా♦యబ్జాసనుం డట్ల యా
ననుమానుం డిది యంచు వాణియును వే♦డన్ జేరి తా నొక్కచే
తను గంఠంబును గౌఁగిలించి యొకచే♦తన్ గడ్డమున్ బట్టి చె
క్కునఁ జెక్కానుచు నొక్కచన్మొన యురః♦కోణంబుతో రాయఁగన్. 61
తరల. అతఁడు నేల పెనంగ దోజల♦జాక్షి పల్కెటు లున్న ని
కితఁ బ్రకాశిత మౌట నీమదిఁ♦ గాంక్షితంబ యవశ్యమున్
క్షితిఁ బ్రసిద్ధము గాఁగ నున్న వి♦చిత్రసత్కథ నీ కన
మ్మతిమె యట్లగునేని యేమహి♦మం బ్రసిద్ధతఁ గల్గెడున్. 62
సీ. వివరింప సకలవ♦స్తువులప్రసిద్ధి వా, గ్జాలమూలంబు వా♦గ్జాల మెల్లఁ
దన్మయం బిట్లుండఁ ♦ దనరు నీమది కన, మ్మతమైనయట్టిది ♦ మహి వెలయునె
యాకథాపూర్ణ మ♦హారాజుకథ తావ, కీనశృంగారలీ♦లానిమిత్త
మనుచు మన్ముఖజాత ♦ మగుచు నవశ్యంబు, గరము ప్రసిద్ధంబు ♦ గాఁగలయది
తే. నీకుఁ బ్రియ మని వేఱ వ♦ర్ణింప నేల, నీ విపుడు పల్కుపల్కు స్వా♦భావికంబ
పతులయనురాగలీల లే♦పగిదినైన, వెలయఁ గోరియు దాఁచు టిం♦తులగుణంబు.
వ. అనిన విని యాభారతీదేవి యావారిజాసనుం జూచి మీర లింతచలముఁ గొని
సమర్థింప నాకు నేఁ గా దన నేల యదియునుంగాక యారాజు వాలాయంబు
గా ధరణిం బుట్టఁ గలం డఁట. రాజ్యంబునుం జేయు నఁట. అతనిచరిత్రం బెట్లు
ను వెలయం గల దఁట. ఇది సిద్ధంబు దానిసంగడిన నస్మద్రహస్యకథ వెలయుట
కు నియమం బే యనుటయు, నతం డిది మునుపును నది వెనుకనుంగా వెలయు
నని పలుక నట్లైని వెలయుభంగు లెవ్వియో యెఱుంగవలయు మీర లెక్కడ

నుడువకుండుఁ డని ప్రార్థించి నుడువ ననిపించుకొని తన్నుఁ గినుఁగొని యిది యి ప్పుడు వారాంగనాజన్మంబునఁ బుట్టి యున్నయది. యందు నాచద్దోషమునకు నేఁ యలే దని పలికి. రంభ యనునది యిప్పు డెందుఁ బోయి దానికిఁ దగినబుద్ధి చెప్పిన లయి ననుడు నప్పుడంతి గడగడ వడంకుచుఁ గింబంబుమాఱుగ నెడలి వచ్చి యు నుగుల కెఱిఁగిన లే లెమ్ము నీ వీకథ యెక్కడం దడవిన నాలాగు నెఱుఁగుగా గద యని పలికిన నలువ నగుచు నీలాగు మఱి యెవ్వరు నెఱుఁగ రిది గదా. ఈకథ యింకఁ జెప్పినట్టివారును వినినట్టివారును ధాత్రియందు బహుపుత్త్రపౌత్త్ర ప్రపౌత్త్రాదిబహుసంతతిఁ దనర్చుచుఁ జిరకాలంబు ప్రవర్ధమానదశావిశేషశోభిత శుభసౌఖ్యంబులు గాంతు రిది యంతయు నానతిమేరకుంగాఁ బురుషార్థప్రదా మదీయాశీర్వాదం 64
బని పల్కెను.

చ. సతి పతిఁ జూచి మోచలము • సాగినఁ బాలును మీఱి లక్ష్మియు
ద్ధతియ కడుం నిరర్గళత • ధాత్రిఁ బ్రవర్తిలనిం డటంచు నిం
పతిశయిలంగ నవ్వె నవు • డచ్చటు నాసి తదాజ్ఞ నేను నీ
క్షితిపయి ద్వారకాపురిని • జెందితి జన్మము వారకాంతనై. 65

క. అని యీజన్మంబునఁ గల, తనవర్తన మించుకయును • దప్పక యిట్లున్
వినుపించి విచిత్రజ్ఞా, ననిధానము శిశువు రాజు • నకు నిట్లనియెన్. 66

క. కలభాషిణి యనుపేరన్, వెలయుచు నే వారకాంత • విద్యల నెల్లన్
లలిఁ గఱప నొదవె నంతట, సలిలజునదయాకటాక్షణములు • నా కొనుఁగన్. 67

తే. శక్తిగుడిలోనఁ బ్రాగ్జన్మ • సమయమునను
నాకు నిద్దివ్యహారసం • దర్శనంబు
కలిమి వింటిఁ గదా యది • దలఁచి యిపుడు
గ్రమ్మరంగ రెండేండ్లకుఁ • గంటి ననుట. 68

క. అలరుచుఁ బ్రమదాశ్చర్యం, బులు మనమునఁ దనరఁ బిదప • భూమీశునకున్
యలఘువ్రతుఁ డాబాలిక, కిలఁ జాఁగిలి మ్రొక్కి లేచి • యిట్లని పలికెన్. 69

క. తొలుతటిజన్మమునందును, గలభాషిణి యనఁగఁ బొగడఁ • గాంచిన నీ
యలఘుచరిత్రలలో నా, తలఁపున నొకవర్తనంబు • దార్కొ నయ్యెన్. 70

తే. అనుడు నీ కేమి దార్కొనె • నయ్యెఁ జెప్పు
మనుచు నానృపుఁ డడుగ న • య్యతివ వలనఁ
దగఁ గళాపూర్ణుపినినచం • దము జపంబు
తెఱఁగు నాసభఁ బడినరీ • తియును జెప్పె. 71

ఉ. చెప్పి యతండు బాలికకుఁ • జేతులు మోడ్చుచు నిమసాక్ష్యముల్
దప్పవ యందు నామధుర • లాలస వైనవిధంబు లిప్పుడున్

రౌమొప్పిఁక నీకు నాథుఁడుగ ♦ నున్న మహామహు నానృపాలు నా
కెప్పుడు చూడఁగాఁ గలుగు ♦ నింతయుఁ జెప్పుము నీవె నావుడున్. 72

ఆ. క్షితినుపర్వ యేను ♦ జెప్పిన నిఁక లెస్స, యుండ దది యెఱింగి ♦ యున్నవారు
మీరలెల్ల నడిగి ♦ వీరు చెప్పఁగ విను, మనియె శిశువతండు ♦ నాదరమున. 73

తే. ఆసభాపతిఁ జూచి యా♦యమ్మయాఁడు, పలుకు వింటి నృపాల యే♦ర్పఱుపవలయు
నాకు మీపేళ్ల మీవర్త♦నముల నేత, దీయనామవర్తనములు♦ దెలియఁబడఁగ.

సు. ఇది యేలోకమొ యేపురంబొ నుఱి మీ ♦ రెవ్వారొ యీబాల యె
ట్టిదియో యేమియుఁ గాన కెంతయును నా♦డెందంబు విభ్రాంతతన్
జెదరన్ మూర్ఛన్నడి యున్నవాఁడఁ దెలియం ♦ జెప్పింపుమకోవేళ గ
ల్గద యిందాఁకను సత్కథాకథనలీ♦లాభవ్యవైచిత్రిచేన్. 75

సీ. అనుచు సజ్జనపాలుఁ ♦ డట్లు కోవేళ గ, ల్గద యన్నమాట నీ♦కతయు నాకు
నడుగఁగ నెడలేద ♦ యంతకంతకు నద్భు, తపుఁగథ లొదవ నిం♦దాఁక ననఘ
వింటిమి కొంత నీ♦వృత్తాంతమిపుడు మీ,విధ మింకఁ జెప్పెద♦ వినుము దెలియ
నేఁ గళాపూర్ణుఁడ ♦ నీవె స్వభావుఁ డి, చ్చినయట్టిమణియును ♦ శింగిణియును

తే. నమ్ములును వీరు ప్రథమాగ♦మాదులైన
యట్టినలువురు మఱి సత్వ♦దాత్మఁ జాతఁ
జాతఁడు మదాశయుండు రూ♦పానుభూతి
యల్లయది యాకెబిడ్డ యా♦యరిదిశిశువు. 76

చ. తనగురుఁ డమ్మదాశయుఁడ ♦ తప్పక యట్లు మమున్ భజించి ముక్
జని చనుదెంచినాఁ డిపుడు ♦ నాకనకుం దను నట్లు నాదుద
ర్శనమున నేద దేఱె నని ♦ జాయయుఁ దాను ముదద్భుతంబులన్
దనరుచు నిట్లు ముందట న♦తం డిడినాఁడు పసిండితొట్టితోన్. 77

వ. దీనిపేరు మధురలాలస యనం బరఁగు నని యాయాపేళ్లవారి నందఱిం జూపి చె
ప్పి యిది యంగదేశంబు నగు నీపురంబును గ్రముకకంఠోత్తరనామధేయంబ నే
జనియించినదియుఁ గాసారపురంబు యది యిచ్చటి కనతిదూరంబున నున్న య
ది యన్నియు జెప్పనేల వెరసుమాట యొకటి గల దని యిట్లనియె. 78

సీ. అజుఁడు వాణికిఁ జెప్పి♦నట్టి యాకథలోని, వారిపేళ్లును వారి♦వర్తనంబు
నొకటియుఁ దప్పక♦యుండ మాపేళ్లును, మావర్తనములు నై♦మదికి మిగులఁ
బరమాద్భుతం బొన♦ర్పఁగ శారదావద, న ప్రతిబింబాది♦నామకర్మ
కల్పనాకేళిప్ర♦కారమాత్రము లైన, యస్మదాఖ్యానక్రి♦యాదికముల

తే. నోడ నెందు నొకింత వి♦జ్ఞాసుపడక
సమ మగుట యెట్లొ యనువిచా♦రము గలిగియు

నసుమఁ దత్కథలకును వి♦ఘ్నంబు సేయఁ
జనమి యూరక యుంటిమి ♦ వినుచు మేము. 79

క. అంతటఁ దత్కథతుదవృ, త్తాంతము చేఁ దీఱె మాకు ♦ నాసందేహం
బంతయు ననుటయును మహీ, కాంతున కిట్లనియె నతఁడు ♦ గడు చోద్యముగాన్.

తే. అజుఁడు చెప్పినకథలోని♦యట్ల తండ్రి
యాఁడుమానిసియును మగ♦వాఁడు దల్లి
యును మహీపాల నీకు నా♦యుల్లమునకు
నిది వెఱ గొనర్చుచున్నది ♦ యెఱుఁగఁ జెపుమ. 81

క. అన నాకును దద్వాక్యం, బనయము చిత్ర మగుచున్న♦యది యాశిశు నా
త్మ నెఱుంగనియది లే దీ, యనుభావము చూడ నడుగు ♦ మని చెల్వపడన్. 82

క. ఆవాక్యము నీ బాలిక, యావనఫలకథయు నవిది♦తార్థము లెందుక్
భావింప నొకటి పొసఁగుక్, భావి యగుటను మొదలిది వి♦నం దగుఁ జెలియున్.

క. అలఘువ్రతుఁ డపుడు కృతాం, జలి యై యాశిశువుఁ జూచి ♦ సర్వము నీకుం
దలఁపఁగ విదితమ యీభూ, తలపతిజన్మము తెఱంగు ♦ దయఁ దెలుపఁ దగున్.

వ. మున్ను నీకారణంబున నీకళాపూర్ణకథాకర్ణనఫలమాహాత్మ్యంబు వింటిఁ బడసి
యిట్టినాజపంబునకు ఫలంబై నయితనికథ వినికియు నీకృపచే కలిగెనంతమాత్రం
బును గాక యీకల్యాణచరిత్రుని బ్రత్యక్షంబు చూడఁ గంటి నత్యద్భుతం బై
నయీతనిజన్మప్రకారంబును సవిస్తారంబుగా నానతి యిచ్చి నన్నుం గృతార్థునిం
జేయు మనిన నమ్మధురలాలస యి ట్లని వినుపించె. 85

సీ. భూవిబుధోత్తమ ♦ నీవు మృగేంద్రవా, హనగేహమునకు ము♦న్న ట్లు వచ్చు
నపుడు మణిస్తంభుఁ ♦ డనుసిద్ధుఁడును సుము, ఖాసక్తి యనియెడు♦సతనిసఖియు
నాతోడిసంభాష♦ణమున వర్తిలుచుండి, రెఱుఁగుదు దగ నని ♦ యేర్పడంగఁ
దత్పూర్వవృత్తమం♦తయుఁ దెల్పి యి ట్లను, వారలు యోగప్ర♦వర్తనమున

తే. నమ్మహాశక్తిభవనంబు♦నందుఁ గొన్ని
నాళ్లు విజితేంద్రియతఁ బ్రవ♦ర్తిల్లుచుండి
రదియు నీకును దెలిసిన♦యదియె యంత
వా రచటు వాసి చని యొక్క♦వనములోన. 86

తే. రతిసలిపి రందు సిద్ధుఁడో♦యతివ నీవు, పురుషుఁడవుగమ్ము నాకిత్వ♦మునుభజింతు
నే ననుచు విపరీతర♦తేచ్ఛఁ బలికి, పలుకుటయు నాదరమున న♦జ్జలజముఖియు.

క. స్త్రీత్వము నీ వొందుము పురు, షత్వము నేఁ దాల్తు నని ని♦జప్రియుఁ బలికెన్
సత్వరత నట్ల వారల, స్త్రీత్వము పురుషత్వము విప♦రీతము లయ్యెన్. 88

వ. అప్పుడు. 89

మానినీవృత్తము. ఎక్కడనుండియొ కల్గెను సిద్ధున • కేమఱుపాటఁ గృశోదరముల్
జొక్కపుగుబ్బలు గొప్పపిఱుందులు • సోగకనుంగవ యొప్పిదముల్
జక్కనిముద్దుమొగంబు నితాంతల•సత్కబరీభర వైభవముల్
మిక్కిలిఁ గోమలమైనశరీరము • మీఱఁగ నాఁడుదనంబుపసల్. 90

ఆ. చాల నద్భుతముగ • నాలలితాంగియు, ధవునిరూపొకింత • దప్పకుండఁ
బూనె నాకృశాంగి • నూనూఁగుమీసలు, గుఱుచపల్లజడలు • కొమరు మిగుల.

ఆ. సలుపుగిలుపు దంప•తుల కొకప్పుడు దడం,బనును గాని యెట్టి•యెడల నట్లు
జగతి నాఁడుదనము•మగతనమునుదడం,బఱచుకొనుట యెందు•నెఱుఁగఁబడదు.

తే. స్త్రీత్వపురుషత్వదశ లిట్లు•చెందువేళ, వారి కొండొరుపై దృష్టి•వర్తిలుటను
దొరికె నొండొరుచూపులొం•డొరుల కట్లు, భావనయె ప్రధానం బెట్టి•పట్లనరయ.

ఆ. అమ్మెయిం బరస్ప•రాకృతివ్యత్యయం, బగుటఁ జూచికొని మ•హాద్భుతంబు
హృదయమునవహించి•రిది యేమిమాయయొ, కోయటంచువారు•గొంతతడవు.

సీ. అంతట నాసుము•ఖాసత్తి యాత్మలోఁ, దన్నిమిత్తంబును • దలఁచుకొనుచుఁ
దినన్నాథువదనంబుఁ • గనుఁగొని యిప్పుడే, ననినట్టిమాటమ•హత్త్వమ యిది
తప్పదు మును జర•త్కాయమే నలశక్తి, సన్నిధి వీడ్కొను•సమయమునను
నను సత్యవచనఁగా• నొనరింప నాయమ్మఁ, బ్రార్థించితిని వృథ • యై చన దది

తే. శాసనస్తంభలిపిరీతిఁ • జర్చసేయ, ననిన విని యింక నేమియు • ననకు మొద్ది
యూడఁబోనఁగ నెట్లనో•యనుచుఁబలికె, నమ్మణిస్తంభుఁడు భవిష్య•దర్థవశత.

వ. ఇట్లు పలికి వెండియు నిట్లనియె. 96

తే. నీకు గర్భంబు గాకుండ • నాకు నాకు
కొడుకు నీకూటమిన గలు•గుటకు నీకు
వరము లిచ్చినయవ్వాణి•వాక్య మెట్లు
ఫలితముగ నున్నదియొ యెందుఁ • బదరఁ జనదు. 97

చ. అదియును గాక యంగనల • కంగజసంగరకేళికావిశే
షదశలయందు నెక్కుడఁట • సౌఖ్యగతుల్ మగవారికంటె నా
కిదియు నెఱింగికో నిపుడ•భీష్టము గావున నిట్టు లుండఁ గో
రెద నొకకొన్నినాళ్లు విహ•రింపుము నీవును బూరుషాకృతిన్. 98

వ. అనిన విని సుముఖాసత్తి యోయనఘ నీ వేరూపంబున నుండు మన్న నీదువాక్యం
బు నాకు వేదవిధిసమానంబు గావున నీపల్కినయట్ల చేసెద నని తదుక్తప్రకారం
బునఁ దనపురుషరూపంబుతోడ నడుపుచుండె మణిస్తంభుండును నట్టినారీరూ
పంబున మదనక్రీడలు సలుపుచుండె నప్పుడు దమసుముఖాసత్తిమణిస్తంభనామ
ధేయంబులు స్త్రీత్వపురుషత్వంబులవెంబడిన వీడ్పాటుగా సంకేతంబులు చేసికొ
ని రంత నాకృత్రిమవనిత తనపురుషుండును దానును నానావిహారయోగ్యంబు

లైనయారామప్రదేశంబులు చూచువేడ్కఁ దనసింహంబు నాకర్షించి తదారూ
ఢులై దానియభీష్టసంచారవేగంబునకు సంతసిల్లుచు నంతరిక్షంబునం జరియిం
చుచుండి యెదుట నొక్కపురంబుఁ గని తనహృదయవల్లభున కిట్లనియె. 99

క. పుర మల్లదె యద్భుతగో, పుర మై వరణమిషలసిత • పుణ్యస్త్రీనూ
పురమై విభవములకుఁ గాఁ, పురమై శోభిలెడు నగ్ర • మునఁ గనుఁగొంటే. 100

చ. కలకలహంససారసబ • కప్రముఖాంబువిహంగమండలీ
కలకలనాదలీలఁ దన • కైరవతామరసాటలత్విజో
కలకలమానసాభ్యుదయ • గౌరవముల్ సరిగా దటంచుఁ బాఁ
గలకల నవ్వుచున్న పరి • ఖావలయంబువిధంబుఁ జూచితే. 101

క. ఈరమ్యపరిఖనడుమన్, సారపుశృంగములతోడ • సాలము పద్మా
కారత నొప్పఁగ నిది కా, సారపురం బంద్రము కొలని • చొప్పన నునికిన్. 10

క. తోరణము లింద్రధనువుల, తోరణము లొనర్ప నొప్పు • గోపురంబుగముల్
సారపురీతుల నీశా, సారపురీతులకు రావు • చర్చింపంగన్. 10

ఉ. గోరవువస్తుసంపదల • తో రమణీయత నొప్పు నిప్పురం
బోరమణుండ రత్నఖచి • తోజ్జ్వలసౌధవిహారిణీసక
ర్పూరవుపీటికారుచిర • భూరిసుగంధసమేతవాతసం
చాలకృతావిదూరసుర • సంపదపూర్వమనఃప్రమోద మై. 10

క. ఇచ్చోటికిఁ దొల్లియు నే, వచ్చి యెఱుఁగుదును దీసి • వైభవమహిమం
బచ్చెరు విందు వసింపఁగ, నిచ్చ యగుచు నున్నయది య • ధీశ్వర నాకున్. 10

క. అని పలికి యంతటను దీ, నిన దిగవలయు నని యపుడ • నేలకు డిగ్గం
దనసింహవాహనముఁ బ, ట్టి నిజేశుఁడుఁ దాను దాని • డిగి నడిచి చనన్. 10

వ. అప్పట్టణం బేలురాజు సత్యదాత్ముం డనెడువాఁడు వాహ్యాళిం బోయి తిరి
యరుగుదెంచుచు నాపూఁబోఁడిరూపలావణ్యంబు లాపోవక నిర్నిమేషుం డై
నిరీక్షించి తదనంతరంబున. 10

క. ఒంటనిరాజులఁ గప్పము, గొంటిన్ మే లేర్చి కలికి • సుభ్యైతలను వా
రింటఁ గల రంతకంటెను, గంటికి నిం పైనవాలుఁ • గంటిన్ గంటిన్. 10

క. అనరాదు గాక నాయిం, టన కా దిటువంటిచెలువ • నాకంబునఁ గ
ల్గునె చెప్ప నేల సకలా, వనితలనాయకులయిండ్ల • వనితలసుద్దుల్. 10

క. ఆసిద్ధునిసంబంధం, బీసౌందర్యైకనిధికి • నేరీతినొకో
దోసం బిట్టటు భావన, చేసినఁ దెలియుదము వారు • చెప్పిన నింకన్. 11

మ. అని చింతింప యదృచ్ఛ నచ్చెలువ త • న్నా వేళ వీక్షించినన్
ఘనసైన్యంబులు గొంత మించఁ దనతు • త్తాణంబు తేజీఁ జివు

క్కున దాటించి గుదించి చిత్తరువుబాం♦గుల్ మీఱ నాడించె శో
భనతద్వల్గనవల్గదగ్రిమరుచి♦స్ఫాయత్కిరీటంబుతోన్. 111

వ. ఇవ్విధంబున ఘోటకంబును నొకింతవడి యిట్టట్టు ద్రొక్కించి యాఁకించి కించి
దుదంచితరత్నకంకణక్రేంకారంబులు కందళింపఁ గందం బప్పళింపుచు నిలిపి
నిల్పెను. 112

సీ. కేయూరమాణిక్య♦కిరణముల్ మెఱయంగఁ, జెలికానిమూఁపునఁ♦ జెయ్యిఁ జేర్చి
రత్నాంగుళీయక♦ప్రభ పేరెములు వాఱఁ, గేలిపద్మంబు కెం♦గేలఁ ద్రిప్పు
లలితదంతాగ్రకాం♦తులు దొలంకఁగ దండ, ధరునితో రిత్తమం♦తనము నడపు
వెలినవ్వుడాలు ము♦త్తియపుఁ జౌకట్లఁ బెం,పఁగ నర్మసచివుతో♦ సరసమాడు
తే. మణికిరీటంబు చాలించి♦ మగుడ దిద్దుఁ, దళుకుకొనగోర మీసల♦నులి యడల్చు
నాచకోరాక్షి తనుఁజూచు♦టరసి యరసి, భావజవికారములు కనుఁ♦బరిఢవిల్ల.

ఉ. కంతువికార మాకరణి♦ గాటముగాఁ దనయందుఁ బ్రస్ఫుట
క్రాంతిగ నున్నచో నొకఁడు♦ కానుక యిచ్చినపూవుబంతి జా
హాంతరసీమ నద్దుకొని♦ యామృగలోచనఁ జూచెఁ దాన న
క్కాంత యొకింతజాఱుచను♦కప్పు ఘటింపుచు మోము వంపఁగన్. 114

వ. అంత నశ్వంబు డిగ్గి తా నొక్కరుండ యాసిద్ధునిఁ జేరంబోయి మహాత్మా మీర
లెచ్చటనుండి వచ్చితి రెందుఁ బోవుచున్నవారు మీనామధేయంబు లెవ్వి యి
వ్వనిత నీ కేమి యగు నని యడిగిన నతండు తమవచ్చిన తెఱంగు చెప్పి యే మ
ణిస్తంభుండనువాఁడ నాపూఁబోఁడి సుముఖాసత్తి యనుపేరం బరఁగు నని ప
లికి యిది తనభార్య యని యెఱింగించిన నీకురంగలోచన యే తెఱంగున నైన
సన్నిధ నున్నంజాలు నటమీఁద భాగ్యవశంబున నైనయట్లయ్యెడుఁ గాని య
ని చింతింపుచు నతం డతనికిం గపటవినయంబునం గృతాంజలి యై. 115

చ. హృదయము రంజిలంగ మిము♦ నెంతయు భక్తిని గొన్నినాళ్లు మా
సదనమునందు నుంచికొని♦ శక్త్యనుసారకృతోపచారసం
పదఁ బరిచర్య సేయుటకు♦ మామది నున్నది వేడ్క మీర లే
తదభిమతం బొనర్చు టుచి♦తంబు మహాత్మక సిద్ధశేఖరా. 116

క. అనిన మణిస్తంభుం డం,గనవదనముఁ జూడ నట్లు♦ కాని మ్మెందుం
డిన మన కేమీ యని భ,ర్తను బలికె నగుచు నాకు♦రంగేక్షణయున్. 117

క. ఆరీతి ననుమతించిన, వారలఁ దోడ్కొనుచుఁ జనియె♦ వసుభావరు డిం
పారెడునవమణిమయశిబి, కారూఢులఁ జేసికొని ని♦జాలయమునకున్. 118

తే. ఇట్లు దోడ్కొనిచని కరం♦బింపుమీఱ, నట్టిమణిగేహములు పైడి♦పట్టుమంచ
ములును సొమ్ములు పరిమళ♦మ్ములును జేటి,కాజనంబులుఁ గడు నధి♦కముగ నిచ్చె.

క. ఇచ్చి పలుమాఱు వారల, నచ్చటికిం జని వినీతుఁ♦ డై కొలుచుచుఁ దా

నచ్చెలువను దనయొద్దకు, వచ్చుట కడిగించెఁ దగిన•వారలచేతన్. 120
ఆ. ఆలతాంగియుఁ దన•కప్పటి కొక్కింత, గర్భజననశంక•గల దటంచుఁ
జెప్పి సిద్ధసుతుని•సిద్ధున కీక యేఁ, గలయ నన్యు ననుచుఁ•గడపిపుచ్చె. 121
క. ఆవారిజముఖి కంతట, వేవిళ్లుదయించెఁ జిక్కె•నెమ్మేను గడున్
భావము మృద్భక్షణవాం, ఛావర్తనఁ జెందె గర్భ•సంసూచనగాన్. 122

కవిరాజవిరాజితము.

కడుఁ గృశమైనసనాభిని మధ్యముఁ•గన్గొని కన్గొని యేమొ బలం
బెడలఁగఁ జిక్కెఁ గరం బపు డంగము•లెల్లఁ దదీయకృశత్వముఁ బోఁ
గడఁగుటయుం బొదలెన్ గరిసం బగు•కాంతచనుంగవ మున్ను నఁ దా
బడలదు తత్పరిపుష్టితఱిం గను•పట్టు మొగంబుల నవ్వదవన్. 123
మ. కడుఁ దోరంపుఁబయోధరంబుల మొనల్•గప్పారుచుం బర్వ న
ప్పుడు తద్వక్త్రసుధాంశుబింబ మనయం•బుం బాండురశ్రీ గనం
బడియెన్ గార్తికపూర్ణిమాతిథిబలెన్•భావించి చూడంగ నె
య్యెడనున్ స్థానగుణంబునం గలుగవే•యేమేమియుం జిత్రముల్. 124
తే. అంతఁ గడుఁ గౌను పొదలె ర•త్యాశ వదలె
వళులు విరియంగఁ బాఱెఁ బే•రలఁత మీఱె
నాభి వికసించె గతులమాం•ద్యంబు మించె
సతికిఁ బ్రొద్దులనెల చొచ్చె•జడత హెచ్చె. 125
క. ఈరాజోత్తముఁ డంతట, నారమణికి నుద్భవిల్లె•నైదుగ్రహంబుల్
సారగుణత నుచ్చస్థా, నారూఢిం దనర భవ్య•మగు లగ్నమునన్. 126
సీ. సకలదిక్కులను బ్ర•సన్నతఁ గాన్పించెఁ, జలువ నెత్తావిగా•డ్పులు చరించెఁ
గుసుమవర్షంబు లో•కుల కద్భుతము చేసె, శుభలీల దివ్యదుం•దుభులు మ్రోసె
సర్వామరులజయ•శబ్దముల్ విలసిల్లెఁ, బరఁగఁ ద్రేతాగ్నులు•ప్రజ్వరిల్లెఁ
బరమసాధుజనంబు•భావంబు లుప్పొంగెఁ, గలుషచారిత్రుల•బలిమి గ్రుంగె
తే. శౌర్యగాంభీర్యధైర్యసౌ•జన్యనీతి, సత్యకీర్తిప్రతాపాది•సకలసుగుణ
పుంజరంజిష్యమాణభూ•భువనుఁ డగుచు, నిమ్మహారాజవరుఁ డుద•యించునపుడు.
వ. బ్రహ్మదేవుం డితనితల్లిదండ్రులకు నాగంతుకంబు లైనవర్తమానస్త్రీత్వపురుష
త్వనామధేయంబులు చూడక సహజస్త్రీత్వపురుషత్వనామధేయంబుల
బెంచి యవ్విధంబున నవ్విభునకు మణిస్తంభుండు తల్లి యనియు సుముఖాస
తండ్రి యనియుఁ బలికినవాఁ డితనివాక్యంబున కన్యకాభావశంక గలదే యమ్మ
స్తంభుండు పుత్త్రోదయం బైనయనంతరంబ తనతొల్లిఁటిమగతనంబు త
కును సుముఖాసత్తియాఁడుతనంబు సుముఖాసత్తికిని గలుగునట్లు నాయమ
చేతఁ బలికించి యాభార్యయుం దాను దమతమపూర్వనామధేయంబుల తో

ఘన తిరిగి యోగాభ్యాసభాసురు లగుచుఁ గాసారపురంబునన యున్నవార
లీరహస్యంబు వారివలనం దార్క్యణగాఁ దెలియవలసినఁ దెలియుం డని పలికి
యి ట్లనియె. 128

ఉ. ఎప్పుడు డింభకుండు వెల్లి నుదయించుచేఁ గిరంబు విచిత్రలీలమై
నప్పుడె గిర్గె నూనవనము • నూనవన మెప్పుడు గర్గె నిచ్చెఁ దా
నప్పుడె వచ్చె యొక్కముని • యమ్ములు విల్లు స్వభావసంజ్ఞతో
నొప్పెనుసద్ధుఁ డెందుఁ బ్రభ • మోత్తమభావము గాన రెవ్వరున్. 129

సీ. అంతఁ గళాపూర్ణుఁ • డనునామ మితనికి, నిడియె నాసిద్ధలో • కేశ్వరుండు
అప్పుడె తత్పట్ట • ణాధీశుఁ డతనిన, ద్యోయానవనాదిమ • హోన్నతి విని
యంతఁ దెవ్వండో మహా • ద్భుతసైభవుండుదివ్య, పురుష వర్యుండుగాఁ • బోలు నితని
తల్లి నే నితని సా • ధారణంబుగఁ జూచి, కామించి పాపంబు • గట్టుకొంటి

తే. నిది నుతింపఁ జేయఁ దగు నేమి • యిచ్చి యైన
ననుచు నాసాధ్వికిపు కేగి • యమ్మ నిమ్ము
నేలుగ కొనరించినట్టినా • యొగ్గు లెవ్వి
గల్గినఁ గృతార్థుచిత్తైనై • కొన్న మనుచు. 130

వ. తత్ప్రియంబుగా నితనికి నిజాధిపత్యం బెల్ల సమర్పించి తాను మంత్రి యై కొలి
చి యుండె నని చెప్పిన నలఘువ్రతుం డాబాలికం జూచి స్వభావుం డనఁబరఁగు
నాసిద్ధుఁ డెవ్వఁ డేమికారణంబున నమ్మణియు శరచాపంబు లితనికిఁ దెచ్చి యి
చ్చె నని యడిగిన నది యి ట్లని చెప్పె. 131

సీ. ఓవిప్రవర యోగిస్వ • భావాఖ్యసిద్ధుండు, విను సుముఖాసత్తి • జనకుఁ డాతఁ
డావు త్రి జనియించి • నట్టిపిమ్మటఁ దన, కాంతను విడిచి దే • శాంతరి యయి
తిరుగుచు నూంహూరి • పురమున కేతెంచి, యందు దత్తాత్రేయు • నఖిలయోగి
విద్యారహస్యకో • విదుమహామహుఁ దన, శ్చర్యచేఁ దనకుఁ బ్ర • సన్నుఁ జేసి

తే. కసియెఁ దత్కృపచేత యో • గప్రకార
ములు సమస్తంబు తద్యోగ • విలసనమున
భావి యెప్పుడు దన యుండుఁ • బోదుకొలుపు
చునికిఁ దాన స్వభావాఖ్య • యొసరఁ దాల్చె. 132

ఆ. అను విని యమ్మొప్ప • నలఘువ్రతుండు నగే, ల్మోగిచి సకలబోధ • ములకు నిధివి
నీ వెఱుంగనియవి • లె వ్వి యోగముల్, చెప్పవలయు ననిన • శిశువు పలికె.

క. విమలాత్మక వినుము ప్రశ, స్తము జీవాత్మపరమాత్మ • సంయోగము యో
గ మనఁ దదంగము లెనిమిది, క్రమమున వినుపింతుఁ దత్ప్ర • కారము దెలియన్.

వ. ఆయోగాంగంబులు యమనియమాసనప్రాణాయామప్రత్యాహారధారణాధ్యాన

సమాధులనం బ్రసిద్ధంబులై యుండు నందు నొక్కటొకటి యనేకభేదంబు లగు
నవి యెఱింగించెద వినుము. 135

మ. యమముల్ సత్యదయాక్షమాధృతిమితా◆హారార్జవబ్రహ్మచ
ర్యము లస్తేయ మహింస శౌచ మన నొ◆ప్పారున్ ధరిత్రీసురో
త్తమ యందున్ దశభంగులై పరుల బా◆ధం బెట్టకింపారు బాం
కమి సత్యంబు పరార్తి కోర్వమి దయా◆ఖ్యం బెంపు మీఱుం గడున్. 136

క. వినుమొరులతప్పులందున్, గనలక సైరించి యునికి◆ క్షమ యనఁ బరఁగున్
ధనబంధువియోగాదుల,కును హృదయము కలఁగమికిని◆గొఱలు ధృతి యనసన్.

క. ఎనిమిదికబళంబులు యతి, కినుమడి వనవాసి కతని◆ కినుమడి గృహికిన్
విను లఘుభోజన మితరుల, కనఘ మితాహార మనఁగ◆ నభినుతికెక్కున్. 138

తే. విహితకర్మంబు లెందుఁగా◆వించు నెడల, మఱి నిషిద్ధకర్మంబులు◆ మాను నెడల
వాఙ్మనఃకాయకర్మప్ర◆వర్తనంబు, నూవె యార్జవమన మహీ◆సురవరేణ్య. 139

సీ. సన్న్యాసికిని బ్రహ్మ◆చారికి నైష్ఠికుం, డగువనస్థునకు నో◆యనఘచరిత
స్త్రీసంగమంబును◆ ద్రికరణంబులయందు,నొకయప్పుడును జేయ◆కునికి బ్రహ్మ
చర్యంబు ఋతుకాల◆భార్యాభిగమనంబు, దక్కనబోంట్లతోఁ◆ దద్విహార
మును మానుటయు గృహ◆స్థునకును బ్రహ్మ చ,ర్యంబిఁకన స్తేయ◆మనఁగ నెందు

తే. శౌర్య మెఱుఁగమి యెపుడు నే◆జంతువులకు
నెగ్గొనర్పక యునికి య◆హింస యనఁగ
శౌచ మన రెండుతెఱఁగులై◆ శాస్త్రములను
బాహ్యమును నాంతరంబు నాఁ◆ బ్రణుతి కెక్కు. 140

ఆ. అందు బాహ్యశౌచ◆ మనఁగ మృజ్జలములఁ, జేయఁబడినయది ప్ర◆సిద్ధి కెక్కు-
నాంతరం బనంగ◆ ననఘ ధర్మమున న,ధ్యాత్మవిద్యచేత◆ నయినశుద్ధి. 141

క. విను నియమంబులు పది తప, మును సంతోషాస్తికత్వ◆ములు దానేశా
ర్చనసిద్ధాంతశ్రవణము, లును హ్రీయును మతిజపంబు◆లును వ్రతము నసన్.

తే. కృచ్ఛ్రచాంద్రాయణాదిక◆క్రియలు కాయ
శోషణము సేసి తపము సం◆తోష మనఁగ
నిప్పుడమి లాభమును గల్గె◆ హృదయవృత్తి
నదియ చాలు నంచునికి సు◆మ్మనఘచరిత. 143

క. విను పుణ్యపాపములు గల, వనియెడువిశ్వాస మెద్ది◆ యది యాస్తిక్యం
బనఁ బరఁగున్ న్యాయార్జిత, ధన మర్థుల కొసఁగు టొప్పు◆ దానం బనఁగన్.

క. ఈశార్చన మన హరిఁ బర, మేశుం బూజించుటయును◆ నెపుడును రాగా
వేశానతహింసాప్రమము, ఖాశంకలు లేనిహృద్వి◆చోంగస్థితియున్. 145

సీ. అనఘాత్మ వినుము సి◆ద్ధాంతశ్రవణమును, వేదాంతశాస్త్రంబు◆ వినుచు నునికి

వైదికలౌకిక♦వర్తనలకు దూర, మగునింద్యకర్మంబు♦నందు లజ్జ
యెయ్యది యది సుమ్ము ♦ హ్రీశబ్దవాచ్యంబు, విహితసదాచార♦విధులమీఁది
శ్రద్ధ మతి యనంగఁ ♦ బ్రస్తుతి కెక్కును, వేదబాహ్యము గాని♦విమలమంత్ర
ఆ. మును గురూక్తమార్గ♦మున జపించుటయు న, ధీత మగుశ్రుతిస్మృ♦తీతిహాస
ముఖ్యవాఙ్మయంబు ♦ మునుకొని యావర్త, నంబు సేఁత జపమ♦నంగఁ బరఁగు.
క. వినుము విశిష్టాచారం, బును ధర్మప్రముఖనిఖిల♦పురుషార్థకరం
బును నగు నుపవాసాదిక, మనఘాత్మక సుప్రసిద్ధ ♦ మగువ్రత మనఁగన్. 147
క. ఈయమనియమంబులు గల, ధీయుతుఁ డధికారి వసుమ♦తీసురవర నీ
శ్రేయస్కరాసనప్రా, ణాయామాద్యుత్తరప్ర♦యత్నంబులకున్. 148
వ. ఆసనంబు లనేకభేదంబులం బ్రవర్తిల్లు నం దుత్తమంబు లయినకొన్నింటిని
వివరించెద. 149
క. వినుజానూర్వంతరభా, గనివేశితపాదతలుఁడుఁ ♦ గడు ఋజుకాయుం
డును నై కూర్చుండఁగ యో, యనఘాత్మక వెలయు స్వస్తి♦కాసన మనఁగన్.
తే. వామపృష్ఠపార్శ్వమునన ♦ వామగుల్ఫ
మమరఁ బార్శ్వాంతరమున గు♦ల్ఫాంతరంబు
నునిచి గోముఖాకృతి దృఢా♦సనత నునికి
యమలగుణ గోముఖాసన ♦ మనఁగఁ బరఁగు. 151
సీ. దక్షిణపాదంబు ♦ దక్షిణాంకమునన, దక్షిణాపాదంబు ♦ దక్షిణాంక
మున నిడి యిరుగేలు ♦ వెనుకగా వీడ్వడ, నిగుడించి బొటవ్రేళ్లు ♦ దగులఁబట్టి
యురముపైఁ జుబుకాగ్ర♦ మొనరంగ హత్తించి, దృష్టినాసాగ్రసు♦స్థితము సేసి
యునికి పద్మాసన ♦ మన నొప్పు నిందుఁ గొం, దఱు చిబుకవ్యవ♦స్థానియమము
తే. చెప్ప రొకకొంద ఱూరుసు♦స్థితిఁ గనఁ దగు
దోయి యుత్తానముగ నిడి ♦ తొడలనడుమ
నట్ల పాణులు నిలిపి నా♦సాగ్రదృష్టి
యగుచు నునికి పద్మాసనం ♦ బంద్రు బుధులు. 152
తే. అనఘ తుదఁ జెప్పినట్టిప♦ద్మాసనవిధి
యందుఁ జుబుకాగ్రమును హృద♦యమునఁ జేర్చి
రాజదంతమూలంబున ♦ రసన చేర్చి
వాయుకర్షణ మొయ్యనఁ ♦ జేయవలయు. 153
క. కుడితొడపై వామపదం, బిడి యితరముమీఁద నితర ♦ మిడి నిశ్చలతన్
గడు కుదురై కూర్చుండుట, పుడమిన్ వీరాసనాఖ్యఁ ♦ బొలుచు మహాత్మా.
శా. అండాధఃస్థిత మైనరేఖ యుభయో♦పాంతంబులన్ గుల్ఫముల్
రెండున్ వీడ్వడఁ జేర్చి బాహుయుగమున్ ♦ వ్రేళ్లన్ గడుం జిక్కనై

యుండన్ జానువులందుఁ బూన్చి వివృతా◆స్యుం డైననాసాగ్రసం
క్షుం డై యుండెడునట్టియాసనము మిం◆చున్ సింహసంజ్ఞాన నై. 155

మ. తనగుల్ఫంబులు రెండు నంటి యుగళా◆ధశ్శైవనీపార్శ్వద్వ
ర్గన నుండన్ ఘటియించి హస్తములఁ ద◆త్పార్శ్వద్వయంబు లత్యంతియు
త్న నిరూఢిం గ్రహియించి వర్తిలుట యో◆ధర్మాత్మ భద్రాసనం
బనఁ బ్రఖ్యాతి వహించి యుండు నది స◆ర్వారోగ్యదం బెన్నఁగన్. 156

క. తగ మేహనంబుపై స, వ్యగుల్ఫ మిడి దానిపైఁ ద◆దన్యం బిడి గి
ట్టిగఁ గూర్చుండుట యోభ, వ్యగుణా ముక్తాసనాఖ్య◆మై పెంపొందున్. 157

క. కొందఱు సిద్ధాసన మని, కొందఱు వజ్రాసన మని◆ కొనియాడుదు రిం
పొందఁగ దీనిని మఱియొక, కొందఱు గుప్తాసన మను◆కొందురు మహాత్మా. 158

చ. కరతలముల్ ధరిత్రిపయి◆ గట్టిగ రెండును మోఁది వానికూ
ర్పరముల నాభిపార్శ్వములఁ◆ బన్పడ నాని శరీర మెల్ల నం
బరమున దండలీలఁ గను◆పట్టఁగఁ జక్కఁగఁ జాగి యున్కి సు
స్మరయ మయూరసంజ్ఞ మగు◆నాసన మోధరణీసురోత్తమా. 159

తే. జగతిపైఁ బాదములు రెండుఁ◆ జక్కఁ జూచి
పాణులఁ దదగ్రములు బిగఁ◆బట్టి నుదురు
జానువులఁ జేర్చి యున్కి యో◆సాధుచరిత
తాపసేంద్రులు పశ్చిమ◆స్థాన మండ్రు. 160

క. ఈయాసనములు మిక్కిలి, కాయలఘుత్వమును సకల◆గదనాశనముం
జేయుచుఁ దాపనికాయము, పాయం దోలుచును బరఁగు◆ భవ్యచరిత్రా. 161

సీ. ధౌతనీతికపాల◆భాతినత్రిస్త్రాటి, కములు నాళియు నాఁగ◆ మనుగు యోగి
షట్కర్మముల దేహ◆సంశుద్ధి కలితుఁ డై, పరఁగ నిచెప్పిన◆భద్రసింహ
పద్మాసనాదులఁ◆ బరిచయం బమరంగఁ, బ్రణవసాఖ్యాభేద◆గుణనిరూఢిఁ
గొమరొందు పూరక◆కుంభకరేచకం, బులవిశేషంబుఁ గో◆లుపునిమాటు
తే. చున్న యట్టిప్రాణాయామ◆మో మహాత్మ
సలుపఁ జలుపంగ మారుత◆జయము గల్గు
నంతకంతకు సంసిద్ధి◆ నతిశయిల్లు
నాఁడునాఁటికి మేనిలో◆ నాఁడు లెల్ల. 162

తే. విను మపానంబునకు రెండు◆వ్రేళ్ల యెడను
బై నెసఁగుపావకునియున్కి◆పట్టునకును
బైని తొమ్మిదివ్రేళుల◆పాటియెడను
ధరణిసురవర్య నాడికం◆దంబు వెలుఁగు. 163

తే. ఉండుఁ దనువున డెబ్బది♦ రెండువేలు
నాడు లొకటియు నూఱు గ♦ణ్యంబులందు
నందుఁ బదునాల్గు శ్రేష్ఠంబు ♦ లందులోన
మూఁడు నుతి కెక్కు నందును ♦ ముఖ్య మొకటి. 164

వ. పదునాల్గునాడులలోపల సరస్వతీప్రముఖంబు లైన యేకాదశనాడులు, జిహ్వాదివ్యాపారకారణంబు లై పరఁగు నిడాపింగళు లనునాడీద్వయంబు వామదక్షిణనాసారంధ్రగామిను లగుచుఁ బ్రాణాయామసాధనం బై ప్రసిద్ధిల్లుచుఁ బ్రధానతమం బైనసుషుమ్నాహ్వయనాడి బ్రహ్మనాడి యనం బరఁగుచు నాడీకందమధ్యవర్తిని యై బ్రహ్మరంధ్రగామిని యై యుండు నందుఁ బవనంబుఁ బ్రవేశింపఁజేయుట యుత్తమయోగం బనం బరఁగు నింకఁ బ్రత్యాహారప్రకారంబులు వినుమని యిట్లనియె. 165

సీ. ఇంద్రియార్థములందు ♦ నింద్రియంబులఁ బ్రవర్తిలనీక కుదియించి ♦ త్రిప్పుకొనకట్ల
యవియందుఁ జరియించె ♦ నదిసమస్తంబు నాత్మయ కాఁగ మనసులోఁ ♦ దలఁచుకొనకట్ల
నిత్యకర్మంబు లన్నియు ♦ నాత్మయందు సంతతము చిత్తముచే నో♦సర్చుకొనకట్ల
తనువునఁ గలపదు♦నెనిమిదిమర్మసీమలఁ గ్రమంబున గాఁపు ♦ నిలుపుకొనకట్ల
ఆ. యోగశాస్త్రశీల♦యుతులు ప్రత్యాహార, భేదరీతు లనుచు ♦ నాదరమున
సాంప్రదాయకముగ ♦ సలుపుచు నుందురు, గోవసుంధరాసు♦రానతాంస. 166

సీ. పాదాదిగా జాను♦పర్యంత ముర్వి యుర్వ్యాదిగాఁ బాయుప♦ర్యంత ముదక
ముదకాదిగా మఱి ♦ హృదయాబ్జపర్యంత, మగ్ని యగ్న్యాదిగా ♦ నందునుండి
భ్రూమధ్యపర్యంత♦ము మరుత్తు మరుదాది, గా మూర్ధపర్యంత ♦ మోమహాత్మ
నభము వర్తిల్లుఁ దా♦నక మది యైను భా, వింపఁగా వేత్తవై ♦ విహితగతిని
తే. ధాతృవిష్ణురుద్రేశస♦దాశివాఖ్య
దైవతములఁ బృథివ్యాది♦తత్త్వపంచ
కమున ధారణ మొనరింపఁ ♦ గా వలయును
బ్రణవమునను బ్రాణాయామ♦భంగు లమర. 167

ఆ. అని మఱియును దద్ర♦హస్యవిశేషంబు, లన్నియును వచించి ♦ ప్రాణముఖ్య
పవనగతుల తెఱఁగు♦పదునెనిమిదిమర్మ, ములును నాడు లుండు♦పొలుపుఁ దెలిపె.

వ. తెలిపి యింక ధ్యానప్రకారంబు వినుమని యిట్లనియె. 169

క. అప్రతిమమ్ముగ విజాతీ, యప్రత్యయవాసనాసి♦ కానఁగ విచ్ఛి
న్నప్రవహాదురుసజాతీ, యప్రత్యయరూప మనుచు ♦ ధ్యానము వెలయున్. 170

క. అది సగుణధ్యాన మనన్, సదమలగుణ వినుమా నిర్గు♦ణధ్యాన మనన్
విదితముగ నిరుతెఱంగుల, మొదలిటి యది చేయ నితర♦మును సిద్ధించున్.

చ. సగుణ మనంగ నింక విను • శంఖసుదర్శనముఖ్యచిహ్నితం
బగుపురుషోత్తమాకృతిఁ ద•దన్యము నిర్మలనిత్యచిన్మయం
బగుపరమాత్మరూప మది • యబ్బుట దుర్లభ మెట్టివారికిన్
సగుణవిలాసచింతనము • సల్పఁగ సల్పఁగ దాని భూసురా. 172

క. మానసము విష్ణునందున్, లీన మగుచు నించుకయుఁ జ•లింపక యుండన్
బూనుట సమాధి యగు వి, ద్యానిరతా యుక్తరూప • మది భావింపన్. 173

వ. యోగవిద్యాప్రకారంబు దీనిమహత్త్వంబునం జేసి యన్నెఱంగున భావంబు దన
యందుఁ దిరంబుగా నిలుపుచు నాసిద్ధుండు స్వభావుఁ డనఁ బరఁగె. 174

తరల. అతఁడు నిత్యము నాత్మయోగస•మాధికిన్ విజనస్థల
స్థితి మనంబునఁ గోరి పెక్కులు • దేశముల్ చరియింపుచున్
గతివశంబున జన్మదేశము • గాంచి యందుఁ గడున్ వివి
క్తతల మంచు వసించెఁ దా శత•తాళదఘ్నహ్రదంబులోన్. 175

సీ. అట్లు వసించి యో•గారూఢి నుండుచోఁ, దనయల్లుఁ డాలి మైఁ • గినుక వలస
మడువున నారీతిఁ • బడి తన్నుఁ జేర వ, యఃస్తంభమణి మొద • లైనయట్టి
వానిఁ గొన్నిటి నిచ్చి•తా నంపెఁ గాని య,ప్పుడు దనబంధుత్వ•ముచు దెలుపఁగ
బోయిన బంధంబు • పోనీక తగిలించు, కొన నేల మగుడఁగ • ననుచుఁ దలఁపున

తే. నంత నెంతయు బహుకాల•మరుగ నతఁడు, నియతివశమునఁ దద్యోగ•నిష్ఠ నద
హ్రదములోపల వెలువడి • యరుగుదెంచె, సకలబుధసేవ్య మైన శ్రీ•శైలమునకు.

ఉ. శీలితయోగవైభవుఁడు • సిద్ధుఁడు వేడుక మించఁ గాంచె శ్రీ
శైలము నీలలోహితల•సన్మణిచిత్రితసానువైభవో
త్తాలము సేవకేష్టఫల•దానవిధాననవీనదేవతా
సాలము నిత్యవర్ణ్యగుణ•జాలము ముక్తిలతాలవాలమున్. 17

ఉ. పెల్లగిలెన్ గుబేరు మల • పెంపఱె ఘూర్ణిలె మందరంబు దా
విల్లయి వంగె మేరుగిరి • వింధ్య మిలన్ నెఱయంగఁ గ్రుంగె మా
పెల్లఁ దుషారమాత్ర మగు • జెన్న హిమాద్రికి సాజమై ప్రవ
ర్తిల్లెను గాన శ్రీనగము • శ్రీనగ మన్ ఘనకీర్తికిం దగున్. 17

సీ. నవపుష్పవనము నా•నామణుల్ గ్రుచ్చిన, పచ్చపట్టుఁ గబాయి•బాగు నెఱ
ధాతుస్థలంబు లా•తతకుంకుమాంగరా, గప్రకారంబునఁ • గానుపింపఁ
దెలిజాలు పచరించు•సెలయేటికాలువల్, హారవల్లరులసొ•యగము దాల్ప
బహువిధోపలయుతో•పత్యకాభాగభ, ద్రాసనలీలల • నతిశయిల్ల

తే. నపరిధరణీభృన్మూర్ధస•మాదరార్హ, పాదకటకంబు లమరంగఁ • బ్రణుతిఁ గన్న
యన్నగేంద్రునికిని గిరీ•టార్పణ కరి, యైనయుడిగంపుఁగత్తె మ•ధ్యాహ్నలక్ష్మి

క. సిద్ధమణుల్ గనుగనులున్, సిద్ధౌషధమూలికావి•శేషపుంబనులున్

సిద్ధరసధునులు గూడి ప్ర, సిద్ధిగఁ జేకొన్నరూపు ♦ శ్రీగిరి యయ్యెన్. 180

క. పాతాళగంగ యనియెడు, కైతవమున సన్నగేంద్రు♦కాలికడియ ము
ద్ద్యోతించు గండశైల, వ్రాతమిషస్థితనగాంత♦రప్రతిమలతోన్. 181

చ. ఘనపరిరంభసంభ్రమవి♦కాసములం గనుపట్టినట్టిమి
న్ననుహరిపేరురంబు దన♦యందును దార్కొనకుండ నొత్తి పఁ
ట్టిననిధగర్భబాహునన♦తీవిఁ బ్రవర్తిలు సన్నగంబు శో
భనఖచరద్రుమమావిరళ♦పల్లవతల్లజశోణపాణి యై. 182

వ. ఇవ్విధంబున నతిపవిత్రవిచిత్రమహిమంబున నతిశయిల్లుచున్ననగోత్తమంబు న
త్యంతభక్తియుక్తుఁ డగుచు నధిరోహణుం డగుచు మల్లికార్జునమహాదేవసేవా
విధానం బనూనంబున నడపి యదృచ్ఛావిహారంబున సంచరించువాఁ డొందు
నంతట భృగుపాతంబున కాయత్తపడు చున్న మణికంధరుం జూచి నీ వెవ్వండ
వీసాహసోత్సాహంబునకుం గారణం బేమి యెఱింగింప వలయు ననుటయు న
తండు దనపేరునుం జాతియుం దెలిపి తద్భృగుపాతోత్సాహపర్యంతంబు తన
పూర్వవర్తనంబు సకలంబునుం జెప్ప నందు వినంబడిననిజపుత్త్రీజామాతలవృ
త్తాంతంబున నుత్కంఠమానమానసుం డగుచు మఱియుం దద్విశేషం బతనిక
నెఱుకపడినంత యడిగి తెలిసి తాను సుగాత్రిజనకుం డగుట వినుపించి తనవర్త
నం బంతయుఁ జెప్పి శారదాదేవి యాసుగాత్రీశాలీనులకు నిచ్చినవరంబు లె
ట్లు ఫలితంబు లగునో యని యొకంత చింతించి యవి యట్లట్ల సఫలంబులు గాక
మానవుగా యని నిశ్చయించి మణికంధరున కిట్లనియె. 183

సీ. నారదుపరిచర్య♦చే రుక్మిణీకాంతు, శిశువు సంగీత♦సిద్ధిఁ గనుట
యమ్మౌనికరుణచే ♦ హరిభక్తితీర్థయా, త్రాదిపుణ్యంబుల ♦ నతిశయిలుట
నహుమఁ బ్రమాదంపు♦నడకఁ జేకుఱినశా, పము రాజ్యఫలముగాఁ ♦ బనుపఱచుట
యధికపుణ్యప్రాప్య ♦ మైనగంధర్వజా, తిని సముద్భవ మంది ♦ తేజరిలుట

తే. యూహ సేయంగ నీ వింక ♦ నొందుజన్మ
మమితసాద్గుణ్యసంపన్న ♦ మగుట ధ్రువము
పుణ్యవాసన లూరక♦పోవు సూవె
యొట్లుఁ దమతమఫలముల ♦ నిచ్చుఁ గాని. 184

క. సుగుణాగ్రైకనివాసం, బగుజన్మము నీకుఁ గలిమి ♦ కాదిమహేతూ
పగమంబ చాలు నిచ్చుట, భృగుపాతంబునకు నేమ♦పేక్షిత మింకన్. 185

చ. అనుడు నతండు శ్రీమహితు ♦ లై శుచివర్తను లైనవారికిం
దనయుఁడ నై జనించుటయె ♦ తర్పిత మంచుఁ దలంచినాఁడ నా
విని యెటు లైన నెంతయుఁ బ♦విత్రచరిత్రత నీకుఁ గాన్పడం
దనరినవారు మత్సుతయుఁ ♦ దత్పతియుం దలపోసి చూడఁగన్. 186

ఉ. వారలు తల్లిదండ్రులుగ • వాంఛ యొనర్చుట మేలు గాదె యుం[illegible]
పారఁగ దాన నాకును బ్రి•యం బగుటొక్కటి యెక్కు [illegible] ప్రియంబు
బూరక పోదు నీమదికి • నోపమి యట్టిమహోపకార మో
సారగుణాఢ్య యే సలుప • శక్తుఁడ మీఁదట నీకు నెంతియున్. 187

సీ. తొల్లి యొకపుడు మ•ద్గురువుల నే నాత్మ, పరిరక్షకొఱకును • బట్ట నుకి[illegible]
కౌశలయున టంచు • దైవసంప్రేరణ, నడిగిన స్మరియించి • య[illegible] నాకు
నొసఁగుచు నిది యమో•ఘోద్యమం బని పల్కి, వారలు నన్ను నిం•[illegible] నను
క్షత్రవంశంబు గాఁ•గల దని రావాక్య, మరసిన నిప్పు నా•యుల్లమునను
తే. గోరుక నై పుట్టుటకె యను•కూల మగుచు
నున్న యది క్షత్రధర్మ మ•త్యుజ్జ్వలముగ
జగతియే లేదు తక్కిన•సందియంబు
లన్నియును మాని నామాట • యాచరించు. 188

సీ. అనుపు నట్లని నా•యాత్మచందము విను, మ గ్గీను [illegible] • [illegible]
రాజ నోటకును గా•రణములు నున్న వి[illegible]కను బవిత్రుల[illegible] • జన[illegible]
కాంక్షచే నిప్పు డీ•కరిమేశ్వరపుచరి, నుఱుకుచున్నాఁడను • నుత్తయుఁ గో[illegible]
మదిలోని మెరమెర • మాన దేమిటికి నం, టేని నెంతటిరాజు • [illegible]
తే. పావనులయింటఁ బుట్టిన • బహిరబహిర, రాతివర్గజయ[illegible] బజ•[illegible] గిరిగ
వర్తిలుట యబ్బురము గాన • వగపుగలదు, చిత్తమున నాకు [illegible] • [illegible]
ఆ. అదియుఁ గాక రాజ్య•మక్కమహాభూతంబు, సోఁకిన[illegible] •సుజనులకును
లేనిచీఁకుఁదనము • లేనిమూఁగితనంబు, లేని చవుడు నొ[illegible] • [illegible]. 190

తే. వేదశాస్త్రాదిసకలస•ద్విద్యలందు
నెందుఁ గొదయించుకయు లేక • నెసఁగునట్టి
బ్రాహ్మణులగోష్ఠిచే నట్టి•రాజ్యదోష
ములు నివారింప నగు నని • తలఁచితేని. 191

ఉత్సాహ. భోగ్యవస్తుతృష్ణ లేని•పుడమిజేనిదానముల్
యోగ్యములును గామిఁ జేర • నొల్ల రు తనుద్వి[illegible]
మృగ్యతిముల [illegible] • [illegible] గొలిచి [illegible]
భాగ్య మతని కబ్బు టరుదు • ప్రబుమకె యదియు [illegible]. 192

వ. అట్లుత్కృష్టమద్విజులచిత్తంబు నారాధించి చెర్చుకొని మొద నన్న[illegible]
బెన్నిసాళ్లకుఁ గలుగవలయు నవియే యొంచిచూచిన నొక్కొక[illegible] మిగు
లసనసహ్యంబు లగుచు హృదయశల్యంబులై యున్నవి నిప్పు సకలకార్యఘటనా
తిసమర్థుండవు నాకు నివ్విచారంబు వాయ నొక్క తెఱవు[illegible] మని

మణికంధరుం డాస్వభానాఖ్యసిద్ధు నెంతయుం బ్రార్థించె నతండు నతనికి విషా
దనివారణంబుగా నిట్లనియె. 193

క. సతతముఁ జేపొందుజయో, న్నతి యొసఁగఁజునొక్కవిల్లు • నవశరములు నీ
మతికిఁ దగినవి సృజించెద, క్షితి దత్తాత్రేయుదయక • కృత్యము గలదే. 194

శా. నీ కింకన్ సృజియించి యద్భుతపుమా • ణిక్యంబు నే నిత్తుఁ దా
నాకర్షించును నీదుసేవ గాన స • ర్వామ్నాయశాస్త్రాదివి
ద్యాకారార్థత నొప్పువారి సదియా • త్మాలోకమాత్రంబునం
జేకూర్చున్ సకలాశ్రితాళి కఖిల • క్షేమాయురారోగ్యముల్. 195

క. అని యవు డొకసింగిణి వి, ల్లును వాఁడిమెఱుంగుటమ్ము • లును గెంజాయం
దనరారు మణిశలాకయుఁ, దనమాహాత్మ్యప్రకాశి • తముగ సృజించెన్. 196

తే. ఇట్లు సృజియించి దీని ని • వెప్పు డుదయ
మొంది తట మున్న యట్ల నీ • కొసఁగ నిత్తు
నేను గనిపెట్టుకొని వచ్చి • యివి యొదవుట
యెట్లో యెన్నినాళ్లకో యని • యెన్నవలదు. 197

వ. అని పలుకుచుండ. 198

సీ. అప్పుడు చేరువ • నరుగుచుఁ దద్వాక్య, ములు విని శివరాత్రి • పుణ్యకాల
శోభితమల్లికా • ర్జునదేవభజనోత్స, వాయాతులైన మ • దాశయుండు
నతనిభార్యయుఁ బురో • హితులు నచ్చోటికి, నరుదెంచి యాసిద్ధ • వరుని నామ
మడిగి యెఱింగి మ • హాసమ్మదమున సా, ష్టాంగప్రణామంబు • లాచరించి
ఆ. నాకు ఫలిత మయ్యె • మల్లికార్జునదేవు, సేవమహిమ యిపుడు • సిద్ధవర్య
నిన్ను వెదకివెదక • కన్నులు సాఫల్య, గరిమఁ జెందె నిచటఁ • గనుటఁ జేసి.

వ. అని పలికినంతలో నృపాలుండు. 200

మత్తకోకిల. ఏ మదాశయుఁ డిక మహీశుఁడ • హేహయాన్వయజుండ ని
బ్భామ యోయనఘాత్మ మత్ప్రియ • భార్య వీరు పురోహితుల్
క్షేమహత్త్వగుణాభిరాములు • దివ్యతేజులు ఋగ్యజు
స్సామతుర్యమహాగమక్రమ • సంప్రదాయధురంధరుల్. 201

క. ఓయనఘాత్మక దత్తా, త్రేయమునీంద్రుని మాహూ • రీపురనిలయున్
ధ్యేయము నేనును వీరిస, హాయతఁ గొలిచితిమి బహువి • ధారాధనలన్. 202

తే. కార్తవీర్యార్జునుఁడు చక్ర • వర్తి యగుచు
నంత ఘనుఁ డౌట నాయోగి • నాశ్రయించి
కాదె తద్రాజకులజుఁడఁ • గాన నేను
నమ్మునీంద్రు భజించితి • నవ్విధమున. 203

వ. ఆదత్తాత్రేయుం డంతట నాకుఁ గలలోనం గానుపించి మదీయభక్తుండవు స్వభా
వుం డనుసిద్ధుం డొక్కరుండు గలఁ డతనివలన నీకాంక్షితార్థం బీడేఱు నతనిసంద
ర్శనంబు సాధించునది యని చెప్పిన నేను దేవరయున్నచోటును స్వరూపంబు
ను నెఱుంగక యనేకవిధంబుల నరయుచు నిచ్చటికి నిద్దేవతామహాత్మ్యంబున
కు వచ్చి యిప్పటిమీమాటల దత్తాత్రేయశబ్దంబు వినంబడుట నిది వెలిసిపో
దము గాక యని చేర నేతెంచితిమి మాకుం జిరప్రార్థితం బైనభవద్దర్శనంబు
దొరకె నింక మాయభీష్టంబులు సిద్ధించిన ట్లయ్యె నన విని యాసిద్ధుండు తను బ్ర
సిద్ధునిం జేయఁ బన్నినగురువులపన్నుగడకు నద్భుతసంతోషంబు లంతరంగంబు
ల నెంతయుఁ గందళింప నింత భక్తవత్సలుండవే యని యమ్మునిం బిలచి కే
లు మొగిచి యంత నారాజునుం జూచి యిట్లనియె. 204

క. ఏ నెవ్వఁడ నీకోరిక, లీనైనను మద్గురూక్తి • మిది యంతయు గదా
యానియతిచేత నెఱ్లవి, గా నున్నవి యట్లొదవెడుఁ • గాని చెపుమా. 205

క. అనుచు జయంబును సంతతి, యును నాయభివాంఛితంబు • లో యంచితవ
ర్తన యనుచు విన్నవించెను, జననాయకుఁ డతని కపుడు • సంయమివరుఁడున్.

వ. అటమున్ను దా సృజించినధనుర్బాణంబులు మణికంధరునకుం జూపుచు ని
ట్లనియె. 207

సీ. మానవనాథ యీ • మణికంధరునకు భా, విభవంబునందును • విజయసిద్ధి
గావించుకొఱకు నే • నీవిలు నమ్ములు, నిటమున్న గా సృజి • యించినాఁడఁ
గావున నతని కొ • క్కనికిఁ దక్కఁగ నన్య, రాజుల కెందుఁ బ • రాజితుఁడవు
గాక నీవు జయింతు • గట్టిగ నన నట్లు, కానింపు మీకృప • గలిగె నదియె

తే. చాలుఁ గడమకు మఱి యేన • చాలుదు మణి
కంధరునికి ధనుస్సాయ • కముల నపుడు
గాఁ గలజయంబు తదితర • కర్మకత్వ
మునను సిద్ధింప నేర్చునే • యనియె రాజు. 208

మ. అనఁ దద్గర్వపుమాటకుం గనలి యా • యస్త్రప్రభావంబుచే
నిను నీజన్మమునం దితండు గెలుచున్ • నిస్సంశయం బట్లు గొ
ల్చినమాత్రంబును గాక యీడిగము నీ • చేతం గళత్రంబుచే
తను జేయించుకొనం గలం డనియె సి • ద్ధశ్రేష్ఠుఁ డారాజుతోన్. 209

ఉత్సాహ. అనుడుఁ దమపురోహితుల్ మ • హావిభూతితోడ నా
తనికిఁ గేలు మొగిచి యోయు • దాత్తచరిత యేమి యీ
యనకుఁ దెలియు మూఁడుమాట • లాఱుతప్పు లేమి మీ
కొనరఁ బల్కఁ గలమె యస్మ • ముక్తి కెఱుఁగు లెంతురే. 210

తే. మీరు గురువుల రగుటను ♦ మిమ్ము వెదకి
కొనుచు వచ్చుట యొకటియే ♦ గుఱిగఁ జూచి
యీనృపతికోర్కె లీడేర్పు ♦ మెట్టు లైన
ననుచు వారలఁ జూచి యి ♦ ట్లనియె నతఁడు. 211

ఉ. తప్పదు నాదుమాటలు వి♦ధాత లిఖించినవ్రాఁత సుండిలం
దప్పక యెల్లరాజులను ♦ దాను జయించెను మీనృపాలుఁ డేఁ
జెప్పినవానిఁ దక్క నిఁక ♦ సేవయు వానికిఁ జేయఁ జాలఁ బెం
పొప్పఁగ నాఁడు దాను దన♦యుల్లమునందు విముక్తమానుఁడై. 212

క. మీనరపతిమదిఁ గలసం, తానపుఁగోర్కియు ఫలించుఁ ♦ దత్సేవతఱిన్
దానును భార్యయు నేలిక, పూనిన యొకమణివిశేష♦మును గనుఁగొనఁగన్.

వ. అనిన విని వార లొకింతఁ జింతించి. 214

శా. నూభోగంబులె యాత్మభోగములుగా ♦ మామాటయే మాటగా
నోభవ్యాత్మక మమ్ముఁ దా నడుపుకొం♦చున్నాఁ డితం డిమ్మహా
సౌభాగ్యంబుగ నున్న మాకును దగన్ ♦ సంసేవ్యుఁ డెవ్వాఁడొ దా
నీభావంబున నీతఁ డట్లు పరుఁ దా ♦ నేలించుకాలంబునన్. 215

మ. అనిరన్ మీమహిభర్త యేలికయె మీ ♦ కారాధ్యుఁ డావేళ నా
తనిభూషామణి మీకు నెంతయుఁ బ్రమో♦దస్ఫూర్తి గావించుచున్
దనరున్ మీరలు నిమ్మదాశయుఁడు త♦త్సాంగత్యనిత్యోత్సవం
బునఁ బూర్వోన్నతు లన్నియున్ మఱచి యిం♦పున్ గాంతు రత్యంతమున్.

వ. కావున మణికంధరుండు వసుంధరాపతి యగుచు జన్మించునందాఁక యథేష్ట
విజయవిహారంబుల మీరాజు ప్రవర్తిల్లఁ గలం డటమీఁద మదుక్తప్రకారంబు
నం దత్సేవ సేయం గలండు మీరుం దన్మణిస్పర్శమహిమంబున మహానందంబు
నొందెద రని పలికి స్వభావనామసిద్ధుండు వారినందఱి ననిపి తానును మణికం
ధరుని వీడ్కొని నిజేచ్ఛం జనియెఁ దద్వచనప్రకారంబున మదాశయుండును
సకలశత్రుజయంబునఁ దేజరిల్లె ననిన విని యలఘువ్రతుండు మణికంధరుం డ
ట్లు సిద్ధుని వీడ్కొని యటమీఁద నేమిచేసెఁ దద్వృత్తాంతంబు వినవలతుం జె
ప్పు మనుటయు. 217

ఉ. కావ్యకళారసానుభవ♦కౌశలనూతనభోజరాజ సం
స్తవ్యనవీనగానసర♦సత్వమహత్త్వమరుత్తనూజ క
ర్తవ్యవివేచనారచన♦ధార్మ్యగుణావరధర్మరాజ శా
స్త్రివ్యరసానుపాలన బు♦ధవ్రజపాలన పుణ్యఖేలనా. 218

క. కించిదుదంచితరాగదృ, గంచలరుచినూతనాత♦పాంకుర రేఖా
వంచితసకలప్రతిభట, సంచయగర్వాంధకార ♦ జలధిగభీరా. 219

మణిగణనికరము. సమధికవితరణ•చతురిమగరిమ
క్రమజితరవిసుత•ఘనశితకరణా
శమదమముఖగుణ•సముదయకలనా
విమలితనిజమతి•వృతగురుచరణా. 220

గద్యము. ఇది నిఖిలసూరిలోకాంగీకారతరంగితకవిత్వవైభవపింగళియమరనార్య తనూభవసౌజన్యజేయసూరయనామధేయప్రణీతం బైనకళాపూర్ణోదయం బను మహాకావ్యంబునందుఁ బంచమాశ్వాసము.

శ్రీరస్తు.

ఓం నమః కామేశ్వర్యై.

కళాపూర్ణోదయము.

షష్ఠాశ్వాసము.

శ్రీమత్పదనఖకాంతి
స్తోమప్రచితానతారి♦చూడామణిని
ష్కామోద్దామప్రభావ
క్షేమశ్రీకృష్ణ నార♦సింహునికృష్ణా. 1

వ. అవధరింపు మమ్మధురలాలస యలఘువ్రతుం జూచి నీ వడిగినమణికంధరుని
వృత్తాంతంబు సకలంబును వినుపించెద విను మని యిట్లనియె. 2

క. అచలధృతి నతఁడు తజ్జ్ఞుల, వచనసరణిఁ దగినవియమ♦వర్తన మమరన్
శుచి యై యాచరిడగ్గజి, యుచితస్థితి నిలిచి యుఱక ♦ నుంకించుతఱిన్. 3

ఆ. మథనసమయఘూర్ణ♦మానాబ్ధివోలెఁ బెన్
మ్రోఁత లడరఁ బరుస♦మూఁక లెల్ల
బిట్టు గలఁగి తల్లి ♦ బిడ్డ పట్టకపాఱ
నతనిమది మహాద్భు♦తాకులముగ. 4

వ. అంత. 5

మ. బిగిచన్గుత్తులు గుత్తపుంబయిఁటలోఁ ♦ బింపిల్లు గూయంగ శీ
ఘ్రగతిన్ భామ యొకర్తు వచ్చి యిదె యో♦గంధర్వ నీ వొందెదీ
భృగుపాతంబుఫలంబు నీపరుసవా♦రిం గావు మంచున్ ధగ
ద్ధగితాశాంతర మైనఖడ్గ మొకటిం ♦ దత్పాణికిచ్చెన్ వెసన్. 6

వ. తదనంతరంబ. 7

సీ. చుట్టుపట్టుల నున్న♦యట్టిపెన్మ్రాఁకులు, బలువిడిమై దూరి ♦ పాఱునవియు
గండోపలంబు లు♦ద్దండవేగాధికో, ద్ధతిఁ జెక్కు లై ఱాలఁ ♦ దాఁకునవియుఁ

గరిసింహశార్దూల◆శరభాదిమృగముల, నుగ్గునూచంబుగా ◆ నుఱుచునవియు
నంతరిక్షమున న◆త్యంతంబు దట్టమై, పందిటిగాఁగుగాఁ ◆ బన్నునవియు
తే. నగుచు బలితంపుటినుపక ◆ ట్టమెఱ నొప్పు
నెండిగునుపంబులో కాక ◆ వెండికట్ల
యినుపగునుపంబులో యనఁ ◆ దనరి కురిసె
నెంతయును జిత్రజల్లుగ ◆ నేదుముండ్లు. 8
క. మణికంధరుండు తద్దా, రుణశలలీవృష్టి మిగులఁ ◆ గ్రొత్తై యగుచు నీ
క్షణముల కత్యద్భుతగా, రణమై తనరారఁ జూచి ◆ ప్రమదమునఁ బలికెన్. 9
ఆ. చెలువ యీయపూర్వ◆శలలీప్రవర్ష మౌ, నక్కడిది యీనుమహాసిఁ ◆ గార్య మేమి
సేయు మనుచు నాడు◆చేతికి నిచ్చితే, న్వాతెన్ను నీవు వినఁగ◆వలయు నాకు. 10
ఉ. నా విని యింక నేమియు వి◆నన్ రణకోవిద నీ కొకింతయుం
దావల మెద్ది యాకపట◆దైత్యుఁడు చేర్పుగ నేగుదెంచు నే
మో వడిఁ బర్వఁ జొచ్చెఁ గను ◆ ముండ్లవాన యెసుగ్సు మింతటన్
నీవు మహాసిచేత నవి ◆ నిర్భరవేగతఁ జక్కుఁ జేయుచున్. 11
ఆ. ఏదురూపుఁ బోడ ◆ నిదిగో నొకించుక, దవ్వుననున్నాఁడు◆దగ్గఱ నృతి
నీకు నెదురువచ్చు◆నాకష్టు నిటు మించి, రాకయుండఁ దానుము◆గయము బోడ.
వ. అని సత్వరంబుగాఁ బ్రార్థించిన నాయింతిం జూచి. 13
చ. అమరవిరోధిఁ బ్రుంతు నిదె ◆ యంగన భీరుల కెల్ల భీతి దీ
ర్చుము వెసఁ బొమ్ము నమ్ము మను◆చుం గదలెన్ రయ మొప్ప నప్పున
ర్దమరిపుఖండకాండభుజ◆దండమునం బ్రచండమండలా
గ్రము ఝుళిపించుచున్ గిరగి◆రన్ దిరుగన్ నెగవైచి పట్టుచున్. 14
వ. ఇత్తెఱంగున నత్యంతోత్సాహసంభ్రమంబునం గదలి. 15
మహాస్రగ్ధర. శలలీసందోహముం దో◆స్సమధికలఘిమా◆శ్చర్యచాతుర్యచర్యా
విలసద్ఘోరాసిధారా◆విహృతిహతము గా◆వింపుచుం బోయె నాచేఁ
శలసంతానంబు మేనన్ ◆ గగురుపొడిచి క◆న్పట్ట నున్నట్టి యెమ్మెం
దులితానూనప్రసూన◆ద్యుతిశలలవనీ◆ధుర్యధాత్రీధరంబున్. 16
వ. ఇట్లు గాంచి నిరంతరాసారం బైనతద్ఘోరశలలీవృష్టి తనకృపాణవిహరణవిచిత్ర
వేగంబునఁ దుత్తుమురు సేయుచు నక్కపటదానవు నుద్దేశించి. 17
క. ఓరి యవివేకి రాక్షస, యీరూపవికారవృత్తి ◆ నేమి గలదు దు
ర్వారత నీదుజగద్ద్రో, హారంభము నిన్నుఁ జెఱుప ◆ కకట విడుచునే. 18
సీ. దిగ్గజంబులకును ◆ దేఱి చూడఁగ రాక, యేపారుగజదైత్యుఁ ◆ డేమి యయ్యె
మొగులలో నుండి యు◆మ్ములవాన గురియించు, నింద్రజిద్దానవుం ◆ డేమి యయ్యె
విశ్వమంతయు నిండి◆వృద్ధిఁ బొందుచు సురా, హితకారియగు వృత్రుఁ◆డేమి యయ్యె

జగ మెల్లఁ జాపచు♦ట్టుగ ఘనశక్తిచే, నెసఁగుహిరణ్యాక్షుఁ ♦ డేమి యయ్యె
తే. వెండియును బెక్కుమాయల ♦ వెలయునట్టి
వారు శంబరప్రముఖు లే♦మైరి వినవె
యకట ఘోరదురాత్మ యీ♦వికృతరూప
మేమిటికి వచ్చు నిదె వధి♦యింతు నిన్ను. 19
చ. అన విని రక్కసుండు నగి ♦ యక్కట యెక్కడివాఁడు వీఁ డచే
తనుఁడొ మతిభ్రమార్తుఁడొ మ♦దస్ఖలితాత్ముఁడొ పుట్టువెఱ్ఱియో
తనభుజసత్త్వ మెక్కడ య♦ధఃకృతదిక్కరివిక్రమప్రవ
ర్తను సనుఁ దాఁకు టెక్కడ వి♦ధాత కడుం జెడ రేచెనో సుమీ. 20
వ. అని యతని నుద్దేశించి. 21
క. బ్రదుకు కొల్లకున్న రార, మ్మెదురుగ నిటువంటిమాట ♦ లిమ్మెయి నేలా
వదరఁగ దొంతుల కోపని, గుడియలునుం గిలవె నీదు♦క్రొవ్వడఁగింతున్. 22
చ. అనుచు నొకింత యే మఱచి ♦ యత్యధికోగ్రశిలౌఘవృష్టిచే
మునుఁగఁగఁ జేయ దానిని స♦ముద్ధతఖడ్గవిహారచాతురిన్
మనుముచుఁ జేరి తద్గళముఁ ♦ ద్రుంచె నడిన్ మణికంధరుండు త
ద్ఘనశిలజాల మాసెఱసి ♦ తన్ వెసఁ దాఁకి గతాసుఁ జేయఁగన్. 23
క. అని చెప్పిన నలఘువ్రతుఁ, డనయుంబునుఁ గుతుకయుక్తుఁ ♦ డై యెవ్వాఁ డ
ద్దనుజుం జాతని నాకీ, తిని దునిమించినది యెవతె ♦ తెలియఁగ నలయున్. 24
వ. అనిన విని యా శిశువు వారిరువురి తెఱంగును వివరించెద వినుమని యిట్ల
నియె. 25
క. మహితాత్మక యాదైత్యుఁడు, మహిషాసురుమాతులునికు♦మారుఁడు దుర్గా
నిహతుఁ డగువాని విని తా, సహితము దుర్గకు నొసప్ప ♦ నాత్మం గోరున్. 26
తే. నాఁడు శల్యాసురుం డన ♦ వసుధఁ బరఁగు
శల్యరూపత నునికిఁ ద♦చ్ఛలలచయము
గడ్డపాఱలకై వడిఁ ♦ గానుపించి
పేర్చుట ఖనిత్రశలుఁ డను♦పేరు గలదు. 27
వ. మహిషాసురునిఁ జంపినసూడు తనమనంబునం బాయని యివ్విధంబున దుర్గ
యందు బద్ధమత్సరుండై యారాక్షసుండు తనమనంబున. 28
చ. క్షితితల మంతయున్ వెదకి ♦ చెండుదునో వెసఁ గాళికార్చనా
వ్రతపరు లెందఱందఱ న♦వారణ నెయ్యెడలందుఁ జండికా
యతనముపేరు లేక ఖిల ♦ మైచనఁ గూల్తునో యొచ్చు టెట్లకో
మతి నొకయప్పుడున్ విడక ♦ మండఁగఁ బెట్టుచు నున్నకోపమున్. 29
ఆ. ఏను గినుకఁ బూని ♦ యిట్లు గావింప నే, మనుచు నుశుకు నొకబం♦లాంతకుండు

పేదకోప మెందుఁ ♦ బెదవులచేటుగా, కుడికి యేమి సేయ ♦ నోపు నన్ను. 30

క. భార్గవుదీవన గన్నయ, నర్గళసద్విపులబలమ♦హత్త్వము సుమనో
వర్గమునకు లోఁబడునే, దుర్గాశక్తికిని వెఱవ ♦ దుర్దమశక్తిన్. 31

తే. ఏయుపాయంబుచే నైన ♦ నెచ్చరిలఁగ
నీక రాక్షసకులము ర♦మేశ్వరుండు
దునుము ననుశంక యొక్కటి ♦ మనమునందు
నున్న యది దీని కెద్దియో ♦ యుక్తి యింక. 32

క. ఏసికిఁ దగినయుపాయము, గానంబడుఁ గాక శాంతి ♦ కందఁగఁ దనువుం
బూని చరించుట మేలొ, దానవకులుఁ డయ్యు నితఁడు ♦ ధార్మికుఁ డనఁగన్.

తే. అనువిచారంబుతో నొక ♦ వనములోన, వాఁడు వర్తిలఁగా దైవ ♦ వశత వచ్చె
నచటి కభినవకౌముది ♦ యనుతుషార, కరకిరణజాప్సరోజాతి ♦ కన్నె యొకతె. 34

ఉ. వచ్చినఁ దద్విలాసవిభ♦వంబున కద్దనుజేంద్రుమానసం
బచ్చెరు వంది మున్పటిస♦మస్తవిచారము దక్కి మిక్కిలిన్
హెచ్చినపచ్చవిల్తుపస ♦ నెంతయుఁ జంచలభావ మొందఁ దా
నచ్చపలాక్షి కిట్లనియె ♦ నద్దివిజప్రతిపక్షుఁ డయ్యెడన్. 35

ఉ. కోమలి నాకు నెట్టియెడఁ ♦ గొట్టినపిండి సమస్తలోకముల్
నీమది కింపు లైన యవి ♦ నిర్భరశక్తిని దే సమర్థుఁడన్
నీమహనీయరూపరమ♦ణీయతకుం దగునట్లు గాఁగ నే
నేమగరూపు లైన ధరి♦యింపఁగ నేర్తును గామరూపి నై. 36

ఆ. నన్ను నేలుకొనుము ♦ నావుడు నేమియు, ననక తన్ననాద♦రాననలోక
ములఁ దిరస్కరించి ♦ జలజాక్షి యటు వాసి, చనుచునుండ నతఁడు ♦ కనుకని [illegible]

ఆ. నాతి యిట్లు వేఁడు♦న న్నాదరింపక, పోవునిన్ను నింకఁ ♦ బురుషుఁ డొక్కఁ
డెవఁడు నేఁ దలంక ♦ నేరికి నెన్నిగుం, డియలు గలవు నాదు♦ప్రియను జేర. 38

క. అని వెఱపించిన నది దన, మనమునఁ జల మొదవ నిన్ను ♦ మడియించిననా
నిని దక్క నే వరింపను, విను మిది నాప్రతిన దీని ♦ విడ నిఁక ననియెన్. 39

చ. అనుడుఁ దదుక్తిక్రూరతకు ♦ నద్దనుజుండు గడున్ ఘనంబుగాఁ
గినిసియుఁ బోవ నిచ్చె నొక ♦ కీడును జేయక యవ్విలాసినిన్
మనమున నెప్పు డేతెఱఁగు♦నం దన కబ్బునొ దానిసంగమం
బని యడియాస యాకినుక ♦ కత్యధికం బగుచుం బ్రవర్తిలన్. 40

తే. అది మొదలు గాఁగ నాకన్య ♦ యరయుచుండె
వాని మడియింప శక్తుఁ డె♦వ్వాఁడొ యనుచు
వాఁడు దనుఁ జంపఁ బూనిన♦వానిఁ జంపఁ
దనకు వర మెట్లు సాధింతు ♦ ననుచు నుండె. 41

తే. అంతట మృగేంద్రవాహన♦యాలయమున
కతఁడు శైవనశంబున ♦ నరిగి యందుఁ
బ్రస్తర స్తంభలిఖితాక్ష♦రములు చూచి
చదువుకొనుచోఁ దదంతర♦సరణియందు. 42

క. ఈమెఱుఁగుఁగుగండకత్తెర, చే మిడిదల యిచ్చుసాహ♦సికుఁడు శిరం బ
ల్లే మగుడఁగ సదుకుకొనం, గా మని చంపుఁ దనుఁ జంపఁ ♦ గడఁగినవానిన్. 43

క. అనియెడియర్థముఁ గనుఁగొని, తనయభిమతసిద్ధి కది ని♦దానం బగుటన్
మనమునఁ గడు సంతోషము, దనరారఁ దదుక్తరీతి ♦ దప్పక నడిపెన్. 44

తే. నడిపి తత్ఫలసంసిద్ధి♦నమ్మికఁ దన
కెందు నెదు రింక లే దని ♦ డెందమునను
గరము గర్వించి యపుడ యా♦ఖలుఁడు పూనె
సమ్మహాశక్తిఁ దాగుడి ♦ సవనిఁ గొల్ప. 45

క. అభినవకౌముదియును స, ర్వభూమిమండలమునందు ♦ వానిఁ దునుమఁ జా
లుభుజాబలాఢ్య నరియుచు, శుభ మగుతచ్ఛక్తిమహిమ♦సుద్ది విని మదిన్. 46

క. తనకోర్కి కెద్దియే నొక, యనుకూలం బైనఁ గ్రొవ్వ ♦ యచ్చో సమకూ
ఱునె యని యిక్కడికని దాఁ, జనుదెంచుచు నాఖనిత్ర♦శలునిం గనియెన్. 47

క. ననఁ నీఁ డిక్కడి కేచో, ట నుండి ప్రత్యక్ష మయ్యె ♦ డగ్గఱ కెడగాఁ
జను పేరువు పేదొకో యని, మనమునఁ దలపోసె నంత♦మాత్రన వాఁడున్. 48

తే. ఆచకోరాక్షిఁ జూచి యో♦యలరుఁబోఁడి
యేను బ్రార్థింపఁ గైకోని ♦ యిట్టివానిఁ
గాని వరియింప నంటివి ♦ గర్వవృత్తి
నల్లనాఁ డొకవనములో ♦ ననుచుఁ బలికె. 49

చ. తనకెవు డబ్బినట్టినర♦దర్పముచే నతఁ డల్లు వల్కి నీ
పొసరఁగ మీర లెవ్వరును ♦ నూఁకొనకుం డిటు చూచి చెప్పెదన్
నిను హరియించునట్టిమహ♦నీయబలాఢ్యుని గాని యే వరిం
ప ననుచుఁ బల్కితిం గలదె ♦ పల్కిన కెగ్గని మోన్ వధూటియున్. 50

తరల. అనిన నెగ్గని నాకె నేస్తియొ ♦ యంబుజాక్షి యెఱుంగి నే
ననువుగా నలఘాతికంబము♦నందు వ్రాసిన వ్రాఁత గ
న్గొనుము మూర్ధము గండకత్తెర ♦ గూలఁ దన్నియుఁ గ్రమ్మఱన్
మనినయట్టినరుం గనుంగొను ♦ మాట లెవ్వియు నేటికిన్. 51

వనమయూరము. నా విని సుపర్వులల♦నామణి నెసం ద
గ్గావలిఖితాక్షరక♦దంబకము నార

క్షోవరునిమస్తకము ♦ గొంత యదుర్కఁ ర
క్తావనియుఁ జూచి కడు ♦ నాకులతఁ జెందెన్. 52

స్రగ్ధర. ఈరీతిన్ ఖిన్నయై నా♦హృదయమువెత యూ♦హించి వారింప దిక్కె
న్వారున్ లే రింక నిర్దే♦వత కె యురు కృపా♦వర్తనన్ నన్నుఁ బ్రోవన్
భారం బంచున్ వెసం ద♦త్పదముల కెఱఁగెం ♦ బర్వునం బోయి గర్భా
గారంబుం జొచ్చి వాఁ డ♦క్కడనె తనదురా♦కం బ్రతీక్షింపుచుండెన్. 53

వ. ఇవ్విధంబునఁ బాదంబులం బడి లేవక తనతొల్లింటిప్రతిజ్ఞాప్రకారంబును ఖని
త్రశలలుండు పలికినయుల్లసంపుఁబలుకులును నతనిగర్వకారణంబును వినుపించి
యోమహాదేవీ యేను వెనుకముందర గానక కళవళవడి యున్నదాన నాకు
నెట్లునఁ బ్రతిజ్ఞాభంగంబు గాక యుండఁ ద్రోవ యొకటి సంఘటించి రక్షింపు
మని ప్రార్థించె మృగేంద్రవాహనయు నమ్మహారాక్షసునిచేతితనసద్యోమహో
పద్రవంబునకు నివారకం బగుచు నొదవినయాయువిదరాకకు సంతసిల్లు చుసికఁ
జేసి యప్పటితత్ప్రార్థనంబునకు శీఘ్రప్రసన్న యగుచు ని ట్లనియె. 54

ఉ. ఈదనుజుండు దన్ను వధి♦యింపఁ గడంగినవానిఁ జంపుటో
పైదలి తప్ప దుక్త మగు♦పద్ధతి నిచ్చట నాత్మమస్తక
చ్ఛేద మొనర్చుకొన్న తనిఁ ♦ జెందుఫలంబును మాన్ప వచ్చునే
నీదుప్రతిజ్ఞకుం బరిగ♦ణించి ఘటించెద నొండుపాయమున్. 55

సీ. అని కొంత చింతించి ♦ యద్దేవి యభినవ, కౌముదిఁ జూచి యో♦కమలవదన
వీనిసాహసకర్మ♦వృత్తికి ఫల మెన్నఁ, దనుఁ జంపఁ బూను నా♦తనిని జంపు
టెంతియ కాని తా ♦ నెట్లును వానిచే, మడియకుండఁగ నియ♦మంబు లేదు
కావున నధికవి♦క్రముఁ డగువాఁడు వీ, నిని జంపి చచ్చు న♦స్నియమశక్తి

తే. నీప్రతిజ్ఞయుఁ దలఁప వీ♦నిని దునిమిన, తీవ్రశౌర్యవరించు టం♦తియ కదమ్మ
యతనిమఱుమేన నైన నీ♦ప్రతిన దప్పకుండ నరయింపవచ్చు నీ♦కుచితవిధిని.

ఆ. ఇంక నట్టివరుని ♦ నెన్నిక మీఱంగ, నిశ్చయింపవలయు ♦ నీరజాక్షి
యని యొకింతచింత♦యొనరించి తదుపాయ, మాత్మఁగాంచిమోద♦మలరఁ బలికె.

సీ. మణికంధరుం డన ♦ గుణనిధి యొక్కఁ గం, ధర్వకుమారుఁ డో♦తలిరుఁబోఁడి
తన కొకకారణం♦బునఁ జేసి యొదవిన, యవితథోద్యమము మ♦హాసి యొక్క
యిదె నాదుసన్నిధి ♦ నిడి పోయినాఁ డని, యాయింతి కాఖడ్గ ♦ మపుడుచూపి
నీ విది గొనిపోయి ♦ యావీరవరుచేతి, కిచ్చి వే చంపింపు ♦ మిద్దురాత్ము

తే. వీఁడు నీరూపుపసఁ జిక్కి ♦ వెంట వెంట, వచ్చు నలయించుకొని పొమ్ము♦ వానిక పను
నెంతవిసివియు నీమీఁద♦నించుకయును, వెగడితఁడు డెందమున నీవు♦ వెగడవలదు.

వ. ఇమ్మహాఖడ్గంబు దొల్లి దత్తాత్రేయుండు స్వభావనామధేయుం డగు సిద్ధున కిచ్చె
నతండు మణిస్తంభుం డనుతనయల్లుని కిచ్చె నతండును నిక్కడ నొక్కప్రయో

జనంబుకొఱకు గంధర్వుం డైనమణికంధరున కిచ్చె దానం జేసి యద్దివ్యాయుధం
బమ్మణికంధరునకు సంప్రదాయాగతం బగుచుం గార్యకారి యగు నితరులకుం బ
నుపు సేయదు గావున నతనిచేతిక యీవలయు నతండు నిప్పుడు శ్రీశైలంబున
నొక్కశాపంబు కారణంబుగా భృగుపాతంబున కాయత్తపడుచున్నవాఁడు నీ
వు వేగంబ చని తత్ఫలంబు దీనిచేతనే యగు నని యాభృగుపాతంబు మాన్పి
యద్దానవవధంబునకు నియోగింపు మాగంధర్వుండు రెండవమేనం గళాపూర్ణుం
డనం గాసారనామధేయం బగుపట్టణంబునం బుట్టంగలాఁ డతనివరియించి ప్రతిజ్ఞఁ
జెల్లించికొనుము పొమ్మని యనిపిన. 59

చ. పయఁట బిగించి నెన్నడుము ♦ పైఁ బిరిచుట్టుగఁ జుట్టి కుంతలో
చ్చయము దృఢంబుగా ముడిచి ♦ చయ్యన నచ్చటిమండలాగ్రమున్
శయమునఁ బూని వెల్వడియె ♦ శక్తినివాస మవక్రవిక్రమో
దయపరిభాసమాన యగు ♦ దర్పకవైభవలక్ష్మియో యనన్. 60

తే. ఇవ్విధంబున వెలువడి ♦ యేగుదెంచు
నట్టియీయింతిఁ గనుఁగొని ♦ యసుర వెఱచెఁ
దనుఁ దునుమఁ బూని వచ్చెనో ♦ యని తలంచి
దానఁ దన్నాశ మగునో య♦న్దలఁపు వొడమ. 61

చ. అతఁ డపు డాసుధాకరని♦భాననఁ గన్గొని సంభ్రమింపుచున్
మతి గలగంగ నిట్లనియె ♦ నాపయి వచ్చిన నీకు నిష్టమై
నతములయాస సుమ్ము వర♦వర్ణిని యెందుఁ దలంక నేను దు
ర్మతి నయి నీవు నాకుఁ బెగి ♦ ప్రమ్మగదవో యని తల్లడిల్లెదన్. 62

సీ. అనుచు నయ్యింతి యో♦యసురేంద్ర నీవు నా, హానికి నోర్వ కి♦ట్లాన లిడఁగ
సకట నీమీఁద రా♦ సంతె మెఱుఁగని, దానవే యేను నీ♦తలఁపుబడిన
నడిచెద నని తన్నుఁ ♦ గడచి చనఁగఁ ద, ద్వాక్యరీతినిజాభి♦వాంఛితమున
కనుకూల మైనయ♦ ట్లెలుఁగోఁచుటయు నతఁ, డక్కన్య వెనువెంట♦నంత నింత

తే. సరిగ నెందును నిలువక ♦ యబ్జముఖియు
మిగుల నెడఁబాయ కొక్కొక్క♦మిషముతోడ
నప్పటప్పటి కొక్కింత ♦ యాలసించి
కూడ నిచ్చుచు నెలయించు♦కొనుచుఁ జనియె. 63

శా. ఆతండున్ మదిఁ దత్ప్రయాణపుతెఱం ♦ గాత్మానురాగక్రియా
రీతిన్ మానసమున్ హరింపఁ జనియెన్ ♦ శ్రీశైలపర్యంత ము
ద్భూతానంగవిజృంభణంబువలనన్ ♦ దూరత్వముం గాన కా
నాతిం జూచుచు మన్మథాతురుఁడు గా♦నన్ నేర్చునే యేమియున్. 64

తే. అంతట విసివి యతఁ డాల♦తాంగిఁ బిల్చి
నాతలంపు వెంబడి నీవు ♦ నడిచె దనుచుఁ
బలికి తిది యేమి చెపుమ నీ♦భంగు లిపుడు
వనిత నను భ్రమియించెదో ♦ యనుచుఁ బలికె. 65

చ. పలికిన నేను నీతలఁపు♦పద్ధతి గా కిపు డేమి మీఱి వ
ర్తిలితిఁ దొడింబడిన్ నిను వ♦ధింపఁగ వచ్చెదనో యటంచు నా
కలుగుచు రాక మాను మని ♦ యానలు పెట్టఁగ నప్పు డేను నీ
తలఁపుబడిం బ్రవర్తిలఁగ ♦ దానవ పల్కితి తప్ప నిప్పుడున్. 66

సీ. అనినఁ గ్రోధించి యేఁ ♦ బ్రాణభయంబున, నీ కలిగెడువాఁడ ♦ నే వధింపఁ
జాలక నిన్ను నీ♦సరణిఁ గఱంబు ద, వ్వనుసరించుట నన్ను ♦ నసదు గాఁగఁ
దలఁచెదు గాఁబోలుఁ♦దెలుప కేరికి నెట్లు, తెలియయు క్తమయిది♦తలఁచిచూడఁ
గావున నాలావుఁ ♦ గనుఁగొను మనుచు నా, తరలాక్షి నప్పుడు ♦ దాఁక[illegible]

ఆ. ఘోరశిలలవృష్టి♦గురియించె నొడలు నీఁ, గించి యతఁడు నికట♦గిరులు [illegible]
గురుతరద్రుమములు ♦ గుడి గ్రుచ్చునట్లుగ, నిఖిలజంతుతతులు ♦ నేలఁ [illegible].

తే. ఇత్తెఱంగునఁ దనశక్తి ♦ యెఱుకపఱచి
యిఁక వరింపక చనియదే ♦ యీవు చనిన
చోటు లన్నియు నాబల♦స్ఫూర్తిచేతఁ
బిడుగుఁ బాఱినడొంక యై ♦ పెం పడంగు. 68

ఆ. దాన నఖిలభయని♦దానంబ వగుదు నీ, యన్వయమున లేని♦యట్టిబెట్టు
గుడువ నీకుఁ దగునె♦కోమలి యది యెంచి, యైన నను వరింపు ♦ మనియుఁ [illegible].

క. అన విని యిఁక నిట్టిటు దడ, సినకార్యము దప్పు ననుచు ♦ శ్రీగిరికి వడిన్
జనియె సతి యింత నంతన్, దనుజుఁడు వెన్కొనియె శిలల♦తతులు గురియుచున్.

వ: అంత నాయింతియు నత్యంతరయంబునం జనియె నప్పు డప్పర్వతంబునందు [illegible]
త్రిమహోత్సవమునకుఁ జేరినసకలదిగ్దేశజనసముదయంబునకు వానిరాక [illegible]
ఱింగించి కన్యగతులు చూచుకొం డని పల్కి మణికంధరుం డున్నచోటి[illegible]
కించి వేవేగ నేగి యతనిచేతికిం దనచేతియమోఘోద్యమఖడ్గంబు నొసంగి [illegible]
ద్విధంబున నాశల్యాసురునిఁ జంపించి యతనిచేతఁ బొలిసినమణికంధరుని[illegible]
జన్మంబుఁ గనిపెట్టుకొని యుండె నతం డంతఁ గళాపూర్ణుం డై జనియిం[illegible]
తగతిం జేరి తనపూర్వవృత్తంబు వినరించి దివంబునకుం జనక యావ[illegible]
నవ్విభుం డునిచినచోటన యునికికి నొడంబడి గాంధర్వవివాహవిధిని వరి[illegible]
నంతట మదాశయుండు స్వభావసిద్ధునివచనప్రకారంబునసకలశత్రుజయగర్వి[illegible]
డగుచు నెందు నడ్డంబు లేక చరియించువాఁడు గతివశంబునఁ గాసారపురం[illegible]
పై నేతెంచి యిమ్మహారాజునకుఁ బరాజితుం డై తనభార్యయుఁ దానును [illegible]

త్వంబునఁ బనులు సేయుచుండె నక్కాలంబునందు వారికి నేతదీయమణిసందర్శనమహిమవలన నే నుదయించితి నంతట నాతల్లిదండ్రులు నేలికచిత్తంబున కెడసిరి తత్ప్రకారంబున సరస్వతీకనకగర్భులసల్లాపకథయందు వినంబడినది యదియ య ట్లుడసి వార లీక్రమముకకంఠోత్తరపురంబు వెలువడి పోయి ప్రయాణక్షోభంబునఁ గృశత్వంబు నొంది తేఱక యున్న నన్నుం జూచి నన్నుం గొనుచుఁ దిరిగి వచ్చి నేఁ డింతకుమున్ను గా నోదవిన యేతన్మాణిక్యవిలోకనమహత్త్వంబున నే నారోగ్యంబు వొంది మిక్కిలి నెలమిం బొదల హృదయంబుల ముదంబు నద్భుతంబు నొందుచు నివ్విధంబున నవ్విభుసన్నిధి నిడి మదీయదౌర్బల్యనివర్తనప్రకారంబు విన్నవించి సన్నుతించిరి తత్పురోహితులును మణిమహిమవశీకృతు లగుచు నిమ్మేదినీశ్వరుఁ గ్రమ్మఱ నాశ్రయించి యిదె యున్నవా రని చెప్పిన నలఘువ్రతుం డబ్బాలికకుఁ గేలు మొగిచి యాదివ్యమహిమశోభిని యాపురోహితు లెవ్వరు వారి తెఱం గెఱుంగవలయు నని యడిగిన. 71

క. వారి తెఱం గే మెఱిఁగెదు, సారగుణా వారు నీదు•సత్పుత్త్రిలు నీ
ఘోరపుభాగ్యము నిన్నును, జేరిచె నని పలికె శిశువు • చిఱునగ వెసఁగన్. 72

క. ఆపలుకున కత్యాశ్చ, ర్యాపూర్ణమనస్కుఁ డగుచు • నలఘువ్రతుఁ డా
పాపం గనుఁగొని వారలు, నాపుత్త్రికు లగుట యెట్లు • నవ్వాక చెపుమా. 73

వ. అనిన సభాపతిం జూచి యి ట్లనియె. 74

ఆ. అంటికుంచి యాఁడు•నట్టిప్రాయ మొకింత, నడఁచునంతలోన • నాదుసతులఁ
బుణ్యశీలయుతలఁ • బోకార్చుకొన్నట్టి, నాకుఁ బుత్త్రి లనుట • నగవుగాదె.

చ. తలఁపక వారిపోకయును • దక్కినయట్టిది గాదు వార్ధిలో
పలఁ బడి యందుఁ బడ్డదియె • పాటుగఁ దీర మునింగిపోయి రే
నలఘుతదన్వయాకృతిగు•ణాదులమక్కువ నన్యసంగమే
చ్ఛ లుడిగినాఁడఁ బుత్త్రి! లను•సంశయ మైనను గల్గనేర్చునే 76

ఆ. నాకుఁ జూడ ధరణి•నాయక యది యసం, గతమ యీవిచిత్ర•కథలఁ దల్లి
దీని కొనర నేగ•తిని బట్టతలలు మోఁ, కాళ్లు ముళ్లు పెట్టఁ • గలదో కాని. 77

వ. అనుటయు నట్ల దప్ప దనుచు నవ్వి యవ్వసుమతీధవుండు నమ్మధురలాలస నాలోకించి యోబాలికాతిలకంబ యీసందియంబు దీర నీబ్రాహ్మణునిజన్మాదివర్తనంబు నితనికిఁ బ్రథమాగమాదులు పుత్త్రి లైనప్రకారంబును వారు మదాశయునకుఁ బురోహితు లైన తెఱంగును నెఱుంగింపు మనిన నట్ల చేసెద నని యబ్బాల యి ట్లని చెప్పె. 78

సీ. జననాథ పాండ్యదే•శమునందు నురగాఖ్య, పట్టణంబున నొక•బ్రాహ్మణుండు
సోమశర్మాఖ్యుఁడు•శ్రుతిపారగుఁడు తపో, యోగాధికుండు శ్రీ•యుతుఁడుగలఁడు

తత్త్వజ్ఞుఁడయ్యునా•తఁడుగుప్తమాహాత్మ్యుఁ,డగుచుగృహస్థాశ్ర•మార్హవిధులు
జగదనుగ్రహణార్థ•ముగ నడుపుచు నందు, సతిముఖ్య మని సంత•తాన్నదాన

తే. విధిని విప్రులఁ దనుపుచు • వెలసె నతని
యాత్మజుఁడు యజ్ఞశర్మాఖ్యుఁ • డతని కంట
దయ్యె వేదాదివిద్యల•యం దొకటియుఁ
బరమయత్నంబుతో నెన్ని•పాట్లుపడిన. 79

క. ఆదుఃఖము మఱపించుట, కై దివ్యాంగనలఁ బోలు•నతివలఁ గులశీ
లాదిగుణాఢ్యల నలువుర, నాదరమునఁ బెండ్లిఁ జేసె • నతనికి గురుఁడున్. 80

క. ఆకోడండ్రకు సొమ్ములు, కోకలు ననులేపనములు • కొన[illegible]చుకయున్
లేక ప్రవర్తిల నడపె న, నాకులతం గొమరుఁ డొంద • మల[illegible]సట్టకై. 81

క. కడపటికిదెసయం దాతఁడు, కొడుకుఁ బిలిచి యిట్లు లనియెఁ • గోడండ్రను వినఁగ్
నడుపుము నీ వెట్లైనను, విడువక మనయన్నదాన•విధినియమంబున్. 82

క. దానును జతురాగమసం, తానం బుదయించు నీరుఁ • దప్పిన నుద్వా
చానియమం బిది యనుటయుఁ,గాని మ్మని యియ్యకొనియెఁ • గ[illegible] సతింపున్.

ఉ. ఆయన తండ్రియాజ్ఞఁ దన•యాదలఁ దాల్చి నియోగపూర్వక మ[illegible]
బాయక పెంచునట్టిపితృ•భక్తిపసం గలమాన్యముఁ హావిః
పాయసపూపసూపబహు•పక్వఫలాదుల నాతకం[illegible] కిం
పై యమరంగఁ బెట్టి వసు•ధామరకోటి కనేకవస్త్రముల్. 84

చ. పయిఁబయిఁ బండుకొల్చువిరి•పైఁడియు గట్టి దినస్సురాను[illegible]
ప్పయు మఱి బంటుబానిసలు • బైరము పెయ్యలు చేలు [illegible]
నయినసమస్తసంపదలు • నన్న వితీర్ణికి వెచ్చపెట్టఁగాఁ
బ్రియులు ధరించుసొమ్ములకుఁ • బెట్టినపెట్టెఁ జలి[illegible]కంతటన్. 85

వ. ఇట్లు గడంగి పరమపతివ్రతలం దనసతుల నలువురి నుపలక్షించి. 86

ఉ. ఏకలకంఠిసొమ్ము హరి•యింతును మున్నని చింతిలెన్ సమ
స్తోకమనోనురాగతస•తుల్ దను నంతట నాదుసొమ్ము ముఁ
గైకొను నాదుసొమ్ము మును • గైకొను మంచుఁ గడంగి వేఁడఁగా
నేకలకంఠిసొమ్ము హరి•యింతును మున్నని యిట్లు చింతిలెన్. 87

వ. అప్పుడు. 88

ఉ. మంగళసూత్ర మొక్కటియె • మాని సమస్తవిభూషణంబులన్
రంగదభంగురప్రణయ•రమ్యత నొంగడోరు మీఱి నూ[illegible]
బొంగుచుఁ దెచ్చి ముందటను • బో విడుకాంతలరూపు [illegible]
ఱం గరగించెఁ గాంతుఁ బ్రక•టీకృతభక్తియె సొమ్ము సాధ్వికిన్. 89

తే. వెచ్చ మన్న దానమ్మఁట ◆ వేఁడువాఁ డ
ధీశ్వరుండఁట తాము ప◆తివ్రతలఁట
యొండొరుల మీఱె యెట్లు సా ◆ మ్మొసఁగు టరుదె
యది యలంకృతికంటె ర◆మ్యంబు గాదె. 90

ఉ. సొమ్ములు వేఁడి పుచ్చుకొను◆చోట్ల సపత్నులమత్సరంబు లో
కమ్మున నెచ్చటం గలదు ◆ గాని నిజాభరణంబు లెల్లఁ దా
రిమ్మెయి నాథు వెచ్చమున ◆ కిచ్చుట కొండొరు మీఱుపుణ్యపుం
గొమ్మలు వీరె యంచు జన◆కోటి నుతించెను వారి నత్తఱిన్. 91

వ. ఇవ్విధంబునం దమతమసొమ్ములే మున్ను పుచ్చుకొనుటకుం ద్రికరణైక్యంబు
గానుపింపం బ్రార్థించునిజసతులయందు నెవ్వరి నతిక్రమింపం జాలక యాతం
డందఱిఁ బ్రియంబునం జేకొని తదాభరణంబు లన్నియు నొకమాఱె పుచ్చు
కొని వెచ్చపెట్టం దొడంగెఁ దత్కాలంబున. 92

క. మతిలోఁ జతురాగమసం, తతి నీ కుదయించు ననిన◆తండ్రిపలుకు సు
స్థితముగఁ దదాశకతమున, సతతము నతఁ డుండుఁ జదువు◆సంధ్యలదండన్. 93

క. దానికి ఫల మవు డేమియుఁ, గానక యుండియు గురూక్తి◆క్రమ మెద్దియొ యె
వ్వానికిఁ దెలియ దటంచును, దా నెప్పటియట్ల నన్న◆దానము నడపున్. 94

క. ఆయజ్ఞశర్ముఁడే సు, మ్మీ యలఘువ్రతుఁడు మేది◆నీశ్వర యీపే
రాయన్నదానసువ్రత, మే యెడ విడువ కునికి యపు ◆ డితనికిఁ గలిగెన్. 95

ఉ. ఏ మని చెప్పవచ్చు నపు ◆ డింతులసొమ్ములు చెల్లిపోవఁ ద
త్ప్రేమము నెక్కుడం జదువఁ◆బెట్టెను గట్టిగ నిశ్చయించె నా
భామలఁ బట్టి యిచ్చి తన◆పట్టినయట్టికడిందినేమముం
దా మదిఁ గొన్నినాళ్లు విహి◆తంబుగ నిల్పుకొనన్ మనంబులోన్. 96

వ. ఇట్లు నిశ్చయించి వారి కది యెఱింగింపక కపటమార్గంబుగ సమ్ముకొనునుపా
యంబు చింతించి యొక్కనాఁడు కొమ్మలతో ని ట్లనియె. 97

ఆ. తామ్రపర్ణి రేవు◆దండ నోడలు డిగి, యున్నవియఁట యేను ◆ నువిదలార
యొకనిపొత్తు గూడి◆ యోడబేరము వోయె,దను సదాన్నదాన◆ధనముకొఱకు.

చ. అనవుడు నిన్నుఁ బాసి క్షణ ◆ మైన గృహంబున నుండ నోప మే
మును నినుఁ గూడి వచ్చెదము ◆ మోదముతో మముఁ దోడుకొంచుఁ బొ
మ్మన నిది లెస్సకార్య మని ◆ యందఱి కొక్కబెహారిచే రహ
స్యనియతి మూల్య మందుకొని ◆ యచ్చటికిన్ గొనిపోయె వారలన్. 99

క. విను మధిప యిట్లు గొనిపో, యి నయంబున నొక్కనావ ◆ యెక్కించెఁ దుదం
దన కెక్కుడ నెడ లేకుం, డను మునుపటిపదరుగట్టు◆డఁ గలం బరిగెన్. 100

క. పదియైదుబార లెడగా, నది యాగతిఁ గదలి పోవ ◆ నపు డే మని చె

ప్పుడు నరవరశోకమహా, భిదుర మితని ధైర్యగిరిని • బిట్టు పగిల్చెన్. 101

వ. ఇట్లు విశకలితధైర్యుండై. 102

మ. అతిదుష్టం బగునాథ నేచ్ఛ తుద నా•హా యింతకుం దెచ్చె నే
సతులారా మిము నంచు రూపగుణవం•శస్ఫూర్జితల్ మీర లి
ట్లతికష్టస్థితి నొంద జేహరులపా•లై పోవ నాచెట్ట ప
ట్టితి రే యంచు మహారవం బడర నే•డ్చెన్ శోకవేగంబునన్. 103

క. ఆయేడ్పు విని సతుల్ తము, నాయకు వంచించి యిట్లు • నావ పతియుఁ గొం
పోయెడునో యని ఘనశో, కాయత్తత నలువురును మ•హాసంభ్రమతన్. 104

క. జడనిధిలోఁ బడ నుఱికిరి, పడ నెవ్వారలును నోడిచి • పట్టంగా నే
యెడఁ గానక హాహారవ, మడర మహాశోకసంభ్ర•మాకలితులుగన్. 105

ఉ. పట్టఁగలేమి కొండొరులఁ • బల్కుచు చాల దిసంతు గొట్టుచున్
దిట్టుచు నీటిలో నలలు • తీవ్రరయంబున వైచియున్ గడున్
దిట్టల నీతకాండ్ర జడ•ధిన్ బడఁ ద్రోలియుఁ దజ్జనుల్ గరం
బట్టియెడన్ రయంబు మెఱ•యన్ వెదకించిరి వారిఁ బల్కుచున్. 106

వ. ఇవ్విధంబునం దడవుగా వెదకి ముదితలఁ గాన రైరి వారిం గొన్నట్టిపట్టి యా
తట నవ్విప్రుని బలాత్కారంబున నాక్రమించి నీయేడ్పుకతన నింత పుట్టెను
తన్మూల్యధనంబు గ్రమ్మఱం గొని విడిచిపెట్టె నట్టిపాట్లం బడిన యితండు మానగు
సుతు లనియెడునామాట నమ్మ కెట్లాడిన నుచితంబ. 107

క. అత్తలిరుఁబోండ్లయవ్వలి, వృత్తము వినుపింతు మింక • విను మోభూపా
లోత్తమ వారత్తెఱఁగునఁ, దత్తఱపడి నీట నుఱుకు•తత్సమయమునన్. 108

క. బలుమీనొక్కటి నోరన్, సలిలం బెగఁ ద్రోలుచుండఁ • జని రాచెలువల్
నలువురుఁ దద్వదనములో, పలి కాసలిలంబు వెంటఁ • బార్థివతిలకా. 109

ఉ. అంతన దప్పుగాఁ బఱచి • యంబుచరంబు సమోషపూర్ణవ
క్త్రాంతరతోయ మూర్ధ్వముఖ • మై ప్రవహింపఁగ మూర్ధరంధ్రని
ష్క్రాంతము చేసి తజ్జలము • రాజిలె వారుణకేతులీల నా
యింతులు వాల్చి రందు లిఖి•యించిన బంగరుతీఁగలో యనన్. 110

సీ. ఆపీతజలవలా•హకముతో గగనంబు, దిరుగఁ బ్రాఁకుమెఱుంగు•తీఁగ లనఁగ
సురనదిఁ జల్లఁ జూ•చుసముద్రుచేతి కా, శ్మీరజంబాలంపు•చార లనఁగ
బలుసిరాలచమరుజా•బ్బిలఁ బొగతోఁ బర్వు, తోయేంధనపుమంట•తునుక లనఁగ
నదులకుఁ గూర్మి య•న్నపసిఁడిమేల్ చెలువువా, రధినిల్పు తెలిగంటి•రేఖ లనఁగ

ఆ. విపుల మీనమస్త•వివరనిర్గమితోర్ధ్వ, గామితతమహోద•కప్రవాహ
సంగతిని బయోద•సరణికి నెగయునా, సతులు గానుపించి • రతులలీల. 111

తే. మిగుల దవ్వుగ నెగసియు ♦ మగువ లంత
నుత్తరంబుగఁ జను చున్న ♦ యొకవిమాన
వరముమీఁదటఁ బడి రందు ♦ గరిమ జూద
మాడుచును బోవుయువయుగ్మ ♦ మరుదుపడఁగ. 112

వ. ఇవ్విధంబున నద్దివ్యవిమానంబుమీఁదం బడి యొక్కింతతడవునకు మూర్ఛఁ దే
ఱి కనువిచ్చినయచ్చెలువలతడిపలువలు చూచి యలఘుకారుణ్యంబున నద్ది
వ్యమిథునంబు దివ్యాంబరంబు లొసంగి యూరడించి మీ రెవ్వ రెచ్చటనుండి
యిచ్చటం బడితి రని యడుగుటయు నప్పడంతులు వడవడ వడంకులు గుడుచు
కులుకుఁదెలుంగులతోఁ బలుకం దొడంగిన. 113

క. తాంబూలరాగకించి, చ్చుంబితతద్దంతకాంతి ♦ సొబ గెంతయు ర
మ్యం బగుచు నందు దివ్యని, తంబినిచిత్తమున కద్భు ♦ తం బొనరించెన్. 114

తే. మున్ను తద్రూపలావణ్య ♦ ములకుఁ దనదు
నాయకునిచిత్త మెట్లగు ♦ నో యటంచు
దలఁకుదివ్యవధూటి నా ♦ తలిరుఁబోండ్లు
పలువరుస యొప్పుపలుకులు ♦ గలఁచె మిగుల. 115

తే. ఇట్లు శంకిత యగుచు నా ♦ యిగురుఁబోఁడి, కాంతునీక్షించి వారల ♦ కత యటుండ
నిచ్చి నీపందె మాడుకొ ♦ మ్మేల యాల, సింప నీయాట యోడవ ♦ చ్చినది యనియె.

ఉత్సాహ. అని యొకింత నారిఁ జూచి ♦ యమ్మలార యిప్పు డే
ననినమాట మీకుఁ గోప ♦ మైన నయ్యెఁ గాని యీ
యన ననుం బరాకుపఱచి ♦ యాటగెలువు తనదిగా
వెనుక వాదు లాడ నేను ♦ వినఁగఁ జాల నని తగన్. 117

వ. విభునిం జూచి. 118

ఉ. ఆడితె నీదుపందె మని ♦ హస్తనఖప్రసరచ్ఛవిచ్ఛటా
మ్రేడితపాండురద్యుతిస ♦ మృద్ధి గరం బమరంగఁ బాచికల్
వేడుకతోడఁ బుచ్చుకొని ♦ వ్రేళ్లను నిట్టు నటుల్ బొరల్చి వి
భ్రాడకలంకకంకణవి ♦ రావము మీఱఁ గదల్చి వైచుచున్. [మనుచుఁ

సీ. నిలుమహా బొంకకు ♦ నెత్తకమ్మా యంచుఁ, బత్తు లుక్కాడు నెయ్యాఁ ♦ బలుకు
జిక్కె నీసారె నా ♦ చే నంచుఁ జిక్కె నౌ, దీనిపాలిటికూడు ♦ దిన్న ననుచు
నదె దుగ తివకుమీ ♦ సుదతి నీ వంచు నౌ, నిదె సారె దాఁకె నీ ♦ యిచ్చ యంచు
నినుమాటు దంచిన ♦ నెసటిపోఁత లటంచు, నౌ నట్లయుడికెడు ♦ గాని యంచు

తే. నిట్టిదంటమాటలు నేర్చి ♦ తెచట ననుచు, దంటనే నౌట నీసంగ ♦ తమున నంచుఁ
దమపరస్పరసరసవా ♦ క్యములు దనర, నెలఁత తనవిభుఁడును దాను ♦ నెత్తమాడె.

చ. క్షపఁ గన వాసి కుందుటను ♦ జక్కవజోళ్లమనోనురాగ మే
ల పొగడ నక్షపాతిశయ♦లబ్ధసుసంగమశారికల్ క్షణం
బపుడ వియోగ మొంది యహ♦హా వెసఁ జావఁ దొడంగెఁ దుల్యరా
గపుఁబసయున్ బరిస్ఫుటము ♦ కాదె తదీయమ యెల్లవారికిన్. 121

ఉ. సారెకుఁ బోటు దాఁకినను ♦ జాడ్యము నొందక జోడు విచ్చి పో
సారెఁగడంకతోఁ బొడిచి ♦ చాటుచుఁ దీవ్రవరణస్ఫురన్మహో
శారిఫలప్రఘట్టనలఁ ♦ జాలఁగ మచ్చర మెక్క నయ్యెడన్
వారలు జోదులుం బలె నె♦నర్చిరి జూదపుఁబోరు మీఱుచున్. 122

తే. అంతఁ బతి గెల్చి తత్పణ ♦ మైనయట్టి
యాస్యమద్యసద్యోదాన ♦ మధురసంజ్ఞ
నడుగఁదల యొయ్య నూఁపుచు ♦ నన్యసతుల
యునికి గనుసన్న నూపుచు ♦ నుత్పలాక్షి. 123

ఉ. ఆమధురంపుసొంపు కడు ♦ నాత్మఁ గెరల్ప నతండు చూడ్కి నే
వేమఱుఁ దా నదల్చియును ♦ వేఁడియు మ్రొక్కియు బుజ్జగించియున్
భామిని నప్పుడే తనదు♦పన్నిదమా పురికొల్పి వారు మా
ర్మో మిడి చూడకున్కిఁ దన♦మో మొకకొంత మలంచి తెల్పుచున్. 124

చ. చెలువయు మున్న యాయితము ♦ సేసి సమీపమునందు నిడ్డయు
జ్జ్వలమణిపాత్రికామధుర♦సంబు నిజాస్యమునందు నుంచి తాఁ
జెలువునినోరి కిచ్చెఁ బెఱ♦చెల్వలు చూచెదరో యటంచుఁ జం
చలితకటాక్షవీక్షణము ♦ సారెకు వారలపై నిగుడ్చుచున్. 125

ఉ. అంతటఁ బోక పేర్చుప్రణ♦యవ్యసనం బెసకొల్పఁ గ్రోలి రా
కాంతుఁడుఁ గాంతయున్ మఱియుఁ ♦ గల్పకుజాసవముం బరస్పరా
క్రాంతమిథఃకపోలఫల♦కప్రతిబింబవిలోకనామృతా
త్యంతవితీర్ణనూతనర♦సానుభవంబున నేకపాత్రికన్. 126

ఉ. చెక్కునఁ జెక్కు హత్తి విల♦సిల్లఁగఁ దత్ప్రతిబింబవీక్షలం
జొక్కుచుఁ జెక్కువాసనల♦సొంపున నింపు జనింప జుఱ్ఱునన్
గ్రుక్కెడుగ్రుక్కెడే మధువుఁ ♦ గ్రోలుచు మోవులు నంజుకొంచు వా
రెక్కుడు గాఁగఁ దన్పిరి ని♦జేంద్రియపంచకదైవతంబులన్. 127

ఉ. సిబ్బితిపేరు పోఁ దుడిచి ♦ సీధుమదం బపు డన్నుకొల్పుచుం
ద్రబ్బఁగ మాట లక్షరవి♦భాగము చాలక యేమొ యేమొ త
బ్బిబ్బులు గాఁగ వెల్వడియ ♦ భేదిల మానము సోలుచూపులున్
నిబ్బర మైనకెంజిగియు ♦ నేత్రములం బొదలించె వారికిన్. 128

ఉ. అంతటఁ బానపాత్రమున ♦ నాత్మముఖంబు నధీశుమోము సీ
మంతిని చూచి యోరి పర♦మానిని పానసహాయ మయ్యెనే
యింతటిలోన నీడ యది♦ యెవ్వతె యంచును జిహ్వ యాడక
త్యంతము దొట్రిలం బలికెఁ ♦ దన్మధు వానక మానె నల్కతోన్. 129

వ. అప్పు డతండు. 130

ఉ. చేడియ లెన్న చూడు పెఱ♦చేడియ యెయ్యది యిందులోన నీ
నీడయ కాక యన్న నవ♦నీసురభార్యలఁ జూపి యాకె నా
నీడలె వీరు నట్లయిన ♦ నీవు ననుం బలె నౌర వీరలన్
వేడుకఁ జూతువో నలగు ♦ వీరికి నిచ్చట నంచు భీతిలెన్. 131

వ. ఇవ్విధంబున నవ్వధూమణి మధుమదంబున మది చెదర యుక్తాయుక్తవివేకంబు లేక యాకొమ్మలవలనం దలంకుపుట్టి యిలకు డింప నుద్యోగించి కించిదవనతవదనంబుతో నధోభాగంబు పరికించునపుడు నిజవిమానయానానుసారంబున గోదావరీసరిత్సమీపపరిదృశ్యమానధర్మపురినామనగరవాస్తవ్యవారముఖ్యాకేలిసౌధంబు గగనంబుతో నొరయుచు సమీపంబున దీపింపఁ దదీయచంద్రశాలాప్రాంగణంబు చేర నాత్మీయదివ్యవిమానంబు నియోగించి యాగరితలనలువురం గ్రమంబునఁ దాన కైదండ యిచ్చి యచ్చట దించి తనచేత కనుమతింపక యిట్టట్టు నట్టుకొట్టుచున్న వల్లభుం జూచి యుల్లంబునం దక్కినచింత వదలి పోదండు పోదండు వీరలచేరిక జారభావంబునం గోరువాఁడు నాచేత నవశ్యంబును నొచ్చు ననుచు వాహనారోహణం బొనర్చిన నతండు నాకు నిట్టితలం పేమియు లే దిమ్ముగుదల కాహారాదు లెట్లని విచారించెదం గాని యనుటయు నాయువిద యతనికి నాసౌధోత్తమంబులోపలిపలుతెఱంగులయరలు కరంబునం జూపుచు.

చ. అదె ఘృతతండులప్రకర ♦ మల్లవె చీరలు భూషణాదిసం
పద లవె రాజురాక కులు♦ఘా యొనఁగూర్చినయట్లు మీ తెఱఁగున్
ముదితల కేమియచ్చికము ♦ మూఢత నిం దొరు లెవ్వి ముట్టినన్
బ్రదుకనివారు వా రనుచు ♦ భామిని యేగె నిజేచ్ఛఁ గాంతుతోన్. 133

తే. ఆత్మవిభుచిత్తచలనశం♦కాంకురంబు, వలనఁ గాదంబరీమదా♦కులతవలన
వెడలుతద్వాక్యములచొప్పు ♦ విప్రసతుల, ప్రాణశీలాదిరక్షకై ♦ పరిణమించె.

క. ఆమగువ యట్లు పలుకుచు, నామేడన్ వారి నిలిపి ♦ యరుగు తెఱఁగుఁ ద
త్స్వామిని యగుగణికామణి,దా మఱుఁగున నుండి చూచి♦తలఁకెడుమదితోన్.

క. ఎవ్వారో దివ్యస్త్రీ, లివ్వరసౌధంబు నాశ్ర♦యించి రిచటికిన్
దవ్వైతి మిచటివస్తువు, లెవ్వియు నాశింపు టొప్ప ♦ దిఁక మా కనుచున్.

మ. తళపోఁతల్ పొడమంగ గూఢసరణిం ♦ దత్సౌధమున్ డిగ్గి యా
తలిరుంబోఁడి తదాభిముఖ్య మమరం ♦ దా మ్రొక్కి యిమ్మేడ నిం

పొలయక నిల్చినయమ్మలార యిపు డిం ♦ దాస్నట్టినా సగ్వన
స్తులు మీ కిచ్చితి ధారవ్రాసి యిదె యం♦చుం జల్లెం దోయాక్షతల్. 137

క. చల్లి మదీయ మ్మై వ, త్రిల్లెడునీచుట్టుపట్టు♦గృహావసముఖ్యం
బెల్లను మీసొమ్మిఁక మముఁ, జల్లఁగఁ జలిగాలఁ దన్ని ♦ సాకుం డనియెన్. 138

క. అని యాయాచోటులఁ దన, జనులం బిలుచుకొని నెవలి ♦ చని యాసుద్దుల్
వినుపించెఁ బట్టణములో, మనుజుల కందఱకు వెఱఁగు ♦ మనసమ్ముగఁ దనరిన్.

ఆ. ఆమెఱుంగుఁబోండ్లు ♦ నపు డవ్విధం బెల్లఁ, జూచి యిది నిజంబు ♦ చోద్య మనుచు
దీన జనులపాల ♦ దేవుఁ డొందును గలఁ, డనుచు సాగెఁ బెన్నా♦గొనుచు నగరి.

క. వారలు తమతలనాకిటి, బోరుఁ దలుపు వెట్టి సముచి♦తమ్ముగ వెలఁదాని తా
రారసి పదిలము సేయుచు, నారూఢస్థితి వహించుతు ♦ నాసౌధములోన్. 141

క. శకునాదులచే నిజనా, యకపునరభిసంగమాశ ♦ లపు డుదయింపఁ
వికలత నొందని ధైర్యా, ధికతక వ త్రిలి రభీష్ట♦దేహాభరణా న్. 142

చ. పురజను లప్పటప్పటికిఁ ♦ బుణ్యచరిత్రల నారిఁగాక విభ
స్వరమణిసౌధమార్గముల ♦ వచ్చుచుఁ బోవుచు నుండఁ జూచుచుం
గరములు మోడ్చి మ్రొక్కుదురు ♦ గాని తదీయసుమోహలక్ష్మి నె
వ్వరుఁ బెఱిదీక పోరు మును♦వాస్త్రవిధం బెద నిల్చి రాయమిన్. 143

శా. గంధర్వాంగనలో మరుత్సతులో యం♦తఃస్త్రీలో యక్షిణులో
నింధానద్యుతితో మెలంగుచు రహి♦ యెవ్వారలో పారిజా
గంధిస్వాంతతఁ జూచిరక్ మనఁ దఁటే ♦ కన్గొం డటంచుం బ్రియా
బంధుల్ వేళలు గాచి చూతు రతితా♦త్పర్యంబునన్ వాకిలన్. 144

సీ. నభమున మణివిమా♦నమునఁ గ్రుమ్మరువార, లీమేడఁ బొడకు నా ♦ స్త్రీలు నిలిచి
యిలలోనిజనముల♦బలె వంచుకొని వార్చు, కొని గగనాన త్త ♦ మానుభవిం
నేమిటి వ్రతమొకొ♦యిదియెన్ని నాళ్లకొకొ, యూపేశ్య యెట్లొఫ♦న్యాత్రయొక్కో
యేము సమర్పింప ♦ నిల్లె కైకొని కరు, ణింతుకో యనుచు పొగు ♦ లుతెఱఁ వెచ్చి
తే. పెట్టసాగిరి తద్వార♦పృథివి యలికి, ముగ్గతీఁడులమ్ము లెవర మా♦ముఖ్యనితతు
లప్పటప్పటికిని వారు ♦ నవి పరిగ్రహించి రాజను లతిమాన ♦ మెఱుఁగ మ్రొక్క.

ఆ. అంతఁ గొన్నినాళ్ల ♦ కాపతివ్రతలకు, నలువురకును శోభ♦నత్వ మొదవ
గర్భలక్షణములు ♦ గాన్పించెఁ బరిపూర్ణ, గర్భతయుఁ దనర్చెఁ ♦ గ్రమముతోడ.

ఉ. గర్భములందు నుండియుఁ బ్ర♦కాశత నప్పుడు నేర్పొలన్పఁగా
నర్భకు లొక్కవేళఁ జతు♦రాగమసూక్తుల నొక్కవేళ శా
స్త్రార్భటి నొక్కవేళ నితి♦హాసమయోక్తుల నొక్కవేళ నా
విర్భవదర్థశాస్త్రముల ♦ వేడ్కఁ జెలంగుదు రద్భుతంబుగన్. 147

వ. అంత. 148

క. జ్యేష్ఠానుపూర్వి నార్యు, శ్రేష్ఠులు పుట్టిరి శుభోల్ల♦సితలగ్నమునన్
నిష్ఠాగుణసౌభాగ్యగ, రిష్ఠుల కానలువురకు ధ♦రిత్రీనాథా. 149

క. వారలకు యదృచ్ఛాసం, చారంబున నొదవి యొక్క♦సంయమి విహితా
చారము నడుపుచు శుభసం, స్కారము లొనరించె జాత♦కర్మాదికముల్. 150

వ. నామకరణసమయంబున నతం డాశిశువులయనుభావంబు దనదువిజ్ఞానదృష్టిం
బరికించి వీరలు మూర్తిమంతంబు లైనవేదంబు లని నిశ్చయించియు జన్మాగ
మప్రకారంబు ననుసరించియు వరుస నన్నలువురకుం బ్రథమాగమద్వితీయాగ
మతృతీయాగమతుర్యాగము లను పేళ్లు గల్పించెఁ దన్మాతలు పూర్వకాలంబునఁ
దమమామ పలికినచతురాగమసంతానశబ్దంబునకు నర్థంబు వీర యని తమలోఁ
దారు సరిపుచ్చుకొని సంతసిలుచు నప్పటిసంయమీంద్రునియెఱుకకు వెఱఁగు
పడుచు నక్కుమారులకు నుచితకాలంబున వచ్చియు నుపనయనసిద్ధి యొదవిం
చుటకు నాతపస్విని వేడుకొని యట్ల సేయించి రా బ్రహ్మచారులు స్వయంప్రకా
శితసకలవిద్యు లయ్యు శాస్త్రసిద్ధికొఱకు నతనియొద్దన యఖిలవిద్యలు నత్యల్ప
కాలంబులోపలన యధ్యయనంబు చేసి రంతఁ దన్మాత లెంతకాలంబున ని ట్లున్న
ను దమ పెనిమిటిసమాగమంబు దుర్లభంబ యని విచారించి యచ్చోటు విడిచి
యెచ్చటికేనియుం బోవఁ దలంచి యది తమకుమారులఁ బిలిచి తెలిపించిన
వార లి ట్లనిరి. 151

క. పెద్దతల లేక మీ రీ, నిద్దపురూపముల నెచట ♦ నిల్పిన మనకుం
బెద్దఱికము చాలదు పెఱ, సుద్దులు గల్పింతు రందు ♦ సుజనులు గలరే. 152

క. కావున నిచటన మీ రీ, దైవతవనిత లనుగుట్టు ♦ దప్పక యుండన్
ద్రోయుఁడు దివసము లే మొక, భూవరుఁ గని వైభవంబు ♦ బొందెదు దాఁకన్.

తే. అపుడు గాని మాతండ్రి యు♦న్నట్టిచోటు
నరసి సంధించుకొనుటకు ♦ వెరవుపడదు
తప్ప దిది యని వారలు ♦ తమనివాస
మొరు లెఱుఁగ కుండ వెలువడి ♦ యరిగి రంత. 154

వ. అ ట్లరిగి యా బ్రహ్మచారులు నలువురు పురంబులోనం గొంతసంచారంబు చేసి
యప్పు డది యేలెడురాజు మదాశయుండు గావున నతనివాకిటికిం జని యతం
డు సకలవిద్యావిశేషజ్ఞుం డనియుఁ దద్దర్శనంబు పురోహితునియనుమతి లేక
బ్రాహ్మణుల కెవ్వరికి దొరక దనియు నతండు దాను విద్యాధికుండు కాకుండు
టం జేసి నిజగౌరవశైథిల్యభయంబున నితరు లగువిద్యాధికులకు రాజగృహంబు
నఁ బ్రవేశంబు లేకయుండ దౌవారికాదిసకలపరిజనచక్రంబును వలకట్టుకొని
యుండుటయుఁ బ్రభువునకు యాగేచ్ఛ గలిగి తనతోడ విచారించినఁ దదార్త్వి

జ్యసమర్థుల నెచ్చటం గానమని పరిహరించుటయు నచ్చటిజనులంబులవలన విని మఱియును. 155

సీ. ఎవ్వరి నేసుద్ది • ద్రవ్వించి యచ్చట, నేశాస్త్రఘను గల్గి • యెఱుఁగికొనునొ
మను జేశుఁ డనుచు నే • పనికిని వెల్పలి, వాక్పటిగల్భతి లేక • [illegible] గాను
చోరనీరు రాజమం • దిరమును దావారి, కులు పలికి యట్టి నా • [illegible]ను మిన్ను
నరసి సేమము గీమ • మరసిన రాజులో, నీయిల నేలంగ • నెపు[illegible]సుభము

తే. యనెడుమాటగా నాడుకొం • డనియు నా[illegible]
లేమి యడిగిన మేము పూం • ఋగ్లలోనె
యుండుదు మెఱుంగ మనుఁ డని • యును [illegible]
మాన లిడి కాని చోరఁగనీ • రనుచు వినిరి. 15

క. విని తదుచితమును బ్రభువున, కును దమమహిమను [illegible] • [illegible]
బును గానొక వాక్పద్ధతి, నొసరించికొని సిచభాల • యోగ్యవ్య[illegible]. 15

ఉ. భూవరముఖ్యసన్నిధికిఁ • బోయెడుమానిసి[illegible]ల్
మోవఁగఁ గూలిఁ బుచ్చుకొని • మూఘతఁ గుత్క[illegible]
శానహీలంగి నేగి ప్రతి • హారజనంబుల కిష్ట[illegible]
చావిధి కొప్పి [illegible]చ్చి ప్రభు • సన్నిధిఁ బెట్టిరి [illegible]ల్. 15

క. పెట్టి వెనువెనుక కేటు చని, యట్టిను భయచపలచేష్ట • [illegible]
పట్టెడిమాబాలురఁ గృప, యుట్టిపడఁగఁ జూచి నృప[illegible] • [illegible]చిన్

క. సంతోషమె కద యెయ్యెడఁ, జంతె యెుకస్వ[illegible]కాంత • [illegible]
కొంత మఱుఁగిడక కలిగిన, యంతయు నిక్కముగఁ [illegible] • [illegible]

* క. మాయమ్మాన సునీవే, రాయల [illegible] కాన దేవ • రా[illegible]
మాయాతుమ లానిన యదీ, పాయక సంతోషమున్న • [illegible]. 16

క. అన నమ్మాటలచందము, తనయప్పటివాక్యములకుఁ • [illegible]
యనయముఁ గ్రతుబుధసేనా, ఘనోపదేశంబు నగుచుఁ • [illegible]యున్.

---

* ఇందలిపదము లీప్రకారము విభజించిన సాంస్కృతికము [illegible].

మా, ఆయమ్, మాన, సునీవే, రా, అలనా, ఏకా, అనత్, ఏన, [illegible], [illegible]. [illegible], ఆ[illegible]తు, మలాని, న, యది, పాయక, సంతః, అసముత్, న, పల, ఎల. సా. [illegible].

అర్థము.

సునీవే=శోభనమైన మాలధనము గలరాజా (ని) 'స్త్రీకటీవస్త్రం[illegible]' అ. యమ్=వచ్చుబడిని, మామాన=గౌరవింపవము, వచ్చుబడిని గౌరవించి మాలధన[illegible] [illegible]ము వెచ్చింపవు మని యాశయము. రా=ధనము. (ని) 'అగ్నగవిసివాఅసు' అ. అలనా=నాశము [illegible]

చ. విరివిగ నంతరంగమున • విస్మయ మావహిలంగ వారిరూ
పరయుచు భస్మసంవృతమ•హాగ్నికణంబులువోలె గూఢవి
స్ఫురణత నున్కిఁ గాంచి పరి•పూర్ణవినీతి సుమోదభక్తిత
త్పరత దలిర్ప లేచి నర•పాలుఁడు సాగిలి మ్రొక్కె వారికిన్. 163

క. అని చెప్పఁ గలాపూర్ణుఁడు, విని యాతం డింతశబ్ద•విదుఁడే యిటు తొ
ల్త నెఱుంగ మని మదాశయుఁ, గనుఁగొనియెన్ సబహుమాన•గౌరవదృష్టిన్.

వ. కనుఁగొని మదాశయుండు కూర్చుండు మని ముమ్మాటుదాఁక ముదుల పెట్టి యంతట బలిమిన కూర్చుండ నియమించి మధురలాలసం గటాక్షించి యట మీఁదఁ జెప్పు మనుటయు నది యిట్లని చెప్పె నట్లు మదాశయుండు మ్రొక్కి యానలువుర నాసనపాద్యాదివిధులం బూజించి నిజాస్థానజనులం జూచి యిప్పటి వీరలవాక్యంబులందు నేనువిశేషంబు గలుగఁ దెలిసి యంతఁ బూజించె నని మీమాంసంబుల నున్నవి యేమొ యవ్వాక్యంబులమహిమ వినుండు. 165

సీ. ఆయంబు సరకుసే•యకుము శోభనమూల, ధనుఁడ ధనం బిచ్చి•దంబుముఖ్య

ఏకా=ముఖ్యమైనదియు, అవత్ + ఏవ-అవదేవ=(నిన్ను రక్షించువానిని) కాపాడునదియు (అగును). అజేజే=(అజంయజతీతిఅజేట్ తస్మై) విష్ణుని బూజించెదు, (అజశ్శంభౌవిష్ణుధాత్రోః కామేభాగేర ఘోస్సుతే' నానా. రాజే=రాజునకొఱకు, మా=లక్ష్మి, ఆయాతు=వచ్చును.(ని) (ఇందిరాలోకమాతా మా' అ. కలాని=పాపములు, న=చేగవు, విష్ణునుద్దేశించి క్రతువులు చేయువారికి సకలసంపదలు గల్గు ననియుఁ బాపములు తొలఁగు ననియు నాశయము. సాయక=ఓరక్షకుఁడా, సంశా=విద్వాంసులు, యది=(వచ్చిరి) యేని,అసముత=సంతోసము లేనివాఁడవై,నపల=తొలఁగిపోయెదము, సుల=(సంతోష ముతో వారిని) కూడికొనుము. విద్వాంసులు వచ్చినయెడ వారికి విముఖుఁడవు గాక సత్కరింపు మ్మని యాశయము.(ఏలయన) అలీ=ఈవిద్వాంసులు, సా=ఆలక్ష్మియే, విద్వాంసులరాక సంపత్కర మని భావము.

ఇందలిపదములే యిట్లు విభజించిన నచ్చతెలుఁగుపద మగును.

మాయమ్మాన, చు, నీవు, ఏ, రాయలవు, ఐ, కావన్, దేవరా, జే, జే, జే, మాయాతుములు, ఆనినయది, సాయక, సంతోసము, ఉన్నపలము, ఇలసామీ.

అర్థము.

దేవరా=ఓరాజా, జే జే జే=జయ జయ జయ యని యాశీర్వచనము, ఎల్లవారికంటె నుత్కర్షము గల్గియుండు మని యర్థము. ఇలసామీ=ఓమదాశయుఁడా, నీవే, రాయలవై=రాజవై (బహువచనము గౌరవార్థము) కావన్=రక్షింపఁగాన్,సంతోసము=ఆనందము,సాయక=విడువక, మాయాతుములు=మామనసులను, ద్వితీయార్థమునం బ్రథమ, ఆనినయది=ఆశ్రయించిరి, ఉన్నపలము=తక్కిన ప్రయోజనముసహితము, ఆనినయది=నీవు పాలనము సేయఁగా నూతన సంతోషమును దక్కినయుల్లప్రయోజనములును సమకూడె నని భావము.

మాయమ్మాన=మాతల్లియాన, చు=సుమా, చూచుధాతువు ప్రార్థనార్థకరూపాంతరము. మీఁదఁ జెప్పినయర్థము నిజ మని నమ్మించుట కీవాక్యము లోకరీతి ననుసరించి చెప్పఁబడెను.

మైనయట్టిది ధన్వి • నదియుఁ జేసి కజుయ, జించువానికి లక్ష్మి • చేసెఁ [illegible]
కములు చేరవు రతి • కాకోవిదులుఁ గల్గి, రాయసమోహా[illegible] • [illegible] యనుగకు
సమ్మిశ్రభావంబు • సలుపుచు మాలక్ష్మి, కోవిదు లనియెడు • జీవభా[illegible]

ఆ. వరుసఁ బదవిభాగ • విరచనతో నర్థ, మరయఁ దోఁచుచున్న • యా[illegible]ంబు
తెలియఁ జూడుఁ జేత • దీయాంధ్రవచనసం, దర్భమునను [illegible] • తెం[illegible]ంబు.

వ. అని పలికి మదాశయుండు ప్రథమాగమున కభిముఖుఁడై వినయవినమితు[illegible]ను
ముకుళితకరుండును నగుచు మీ రెవ్వ రిట్టి ప్రచ్ఛన్నవేషంబున నేల వచ్చితిరి
మీవిధం బంతయు నాకుఁ దెలియ నానతీవలయు నని ప్రార్థించిన నతిం[illegible] తమ
తండ్రి యన్నదాననియమంబు మొదలుకొని పూర్వవృత్తాంతంబు తమతల్లుల
వలన విన్నదియుం దారు గన్నదియుం దద్దర్శనపర్యంతంబు సకలంబుఁ జెప్పిన
నతండు నిజపురోహితదోషాయత్తతఁ జేసి పూజార్హు లని [illegible]
దుర్వివేకంబునకు సిగ్గుపడుచు ని ట్లనియె. 167

క. ఇది దెలిసియె కావలయుఁ, మదాశయుం డనుచుఁ [illegible] • నాకు [illegible] యీ
నిదిగో కననేరన కో, విదులఁ బురోహితునికపట • [illegible] . 168

చ. అని యపు డమ్మహామహుల • ప్రార్థన బల్మిని దక్కనిట్టిద[illegible]
డసము నరేంద్రుఁ డాతని కొ • నర్పక యాత్మపురోహితత్వ[illegible]
ర్థనమును మాన్పి తత్కపట • తంత్రములోఁ బలినాం[illegible]
చినజనులన్ లఘుప్రబల • శిక్షవినీతులఁ జేసె నంతయున్. 169

ఆ. ప్రార్థనం బొసర్చి • ప్రథమాగమాదుల, ధర్మవిధిఁ బురోహి • తత్వమునకు
నిలువుకొనియె వారు • నిజమాత్యయుక్తులై, తగిసగిటి గృహ[illegible] • [illegible].

వ. ప్రభుసన్మానంబున నత్యంతవైభవంబున ప్రవ[illegible]ల్లుచు [illegible]
తువులు సేయింపుచుఁ దమజనకునియునికి యెఱింగి [illegible]
ద్య కేరళచోళద్రవిళాదిదేశంబులం బరికింప [illegible]
బ్ధవృత్తాంతు లయి చింతాక్రాంతు లగుచుఁ దల్లుల నుచితసి[illegible]
యాశలు చూపి యూరార్చుచుండి రలఘువ్రతుం[illegible] [illegible]
క్రియలజ్జతుఁ డగుచుఁ దజ్జనపదంబుల సుహృజ్జనులకుఁ [illegible] దూర
దేశాంతరంబుల యాయావరవృత్తి నర్థార్జనం బొనర్చుచుఁ దల్పా[illegible]
బు నడుపుచు నది నెఱియన్ సాగకున్న నన్న వర్జనంబు చేసి [illegible]మూల
పయఃఫలాదుల దేహయాత్ర సలుపుచు నంతరాంతర[illegible]
నాచరణంబులం దనియక బహుధనార్జనంబునకు నుపాయంబు [illegible]
నంతట నృగేంద్రవాహనామహాశక్తిమహిమ విని తదారాధన[illegible]
నివలన మంత్రోపదేశంబు సాధించి యద్దేవిసన్నిధికిం జని యచ్చటిభవత్కథా
శ్రవణఫలంబున సకలసంపదాయురభివృద్ధిపుత్రపౌత్రాభివృద్ధిలాభంబు [illegible]

డుఁ దనకుఁ బుత్త్రపౌత్త్రాదు లనుమాట యటుండినఁ దక్కినఫలంబు గల్గుట సిద్ధంబు గదా యనియెడుతలంపున జపంబుచేత భవత్కథాశ్రవణంబు సాధించెఁ దుద నది యత్యంతసంభావనీయం బైనపుత్త్రాదిలాభంబును గలిగింపక మాన దయ్యెం జూచితే యోమణిస్తంభతనయ యిట్టిది సుమీ దేవరకథామహిమ యని పలికి మధురలాలస యూరకుండెఁ గళాపూర్ణుండును నలఘువ్రతుం జూచి నీసందియం బెల్లను దీఱెఁ గదా యని పలికి ప్రథమాగమాదుల నిరీక్షించి మీతండ్రికిఁ దగినయుపచారంబులు నడపక యిప్పుడు ననుమానించినం బాతకంబు రాదే యని పలికెఁ బ్రథమాగమాదులును భయభక్తివినయసమ్మోదసంభ్రమంబులతోడ నలువురును లేచి వచ్చి యలఘువ్రతునిపాదంబులకుం బ్రణామంబులు గావించి యానందబాష్పపులకవిలసితశరీరుం డైనయాజనకుని యాలింగనమూర్ధాఘ్రాణాదివివిధోపలాలనంబుల నానందించి యతనిచేరువం గొలిచి యుండి రప్పు డమ్మహాత్ములతొంటియాంధ్రగీర్వాణభాషాశ్లేషవైచిత్రి చిత్తంబునం బాఱఁ గళాపూర్ణుండు వారలం జూచి యిట్టివిచిత్రకవిత మీమతులకు నిపుడు దోఁచునొకో యని కౌతుకసంబంధగంధమందరహాసితంబుతోడఁ బలికిన నందుఁ బ్రథమాగముండు. 171

* క. తా వినువారికి సరవిగ, భావనతో నాను నతివి॰ భావిసు తేజా
దేవరగౌరవమహిమన, మావలసినకవిత మరిగి॰ మాకు నధీశా. 172

చ. అస భళిరా మహాకవిశి॰ ఖాభరణంబ మదుక్తభాషణం
బున కిపు డిచ్చునుత్తరమ॰ పూని విచిత్రపుఁబద్య మయ్యె మే
లని విభుఁ డాడె న ట్లది య॰ టంచుఁ గవీంద్రుఁడు నవ్వె నవ్వె నా
యన పఠియింపుమా తిరుగ॰ నన్నుఁ దదుక్తికి మెచ్చె విప్రుఁడున్. 173

---

* ఈపద్యము చివరనుండి చదివిన సంస్కృతమును మొదటినుండి చదివినఁ దెనుఁగు నగును.

చివరనుండి పదవిభాగము.

శాధి, ఇన, కుమ్, ఆగిరి, మత, వికనసి, లవమాన, మహిమవరగౌరవదే, జాతే, సువిభౌ, ఇతి, నా, అంతః, నవభాః, గవి, రసకిరి, వా, అనువితా.

అర్థము.

ఇన=ఓప్రభువా, (ని) 'ఇనస్సూర్యేప్రభౌ' అ. కుమ్=భూమిని, (ని) 'గోత్రాకుః పృథివీపృథ్వీ' అ. ఆగిరి=పర్వతము లున్నంతకాలము, శాధి=శాసింపుము, చిరకాలము భూమిని బాలింపు మని భావము. మత=ఓసమ్మతుఁడా, వికనసి=మిగులశోభిల్లెదు, లవమాన=రామునికుమారుఁ డైనలవునకు వలెఁ జిత్తౌన్నత్యము గలరాజా, (ని) 'మానః స్త్రీ కాంక్షోపభేదే గర్వేచిత్తోన్నతావపి' నానా. మహిమవరగౌరవదే=గొప్పతనముచే నెక్కువగౌరవము నిచ్చెడు, సువిభౌ=మంచిరాజు, ఇతి=ఇట్లు, జాతే=కలుగఁ

క. ఆరీతిం దనులోనం, దారే సరిపుచ్చుకొనఁగఁ ♦ దత్పద్యచమ
త్కారం బవుడు సభాజన, మారసి యేమియును గాన ♦ కద్భుత మందెన్.

వ. అంత నవనీకాంతుండు సభాసదులం జూచి యిప్పు డాపద్యంబు తిరుగం బఠియిం
పుమనుట మఱియును బఠియింపు మనుట గాదు వినుం డని యిట్లనియె. 175

సీ. ఏలు మోనాయక ♦ యిలఁ గిరు లెంతకా, ల మ్మంతకాల మో♦సమ్మతుండ
మివ్రుల శోభిల్లెడు♦లవకుమారసమాన, మానుఁడ మహిమ న♦నూన మైన
గౌరవం బొసఁగుచ♦క్కనిప్రభు విట్లఁ గ,ల్కఁగ నోయి పురుషుఁ డీ♦గౌరవమున
నభినవ తేజస్కుఁ ♦ డై వాణిరసములు, గులికెడునట్టిది ♦ గలుగఁగాను
తే. వినుతి సేయనివాఁడె యం♦చును మహార్థ
మున్న యది సంస్కృతంబునఁ ♦ జెన్ను మీఱ
వరుసఁ దుదనుండి మొదలికిఁ ♦ దిరుగఁ జదువ
నా తెనుఁగుపద్యమున బుధు ♦ లరసికొనుఁడు. 176

ఆ. అనుడు వారు నట్ల♦యవరోహమున దానిఁ, జదువుకొనుచుఁ దెలిసి♦సంతసిలుచు
నెఱయ మెచ్చిరి కవి♦నృపులయాశువిచిత్ర, మృదుకవిత్వకృతియుఁ♦దదవగతియు.

వ. కళాపూర్ణుం డంత ననేకమణివిభూషణవిచిత్రాంబరప్రధానం బైన పారితోషిక
దానంబునం బ్రథమాగము నలంకరించె నప్పు డతనియమాత్యుండు సత్వదాత్మ
నామధేయుండు మధురలాలసకుం బ్రణామంబుఁ జేసి యిట్లనియె. 178

ఉ. ఓరుచిరాత్మ యోహరమ♦యోగిని యే నటుపూర్వమైన నా
పేరుఁ గులాదులున్ మఱచి ♦ బిమ్మిట నొక్కెడ నుంటఁ దెచ్చి కా
సారపురంబువా రిడిరి ♦ సమ్మతి నాకును సత్వదాత్ముఁ డన్
పే రవి దెల్పవమ్మ మఱి ♦ పెద్దలఁ గానమ యెందుఁ దద్జ్ఞలన్. 179

గాన్, నను=ఓయి, నా=మనుజుఁడు, అతః=ఆరాజు చేయుగౌరవమువలన, నవభాః=నూతనమైన తేజ
ముగలవాఁడై, రసకిరి=శృంగారాదిరసముల వెదచల్లెడు, గవి=వాణి విద్య యని యర్థము. కలుగఁగా,
అనువితావా=స్తోత్రముచేయనివాఁడా? చేయువాఁడే యని యర్థము.

ఉదారబుద్ధి గలవాఁడును గౌరవించువాఁడును నగురాజు పాలింప విద్వాంసు లందఱు స్తుతి
యింతు రని భావము.

మొదటినుండి పదవిభాగము సులభము.

అర్థము.

అతివిభావిసు తేజా=మిక్కిలిగా వ్యాపించెడుమంచిప్రతాపముఁ గల, అధీశా=ఓరాజా, దేవర
గౌరవమహిమన=నీగౌరవాతిశయముచేతనే, మావలసినకవిత=మాకుఁ గావలసినకవిత్వము, తాన్=
అది, వినువారికిన్=శ్రోతలకున్, సరవిగన్ = ఆనుకూల్యము గలుగునట్లు, భావనతోన్ = తలఁపు
తోన్, మాకున్, మరిగి=ఫళపడినదియై (మఱగి యని యుండవలెను) అనున్=ఆశ్రయించును.

క. అని యడుగుచుండ బాలిక, కను నులుముచుఁ బెదవి విఱిచి • కటకట వాపో
యెను మొగ్గవాలుచందం, బున నడు మెగనెత్తికొనుచుఁ • బొత్తులమీఁదన్.

క. అపు డది గని యింతన యీ, విపరీతపుఁ జేత లేల • వివరింపఁగ దే
యిపు డే నడిగినయది చో, ద్యపుఁ దల్లియనుచు మఱియు • నాతఁడు మ్రొక్కెన్.

చ. కఱుములపూప లై మునులు • గాననియట్టికతల్ వచింపఁగా
నెఱిఁగిన నీకు నాఁకలియు • నేప్పలు నా యనువారు మాయలం
బఱచిన నేమొ పో మిఁక స్వ•భావపుదివ్యవిభూతిఁ దోడనే
వఱలుచు మమ్ముఁ బ్రోవు మను•వారును నై రపు డాసభాసముల్. 182

ఆ. ఇంక నేమియైన • నెఱుఁగింగవలయు నం, దేహపదము నీవు • దెలిపె దనుచు
నమ్మి యున్న నాగ • నమ్మ యీవెడమాయ, లందనేల యనిరి • కొంద అంత.

క. అమ్మాడ్కి మఱియు నెవ్వా, రెమ్మెయిఁ దను వేఁడుకొన్న • నెఱుకకలిమి లే
కమ్మను గాన్పింపక న, త్యమ్ముగ నాఁకటన యేడ్చె • నాశిసువు గడున్. 184

శా. ఆనాకస్త్రీయు నాసుబోధముఁ దిరం • బై యున్కి యట్లబ్బునై
వా నేశం బన్ను వెద్దియో తదలిమా•హాత్మ్యంబు రప్పించెఁ గా
కావేశం దెలియాగ లేమ తగ సం•ప్రార్థించి తద్దివ్యబో
ధావిర్భావనిధానముం గటకటా • యం చుండె నుర్వీశుఁడున్. 185

వ. తదనంతరంబ యమ్ముని స్తంభసందనుండును రూపానుభూతిని మదాశయుం బిలిచి మీబాలికకథ లన్నియు వింటిరే కదా మీభాగ్యవైభవంబునకు నెందు నీడు లే దిది మొదలు నాకు మీర లత్తమామ లైతిరి సందియంబు లేదు మీర లింకం దక్కనకొలువు మాని యీశిశువు నింటికిం గొనిపోయి పోషింపుం డనుటయు నతనికి సత్వదాత్ముం డి ట్లనియె. 186

ఆ. పార్థివేంద్ర వారి•పెసుచుమెడన్ మణి, హార మెపుడు వెట్టె • నపుడ నీకు
నార లత్తమామ • లై రని యున్నాఁడఁ, దదనుగుణము లయ్యెఁ • దత్కథలును.

క. ఈనిసువు సులక్షణము ల, నూనంబుగఁ జూడ నిది నృ•పోత్తమ నానా
భూనాకివధూమౌళిమ, ణీనిర్మితనూపురార్చ్య•నీయాంఘ్రి సుమీ. 188

చ. అని యతఁ డాసుమాటలకు • నాత్మఁ గరం బలరన్ దరస్మితా
ననుఁ డగుచున్ మహీశుఁడు ఘ•నప్రమదంబున వారి నంతఁ దా
ననిపెఁ జనుండు మీరలు గృ•హంబున కాత్మజఁ గొంచు నంచు గాం
చనమణిభూషణప్రముఖ•సంపద క్రొత్తగ వెంట నంపుచున్. 189

క. ఆమధురలాలసాక్షి, లేమియు శుద్ధాంతమునకు • నేగక యుండన్
భూమిపతి యడఁచె నభినవ, కౌముది విన నేల యనుచు • ఘనయత్నముతోన్.

తే. అంత నలఘువ్రతుని యథే•ష్టాన్నదాన
కరణపర్యాప్తబహుధన•గ్రామదాన

ముల మిగులఁ దన్ని యనిపె స◆పుత్త్రీకముగఁ
దత్పురంధ్రీనివాసస◆ద్మమున కతఁడు. 191

క. క్షితిపతి చేసినగౌరవ, మతిమోద మొనర్ప [illegible] ◆ [illegible]
సుతఁ గొనిపోయె మదాశయ, సతియుఁ బ్రియు[illegible] ◆ [illegible]ప్రేమన్.

క. పలుమఱు తలయంటి తగన్, సలుఁ గిడి దోయిళ్ల జల[illegible] ◆ [illegible]
చి లలిఁ జన్నిచ్చుచు, నుయ్యల నూఁపుచుఁ బెనుచు[illegible] ◆ [illegible]సువున్.

వ. బ్రహ్మవచనసామర్థ్యలబ్ధం బైనసహజపాతివ్రత్యంబు [illegible].

చ. పొలుపఱఁ దన్ను వే నిదురఁ◆ బుచ్చుటకై తనుతల్లి [illegible]
య్యల నిడి యూఁపుచోఁ గువల◆యాధిపుపాటలు [illegible]
బలరుచుఁ గేరి కేరి నగు◆ నన్యులపాటలు పా[illegible]
బలయుచు నేడ్చు లోకు లవు◆రా పతిభక్తి యటంచు [illegible]. 195

సీ. లీలఁ బొత్తులమీఁద◆ లేచి కూర్చుండుచోఁ, [illegible] ◆ [illegible]
క్షితిమీఁద లేఁతకెం◆గేలిడి తడవుచోఁ, మొన[illegible] ◆ [illegible]
నల్లనల్లన తప్పం◆టడుగులు వెట్టుచోఁ, [illegible] ◆ [illegible] [లువు
కొదలుమాటలు తేనెఁ◆గులుకుచుఁ బలుకుచోఁ, [illegible] ◆ [illegible]

తే. కలిగి యాబాల నవచంద్ర◆కళ యనంగఁ, దిరుట నా[illegible] ◆ [illegible] యనఁగ
నంతకంతకుఁ బ్రోదిచే◆ నతిశయిలుచుఁ, బగఁ[illegible] ◆ [illegible] నగుచు.

ఆ. ఎల్లబంధువులకు◆ నల్లారుచెల్లమై, యరిది గా[illegible] ◆ [illegible]
దల్లి ప్రేమకరము◆ దనరారె మొగిటి, ముత్య [illegible] ◆ [illegible].

ఉత్సాహ. చేతివ్రాలు చూచి యిది య◆శేష రాజ్య[illegible]
గాతిశయము గలిగి యలరు◆ ననియు [illegible]
జాత రేఖ లరసి రాజ◆సతులనతుల కగ్ర యా
నాతి యనియు నపుడు లక్ష◆ణజ్ఞు లాపుకొని [illegible]. 198

చ. గలగల మ్రోయునందెలును◆ గజ్జెలు మువ్వలు [illegible]
బులు పులిగోరు సంకులును◆ బొగ్గులు [illegible]
జెలు వలరంగ నెంతయును◆ జెన్నెసలారుచుఁ [illegible]
బులు ముద మందఁ జేసెఁ గడు◆ముద్దులసేతలఁ [illegible]. 199

ఉ. విందులు విందు లంచుఁ దను◆ వేడుక నెత్తుకొ[illegible]
పొందఁగ నేగి పైఁబడుచు◆ నుబ్బునఁ గేరుచుఁ [illegible]
సందిలి వట్టి యాడు మన◆ నాట్యము లాడుచు [illegible]
నంద మొనర్చె బాలిక ది◆నంబును జుట్టపుఁబాపుఁ[illegible]కున్. 200

క. పుట్టకయతొల్లి యెక్కడ, నిట్టివి నేర్చె తని చూచి◆ [illegible]
ముట్టుచు లాలింపఁగ నా, చిట్టికలికి చిందులాడు◆ [illegible]. 201

మ. దినముల్ కొన్ని చనంగ నంతఁ గడు స◆ర్థిం బొమ్మపెండ్లిండ్లు గు
జ్జెనగూ ళ్లచ్చనగండ్లు పింపిళులు కు◆చ్చిల్ గీతనంగింజ లో
మనగుంటల్ కనుమూసిగంతనలు కం◆బాలాట లో నైనఖే
లనముల్ మీఱంగ బోంట్లతో నలరె బా◆లారత్న మెల్లప్పుడున్. 202

సీ. ఆపిన్నపాప దా◆నంత యై యింత యై, యోలి నొయ్యన బాల్య◆కేళిఁ దనరె
మగవారియెదుటఁబ◆ల్కనుండుటకుఁగొంకెఁ, దఱచుగా రాదయ్యెఁ◆దండ్రికడకు
నంగకంబులబాగు◆లరసి యోమ దొడంగె, సడలనీ దయ్యె నె◆ప్పుడును బైఁటఁ
గ్రేల్లఁజూపులకలి◆కితనంబుపస నేర్చెఁ, బలుకుచో బొమలార్చు◆భంగు లెఱిఁగె
తే. ముదురుఁబ్రాయంపుఁబడతుల◆మదనకథలు
పొడముచో సిగ్గుపడి పాఱి◆పోవఁ జొచ్చె
శైశవముఁ బాఱ నెత్తుచు◆జవ్వనంబు
క్రమముతో నంతకంతకుఁ◆గానుపింప. 203

తే. స్తనజఘనభారములఁ బెర◆జవ్వనంబు
మించి యిరుదిక్కులను నాక్ర◆మించి బలియ
నడుమఁ జిక్కినబాల్యమో◆నాఁ గృశత్వ
మంతకంతకు నొందె నా◆యతివనడుము. 204

క. ఘోరపుఁగచభారము కుచ, భారము కటిభారమున్ వి◆భాసిలుచుండన్
మారునిత్రిభువనరాజ్యపు, భారములు వహించినట్లు◆బాలిక యొప్పెన్. 205

సీ. గురుతర స్తనకేళి◆గిరులును గంభీర, తరనాభికూపమ◆తల్లికయును
జారురోమాళిశృం◆గారధారాసర, ణియు నంగుళీకిస◆లయచయంబు
సుకుమారబాహువ◆ల్లికలును రమ్యోరు, కదళికాస్తంభప్ర◆కాండములును
సలలితాధరబింబ◆ఫలవిలాసము పుష్ప, విసరపాండిమహాస◆విభ్రమంబు
తే. కలిగి పలుకులు శుకపిక◆కలకలముగఁ, గుంతలంబులు మధుకర◆కులము గాఁగ
శంబరారాతికేళీవ◆నంబుఁబోలె, సుదతి యపు డొప్పె నొకవింత◆సోయగమున.

తే. ఆలతాంగియు నాలోన◆నభ్యసించె, వివిధసంగీతసాహిత్య◆విద్య లెల్లఁ
గావ్యరచన యొనర్చెఁ బ్రా◆గ్జన్మవాస, నాతిశయముచే ననతిప్ర◆యత్నమునన.

వ. కళాపూర్ణుండు నమ్మధురలాలసను మున్ను తల్లిదండ్రులయింటన పెరుఁగని మ్మ
ని యనుచుట యాదిగా నభినవకౌముదివిహారవిశేషంబులవలనను రాజ్యకా
ర్యవ్యాసంగంబులవలనను మఱచి మఱి యెన్నఁడుఁ దడవఁ డయ్యె మదాశ
యుండు నతనిచిత్తంబు తెఱంగెఱుంగక యూరకుండె నంత నామధురలాలస
యు నవ్విధంబున జవ్వనంబు ప్రాపించి యంకురితమదనవికార యగుచు నా
కళాపూర్ణపాణిగ్రహణం బభిలషింపుచున్నంత. 208

చ. మునుకొని కూర్మినెచ్చెలుల♦ముచ్చటవేళలఁ దద్గుణౌఘముల్
వినివిని విన్నయర్థ మొక♦వేళను నూననినిత్యభావనం
గనికని కన్నయంతయును ♦ గావ్యవినిర్మితిచేతఁ దారుచుం
గొనికొని మిక్కిలిం బెనిచెఁ ♦ గోమలప్రేమము నామహీశుపైన్. 209
క. అంతటఁ బ్రత్యక్షంబుగఁ, గాంతుం గనుఁగొనఁగ బిగువుఁ♦గౌఁగిటఁ జేర్పం
గంతువిహారంబుల న, త్యంతము మోదింపఁ గోరె♦ నంగన మదిలోన్. 210
క. అనలుం గొనలుం బ్రాఁకుచు, మనమున నాకోర్కి తీఁగె ♦ మగువకు మిగులన్
ఘనముగఁ దత్కుసుమద్యుతి, పనుపడ వెలిఁ బర్వె ననఁగఁ ♦ బాండిమ దోఁచెన్.
వ. అందు. 212
ఉ. ఒక్కతెఁ బిల్వఁ బోయి మఱి♦యొక్కతెఁ జేర్కొని పిల్చు మేన సొ
మ్మొక్కటిఁ దాల్పఁ బూని మఱి ♦ యొక్కటి వీడ్వడఁ దాల్చు నర్థిమై
నొక్కెడ కేగఁ జూచి మఱి♦యొక్కెడ కేగుఁ బయోరుహాక్షి దా
మిక్కిలిఁ బేర్చుభూవిభుని♦మీఁదిపరాకునఁ జేసి నిచ్చలున్. 213
సీ. ఏమి కన్నులఁ గన్న♦హృదయేశురూపంబు, దోఁపక యది మున్ను♦దోఁచకుండ
నేమి వీనులవిన్న♦హృదయేశుమధురోక్తి, దోఁపక యది మున్ను♦దోఁపకుండ
నేమి మైసోఁకిన ♦ హృదయేశుసంస్పర్శ, దోఁపక యదిమున్ను ♦ దోఁచకుండ
నేమి దాఁ జవిగొన్న♦హృదయేశుకెమ్మోవి, దోఁపక యది మున్ను♦దోఁచకుండ
తే. గాంత కంతట సంతత♦కంతుకేళి, వివిధసంకల్పవాసన ♦ పవలు రేలు
తనరుపులకలు కలవరిం♦తలును మాట, వీడుపాటులు చెలులకు ♦ వెఱఁ గొసఁగె.
ఆ. తరుణి తాఁ బగళ్లు ♦ తామరసాక్షి యన్, పేరువోలె నుచిత♦నియతిఁ బరఁగ
నిర్వహించె రేలు♦నీలోత్పలాక్షి యన్, పేరు నృపునిమీఁది♦ప్రేమ నంత. 215
క. సితకరునిశుక్లపక్ష, ప్రతిపత్కళ చూచి చూడ♦ భామిని నెమ్మే
నితనుత్వముఁ బాండిమనం, గతియును గడు నెక్కు డగుచుఁ ♦ గానంబడియెన్.
ఉ. వీణియ ముట్టుటల్ మిగుల ♦ వింతలు పెంపుడుచిల్కబోదతో
రాణ దలిర్పఁ బల్కుట గ♦రం బపురూప మపూర్వ మెంతయుం
బ్రాణసఖీరహస్యముల♦భ్రాంతియుఁ గ్రీడలు కాని వావి యా
యేణవిలోలలోచనకు ♦ హెచ్చినమన్మథచేష్ట నయ్యెడన్. 217
క. నిచ్చలు నీగతిఁ బైపై, హెచ్చివియోగానలమున ♦ నెంతయుఁ దాపం
బచ్చుపడఁ బ్రవర్తిల్లఁగ, నెచ్చెలు లచ్చెలువఁ జూచి ♦ నెమ్మది గలఁగన్. 218
క. పెక్కుదినంబులనుండియు, నిక్కన్నియవర్తనంబు ♦ లెల్ల నరయ వే
ఱొక్కగతిఁ దోఁచుచున్నవి, మిక్కిలి నూహింపుఁ డాని♦మిత్తము మీరల్.
క. కొమ్మ గడుఁ జిక్కుచున్నది, నెమ్మొగమునఁ బాండిమంబు ♦ నిబ్బర మయ్యెన్
నెమ్మదిలోనివిచారము, ముమ్మర మివి మన్మథకృత♦ములు గావలయున్. 220

మ. మన మొక్కొక్కతఱిన్ సమస్తగుణసం•పన్నుం గళాపూర్ణశో
భనరూపున్ వినుతింప కుంటి మది యిం•ప్పారన్ సఖున్ నెంచె దు
ర్జనచూడామణి కాముఁ డిట్టికొమరుం•బ్రాయంపుఁబూఁబోండ్ల నొ
క్కనిమిత్తం బిసుమంతఁ గల్గినఁ గడుం • గాఱించు దుర్వారతన్. 221

క. కావున నివు డీభామిని, భావజుబారిఁ బడి మిగుల • బడలుట నిజ మీ
భావంబును మఱపింపం, గావలయును వనవిహార•కలనలచేతన్. 222

తే. అని విచారించి యాచంచ•లాక్షి మదికి
వేడ్కఁ బుట్టించి తోడ్కొంచు • వెలఁదు లేగి
రమితమకరందనిష్యంద•రమితముఖరి
తాళిసంతాన మైనయు•ద్యానమునకు. 223

వ. అప్పు డయ్యుపవనంబునకుఁ దూఱరాక కాఱుకొనుచుం జూపఱయిచ్చ మెచ్చు నచ్చెరువు హెచ్చం బచ్చపట్టుబల్లాడదట్టీలలీలఁ జాల నెఱపుచు నొఱపుమిగులు మొగలిగములగుములనడుమఁ బొడవులుగ దీపించుతోఁపుగుడారంబుల చెలువు నలవరించుచివురుటెలమావితండంబులును దండతండంబు లై మెండుకొన నొదవుమదమునం బెనురొదలు పొలమెదలుకొదమతుమ్మెదలపదుపలినుపసరవేణులపెనుపునఁ బనుపఱుపుచుఁ గనుపట్టి దట్టం బగుచిగురుజొంపపుకెంపుసొంపుసిందూరంపుకెందూళిచందంబు సందపఱుప నుపరిభాగజాగరూకపల్లవప్రసూనదళపటలశబలిమవిలసనంబు లలితకుముదమతల్లికలయుల్లాసంబు వెల్లిగొలుప వెలుతురు లేనిపూఁదేనెసోనవాన ధారాప్రకారంబునం దోరం బగుచుఁ దనరారుమారుతప్రచారంబుల నప్పటప్పటికి నుప్పతిల్లుపుప్పొడుల కేళిధూళిపాళికలపోలి నేలికొనంగ నేనికెబూమియలు పూని కానుపించుచున్న పొన్నలును నవిరళదళకిసలయవిలసితలతావితానంబులు మరకతకురువిందనిచయఖచితంబు లగునగతులపగిదిఁ జూపట్ట సమకట్టుజిల్లులమొల్లమి నుల్లసిల్లుచు నిరుగడల వ్రేలునిడుసోగపూవుగెలలు పొలుపొంద నగ్రభాగపల్లవంబు లింద్రగోపంబుటుల్లారులయోజ రాజిల్లఁ దేజీలపోలిక భాసిల్ల వాసంతికాకుడుంగంబులును గడుదళంబుగఁ బొదిగి యెదగం గలభంగులఁ జెంగలింపుచు నమరుతమలపాకుతీఁగెయల్లికలమీఁద మించివెల్లితలచుట్టుగట్టడలునెట్టుకొలువుంబొలుఁబట్టలపొదుగుళ్లపైఁ గ్రొమ్మెఱుగు నెఱిబిఱుసుచుంగులనిక్కుటెక్కునను మిక్కిలిం గడలుకొలుపుచున్న యరవిరిచిగురుమొగిలియాకులతోడ వీరభటులజోకలు జోకపఱచుచు లేఁబోఁకబ్రమాఁకులును వివిధజనకోలాహలంబులకరణిఁ బరిఢవిల్లుశుకపికశారికానికరకలకలంబులును గలిగి విరహిసముదయంబుపైఁ గదలినకుసుమకోదండుదండువిడునుంబోలె నాలోకనీయం బగుచుండ నందు నిందువదనలు మందగమనస్వభావంబు నతికరించుకుతుకరయంబునకుఁ బ్రతిశూ

లంబు లగుచుం బిగువుపాలిండ్లవ్రేఁగునకుం బిఱుఁదులగరిమయుఁ దరము గాక
కర మలయం జేయుచుండ నొండొరులం గడచుచు నుద్దవిడి నడచుచుఁ గూరి
మికిం గేలిచేయుచుఁ గ్రొవ్విరులు మించికోయుచుఁ గమ్మగొజ్జంగులకుం జేరుచుఁ
గన్నె గేదంగులకుం బోరుచుఁ బొన్నలకు మూఁగుచు బొండుమల్లెలకు నేగుచు
సంపెంగలకు డాయుచు జాతికుడుంగంబుల రోయుచు మల్లెలకు నిగుడుచు నా
రువంబునకు మగుడుచుఁ గురువేరు గొల్లలాడుచు గంధంబులకు మల్లాడుచుఁ జా
గడలకు జరుగుచుఁ బోఁకపాళికలకుఁ దిరుగుచుఁ దిలకంబులకుం జనుచు దిరిసెన
పున్నలు గైకొనుచు నవమల్లికలఁ గ్రీడింపుచు నారంగంబులఁ గ్రేడింపుచుఁ గ
లిగొట్లకుఁ దత్తరిల్లుచుఁ గంకేలిమంజరులకు రంజిల్లుచుఁ గ్రొమ్మావిసీడలఁ గ్రీ
యించుచుఁ గురువిందపందిరులవిశ్రమింపుచు నీరంబులఁ దూఱుచు నెందేనియుం
బాఱుచుఁ బూఁదేనియలఁ దోఁగుచుఁ బొదరిండ్ల డాగుచుఁ గనిస నవ్వుచుఁ గ...
విరులు రువ్వుచు దీఁగెయుయ్యెలల నాడుచుఁ దియ్యవిలుకాని బాడుచుఁ ...
గంబులు రాల్చుచుం బయ్యెదలు విదల్చుచు నందనిపూఁగొమ్మలకు నిక్కు...
నలఁతిమ్రానులెక్కుచుఁ గెంజిగుళ్లకుం బదరుచుఁ గెరలు తేంట్లకు బెదరుచుఁ ...
గోకిలస్వరంబు లాలింపుచు గోరవంక లాలోకింపుచుఁ జిలుకలకుం బలుకు ...
చ్చుచుఁ జిన్నిరాయంచలనడలు మెచ్చుచుఁ బూఁబంతుల వేట్లాడుచుఁ ...
నుద్దులు గూడుచు గెలిచి పోనీక పట్టుచుఁ గేకిసలు గొట్టుచు నొకరొకరిఁ ...
చు నుబ్బునం గేరుచు నిబ్బరంపుఁదమిని దమకుఁ దమకంబు గమకంబు ...
ప నింపు మీఱువిహారంబులచేత నడరుబడలికలం బొడము వడవడఁ ...
తడియొడళ్లం గడుఁ బ్రబలి గుబులుకొను మృగమదఘనసారగంధసారకాశ్మీ...
లేపనపరిమళంబులు పరిమిళితదిగంతంబు లగుచు నంతటం జోడు ముట్టి స
హజకృశత్వంబునకుం దోడు క్రీడలయలంత నెంతయు ఘనం బైనబ...
నంబునం దడఁబడుచు వడవడంకు లుడుగుచు నడుములం దడబాటువలన ...
బాఱునిలువుతావులం జిక్కం జెక్కుకొనుతఱిఁ బొక్కిళ్లం బ్రవేశించి ...
దంచితకురువిందకందళసందర్భసంగతాంగుళీయకప్రచురరుచినిచయకవచి...
తలరాగంబు లడుగుల నిర్గమింప నినుమడించెనో యనఁగ నతిమాత్రసంచా...
క్షుభితంబు లగుచుఁ జరణతలంబు లత్యంతరక్తిమ యుట్టిపడుచుండ ని...
పైఁటచెఱంగున విసరుకొన నెసఁగుకరకంకణమణిఝుణత్కారంబులకు ...
కరణిఁ దఱచుటూర్పులపెంపున నుత్కంపమానంబు లగుచుఁ జెన్ను ...
క్కువకవలకెలంకులఁ జొక్కపుఁజెక్కులకదలికలు ముదలకింపుచు నిగు...
నిగలతరగలయందంబు సందిదండలతళుకులకుఁ జెలికారంబు నెఱప నలం...
లయికల నొకవింతయొయ్యారంబు చూపుచూపులపసకుం జూపోపక ...
లీలం జాల వసివాళ్లువాడినక్రీడావతంసితకర్ణనీలోత్పలదళంబులు నిజప్ర...

పటుపరిదృశ్యమానసోదరాలింగనలోలుపంబులువోలెఁ జెక్కిళ్ల మిక్కిలి నం టుకొనుచుండ నొసల నసలుకొనుకమ్మకస్తూరియుమ్మలిం బడి కదలమెదలలేని నీలాలకజాలంబుల నిజబాలకశంకం జేసి వెడలఁ దివియ సందడించుచందంబున నందంద క్రందుకొనియెడునిశ్శ్వాసవాసనాసమాకృష్టచంచరీకసంచయంబులకు నుదరి యదలించుమృదులంపుఁగలికిపలుకులు దమనిసువులకొసరుఁబలుంగు లచవి కొసరక ముసురుకొనుపసనిరాచిలుకగిములుఁ దొలంగం దోలుకేలుకెం జిగురాకులకు మూఁక లై కవియు కోకిలంబులచేత నాకులంబు లగుచు మైదీఁ గెబాగుల వసంతాగమశ్రీవిభూషితవనదేవతావిలాసవిశేషంబు నభినయింప నా త్మసాదృశ్యసంభావనాగర్వంబు పెల్లునం గ్రుళ్లుమల్లఅవుకల్లరితేఁటితండంబుల కండక్రొవ్వు సైరింపక వానిజీవిక ల్లాక్రమించి తదనుసరణంబున దయ వ్రుడమి కొంత మగుడ విడుచువడువు గనంబడఁగ నెడనెడం గులుకునడబడిబడిం దొఱుఁ గువిరిగముల నమరెడియరవిడుకొప్పులయొప్పిదంబు చెప్ప నలవి గాక యతిశయి ల్లఁ జెదరినసింగారంబులును జిగురుంగొనలచేరులును నంటినపరాగంబులును న కరువులతోడిపాసటలును వాడుదేఱెడినెమ్మోములును నడఁకెడుకులుకుఁబలుం గులునుం గలిగి యపూర్వవిభ్రమంబున సొంపు మీఱుచుం దదనంతరంబ. 224

క్రౌంచపదవృత్తము.

చంచలవీచీసంచయలీలా • సలలితతరళితజలరుహాళీ
సంచితహాసోదంచితభంగీ • జనితమదసమతసరణీగుణవ్యా
ఖ్యాంచితగోష్ఠీసంచరణప్ర • త్యయసముచితహాళిహాళికలతో రా
యంచలు క్రోయం గొంచలు గూయన్ • వ్యవహితపరరవ మయినకొలంకున్.

ఉ. చేరఁగఁ బోయి రంగనలు • చెల్వపుమోములసోయగంబు త
ద్వారిజలక్ష్మిఁ గేరఁగ న • వారితవారితరంగరంగలీ
లారతహంససారసకు • లస్ఖలదారవసారవంచనా
సారగనూపురాదిబహు • భవ్యవిభూషణఘోష మొప్పఁగన్. 226

ఉ. అంతట సంతరంగముల • నంబువిహారకుతూహలంబు ల
త్యంతము మీఱ మెట్లు డిగి • రామగువల్ మునికొంగు లూరుగా
ఘాంతరసీమఁ బట్టుచు జ • లాశయలక్ష్మిసయిఁక్ నఖచ్ఛటా
కాంతులచేఁ బదాబ్జములు • కప్ప్రిపుధూళినసంత చూడఁగన్. 227

సీ. అలఁతిగాడ్పులచేతఁ • దొలఁగుపయ్యెదకడ, లిరువంకలను జిక్క • నిఱికికొనుచుఁ
దరిగల నిట్టట్టు • దరలుముంగొంగులు, తిరుగ జంఘలను సం • ధించుకొనుచు
మునుపుగాఁ జొచ్చిన • వనితలు చల్లెడి, యుదకంబునకుఁ జేతు • లొడ్డుకొనుచు
నెడనెడ మిట్టించి • పడుమీలబెళుకుల, కులికిపాటొదవఁగ • నోసరిలుచుఁ

తే. దొగలమఱుఁగుననుండి బి ♦ ట్టెగయువిహగ
కులమురవళిక బెదరుచూ ♦ పులు దలిర్పఁ
దమ్మికొలను ప్రవేశించు ♦ తలిరుఁబోండ్ల
విలసనము లంత నెంతయు ♦ వింత లయ్యె. 228

ఉ. ఆరమణీమణుల్ సరసి ♦ నట్లు ప్రవేశ మొనర్చువేళఁ ద
త్కారణవీచికాచలిత ♦ కంజములన్ మధులోలభృంగముల్
వారక సారెకున్ నెగసి ♦ వ్రాలుచు నొప్పెఁ దదంబుదేవతల్
నేరుపుతోడ నాడుహరి ♦ నీలపుటచ్చనగండ్లకై వడిన్. 229

లయగ్రాహి. నెమ్మొగములం గరత ♦ లమ్ములఁ గుచమ్ములఁ గ ♦ చమ్ములను జూడ్కి న
య ♦ నమ్ములఁ బరాభూ, తమ్ములును బోలె విరి ♦ తమ్ములును రక్తజల ♦ జమ్ములునుగో
కమిథు ♦ నమ్ములును శైవా, లమ్ములును భృంగనిచ ♦ యమ్ములును మీననిక ♦ రమ్ము
లు గలంగెఁ జల ♦ నమ్ములు భజింపం, గొమ్మ లపు డెంతయును ♦ సమ్మదకుతూహ
లభ ♦ రమ్ముల నొనర్చిరి క ♦ రమ్ము జలకేళిన్. 230

లయగ్రాహి. ఓల యనుచున్ వలదు ♦ గేలి యనుచుం బఱవఁ ♦ జాల వనుచుం గడుఁ
బి ♦ సాళి వనుచుం బ, ద్మాళిఁ గొని కొట్టుచును ♦ దోలి వడిఁ బట్టుచును ♦ మేల
ములఁ దిట్టుచు గ ♦ యాళితన మింకం, జాలు ననుచున్ భళిర ♦ గోల యనుచుం
బగట ♦ నేల యనుచున్ ముగుద ♦ బాల వనుచుం గ, య్యాల కెస పెట్టుచును ♦
హాళిఁ జలపట్టుచు సు ♦ మాళములఁ గిట్టుచును ♦ బాలికలు వేడ్కన్. 231

కవిరాజవిరాజితము.

గుభులుగుభుల్లను ♦ ఘోషణఁ దోయశ ♦ కుంతతతుల్ గలఁ ♦ గుండువడన్
క్షుభితఘనస్తన ♦ కుంభపరిచ్యుత ♦ కుంకుమచందన ♦ కుంతలసూ
నభరవిలాసము ♦ నన్ బహువర్ణము ♦ నవ్యసుగంధగు ♦ ణంబు గొలం
కభినుతిభాజన ♦ మై భజియింపఁగ ♦ నంబువిహారిణు ♦ లై పొసఁగన్. 232

మాలిని. తడిసి తనువులన్ భే ♦ దంబు గాన్పింప కుండం
గడు నడఁగినచేలల్ ♦ గల్మి స్రుక్కల్లి పట్టే
ర్పడఁ దెలుప ఘనాంభో ♦ భారతం గుంతలంబుల్
మడమలపయి వ్రేలన్ ♦ మత్తమాతంగయానల్. 233

వ. కాసారంబు వెలువడి నవీనవస్త్రాభరణగంధమాల్యంబుల నలంకృత లై రి మధుర లాలసయుం గాంతునిమీఁదిపరాకునఁ జెలికత్తియలబలిమిని వనక్రీడాదు లెట్టకేలకు నిట్టట్టు సలుపుచుండె. 234

ఉ. వర్ణనపాత్రచిత్రగుణ ♦ వైభవశోభితుఁ డత్తఱిం గళా
పూర్ణుఁడు వేగ వేఁటతమి ♦ పూన్పున వచ్చి ముదంబునం దద

భ్యర్ణమహిం జరించునొక♦పక్షికిఁ బాఱినడేగఁ బిల్చుచుం
దూర్ణత నేగ నానిజవ♦ఘోటియు బోటులు నున్నచోటికిన్. 235
వ. అప్పుడు. 236
ఉ. నిద్దపుఁజెక్కుటద్దముల♦ నింపులుగాఁ బులకల్ జనింప న
మ్ముద్దియ బోటిమూఁపుపయి♦ మో మరదోఁపఁగ నిల్పి యత్తఱిం
దద్దయుఁ బ్రేమఁ జూచె నిజ♦నాథు నతండును దానిఁ జూచె నా
యిద్దఱచూపులున్ నడుమ♦ నించుక దార్కొని లజ్జ గ్రమ్మఱన్. 237
చ. వనజదళాక్షి చూచినను♦ వల్లభుచూపు లతండు చూచినన్
వనజదళాక్షిచూపులు ఘ♦నత్రపచే వెనువెన్కకున్ వెసం
జనుచు నొకళ్లొకళ్లకయి♦ సారెకు వచ్చుచుఁ బొల్పు మీఱఁగ
న్గొన రతిపంచబాణులవి♦నోదపుటుయ్యెలచేరులో యనన్. 238
చ. వినుకలిచేత మున్ మిగుల♦ వింతలు గాఁగ విరాళిఁ గొన్న య
వ్వనజదళాక్షి యట్లు దన♦వల్లభురూపముఁ గన్నులారఁగా
గనుఁగొని యేమి చెప్పఁ గడుఁ♦ గంతుశరాహతిఁ దాప మొందుచున్
మనమునఁ గుందె నప్పు డటు♦ నాథునిఁ గౌఁగిటఁ జేర్ప లేమికిన్. 239
తే. అతఁడు మధురలాలసయందు♦ నాత్మ దగిలి
మగుడి రా కలయింపఁగ♦ మఱలి మఱలి
యొక్కొకనెపంబుతో దాని♦యొప్పిదంబుఁ
గనుఁగొనుచు నెట్టకేలకుఁ♦ జనియెఁ దిరిగి. 240
వ. అంత నక్కాంతయు నంతరంగంబునం గాంతుఁ జింతింపుచు. 241
ఉ. ఆమృదుపాదపద్మములు♦ హస్తతలంబున నొత్తఁ గోరు నా
శ్రీమహనీయవక్షమునఁ♦ జేర్పఁగఁ గోరుఁ గుచద్వయంబు నా
కోమలగండపాళికలఁ గూర్పఁగఁ గోరును గండపాలికల్
కాముని బారి కగ్గమయి♦ కామిని తాలిమి చంచలింపఁగన్. 242
ఉ. అప్పుడు తత్పయోజముఖి♦యాకృతిచందము బోటు లందఱుం
దప్పక చూచి యక్కట నృ♦థాననఖేలల హాళి నించుకే
నిప్పడుచుం దలంపము మృ♦గేక్షణలార గణించి చూడుఁడా
యొప్పుడు నేవినోదములు♦ నీచెలి కింపులు గా వ్రకింతయున్. 243
ఉ. ఈనళినాక్షిచింత హరి♦యింత యొకింత పరాకు చేసియుం
బూనికతోడ వచ్చి మన♦పోకడ లేమని చెప్ప నాటలే
కాని నృపాత్మజం దలఁపఁ♦ గానము దీనివిచార మేమియున్
మానుట లేద మిక్కిలి ఘ♦నం బగుచున్నది గాని యెన్నఁగన్. 244
వ. అదియునుం గాక. 245

స్రగ్ధర. శ్యైనంపాతావిహారా♦శ్రయణమధురవే♦షంబుతోఁ జూడ్కి వేడ్కం
బూనంగా నింతకున్ మున్ ♦ పురుషమణి కళా♦పూర్ణుఁ డేతెంచెఁ బ్రేర్మిం
బా నిచ్చోటం జరించెం ♦ దరుణి యతని న♦త్యంతమున్ వింతప్రేమన్
మే నుబ్బం జూచిన ట్లుం♦డె నది మొదలు సుం♦డీ కడుం దాప మొందెన్. 246

ఉ. కావున నీవసంతమదు♦గర్వితకోకిలకీరశారికా
రావముఁ దేఁటిపిండురవు♦రావము మెల్లనిచల్లగాడ్పు పూఁ
దావులసొంపుఁ గెంజిగురు♦తండము లేఁబొదరిండ్లయొప్పులున్
భావజుపక్షమై మిగుల ♦ బాలికతాలిమిఁ గొల్లలాడెడిన్. 247

ఉ. ఇట్టిది గానలేము మన ♦ మిందఱముం దరళాక్షికిన్ మదిం
బుట్టినపంచబాణువెఱ♦పుల్ మఱపింపఁగఁ బూని వానికిం
బట్టపురాజధాని యనఁ ♦ బట్టగుతోఁటకుఁ బెచ్చుటొప్పునే
ఘట్టకుటీప్రభాత మనఁ♦గా నిది వో పరికించి చూడఁగన్. 248

క. అనునంతట నయ్యంగన, యనయముఁ బ్రబల మగునట్టి♦యంగజతాపం
బున నుస్సు రస్సు రనుచుం, గనుఱెప్పలు దేల వైచి ♦ కను సొలయుటయున్.

మణిగణనికరము.

పడఁతులు చిడిముడి ♦ పడియెడుమదితో, నడుగులు తడఁబడ ♦ సడరెడునడుపుబ్రా
గడఁకల నడుములు ♦ గడగడవడఁకం, బడిబడిఁ బొడమఁగ ♦ బడలికఁ జెమటల్.

సీ. విరిదమ్మితావులు ♦ వెదచల్లుకొలనిచెం, గటఁ గమ్మపన్నీటి♦కాలువలును
గడు నివతాళించు♦కప్రంపుటరఁటుల, యిరవులఁ బూవుఁజ♦ప్పరముఁ బన్ని
వట్టివేళ్లను దడి ♦ గట్టి శ్రీగంధఁపు, టసలున మెత్తి త♦దంతరమునఁ
గర్పూరవేదికఁ ♦ గావించి చల్లని, చెంగల్వరేకుల ♦ సెజ్జ దీర్చి
తే. చిలుకుతేనియతోడిగో♦జ్జెంగిపూవుఁ
దలగడ యమర్చి యందు నా♦చెలువ నునిచి
జగతిఁ గలసర్వశైత్యోప♦చారవిధులు
సలిపి రందును గడఁ గాన ♦ కలసి రంత. 251

ఉ. అప్పువుఁబోండ్లు వెండియుఁ బ్ర♦యత్నముతోఁ బలుమాఱు నీనులం
గప్పురమూఁది పూవిసన♦కఱ్ఱలు గొజ్జఁగినీట మాటికిం
దొప్పఁగఁ దోఁచి వీచుచుఁ జ♦నుంగవపై నరకాళ్లఁ బాణులన్
లప్పలు గాఁగఁ జందన మ♦లందుచుఁ గొందల మంది రందఱున్. 252

వ. అంత. 253

క. విరులుఁ జిగుళ్లును జొరువుగ, సిరిగంధపుటస లొకింత ♦ చిలచిలమని వే
గిర మరువట్లు గొనం గడుఁ, బొరలెడితరలాక్షి తాఁ ద♦ముం గని కలఁకన్.

తే. చతుర యగునట్టిబోటి యా♦సతిని జేరి, చలువచెంగావిసయ్యెద ♦ చక్కఁ గప్పి

నేత్రయుగళంబుమీఁదఁ బ♦న్నీటిచేతఁ, దుడిచి చెదరినకురులు ది♦ద్దుచునుబలికె.

క. ఎక్కడ మే నంటినఁ గే, ల్పొక్కెడునం తగుచుఁ గళలు ♦ వొదలెడుభాగం
బెక్కువు శైత్యక్రియలో, యక్క యిఁకం బోదు కోర్కి ♦ యడఁచిన నెపుడున్.

తే. ఇంతి సిగ్గు గదా యని ♦ యింతదాఁకఁ
దలఁపు దాఁచి లోలోగుమా ♦ రిలఁగ వచ్చు
నదియుఁ గా కేను లాఁతినే ♦ యకట నీకు
రమణి నాపట్టునను దాఁపు♦రంబువలదు. 257

క. ప్రాణములకుఁ బ్రాణం బగు, ప్రాణసఖికిఁ జెప్పరాని♦పనులుం గలవే
యేణాక్షి కలిగనేనిం, బ్రాణసఖియు నుసురు నొక్క♦పాటియుఁ గావే. 258

మ. అనినన్ మిక్కిలి సాహసంబున నభీ♦ష్టార్థంబు చెప్పన్ మనం
బున నుంకింపుచు లజ్జచే నుడుగుచుం ♦ బూఁబోఁడి యొక్కింతసే
పు నితాంతాకుల యయ్యె నంతటను దాఁ ♦ బోనీక యాబోటియుం
దనపై నానలు పెట్టి పెట్టి యడిగెన్ ♦ యత్నంబు సంధిల్లఁగన్. 259

క. ఇమ్మెయి నిర్బంధింపుచు, నమ్ముద్దియ యడుగ నృపవ♦రాత్మజ యనుమా
న మ్మొక్కభంగి నుడువుచు, నెమ్మది నూల్కొల్పి పలికె ♦ నిజసఖితోడన్. 260

ఉ. ఓహరిణాక్షి నీకు నిఁక ♦ నుల్లము దాఁపఁగ నేటికిన్ జగ
న్మోహనమూర్తితోడ నిట♦ము న్నొకనాఁటినిశన్ విలాసస
న్నాహము మీఱ మద్విభుఁడు ♦ నాకలలోపలవచ్చి తేర్చెఁ గా
మాహవకేళి నద్భుతసు♦ఖైకమయం బది యేమి చెప్పుదున్. 261

క. అనుచుఁ దదుత్సవలీలలు, మనసునఁ బాఱుటయు వివశ♦మతి యై మోడ్పుం
గనుఁగవతో నొక్కించుక, వనిత నిలిచి ఘర్మపులక♦వతి యై యంతన్. 262

వ. ఆకూర్మి నెచ్చెలిం గటాక్షించి. 263

క. చెప్పెడి దేమె లతాంగీ, యప్పురుషోత్తముఁడు నన్ను ♦ నట్లు రసాబ్ధిం
దెప్పలఁ దేలిచి నిను విడ, నెప్పుడు నని యూరడించి ♦ యెందే నరిగెన్. 264

ఆ. అదియుఁ గాక యాధ♦రాధీశుఁ డింతకు, మున్ను మనసమీప♦మునకుఁ దనదు
డేగఁ బిలిచికొనుచు♦ శీవిఁతో రాఁడె యా,యొప్పు మిగులఁ దాల్మి♦నుదురఁదోలె.

క. అది మొదలు వదల కొదవెడు, మదనదశావశత వివశ♦మతి నైతి నిఁకన్
ముదితా చలువలు గిలువలు, మదికి నసహ్యంబు లతని♦మన్నన దక్కన్. 266

క. కటకట మీ రవివేకత, నటు నిటు శైత్యోపచార ♦ మని యేటికి ని
చ్చటఁ దడసెద రిఁక వెన్నెల, మిటమిటఁ గాయంగ మేను ♦ మిగుల నెఱియదే.

ఆ. కొఱవిచేతఁ బట్టు♦కొని చంద్రుఁ డదె వచ్చె, గ్రీష్మసమయభాను♦రీతి మెఱయఁ
దనకు నేల యమృత♦ధామాఖ్యగోముఖ,వ్యాఘ్ర మనఁగ నిట్టి♦వాఁడె సుమ్ము.

క. చిలుకచదు వనుట చదివిన, ములుచకు దృష్టాంత మట్టి♦మూఢపుదుర్జా
తులఁచిలుక తేలిచినదయ, గలదే మది బెదర పదరుఁ♦గాక నిజేచ్ఛన్. 269

క. కోకిలములఁ దెలిసినఁ బలు, గాకులపోదిఁ బొదలునట్టి♦కష్టపుఁబులుఁగుల్
నాకు నసహ్యము లని యూ,హాకూఁతలు మానఁ గలవె♦ యవి ప్రార్థనలన్.

ఉ. కావునఁ జంద్రు గింద్రుఁ జిలు♦కం గిలుకం బికముం గికంబు నక్క
గావు మటంచు వేఁడకుఁడు♦ నాబ్రతు కీరిపుజాతికిం బ్రియం
బే వివరింప మీకు బలెఁ♦ బెంచినవారికి ముద్దు గాక పె
న్బావురుఁబిల్లికిం గలుగు♦నా మొగమోట యొకింత చిల్కపైన్. 271

తే. వేయు నేటికి శీఘ్రింబ♦ విభునిపొందు, సంఘటింపఁగఁ గలవేని♦జలజవదన
యాస నెక్కింత ప్రాణంబు♦ లాఁపవచ్చు, సన్యథాచింతలెల్ల ని♦రర్థకములు.

చ. అన విని పల్కె నీవిభుస♦మాగమ మెంతయు శీఘ్రవృత్తి నో
వనజదళాయతేక్షణ య♦వశ్యము గల్గుట కేను బూఁట నా
కు నవల మారుమాట యవి♦కుంఠితలీలఁ దనర్చు నాదయై
కనిరతుదీనవత్సలత♦ గావున నెమ్మది నమ్ము మెంతయున్. 273

క. అని పలికెడుచెలిపలుకులు, దన కమృతముఖ్యాలె హృదయ♦తాపము సడలన్
వనజాక్షి సేద దేఱుచుఁ, జనియెన్ నిజభవనమునకు♦ సఖులుం దానున్. 274

ఉ. లోలవిలోచనాహృదయ♦లుంఠనశూరతనూవిలాస నం
ద్యాలపురీనివాస సత♦తాత్మవికాస నృసింహమేదినీ
పాలప్రపౌత్త్రి నారవిభు♦పౌత్త్రి నృసింహునిపుత్త్రి సర్వధ
ర్మాలయనిత్యవైభవమ♦హోత్తమ కృష్ణనృపాలసత్తమా. 275

క. సంగీతాదికళారస, రంగన్మానస మహాతు♦రంగమమదమా
తంగారోహణచతురిమ, సంగత వనితామనోజ♦ సమధిక తేజా. 276

తరల. కురు కరూశ విదేహ కోసల♦ కుంత లాంగ కళింగ బ
ర్బర పుళిందక మత్స్య మాళవ♦ పాండ్య కేరళ చోళ ఘూ
ర్జర శకాదిసమస్తదేశధ♦రాతలేశసభానిరం
తరవిభాసురకీర్తిగర్తన♦ ధర్మనిర్మలవర్తనా. 277

గద్యము. ఇది నిఖిలసూరిలోకాంగీకారతరంగితకవిత్వవైభవపింగళియమరనార్యత
నూభవసౌజన్యజేయసూరయనామధేయప్రణీతం బైనకళాపూర్ణోదయం బను
మహాకావ్యంబునందు షష్ఠాశ్వాసము.

శ్రీరస్తు.

ఓం నమః కామేశ్వర్యై.

కళాపూర్ణోదయము.

సప్తమాశ్వాసము.

శ్రీరమణీయస్వగుణక
థారంజితలోకహృదయ ♦ తతనిత్యదయా
సూరిజనారాధనసము
దారస్ఫూర్తినయ కొండ♦మాంబాతనయా. 1

వ. అవధరింపుము. 2

ఉ. కర్ణరసాయనోల్లసిత♦క్రమయశోమహనీయుఁ డాకళా
పూర్ణుఁడు నట్లు కేళివన♦భూమిఁ గనుంగొను టాది గాఁగ నా
పూర్ణసుధాంశుబింబముఖి♦పొల్పు మనంబున నిల్పి తద్గుణో
దీర్ణలతాంతసాయకవి♦దీర్ణమనోధృతి యై యజస్రమున్. 3

క. తలపోయుచుఁ దనతలఁ పా, వెలనాగం బాయ కునికి ♦ నితరవిచారం
బులు విడిచి తాపమునఁ గడు, నలఁగుచు నేకాంతగృహము♦న వర్తిలుచున్.

ఆ. తనకు నర్మసచివుఁ♦డును దిథివారతా, రాదిశంసకుండు ♦ నైనయట్టి
యొక్కవృద్ధవిప్రు ♦ నొకనాఁడు పిలిపించి, కొంతతడవు నర్మ♦గోష్ఠి నడపి. 5

తే. అనుఁగుఁజెలికాఁడ యొకటి ని ♦ న్నడిగి తెలియ
వలయు నని యుండుదును నీవు ♦ వచ్చియున్న
యప్పు డది యేమి యడిగెద ♦ ననుచు విడుతు
నడుగకుండినఁ బో దింక ♦ ననుచుఁ బలికె. 6

చ. మననగరంబుతూర్పుకడ ♦ మంజులరత్నవినూత్నకాంతితో
ననయము నొప్పునట్టివి మ♦దాశయునుప్పరిగల్ గదా తదీ
యనవసువర్ణసాలముల ♦ కవ్వల నున్నది నిత్యసాంద్రనూ
తనకుసుమప్రవాళలలి♦తం బగు కేళివనం బెఱుంగుదే. 7

క. ఇటము న్నొకనాఁ డేన, చ్చటి కరిగితి వేఁటజేఁగ ♦ చనినఁ బిలుచుచుం
గుటిలాలక నొకతెను ముం, దటఁ గాంచితి నందుఁ జెలులుఁ ♦ దాను జరింపన్. 8

ఉ. ఆలలితాంగిరూపుపస ♦ యారసి చూడఁగ నెన్నియాత్మలుం
జాలవు దానిసర్వగుణ♦సంపద లెన్నఁగ నెన్నిజిహ్వలుం
జాలవు తద్విలోకనర♦సస్థితిఁ జొక్కఁగ నెన్నికన్నులుం
జాలవు వేయు నేల యది ♦ చక్కఁదనంబులరాశి భూసురా. 9

క. ఎక్కడియుపమాకల్పన, లెక్కడియత్యుక్తిరచన ♦ లెక్కడిమతినే
ర్పెక్కడివర్ణన లెక్కడి, వెక్కడివాఙ్మతుల కంద ♦ వింతబెడంగుల్. 10

సీ. భువనంబులం దెల్ల♦మివుల నెక్కుడుగ నీ,యిల యేమిపుణ్యంబు ♦ సలిపెనో కొ
యిలలోనఁ గరము మి♦క్కిలిగ జంబూద్వీప,మేమిభాగ్యంబు వ♦హించెనో కొ
తనర జంబూద్వీప♦మునను భారతవర్ష,మేసుకృతంబు మున్ ♦ చేసెనో కొ
ప్రఖ్యాతి గాఁగ భా♦రతవర్షమున నంగ,దేశ మేతపము సా♦ధించెనో కొ
తే. అంగదేశంబునందు నే♦యధికనియతిఁ
గ్రముకకంఠోత్తరపురంబుఁ ♦ గాంచెనో కొ
తద్వధూపాదవిన్యాస♦ధన్యమైన
యట్టియాపూవుఁదోఁటచే ♦ నతిశయిలఁగ. 11

చ. అపగతధైర్యుఁ జేసె నను ♦ నత్తఱి నాశుకవాణివేణి చొ
క్కపుఁబసకాముబల్కిరుచు♦కత్తియుఁబోలె నరాళపార్శ్వమై
యుపరికృతప్రసూనరచ♦నోజ్జ్వలతావిభవంబుచేత దం
తపుఁబిడికైవడిన్ మొదలు ♦ తద్గయు నింపు జనింపఁ జేయఁగన్. 12

ఉ. ఆకమనీయవేణిభర ♦ మాకురు లాబొమతీరుసోయగం
బాకనుఁదమ్ము లామృదుల♦హాసకపోలము లాముఖాంబుజం
బాకుచకుంభజృంభణస♦మగ్రత యాకృశమధ్య మాసల
జ్జాకుతుకావలోకముప♦సల్ మదిఁ బాయవు నాకు నెప్పుడున్. 13

ఆ. ఇంక నీకు డాఁప ♦ నేల యాకాంత గ, న్గొనుట యాది గాఁగఁ ♦ గినిసి కసుసు
పంచబాణుఁ డిపుడు ♦ ప్రాణంబులకుఁ దెగి,నన్ను మిగుల నొంచు♦చున్న నా[illegible].

ఉ. ఆనలినాక్షి కన్నగతి ♦ నప్పుడు దోఁచె మదీయదృష్టికిన్
దానితెఱంగు నీ వెఱిఁగి♦వన్ వినుపింపు మెఱుంగకున్న ని
చే నయినట్టికం దెలిసి ♦ చెప్పు మనన్ మరుబారిఁ బడ్డవాఁ
డీనరనాథుఁ డన్యరస ♦ మే నొనరించెద నన్ తలంపుతోన్. 15

వ. నవ్వుచు నావిప్రుం డిట్లనియె. 16

తే. ఇప్పు డాయమ్మ కన్న గా♦నిమ్ము గాక,మాన నిమ్మింత ని న్నేఁచు♦మాంట విని[illegible]
జల్ల నయ్యె నాయాత్మ యా♦తల్లి యేల,వలయుఁ బదివేలు రాజ్యము♦ల్వాసుమ[illegible].

వ. ఇంత సంతసిల్లుచు నేల దీవించెద వంటేని. 18

సీ. ఓమన్యథా యంచు◆నోరయు విద్వాంసుల, గోష్ఠి కెన్నఁడుఁ గడు◆ గుఱుతు లేదు
పౌరాణికులు చేరి ◆ పచరించు శుష్కవా, చాలత విడువని◆ వేల మెపుడు
చెవులు చిందఱపోనఁ ◆ జెలఁగుకవీంద్రుల, పొరంటిమే శని◆ వారవుజడి
మఱి ప్రధానులనట్టి◆మంతనా లెటు నన, రానివి ప్రేగుల◆లోనిటీఁట
తే. అంత నంతఃపురంబున ◆ కరిగి తేని, నీదుకొలువు బుధప్రకా◆శోదయంబు
మమ్ము నున్నారె యనుమాట◆మాత్రకైన, నెడగలదె నీకుమాకొలు◆విపుడుగాక.

వ. అదియునుం గాక. 20

సీ. స్థలశుద్ధిగా వసుం◆ధరఁ ద్రవ్వి పూడ్చిరే, కట్టింపుచును బచ్చ◆కప్పురమునఁ
గమ్మపన్నీటియ◆గడ్డలు దీర్చిరే, వెలిఁ బెక్కువరుసల ◆ విస్తరిలఁగ
బిసకాండములు లోన ◆ పసియార్చి నిలిపిరే, మంచిగందమ్మున ◆ మదురుగోడ
నవచంద్రకాంతమం◆డపములోఁ బన్నిరే, తలిరాకుదళ్లచెం◆గలువచవికె
తే. యెన్నఁ డైనను దొల్లి నీ◆కిపుడువోలె, నీమదిన్ నిల్వసాగెనే ◆ యామృగాక్షి
వెతఁబఱుపఁ బట్టి దినమును◆వింతవింత, యైనయాపనుల్ చూడమా◆కబ్బెఁగాక.

క. అన నతఁ డన్నియు నయ్యెన్, నిను నెఱుఁగమె యఱపులకును ◆ నేర్పరి వని నా
కును జెపు మే నడిగినయా, వనితకులస్థాననామ◆వర్తన లనుడున్. 22

చ. నరవర తత్కలాదులు వి◆నం దమకించెదు నాకుఁ దెల్పుమా
విరహపుశీతలక్రియల◆ వెచ్చము సర్వము నాయముం గొనం
ద్వరపడులాగొ యట్లయినఁ ◆ దద్ధన మెత్తుద మూళ్లమీఁదటన్
విరహపుఁబన్ను వే ఱిడి గ◆ణింపరు క్రొవ్వున నెవ్వనిం బ్రజల్. 23
తే. ఇదియు నూరక యంటేఁ గా ◆ కేల నీకు, మాకతల్ విన బంటు కి◆ల్లాకుపోలెఁ
దొత్తుకొడుకులువోలెఁ దో◆డ్తోదిగంత, భూమిపతులంపుచున్నారు◆ కామితములు.

సీ. ఇవె చందనపుమ్రాఁకు ◆ లెన్నికఁ గొనరయా, కేరళదేశభూ◆దారుఁ డనిపెఁ
గట్టాణిముత్యాల◆పెట్టె లయ్యా యివి, పాండ్యదేశపురాజు ◆ పనిచినాఁడు
పన్నీరుచెంబుల◆బండ్లయా యివి కామ, రూపదేశాధీశ్వ◆రుండు పనిచెఁ
జంద్రకాంతంపురా◆చలువలయ్యా యివి, యతులముల్ కాశ్మీరుఁ ◆ డంపినాఁడు
తే. కప్పురపుగోనెలివె తురు◆ష్కపునిపేన, యనుజనులక్రందువాకిట ◆ నద్భుతంబు
నీకు విరహార్తి యగు టన్య◆నృపుల కెల్ల, నఖిలరాజ్యలక్ష్మి విర◆హార్తి యయ్యె.

చ. తెలియరు గాక యన్యజగ◆తీతలనాథులు నీకు నింతశీ
తలవిధివెచ్చముల్ నడుపు◆ద్రవ్యములోన సగంబు చాలు నీ
తలఁపునఁ బాయ కీ ట్లలఁచు◆తన్వికి నిన్ వరియించులంచ మీఁ
గలిగిన నేల తోఁచు నది◆ కారణ మీగతి నుండ వారికిన్. 26

క. అన నిట్టిపలువయఱపుల, కును గోటికిఁ బడగ యెత్తి ♦ గుఱి యగుపెద్దన్
నిను నమ్మరాదు గా క, ట్లొనరించితే నిట్టిలంచ ♦ మొసఁగనె నీకున్. 27
వ. అని పలుకుజగతీవిభుమొగంబు దప్పక చూచి. 28
తే. వట్టితానాలు దర్భలు ♦ పుట్టె డుప్పు
గడ్డపాఱయు మ్రింగిన♦గతిని బిఱ్ఱ
బిగిసి కూర్చుండుటలు లేక ♦ పెద్దతనము
గలదె యవి లేమి నను నీవు ♦ పలువ యంటి. 29
ఉత్సాహ. అనుచు నలుక దెచ్చుకొనుచు ♦ నతఁ డొకింతమేర వే
చనియె గంగిగోవువంటి♦సాదుబాపనిన్ నినుం
జనునె పలువ యనఁగ నింక ♦ సారె కనము పోక ర
మ్మనియె నృపతి యతఁడు దిరిగి ♦ యధిపుఁ డోడ ని ట్లనున్. 30
సీ. నీ విపు డనినట్ల ♦ మావచనము నమ్మ, గారాదు నిజము మీ♦వార మగుట
రాజకుంజర యథా♦రాజా తథాప్రజా, యనుపల్కు వృథసేయ ♦ నర్హ మగునె
య త్తమామలు మీర ♦ లైతి రింతట నుండి,యని యల్లనాఁడు రూ♦పానుభూతి
తద్విభుఁ బిలిచి యా♦స్థానంబునందు నీ, వాడినమాట యే♦మయ్యెఁ జెపుము
తే. యామఱపుదోస మి ట్లని ♦ యాత్మఁ బొదివి
వీఁచుచున్నది యె ట్లన్న ♦ వినుము దెలియ
దానఁ బరితప్త యయ్యె రూ♦పానుభూతి
తనయ తదవాప్తి నీయాత్మ ♦ తాప మొందె. 31
చ. అనుటయు నెట్టెటూ తెలుప♦వయ్య మహాత్మక యేల సేసె ది
ట్లనయము నింపుసొం పెసఁగ ♦ నమ్మెయి నాపువుఁదోఁట నేను గ
న్గొనినది యామదాశయత♦నూభవయే యది యింత వేగిరం
బుననె మనోజ్ఞయవ్వనముఁ ♦ బూనెనె యద్భుత మెన్న నావుడున్. 32
ఆ. ఏమి దెలుపు మనియె ♦ దింకను సందేహ, మా నృపాల నీదు♦మనసు సొ[illegible]
కొల్లలాడ సకల♦గుణరాశి మాయమ్మ, గాక వేఱొక ర్తు ♦ గలదె జగతి. 33
సీ. వివిధనిత్యాచార♦విధిఁ గొంతతడవు షా, డ్గుణ్యాదినయచింతఁ ♦ గొంతతడవు
గరడిసాదనలవే♦డ్కలఁ గొంతతడ విభ, ఘోటకారూఢిని ♦ గొంతతడవు
దేవవిప్రార్చన♦స్థితిఁ గొంతతడవు వే, దాంతవిద్వద్గోష్ఠిఁ ♦ గొంతతడవు
స్నానభోజనవర్త♦నలఁ గొంతతడ వింపు, గొలుపునాట్యనిరీక్షఁ ♦ గొంతతడవు
తే. మంత్రిసామంతముఖ్యస♦మస్తజనులు
గొలువఁ గొలు వుండుమహిమలఁ ♦ గొంతతడవు
చనఁగఁ గాలంబు నీవిన్కి ♦ కనఘ త్రోఁచ
దేమొ తగినజవ్వనమ యా♦యింతి కిపుడు. 34

ఉ. ఆయెలప్రాయమున్ భవదు♦దంచితకీర్తియు గోళ్ళు రాచఁగాఁ
గాయజుఁ డాకపై నలిగి ♦ కత్తులు నూఱుచునుండు సంతతన్
నీయవలోకనం బాదవ ♦ నేలకుఁ గోలకుఁ దెచ్చుచున్న వాఁ
డాయెలనాగబోఁట్లు తెలి♦యన్ వినిపింతురు నాకు నెంతయున్. 35

ఉ. పాపపురాచజాతి గుణ♦భంగు లెఱుంగుదు వేమిచెప్ప న
య్యో పెనుగోరముల్ త్రిభువ♦నోత్తమరత్నము ముద్దుఁగూఁతుప్రా
ణాపద లంతఁ జెందుతఱి ♦ నైనఁ దలంపరు నీకుఁ దెల్ప నీ
వై పరికింప వంచు దుర♦హంకృతి నాయమఁ గన్నదంపతుల్. 36

క. ఆకన్నియ వెత చూడఁగ, లేక సఖీజనులె యుమ్మ♦లింపుచు నెపుడున్
నాకు వినుపింతు రొకతఱి, నీ కేఁ జెప్పుదునె యనుచు ♦ నృపకులతిలకా. 37

సీ. ఏనును సముచితం♦బైనకాలము ప్రతీ, క్షింపుచుండుదు నీదు♦చిత్తవృత్తిఁ
దెలియక యాసుద్ది ♦ తలపెట్ట వెఱతు రూ, పానుభూతికిని మ♦దాశయునకు
మును నీ వనుగ్రహిం♦చినమాట తలఁపు సే, సినఁ జాలు బొంక వీ♦వనుచుఁ దలఁతు
బ్రాహ్మణజాతిచా♦పలమున మఱియుఁ గొం, కుదు నీవిరాళిభం♦గులు గణింతు

తే. నివి యితరమూలములో యంచు ♦ నెంతు నిపుడు
పిలిచి యడుగఁ దదాఖ్యలే ♦ తెలుప నైతి
మనమదాశయుపుత్త్రియే ♦ యనుచు సులభ
తావగుణమున వదలుదో ♦ యనుచు నీకు. 38

ఆ. తమ కసాధ్య మైనఁ ♦ దమితోడఁ గాంక్షింతు, రారనాళమును ధ♦రాధినాథ
తమకు సులభ మైన♦నమృతంబుఁ గైకొన, రెందుఁ బెరటిచెట్టు ♦ మందుగాదు.

క. ఇవి యితరులచొప్పులు గా, ని విశేషజ్ఞతఁ దనర్చు♦నీయందును గ
ల్గవ నిక్కువ మైనను నా, యవివేకము తెఱఁగు లిట్టి ♦ నవనీనాథా. 40

తే. అంత నాయింతిజాత్యాదు♦లడుగు టుడిగి
దానిఁ గూర్చిన నే లంచ ♦ మీనె నీకు
ననుచు నీవాఁడ మది కోర్కె ♦ యధిక మగుట
యరసి తెలిపితి నిపుడు త♦చ్చరిత మెల్ల. 41

తే. ఇంక సంబంధసాదృశ్య ♦ మెంచి చూడఁ
గొదవ గలయది గాదు ది♦క్కులఁ బ్రసిద్ధ
మైనయది కార్తవీర్యార్జు♦నాన్వయంబు
దిగ్విజయశాలి యందు నీ♦ తెఱవతండ్రి. 42

క. తనమహిమ నాశ్రయక్షితి, యొనరుచుఁ జనఁ జూచి సుగ్ర♦హకులీనత యం
చును దా హరింతు రెఱుఁగుఁడి, యనుజుఁడు సుమ్మాతఁ డిమ్మ♦దాశయుసతికిన్.

చ. కడు నుతి కెక్కునట్టి యధి♦కంపుఁగులీనతచే నతండు స
ల్గడల జనాధిపుల్ దనకుఁ♦గన్యల నిచ్చెద మంచు నెందఱే
బడిబడిఁ జెప్పి పంప నది♦పాటిగఁ బట్టక వారియాసుచే
నడపొడలేక పోయెనఁట♦యల్పము లయ్యెఁ గులాభిమానముల్. 44

క. జనివేళయందు నురుభా, గ్యనిమిత్తము లగుచుఁ బెక్కు♦గ్రహము లునికి నా
తని కిడినారట సుగ్రహుఁ, డనుపేరాశాస్త్రి మేమి♦యయ్యెనొ యెఱుఁగన్.

వ. అది యెట్టులు కాని మిప్పు డింతయు మధురలాలస యుభయకులశుద్ధి చెప్పె
డుప్రకారం బింతియ యని పలికి యి ట్లనియె. 46

క. ఆవనితామణి నిప్పుడు, జీవితముగ నిలిపి ప్రోవఁ♦జిత్తము గలదే
నోవసుధాధిప పూనుము, వేవేగం దద్వివాహ♦విధిమంగళమున్. 47

క. అని పంచాంగముపుస్తక, మును విడిచి కడుం బ్రయత్న♦మునఁ దిథివారా
దినిరీక్ష చేసి వ్రేళ్లె, న్ని నిరూపించెఁ గ్రహాది♦నిఖిలబలంబున్. 48

వ. ఇట్లు నిరూపించి సంతసిల్లుచు దేవరసిద్ధసంకల్పత యేమి చెప్పెడు నెల్లియ మీ
యిరువురపేర నత్యుత్తమం బైనదివాలగ్నం బున్నయది వివాహోత్సవ[illegible]
కుం దగినసకలసామగ్రియు సార్వభౌమునకు నెప్పు డైనను గలిగి యునికిఁ జె
ప్ప వలద యిప్పురం బేప్రొద్దును విహితమంగళాలంకారంబ యని పలికి మఱి
యు నతం డి ట్లనియె. 49

మహాస్రగ్ధర. ఫలముల్ హారిద్రపంక♦ప్రమిళితమణిశో♦భన్ వహింపన్ గృహాగ్ర
గళసౌభాగ్యాభినీతి♦క్షమితపురము పైఁ♦గంతముల్ మించి యొప్పం
బొలుచున్ నిత్యోత్సవద్వాః♦స్ఫురితము లగులేఁ♦బోఁకమ్రాఁకుల్ కర[illegible]
పొలయంగా దానఁ గాదే♦యొనరఁ గ్రముకకం♦ఠోత్తరం బంద్రపు దీనిన్. 50

శా. ఐనన్ దేవర పెండ్లికిం దగ వినూ♦త్నాలంక్రియాసంపదం
బూనంగా వలదే పురం బిపుడు సొం♦పుల్ మీఱఁ జాటింపు స
న్మానం బొప్పఁగ మామయింటికిని గ♦న్యారత్నయాచ్ఞార్థ మ
న్యూనప్రజ్ఞులఁ బెద్దలం బనుపు మో♦యుర్వీశ ధర్మస్థితిన్. 51

చ. అనుటయు సంతసిల్లుచు ధ♦రాధిపుఁ డవ్విధమెల్ల సత్వదా
త్మునిఁ బిలిపించి తెల్పి తద♦మోఘనయానుగతిన్ నిజాగ్రభా
ర్య ననుమతింపఁ జేయఁ బ్రథ♦మాగమముఖ్యులఁ బంపె నల్వురన్
జనపతిపూన్కి వారు దగు♦జాడను జెప్పిరి తద్వధూటికిన్. 52

వ. చెప్పి దీని కుత్తరం బెయ్యది చెప్పు మనుడు నప్పరమపతివ్రత వారితో నిట్లనియె.

ఆ. చల్లఁదనముతోడ♦నెల్లబంధువులకుఁ, దత్తదుచితమధుర♦తరగుణములఁ
జిత్తరంజనంబు♦చేయుట నభినవ, కౌముది యనుపేరు♦గలిగె నాకు. 54

తే. చంద్రకిరణభవాప్సరో♦జాతిఁ బుట్టి
యట్టిపే రొంది వెలయునే ♦ నకట యిపుడు
తగ సతుల కెల్ల సామాన్య♦ధర్మ మైన
పతిమనోనుకూలతకును ♦ బాయఁ దెరువె. 55

క. కావున నన్నే మడిగెద, రావసుధాధిపున కేది ♦ యభిమత మదియే
నావాంఛితంబు నిక్కువ, మీవృత్తాంతంబుఁ దెలుపుఁ ♦ డేర్పడ నచటన్. 56

వ. అని పలికి వీడ్కొలుపుటయు వారలు చని యావిధంబు భూవిభునకు విన్నవించి తదీయనిదేశంబున మదాశయునిగృహంబున కేగి యాకళాపూర్ణమహారాజునకుం గలిగినవివాహోద్యోగంబుఁ దెలిపి సుముహూర్తంబున సాక్షితాంబూలాదిసముచితశుభవర్తనంబులు నడపి రంత మంత్రిజనులు తద్వివాహోత్సవంబునకు నాయత్తపడఁ బురంబులోనం జాటించిన. 57

సీ. ఎక్కడఁ జూచిన ♦ నిండ్లపైఁ బసిఁడికుం, డలు క్రొత్తమెఱుఁగిడి ♦ నిలుపువార
లేవంకఁ జూచిన ♦ హిమవారితో గంధ, సారంబు కలయంపిఁ ♦ జల్లువార
లెచ్చోటఁ జూచిన ♦ నెలమిగోడలఁ దట్టు, పునుఁగుజవ్వాదియుఁ ♦ బూయువార
లేదిక్కుఁ జూచిన ♦ సింపుగా మణివేది, కలు గమ్మకస్తురి ♦ నలుకువారు
తే. ప్రేమఁ గప్రంపుముగ్గులు ♦ పెట్టువారు
కలునడంబులు మేల్కట్లు ♦ గట్టువారు
పచ్చఁదోరణములు పొందు♦పఱచువారు
నై రహోరాత్రసంభ్రమం ♦ బలర జనులు. 58

ఉ. పెండ్లి నృపాలునింట నని ♦ పేరఁటముల్ ప్రియ మొప్పఁ జెప్ప నిం
డ్లిండ్లకు శోభనాక్షతలు ♦ హేమపుఁబాత్రలఁ గొంచుఁ బెద్దపూఁ
బోండ్లు చరించి రాకలును ♦ బోఁకలుఁ గుంకుమపాళ్లు నూనెయుం
బండ్లును గొంచు వాద్యపుసు♦భధ్వనితోఁ దగువారు వెంటరాన్. 59

సీ. కర్పూరమృగమద♦గంధసారాదులు, విరివిగాఁ బసిఁడికొ♦ప్పెరలఁ గలిపి
మల్లికాకుందచం♦పకజాతివకుళాది, పుష్పముల్ హేరాళ♦ముగను గూర్చి
మంచివాసనల వా♦సించిననెలవత్తి, బాగాలు రాసులు ♦ పడఁగఁ బోసి
బంగారుచరపల♦పస మించుతమలపా, కులమావటాలు కొం♦డలుగ వైచి
తే. తత్తదధికారపురుషు ల♦త్యంతమోద
గరిమ నేవీథిఁ జూచినఁ ♦ గ్రందుకొనుచుఁ
బురములో గంధమాల్యతాం♦బూలముల న
శేషజనములఁ దనియంగఁ ♦ జేసి రపుడు. 60

తే. అయిదువతనంబు సుతసమృ♦ద్ధియును గలుగు
సతులు శుభవేళ మంగళ♦స్నానవిధులు

నడుమఁ దొడఁగిరి బహువాద్య♦నాద మెల్ల
దెసల నెఱపంగ మధురలా♦లసకు నంత. 61

ఉ. క్రొత్తగ నల్కఁ గస్తురిని ♦ గోమలి యొక్కతె యొక్క వేదిక౯
ముత్తెపుమ్రుగ్గు వెట్టె నొక♦ముద్దియ తద్దయు నేడ్క మీఱఁగాఁ
బుత్తడిపెండ్లిపీఁట యొక♦బోటి రయంబునఁ బెట్టె దానిపై
నుత్తరపుంజెఱంగులుగ ♦ నొక్కతె గప్పె విశుద్ధవస్త్రమున్. 62

తే. పెద్దముత్తైదు వొక్కర్తు ♦ పెండ్లికూఁతుఁ
గాంత లిరువురు తూర్పుమొ♦గంబు గాఁగఁ
బెండ్లిపీఁటపైఁ గూర్చుండఁ♦బెట్టి నెయ్య
నెరయ సంపెంగనూనె యం♦టిరి ముదమున. 63

క. ప్రేమమున సంభ్రమింపుచుఁ, గామిను లంతటను బసపు ♦ గలపినశుభగం
ధామలకముఁ బెట్టిరి మఱి, హైమఘటాంబువుల జలక ♦ మార్చిరి సతికిన్. 64

సీ. దడిమంపుఁజేలలఁ ♦ దడి యొత్తి పసపుకొం, గులతెల్లపట్టుదు♦వ్వలువ గట్టి
తలవెండ్రుకలఁ బావ♦డల నద్ది యద్ది శీ, ఘ్రమెతడియార్చిపు♦ష్పములు [illegible]
మలయజ మంగకం♦బులఁ బూసి ఘనవాస, నాశేషముగ నది ♦ నలిచి [illegible]
పాలిండ్లఁ గుంకుమ♦పత్రవల్లులు వ్రాసి, కమ్మకస్తురి తిల♦కంబు దీర్చి
తే. ముగుద తొంగలిఱెప్పల ♦ మొదల మిగుల,సన్నమై కనుపట్టఁ గ♦జ్జల [illegible]
లాక్షఁ బాదాంబుజంబు లం♦లంకరించి, యామదాశయతనయకు ♦ నలిన [illegible] తి.

సీ. తలుకుఁబిల్లాండ్లు బ♦బ్బిలికాయలునుమట్టి, యలు వీరముద్దెలు ♦ సందియ [illegible]
మొలనూళ్లునొడ్డాణ♦ములు నేవళంబుఁబుం, జాలదండయుఁబన్న♦సరము [illegible]
దీఁగయు నాణెము♦త్తెపుఁబేర్లు సందిదం,డలు సూడిగములు గొ♦డసరము [illegible]
గడియాలుఁబెక్కుఁబో♦కలయుంగరములుమ్ముం, గరయుఁగోలాటపుఁ ♦ [illegible]
తే. చెవులపూవులు బవిరెలు ♦ చేరుచుక్క
కొప్పువలయును సవరించి ♦ రొప్పు మీఱ
భూషణములకుఁ దా నొక♦భూషణమయి
పడఁతి యపు డొప్పెఁ గన్నుల♦పండు వగుచు. 66

సీ. ఇట్లు కై సేసి యా♦యింతులు తజ్జన, యిత్రిని బిల్చి నీ♦పుత్త్రిసొబగు
లెస్సగాఁ జూడు మో♦లేమ మాచూపోక, లాగు నీచూపోక♦లాగు [illegible]
రూపానుభూతి నా♦రూఢి కెక్కినదాన, వెవ్వరు నీపాటి ♦ యెఱుఁగ [illegible]
రూపవిశేషంబు ♦ రూపింప ననుచు నా, కొమ్మ నవ్వుచు నటు ♦ గొంత [illegible]
తే. నేఁగి తనకూఁతుసింగార♦ మెల్లఁ బెక్కు
[illegible] లెగదిగఁ గ్రేఁగంటఁ ♦ బాఱఁ జూచి

యింతకంటెను గయిసేయ ♦ నెవ్వ రింక
నేర్తు రనుచును వారల♦ నేర్పు మెచ్చె. 67

సీ. మెచ్చి యాచెలువంబు♦మిక్కిలి చూడ్కికి, వెక్కసం బై తోఁప♦ వెఱఁగుపాటు
గరము లోలోనన ♦ కప్పిపుచ్చుచు దృష్టి, దాఁకునో యనుచును ♦ దల్లడిల్లి
పువ్వుదండల నెపం♦బునఁ గొంత యిదిమాటు, పఱచెదననిముద్దు♦పట్టియఱుతఁ
దగునొక్కచెంగల్వ♦దండ మున్నమరించి, యదిగుబ్బచనుఁగవ♦యందుమిగుల

తే. వింత గాఁగ నొకానొక♦విలసనంబుఁ, జూప నయ్యింతిఁ గడుఁదాను♦జూడవెఱచి
కడమపూదండ లెల్ల నొ♦క్కటిగఁ బట్టి, బాల కపుడు సువాళించి ♦ పాఱవైచె.

వ. అట్టిసమయంబునం గళాపూర్ణుండును వివాహంబునకుం గట్టాయితం బై ప్రథమాగమాదిభూదేవసముదయాశీర్వాదనాదంబులు వివిధపుణ్యాంగనాసంఘాతమంగళగీతగానస్వనంబులును, వందివైతాళికసూతమాగధస్తుతికోలాహలంబులును, సందర్శనసమయాపేక్షసామంతసేవాప్రబోధనాయాతవేత్రహస్తజనస్తోమవిస్తారితాలోకశబ్దంబులును, సర్వసర్వంసహాజనజనితజయజయశబ్దంబులును, శంఖకాహళభేరీపటహఝల్లరీపణవమర్దళతమ్మటప్రముఖనిఖిలవాద్యనిర్ఘోషంబులును మిక్కుటం బగుచు నొక్కమొగి నలుదిక్కులుఁ బిక్కటిల్ల మిక్కిలి యెక్కుడగువైభవంబున నగరు వెడలి శుభశోభనాభరణభరణాభిరామరూపంబున దీపించునౌపవాహ్యంబు నారోహణంబుచేసి భాసమానాసమాననానాదేశభూమీశభూషాసంఘర్షరేణుపటలంబులును, గరటిఘటాకరతటోత్కటస్యందమానదానధారాప్రసారంబులును, సంకలితంబు లగుచుఁ గుంకుమపంకాలంకారవాసీరనిర్వర్తితావిశేషసంవిధానంబునకుఁ బౌనరుక్త్యప్రసంగంబు నొసంగఁ గుసుమకిసలయవిసరవిరచితసైరంధ్రీవందనమాలికాబృందంబు పందిరిచందంబు నందపఱచుచు సందికనిలుపల నరుణకిరణమండలిచాడ్పున బెండువడి యుండుటం జేసి సీసరపానిచలువ చెలువంద మకరందబిందుకందళసందోహంబులపొందునఁ జంద్రికాసౌందర్యధుర్యం బగుచు విస్తరిల్లుసమస్తపరివారతారహారప్రభావిభవంబునకు సముచితంబుగఁ బరిపూర్ణచంద్రమండలాయమానం బగుధవళాతపత్రంబు ధాత్రీజనంబులకు నేత్రోత్సవంబు గావింప నిండు లగుచు మిగుల దిగంతరాళంబునఁ బ్రబలి గుబులుకొనుగంధసారగంధోపాయనంబులు పచరించి వెలయుచు మలయపవనుండును దండతండం బై చెండుకొని దశదిశలును గుసుమైకమయంబుల యనిపించుచు, నుల్లసిల్లుమల్లికాకుందచంపకవకుళకురువకతిలకపున్నాగవనమాలికాశోకముఖ్యవిఖ్యాతవివిధసురభిప్రసూనమాలికలు కానుక లగుచుఁ బొసఁగ వసంతుండును మునుమున్నుగాఁ గొలిచి చిత్తంబువడసియునికి తనకు నవలంబముగఁ గోలు నభిలషించుతలఁపుతోడఁ దోడుచూపెడుకొఱకుఁ జెఱకువిలుతుఁ డిరుగడలఁ బాఁజుదీర్చినశుకపికమధుకరప్రకరంబులగతి నతిశయి

ల్లుచున్న యుభయోపాంతసంతతవితర్ది కాసిచయఖచితమరకతకురువిందరాజావ
ర్తహారినీలజాలంబులు నిజాలోకనాచరితంబులఁ జరితార్థంబు లగుచుండ నగణిత
తవితానయవనికాదివివిధవిరచనోల్లసితపల్లవప్రసవతల్లజమ్లానిపరిహారార్థంబుగఁ
దగువిధంబున దీప్రభాగంబుల నిబంధించినమంచుదిత్తులతుంపర లతిసూక్ష్మంబు
వలిపెపమ్యొదలయొయ్యారంబున బాగుమీఱుచునికి భోగత్వరాయాసనముచి
వేషవిస్ఫురితపురలక్ష్మీవక్షోజసాక్షాత్కారసంతానంబునుంబోలెఁ బ్రతిగృహద్వా
రవేదికావిశేషవిన్యస్తపూర్ణకలశవిలసనానుభవం బెడతెగక పొలుపుమిగులఁ స
గురుధూపధూమస్తోమసంరంభదంభజృంభితాంభోవాహసంభ్రమంబునకు సాఫ
ల్యంబు నాపాదించుప్రాసాదభాసురసువాసినీవారాధారాళితలాజవర్షంబులసంగి
డిసంగడిఁ గోలమెఱుంగుల తెఱంగున రంగుమీఱుబంగారుజలపోతబెత్తంబుల
టన ఘటిల్లఁ గటికివారు సారెకు బరాబరి గయుచు నేగుదేరఁ జారుతరచతురిమాతిశ
రంగలీలావృత్తవర్తితశ్రవణభూషణవినిర్ముక్తముక్తావర్గనిర్గచ్ఛచ్ఛవిగుళుచ్ఛంబుల
చేత నినుమడి ముమ్మడి యగుచు రంజిల్లువింజామరలు మంజుహాసామృతసా
రాయమానగండస్థలప్రదేశంబులఁ గాశనికాశంబులై ప్రకాశింప నాకాన
ఘృణిమతల్లికలయుల్లాసంబు నొల్లక యటువెనుక చేసి నాసాగ్రంబునం దనరు
ముఖంబున మగుడి నిలిచినపుండరీకంబునకుం బుష్పంధయబాంధవంబును మాక
రందంబుమిసిమియుం బరాగంబుపసయు ససదృశంబుగా నొసంగుచు విశేషా
తం బ్రకటించుముకుటమహానీలహీరచామీకరమరీచివీచికలవైచిత్రి
ర్యంబు నాచరింప సమీచీనసతతజయసుధాసేకంబు నాకులుఁ జిగుళ్లఁ బూ
మవ్వంబు లగుచు నామూలచూడంబుగా నుప్పతిల్ల నొప్పుచున్న విమో
గనప్రతిమరంగదంగుళీయకంకణాంగదఖచితగారుత్మతపద్మరాగమౌక్తికప్రభా
బరిమబలిమిప్రబలబలబాహుస్తంభముల స్తంభజృంభణంబు నెఱప నపూ
ర్మలత్వయాచ్ఞాపేక్షనుంబోలె నక్షత్రమాలికలచేత బహిరుపాసితంబు లగుచు
హృద్యంబు ప్రకటీకరించిన ఖసీభూతకరుణారసరేఖభావంబున స్వభావనా
ద్ధవిశ్రాణితశోణమాణిక్యశలాకావిలోకనమోహనం బగుచు బాహాంతర
గరంబు గనుపట్టుచుండ నొండొంటిఁ గదిసి నానావర్ణవిలసదవిరళప్రవాళ
సూనసంపదలతోడిమతీఁగలు దడివడువున బెడంగునడపెడువిచిత్రాంబరాభ
విభూషితమృదుశరీరంబులును దదగ్రభాగంబున శోభార్థంబుఁ దెరలినయు
పంక్తియో యనంగసోయగంబునం బొగ డొందునగుమొగంబులును
క్రీడమానకలహంసవిభ్రమప్రాచుర్యసూచనాచాతురీప్రబలంబు లగుక
బులు గలిగి యొప్పారువారనారీజనశ్రేణీకటాక్షవీక్షణంబు లక్షుద్రసౌర
శయసమాకృష్యమాణరోలంబజాలంబులుంబోలె వదనాంబుజంబునఁ
మింప నదభ్రవిభ్రమభ్రాజవాజిన రత్నవ రత్నోచ్ఛలితతచ్చరణకటకనాద

సహానువాదంబుగ నిజనాదమంజీరమాణిక్యలక్ష్మీకరపల్లవంబులు వినయవినమిత పరిసరచరకురుకరూశకోసలమగధమచ్ఛిల్లకమత్స్యవత్సాదిరాజకుమారుల చెక్కిళ్ల నల్లనల్లన తాళంబు లొత్తి నత్యంతంబు నిం పొందుచు ముందటిభూభాగంబు నావరించు సమంచితరత్ననూపురపారిహార్యనిర్యాతనూతనప్రభాపటలపరంపరల చేత నడుగులకు మడుగు లొత్తుట దోఁచ గభీరగమనంబుల నడచుగుడజీరకహారిద్రాదిశుభద్రవ్యపరిపూర్ణభాజనరాజమానహస్తప్రశస్తపురంధ్రీలోకంబు లోకపావనత్వంబున విలోకనీయం బగుచు నొప్ప లోకాతిశాయివిభవాభిరాముండును రామణీయకవిశేషవిజితకాముండును గామనీయకాఖర్వసర్వగుణసంపదుద్దాముండు నగుచు నుచితగాంభీర్యంబున మదాశయునిగృహంబున కఱిగె నతండు నఖండవైభవంబున దవుదవ్వులన యెదుర్కోలు చేసె నప్పు డాకించుకవడి యత్యంతసంభ్రమంబున. 69

క. చెలరేఁగి రెండుదోయం, బుల పేరంటాండ్రు చిత్త♦ముల నెంతయు వే
డ్కలు మీఱఁ జల్లులాడిరి, తలఁకక యభినవశుభాక్ష♦తవ్రాతములన్. 70

వ. ఆసమయంబున. 71

సీ. కడువేగమునఁ బెండ్లి♦కొడుకు నెమ్మొగమున, కరిగె నడ్డముపట్టెఁ ♦ గురువిభుండు
హయము కెల్లురుకునో ♦ యని రెండుగడలందు, వాగెఁ బట్టిరి మత్స్య♦వత్సపతులు
జతన యెచ్చరిక యం ♦ చతిరయంబునఁ జేరి, కైదండ యిచ్చెను ♦ జేదిభర్త
యశ్వలోచనముల ♦ కాత్మవస్త్రముకొంగు, మాటుగా నొనరించె ♦ మగధరాజు
తే. తమి నెదుర్కోలుసేయు మా♦తల్లి చెలుల
యక్షతలవాన సరకుసే♦యక చొరంగ
శత్రుశరవృష్టి గాదురా ♦ సామి యన్న
నవ్వెఱుఁగ దుర్గ మని నవ్వె ♦ నర్మసఖుఁడు. 72

ఉ. శ్రీలు దలిర్ప భూరమణ♦శేఖరుఁ డిట్లు మదాశయుం డెదు
ర్కో లొనరించి తెచ్చి మణి♦కోమలపీఠిక నుంచి కూర్మి యి
ల్లాలు పసిండిగిండి గొని ♦ యాదటఁ దోయము వోయఁగాఁ బద
క్షాళన మాచరించి నరు♦సకన్ సలిపెన్ మధుపర్కముఖ్యముల్. 73

మ. క్రమ మొప్పారఁగఁ బెండ్లిపెద్ద లిరువం♦కన్ వర్తిలంగాఁ బ్రగ
ల్భమనీషం బ్రథమాగముండు తమితో ♦ లగ్నాష్టకంబుల్ పఠిం
చి మనోజ్ఞం బగులగ్నవేళ శుభముల్ ♦ చేర్పించె శాస్త్రస్థితిన్
విమలశ్రీల మదాశయాత్మజకు మా♦ణిస్తంభికిం బ్రేమతోన్. 74

క. మంగళసూత్రము గట్టెఁ గు, రంగాక్షికి నంతరంగ♦రాజేంద్రుఁడు పు
ణ్యాంగనలు పెండ్లిపాటలు, మంగిలికోళ్ల మృదుగీతి ♦ మధురిమ నెనయన్. 75

సీ. ఇరువంకఁ జెలు వెత్తు♦లిడుచు నుబ్బించంగ, జిఱునవ్వులోఁ గొంత♦సిగ్గు వదలి

ఘనతరం బగుగుబ్బ◆చనుదోయి మీఁది కెం,తయు మిటారింప హ◆స్తంబు లెత్తి
కడుదీఁగె సాగుచు◆బడగునెన్నడుము మి,క్కిలిఁ గృశంబుగఁ ద◆త్తఱిలుచు నిక్క
ము త్తైదువలు దగ◆నెత్తుబంగరుపళ్లె, ముల ప్రాలు దోయిళ్ల ◆ ముంచి ముంచి
తే. ప్రియునిచే వేగిరము నోకిం◆తయును మించ
నీక సాటికి నేటికి ◆ నిందువదన
పొలుపు మీఱంగఁ దలఁబ్రాలు ◆ పోయుకడఁక
చూపరులచూడ్కి కొకవింత◆సొబ గొనర్చె. 76

ఉ. పావకుఁ డగ్రభాగమునఁ ◆ బ్రస్ఫుటకీలలఁ బర్వ లాజహో
మావసరోద్యతాంజలి త◆దంగన శోభిలె నందుకోఁగ హ
స్తావళి యెత్తి యాడెడుగ◆ణాధిపుముద్దులు చూచువేడ్క నిం
పావహిలంగ మీఁదఁ జలి◆తాంజలిఁ బట్టుభవానికైవడిన్. 77

చ. అలరుచు నాలతాంగి ప్రథ◆మాగముపంపున లాజహోమ ము
జ్జ్వలశిఖియందు సల్పుచును ◆ జాలఁగ నొప్పె సమీరలోలకో
మలనవమాలికాతిలక◆మంజులపల్లవతల్లజోల్లస
ల్లలితరసాలకోపరిగ◆ళత్కుసుమావళి నొప్పుచాడ్పునన్. 78

మ. చెలికత్తెల్ ధ్రువదర్శనంబుకొఱకుం ◆ జేముట్టి పల్మాఱు నె
త్తు లిడఁగా మొగ మెత్తె నొయ్యనఁ దద◆స్తోకత్రపాభారమున్
నెల దోడ్తోడన పైకిఁ బుచ్చుకొనుచు◆న్కుంబోలె వ్రీడావతీ
తిలకం బాసతి నమ్రభావము క్రమో◆త్తీర్ణంబు గావింపుచున్. 79

చ. మిపులఁగ సూక్ష్మమై మినుకు◆మిన్కు మటంచుఁ బ్రకాశ మొందెడున్
ధ్రువుఁ గనుఁగొంటె యల్లదె య◆రుంధతిఁ జూచితె యంచుఁ దత్సమీ
పవిశదతారలం గుఱుతుఁ ◆ బల్మఱుఁ జెప్పుచు బోంట్లు తెల్పి తె
ల్పి వనితచేతఁ గంటి నని◆పించిరి తత్పతి విన్చు రంజిలన్. 80

సీ. కలవంటకములు బూ◆రెలు దేనెతొలలు చా,పట్లు మండెంగ లొ◆బ్బట్లు వడలు
కుడుములు సుకియలు ◆ గడియంపుటట్లు వె,న్నప్పాలు వడియంబు◆ లప్పడాలు
పొంగరంబులు సొజ్జె ◆ బూరెతాగులు సేవ, లుక్కెర లరిసెలు ◆ చక్కిలములు
ఖర్జూరగోస్తనీ◆కదళికాసహకార, ఫలములు కొబ్బరి ◆ పనసతొలలు
తే. తేనియలు జున్ను మీఁగడ ◆ లానవాలు
పానకములు రసావళ్లు ◆ పచ్చడులు న
వాజ్య మొలుపుఁబప్పులు కూర ◆ లనుపమాన్న
మపుడు ప్రజ నెల్లఁ దనియించె ◆ నహరహంబు. 81

వ. అది యట్లుండె నంత. 82

సీ. వెలయు వియ్యా లంది ◆ వీడుకోళ్లు గుడిచి, నారముల్ ముడిచిన◆నాపసాని

యోజన మొనరింప ♦ నుచితక్రమంబునఁ, బుణ్యాంగనల్ గడఁ ♦ గ్రోలు చొచ్చి
పొలుపుమీఱఁగ నాక♦బలికృత్యములు సల్పి, యావధూవరుల నె♦య్యంబుతోడఁ
బూర్ణకుంభాంతర♦స్వర్ణ రౌప్యంబులొం, డొరులకంటె మునుపు♦నరయ వృత్తిఁ
తే. బుచ్చికొనుటయు సచ్చెలు ♦ వెచ్చరింపఁ
గరము లిడి యిరువురును నొ♦క్కటియె దొరకఁ
బెనఁగులాడుచుఁ జిఱునవ్వు ♦ లొనరఁ బులక
లడరఁ గనిరి మిథఃస్పర్శ♦నానుభవము. 83

తే. ఎల్లభంగులఁ జిత్ర మై ♦ యెసఁగునట్టి, సతి కళాపూర్ణ రాజసం♦గతిఁ దనర్ప
జగతి కెల్ల మహాపర్వ ♦ మగుచుఁ బరఁగె, నప్పు డావేళ మరుఁ జేచు♦టరిది గాదె.

క. అనుపమహర్షశ్రీలం, బెనుపొందెడు పెండ్లికూఁతుఁ ♦ బెండ్లికొడుకుఁ గ
న్గొనుజను లప్పుడు దమలో, ననయముఁ బ్రమదాద్భుతంబు ♦ లావహిలంగన్.

తే. కడుఁ గళాపూర్ణుఁ డనుకీర్తి ♦ గన్న యాతఁ
డీసతివిశేష మెఱుఁగుట ♦ యెన్నవలదె
యీమధురవస్తువును గొన ♦ నెఱిఁగెఁ గాన
మధురలాలస యనుపేరు ♦ మగువ కొనరు. 86

ఆ. అని నుతించి రిట్లు ♦ ఘనసమృద్ధిని వివా, హంబు సంగతిల మ♦దాశయుండు
పెండ్లికొడుకు వెంటఁ♦ బ్రియపుత్త్రి నసిపె న, న్నంతవస్తుతతుల ♦ నరణ మిచ్చె.

వ. అవ్విధంబున ననుపునప్పుడు సముచితలౌకికవైదికాచారంబు లన్నియును విహి
తంబులు గావించి రూపానుభూతి తనకూఁతుఁ బిలిచి యిట్లని బుద్ధి చెప్పె.

క. సుముఖాసత్తిమణిస్తం, భమహాయోగీంద్రు లత్త♦మామలు నీ కో
రమణీమణి నీకోడం, డ్రము నెఱుఁగరు వారు యోగ♦రసనిశ్చలతన్. 89

ఆ. అత్తమామ లన్న ♦ నాచార్యుఁ డన్న స, ద్ధర్మ మన్న నిష్ట♦దైవ మన్న
నీకుఁ బతియె సుమ్ము♦ నెయ్యంపుఁగూఁతుర, యిదిమహోపదేశ♦మెఱిఁగికొనుము.

క. దివ్యాంగన యొరపరి గడు, భవ్యచరిత నీదుసవతి ♦ పతికంటెను సం
సేవ్య సుమీ యాయమయెడ, నవ్యయభయభక్తివినయ♦వై యుండఁ దగున్.

క. సౌందర్యవిలాసాదుల, యందునె తగులునడి యితర ♦ మరయనిమగవా
రుం దఱచుగఁ గల రయిన న, నిందితచరితములె సుమ్ము ♦ నీపతి కింపుల్. 92

ఉ. కొందఱు రూపసంపదనె ♦ కొందఱు సాధుచరిత్రశక్తినే
యెందుఁ బ్రసిద్ధులై పతుల ♦ కింపొనరింతు రనూనమైనచ
క్కఁదనముఁ సువర్తనము ♦ గల్గిన పెన్మిటి కేమిచెప్ప నా
చందనగంధిజాదులు ప్ర♦సాదము గాదె చకోరలోచనా. 93

ఉ. కావున రూపయౌవనవి♦కస్వరగర్వభయంబుచేతఁ గా
నీ విభుఁ డిచ్చుమన్ననల ♦ నెయ్యపుటాల నటంచు నమ్మి కా

నీ వినయాఢ్యు లేమఱక ♦ నీహృదయేశుఁ దదీయబంధుమి
త్రావళులన్ సపత్నిని య♦థార్హవిధిన్ ముద మందఁ జేయుమీ. 94

మ. అని డగ్గుత్తికఁ బెట్టుకొన్చు ఘనప♦క్ష్మాంతర్నిరుద్ధాశ్రు లై
యనుపం జాలక చాల కంపె సుతఁ గ♦న్యారత్నముం దల్లి వీ
డ్కొనఁగాఁ జాలక చాల కంత మది నె♦ట్లో యొక్కచందాన వీ
డ్కొనియెన్ వే మఱపింపలేవు పతిభ♦క్తుల్ మాతృవిశ్లేషమున్. 95

వ. ఇవ్విధంబున మధురలాలసాపాణిగ్రహణకల్యాణవైభవంబు నవధరించి కళాపూ
ర్ణుండు గృహప్రవేశమహోత్సవానంతరంబున దేశాంతరాయాతరాజలోకం
బు నస్తోకసత్కారవిశేషంబులం బరితోషంబు నొందించి తత్తద్దేశంబుల కనిపి
నంతఁ దద్వధూతిలకంబు వికసితవదన లగుసకియలమునగలవలన. 96

క. తననవసంగమదిన మది, యని విని యుబ్బుచుఁ బ్రహృష్ట♦యై మాటికి న
చ్చినచోటికి వచ్చుచుఁ బో, యినచోటికిఁ బోవు చుండె♦ నేమో కలఁకన్.

సీ. మధురలాలస నేఁడు ♦ మగనిసాన్పనుచును, నిజకోప నిరీక్షించి ♦ నిలుచువారు
కోమ మేలె ఫలించెఁ ♦ గోర్కె నీ కని తన, యదరువింతలకు మా♦ఱలుగువారు
మాయమ్మ యివి కల్ల♦మాట లింతియె నీవు, గైకోను మని శాంతి♦గఱపువారు
లిప్పటనుండి మా ♦ కేల యప్పుడు చూచె, దివ్వార్త నిజ మని ♦ నవ్వువారు

తే. నిజ మయిన నేమి యనఁగదే ♦ నీవు వెఱవ
దరుముకొని వచ్చుచున్నారు ♦ తరుణి వీరు
సారె కనువారు నై బోంట్లు ♦ సరసగోష్ఠి
సలుపఁగా నాఁటిపవ లెల్లఁ ♦ జెలువ గడపె. 98

క. అంతటఁ దల దువ్వి గడున్, వింతలు సింగారములు ప్ర♦వీణతఁ జెలు లా
కాంతకుఁ జేసిరి లజ్జా, క్రాంతత నెల్లమి నటింపఁ♦గాఁ దమబలిమిన్. 99

సీ. ఇట్లు సింగారించి ♦ యెదుట నద్దము వెట్టి, చూచుకొమ్మన లజ్జఁ♦జూడఁ గొనకుఁ
జెలు లెడఁగాఁ జన్న ♦ నిలువుటద్దము చూచి, కొనగోర నటు దిద్దు♦కురులు విసంబు
నంత వారే తేర ♦ నెంతసూక్ష్మగ్రాహి, యిది యంచు ముకురప♦రీక్ష నెఱుపు
నాయలంకారర♦మ్యత చెదరకమున్న, యధిపుఁడు తనుఁ జూడ ♦ నాత్మఁ గోరు

తే. సిగ్గుకతమున సఖియల ♦ చేర్పు వాని
చనువుఁ బరికించుతొడవుల♦యునికి మట్టు
మచ్చుమర లేకయుండ నే♦మఱక యోము
మిగుల మేగరగరికె యా♦మెఱుఁగు బోఁడి. 100

చ. అసదృశభూషణాన్వితవి♦లాసవిచిత్రత నొప్పె నాసము
ల్లసితసువర్ణవర్ణగృహ♦లక్ష్ములచెక్కిళులో యనంగ నిం

పెసఁగెడునిల్వుటద్దముల ♦ నేణమదాదివిచిత్రలోచనా
రసమయపత్రవల్లరుల♦ప్రక్రియతోఁ దనసీడ యేర్పడన్. 101

శా. ఆసౌభాగ్యవతీవతంస మొకయే♦కాంతప్రదేశంబునం
బూసెజ్జన్ విహితోపదేశ యగుచుం♦ బొల్పొందెఁ బత్రావళీ
న్యాసాప్రచ్యుతభిత్త్యధోఘటితహ♦స్తాంచత్కపోలంబుపైన్
వాసిం గామునినిల్వుటద్దమునకున్ ♦ సౌందర్యముల్ డిందఁగన్. 102

ఆ. ఇవ్విధమున నామృ♦గేక్షణ యేకాంత, వర్తనమున నుండి ♦ వరసమాగ
మావిలంబసిద్ధి♦ కభిలాష మెంతయు, మహిమ పొలయఁ దనదు♦మానసమున.

చ. విభుఁ డిఁక వచ్చు నెప్పుడొకొ ♦ విఘ్నము లే మయినం ఘటిల్లునో
యభినవకౌముదీయుతము ♦ లైనవి యాకెకు నాడుసంగమం
బభిమత మాట గూడద యొ♦కప్పుడు నట్టిది గాని నాఁడు దు
ర్లభము గణించునే సురవి♦లాసినివల్లభుఁ డన్యకాంతలన్. 104

చ. తనకడ కేగినప్పుడు ప♦దంబుల కేఁ బ్రణమిల్ల నవ్వరాం
గన కృప గల్గినట్ల కడు♦ గారవ మొప్పఁగఁ గౌఁగిలింపుచుం
దనరుము చాల నైదువత♦నంబున నంచు నొసంగె దీవనల్
తనకును వాంఛితంబ యిది ♦ తత్కృపభంగులు నమ్మ వచ్చునే. 105

చ. అదియును గాక యాత్రిభువ♦నైకసమాదరణీయరూపసం
పద గలవల్లభుం గలసి ♦ భవ్యసుఖంబులు గన్నయింతి దా
మదిని సహించునే నిమిష♦మాత్రముఁ బాయఁగఁ బాయకుండఁ ద
త్తదుచితనీతు లెప్పుడును ♦ దప్పక పన్నుచునుండుఁ గాకిలన్. 106

శా. లోకుల్ కాముఁడు కాముఁ డంచుఁ గొలఁదుల్ ♦ రూపింప కాయుత్తమ
శ్లోకుం బోలిచినం గతానుగతికో♦లోకో యటం చుండుటల్
గాకిట్లీతఁడు నొప్పునే యఖిలదృ♦క్పర్వంబు గాకున్నె ర
మ్యాకారుండఁట శంభుదృష్టి కహహా ♦ యామంట రప్పించునే. 107

మ. తరుణీశాతకటాక్షవీక్షలకొనల్ ♦ దార్కొన్న చోట్లుం బలె
న్నురుశోభావిభవాకరంబు లగుచున్ ♦ రోమాంకురస్థానముల్
పరఁగన్ ముట్టినఁ గందునో యని కడుం ♦ బాల్గాఱుచున్నట్టియా
ధరణీనాథుమెఱుంగుఁజెక్కిళులు నే♦త్రప్రేమపాత్రంబు లై. 108

శా. మారుం డద్భుతశంఖ మొక్కటిని సం♦పాదించి దోర్మధ్యక
స్తూరీచర్చనెపంబునం దనదు కేల్ ♦ దోపన్ సువర్ణత్వశో
భారిప్సన్ శశి కెత్తి చూప నతఁ డ♦త్యంభోదుఁ డై చేరి యిం
పారం బట్టుట దోఁచుఁ దద్గళము కే♦శౌఘంబు మోముం గనన్. 109

మ. శమగాంభీర్యధృతిక్షమార్జవదయా♦శౌర్యప్రమోదాదికో
త్తమనానాగుణరత్నకోశనిలయో♦ద్యత్కాంచనద్వారబం
ధమహాస్తంభదనూనబాహుఁ డగునా♦ధాత్రీశువక్షఃకవా
టముపై నెప్డాకొ గంధపట్టిగతి నుం♦డన్ నాదు కేల్ సేప్పుటల్. 110

క. ఏలిక యై తను రా జొకఁ, డేలఁగ మని యునికి మెచ్చ♦ కేమోయక తా
రాళియుగ మఖిలరాజశి, ఖాలంకృతి యయ్యె మదధి♦పాంఘ్రినఖము లై. 111

తే. ఆలలితచరణము లొత్తు♦ కేలు కేలు
కోర్కెఁ దద్వక్షమునఁ జేర్చు♦కుచము కుచము
దివుటఁ దద్రహఃకథ విను♦చెవులు చెవులు
పలుకు లేల తద్రతి గన్న♦బ్రదుకు బ్రదుకు. 112

చ. అని తలపోయుచున్ నిజవ♦యస్యలు పిల్వఁగ వేళ యైన నం
దునికి యెఱుంగ కెం దరయు♦చుండెదరో తను నంచు లేచిపో
వ నలరుఁబోఁడి యించుక ప్ర♦వర్తిలునంతన వేడ్కతో సఖీ
జను లరుదెంచి రచ్చటికి ♦ సంభ్రమ మొప్పఁగ నల్ల నవ్వుచున్. 113

వ. అందు నొకప్రౌఢ యగుసతి నయంబుతోడ. 114

సీ. ఓచెలి యెక్కడ ♦ నున్నదానవె యంచు, నల్లన డాసి వా♦లారుగోళ్ల
నూరక ముంగురు ♦ లొకచోటు దువ్వి పా, పటచేరుచుక్క సం♦ఘటన యా[illegible]
శ్రవణభూషల లేని♦రవ వార దుడుచుచు, నిది వేళయఁట హృద♦యేశు సేవ
కే తేరవలయును ♦ రా తడయక యంచు, నొడివి యొక్కించుక♦తడవు నిలిచి

తే. ఇంతి యామాట కేమంటి ♦ వీ వెఱుఁగని
నీతి లేదు ప్రియుం డదె ♦ నీదు రాక
కెదురుచూచుచు నున్నవాఁ ♦ డిచ్చ యెఱిఁగి
చనుట దగుఁ గేళిగృహమున ♦ కనుచుఁ బలికె. 115

చ. పలికిన మాఱు పల్కక త్ర♦పాభరనమ్రముఖారవింద యై
జలజదళాక్షి యొప్పెఁ దన♦చన్గవ కన్గవడాలు పర్వఁగాఁ
గలయఁగ మంచిగందమునఁ ♦ గస్తురిఁ దత్సమయోత్సవాంగమం
గళకలశార్చనాఖ్యశుభ♦కర్మము సల్పెడుపొల్పు దోఁపఁగన్. 116

ఉ. ఆగతి నున్కిచూచి సఖు ♦ లందఱు నేమిట వచ్చు టేమి నీ
లా గిది యేమి యింతికి వి♦లక్షణమే చనుదెమ్ము లెమ్మనన్
వ్రీఁగరిమంబు వాపుచు నొ♦కించుక లేవఁగఁ బూను మాను నా
లోఁ గొద గొన్నసిగ్గునఁ జె♦లుల్ బలిమిం దను దివ్వఁ గోరుచున్. 117

వ. అంత నొక్కమిక్కిలిప్రగల్భ యగుమగువ మిగులం జనవు వైరసి. 118

మ. పౌది వైనాథులు దారు గోపురము లిం♦పుల్ మీఱఁగాఁ జేయుచుం
గదిపెండ్రేసికొమాళ్లఁ గూఁతులఁ దగం♦ గన్నట్టియిల్లాండ్రకున్
మది లజ్జాదులు లేవె నీకు బళె స♦న్మానంబుతోఁ జక్క వ
చ్చెదో యేమేగలదే యటంచుఁ దిగిచెం♦ జేపట్టి యాయంగనన్. 119

వ. అయ్యవసరంబునం గళాపూర్ణుండు తదాగమనంబున కెదురుచూచుచుండి వారిగజిబిజి కొంత చేరువను వినంబడినం బ్రేయసీవిలోకనోత్కంఠ యాఁపలేక లేచి వచ్చి కౌతుకం బడర గవాక్షమార్గంబునం దద్రూపలావణ్యవిలాసంబు నిరీక్షింపుచు నచ్చెరు వంది యాపాదమస్తకంబుం గ్రమంబునం బరికింపుచుఁ దనమనంబున. 120

ఉ. క్రిందను మీఁదనుం బడియ♦ కించిదనూయఁ బెనంగులాడు న
ర్ధేందుఁడు నుల్లసద్బలస♦మృద్ధతమిస్రము వ్రాలెఁ జాలఁ జె
న్నొందెడు ఫాలముం గబరి♦యున్ మఱి పాపటముత్తియంపుఁ జే
రుం దులకించుకస్తురియు♦ రూఢిగ బాహులలీల నొప్పఁగన్. 121

ఉ. ఎత్తినకోలగా మదనుఁ♦ డేసిన వే చని వచ్చునర్ధచం
ద్రోత్తరబాణమో యనఁగ♦ నొప్పెడుపాపటతో లలాట మా
యుత్తముఁ డంత దానిఁ బడ♦కుండఁగ విల్ నిడుపెల్ల గౌతుకా
యత్తతఁ దన్ముఖంబునకు♦ నానెనొకో యన నొప్పెడుం బొమల్. 122

లయవిభాతి. తనపడగకై భువన♦మున వెదకఁగాఁ జనిన♦ వినుతములు రెండు దొ
ర♦కినను మరుఁ డందుం, బెనుగడఁకచూడ మొగ♦మనెడుహసితామృతపు♦ఘనసర
సిఁ బాఱవిడి♦చినసమత నొండొం,టిని దరములాడునయ♦నవిభ శుభ మీనముల♦
కును బతనకృత్యవధి♦పను పరత మధ్యం, బున నిడినచంపకపుఁ♦గనదిషుధియో
యనఁగ♦ వనితవరనాస పస♦నలరెడు నిరూఢిన్. 123

క. సమదాక్షిమీనసంచా, రమునఁ దొలంకుచును ముఖస♦రస్సున లావ
ణ్యము వెల్లిపాఱఁ గ్రేవల, నమరించినపిల్లకొలఁకు♦ లంగనవీనుల్. 124

తే. ఒనర మకరధ్వజుండు చే♦ర్చినతదంక,విలసనముతోడఁ జిన్ని లేఁ♦దళుకుటరిగ
బిల్లలో యన మకరిస♦ముల్లసత్క, పోలఫలకంబు లమరెను♦ బాలికకును. 125

మ. శిరసందం బరయం బరాత్ములకు నీ♦శీతాంశుబింబాస్యవా
తెరబింబప్రతిబింబభావము సమ♦ర్థించున్ నిరూఢంబుగా
వరబింబానుభవంబునుం బలె నధో♦వార్తిన్ విశుద్ధామృతం
పురసం బానుచునే శుకాదులు బలెన్♦ మోదింతుఁ జిత్రంబుగన్. 126

తే. సంజఁ గెంపారుసన్నంపు♦జలదరేఖ
యందు నొక్కింత మినుమిను♦మనుచు దోఁచు

చిన్నితారలగతిని రా♦జిల్లుచున్న
చలువపలుమోవి మఱుఁగునఁ ♦ బలుకుబడిని. 127

చ. ప్రతినవచారుకేసరప♦రాగశలాటుమిళిందబృందచి
త్రితకుహళీయుగంబుగతిఁ ♦ గ్రేవలఁ గర్ణకలాపరత్నని
ర్గతరుచిమంజరుల్ దనరఁ♦గాఁ గ్రముకద్రుమకంఠలక్ష్మికిం
బ్రతిభటవృత్తిఁ జూపెడును ♦ భామినికంఠముసొంపు పెంపుతోన్. 128

సీ. లీలమైఁ గదియ ని♦ల్పినపైఁడితమ్మిమొ, గ్గలనాళయుగ మన ♦ నలరుకౌను
నవి వ్రేఁగుచేతఁ ది♦ర్యఙ్ముఖంబునఁ గొంత, నతిఁ జెందె ననఁగఁ జ♦న్గవబెడంగు
పొలుపొందుతన్నాళ♦ములసంధిరేఖ యే, ర్పడుబోటుబలెరోమ♦రాజిపొలుపు .
నొండొంటిఁ బాసి పో♦కుండ దానికి నట్లు, వైచినచందాన ♦ వళులసొంపు
తే. నొప్పుచున్నవి యేమని ♦ చెప్ప నేర, చాలనన్నివి కలఁచుట ♦ సముచితము
కామునకు బొట్టికోలలు♦గావె నాళ, ములఁ బ్రకాశించుతామర♦మొగ్గ లరయ.

చ. అనుపమముల్ రతిస్మరుల♦యాటకు నర్హము లంచుఁ గప్పిపె
ట్టినపువుబంతు లీసతిక♦డిందిచనుంగవ తేఁట్లు క్రేవలం
దును జొరకుండఁ జేరిచిన♦తోరపుసంపఁగిపూవుదండ లీ
వినుతభుజంబు లాతుదల ♦ వేడ్కకు నిడ్డచిగుళ్లు హస్తముల్. 130

తే. అతివయవలగ్నయష్టిఁ బెం♦పారునాభి
మురువు కాంచనస్రగ్బిల♦మో యనంగ
నుల్లమును నెల్ల హరియింపు♦చున్న దార
యతనుశిఖియందు వ్రేల్వ హ♦వ్యమునుబోలె. 131

ఉ. మానవతీవతంసముస♦మగ్రనితంబవిజృంభణంబు జం
బూనదిసైకతస్థలము♦పొల్పు వహింపుచుఁ జాల నొప్పెసుం
బై నునుమంచుప్రోలె వెలి♦పట్టుమడుంగు బెడంగు చూప నా
పై నవసారసాళిపరి♦పాటి నుదంచితకాంచి మించఁగన్. 132

తే. అతివతొడలును జఘనంబు ♦ లరసి చూడఁ
గొమరు మీఱెడుజమిలితొం♦డములశిరసు
తోడివలరాచవారియ♦ద్భుతపుహస్తి
యగ్రభాగంబు చూపఱ♦ కాత్మఁ దోఁప. 133

మ. ప్రమదారత్నముజంఘ లిం పెసఁగెడుం ♦ బ్రాధ్మాయమానంబులై
నమనోజాతసువర్ణకాహళికలో ♦ నా వాసిఁ బూరించువా
రిమెఱుంగుల్ గురుగుబ్బలో యన శుభ♦శ్రీ నొప్పెడుఁ గుల్ఫదే
శము లాపైఁ బిడికిళ్ల నాఁ గనకభూ♦షాపంక్తి నింపారెడున్. 134

చ. జలజదళాయతాక్షిమృదు♦చారుతరప్రపదద్వయీవిని
ర్మలరుచి ఘల్లుఘల్లుమను♦రత్నపుటందెలమ్రోఁత జృంభణం
బుల నవకంపుఁగచ్ఛపము♦పొల్పు నదల్పుచు గెల్పు దెల్పెడుం
గలుగునె యింక దీనికి జ♦గంబులలో నుపమాప్రసంగముల్. 135

చ. అకలుషతారలే తదబ♦లాంఘ్రిని బట్టినతమ్ములన్ నఖా
త్మకతను గొల్చి పాయ విధి ♦ ధర్మమ యీజలజంబు లాదిఁ దా
రకముల రాజరాజు గ్రహ♦రాజు కరం బిడ నొప్పు పెంపుతో
సకలజయస్మరోదయము ♦ సల్పుట దెల్లమ నాకు నిత్తఱిన్. 136

తే. అతనుదశదిశావిజయకీ♦ర్త్యంకురముల
మీఁద మునుపుగ వెలువడి ♦ మెఱయువిత్తు
లతివపదనఖములు వాని♦యంతికమునఁ
జలువ కిడినలతావిశే♦షంబు మేను. 137

క. అని వర్ణింపుచు మిగులన్, మనము తదాలింగనంబు♦నకుఁ దమకింపన్
జనపతిగోరె నవిఘ్నత, ననయముఁ గొనసాగి రాఁ ద♦దాగమనంబున్. 138

ఉ. ఆమెలనాగ యంతటఁ ద♦దాలయసన్నిధిఁ బేర్చులజ్జపెన్
రాయిడిచేత బోంట్లను గ♦రం బలయించెను సాగి పోక భూ
నాయకుఁ డేమి యప్రియ మొ♦నర్చితి నీకును దోసకారి సి
గ్గా యుడికించె దింత ననుఁ ♦ గాంతను రా విడకంచు దూఱఁగన్. 139

క. అంతటఁ దద్గృహదేహళి, చెంతకు నయ్యింతి చేర ♦ శీఘ్రతఁ జని భూ
కాంతుఁడు దనపానుపుపై, సంతసమునఁ బొదలుచుండె ♦ శయనించి తగన్.

వ. అంత. 141

ఆ. ఓసి వెఱ్ఱిపడుచ ♦ యూరక రమ్ము పె
నంగ కెదుట నదె క♦నుంగొనియెడు
ననుచు నెయ్యఁ బలుకు♦చును జూపెఁ బ్రియు నొక్క
ముగుద కేల నోరు ♦ మూసికొనుచు. 142

క. అడుగులు దడఁబడఁ బులకలు, పొడమఁగ సఖి వెనుక కొదుగఁ ♦ బోవుచు నరసె
న్నెడమలఁచి పడఁతి యప్పుడు, కడగంటివిలోకనమునఁ ♦ గాంతునియునికిన్. 143

సీ. రేఖలై మీఁదట ♦ రెప్పలయొప్పుఁ బన్నాగంబుకడపళ్ళ♦బాగు నెఱప
సరిదిపట్టుపడాల♦యంచులగతిఁ గ్రింది, పక్ష్మమాలికలు చూ♦పట్టుచుండ
వెలయింపఁ బన్నాగ♦ములకుఁ బైనిడినయం, బురపుదండెలుపోలె♦బొమలు దనర
నెఱుగులదెసఁ దోఁచు♦చున్నట్టిశిరసుల, బలెఁ గనీనికలు గొ♦ల్కులు దలిర్ప
తే. శుభ్రభాగముల్ బిగియుము♦సుంగు దన్ని
యొసఁగుపెఱమేను లన నొప్ప ♦ నెదురఁ బడుర

తిస్మరులయందలము లనఁ ♦ దృష్టిఁ గొలిచె
వెఱపుతో నింతి క్రేగంట ♦ విభుని నరయ. 144

తే. అంత మఱలంగ మఱలంగ ♦ నతివ చెలులు
బలిమిఁ బొదవంగఁ బట్టి లో ♦ పలికిఁ దెచ్చి
రప్పు డొకబోటి నృపునిపా ♦ దాంతికమున
రెండుసందిళ్లు పట్టి కూ ♦ ర్చుండఁ బెట్టి. 145

ఆ. పెట్టి యోలతాంగి ♦ ప్రియునంఘ్రు లొత్తు మ,ట్టిట్టు పెనఁగి తేని ♦ యెఱుఁగుమాగద
యనినృపాలుఁ జూచి ♦ యటుపాదమిడఁగ ద,య్యాపరాకుమాని ♦ యనియె నగుచు.

క. అని తచ్చరణంబు విలా, సినియూరువులందుఁ జేర్పఁ ♦ జేసి బలిమి నా
వనజముఖి చేతఁ బట్టిం, చెను సంవాహన మొనర్పఁ ♦ జేసెఁ గ్రమమునన్. 147

సీ. అదె యెవ్వరే పిలి ♦ చెదరు నదే మొకో, యరసి వచ్చెద నంచు ♦ నరిగ నొకతె
చిలుకయూఁకలిని ద ♦ ర్శింపరై తిరెయదె, కూయుచున్నది యంచుఁ ♦ బోయె నొకతె
మనజాలవల్లిక ♦ మఱచి వచ్చితిఁ గొంచుఁ, జనుదెంతు నది యంచుఁ ♦ జాఱె నొకతె
యదివో యి యెంత సే ♦ పయ్యెఁ జూచితె తోడు,కొనివత్తు నేనంచుఁ ♦ జనియె నొకతె

తే. అందఱును బోయెదరె నేను ♦ నగుగుదెంతు
ననుచు నొయ్యనఁ బల్కుచుఁ ♦ బెనఁగ లేవ
మధురలాలస నప్పుడు ♦ మనుజవిభుఁడు
పదమునం దూరుభాగంబు ♦ లదిమిపట్టె. 148

ఉ. లేవఁ బెనంగ వేఁడియును ♦ లేమ విభూషలు మ్రోయఁ దోడనే
యీవిధి మ్రోఁత లైన శర ♦ దిందుముఖీ వినువారు నిన్ను బ్రీ
డావతి యండ్రె యంచుఁ దను ♦ డాయఁగ హస్తము పట్టికొంచు గో
త్రావిభుఁ డొయ్యఁ బల్కెఁ జెవి ♦ దండఁ బెనంగఁ దలంక నెంతయున్. 149

చ. కదలఁగ రా దొకించుకయు ♦ ఘల్లున మ్రోయఁగ నంచు నందియల్
మొదలుగఁ గొంతసొమ్మపుడు ♦ ముద్దియ యొయ్యన కీ లెడల్చి మే
లొదవఁగ నూడ్చి వల్లభుఁడు ♦ నోసతి యాయితపాటు లెస్స యం
చు దయితతోఁ గపోలములు ♦ సోఁకఁగ మంతన మాడె నవ్వుచున్. 150

వ. అప్పుడు. 151

ఉ. ఏపలుకుం జెవిం బడఁగ ♦ నీక పెనంగుచు మోము దవ్వుగాఁ
బాపుచుఁ ద్రోపు లాడుసతి ♦ పాణితలంబుల మేళనంబు ను
ర్వీపతి కింద్రభోగమటు ♦ వేడ్క నొనర్ప ముఖాబ్జముం గడుం
బాపఁగ నాలకించుటయె ♦ బ్రహ్మసుఖోదయ మయ్యె నయ్యెడన్. 152

సీ. ప్రథితమిథోరాగ ♦ కథల మంతనముల, హృదయంబులోపలి ♦ బెదరు దీర్చి
సవ్యాజకృతకుచ ♦ స్పర్శాదిలీలల, నంగాంగమేళన ♦ మలవరించి

జిలిబిలినెయ్యంపుఁ♦జిట్టకంబులచేత, నెలనవ్వు చెక్కుల ♦ మొలవఁజేసి
లజ్జాపదంబు ల♦ల్లన మాటిమాటికిఁ, జెనకుచు నొక్కింత ♦ సిగ్గుపఱచి
ఆ. యపుడు కుసుమసాయ♦కాగమాధ్యయనాధి, కారసిద్ధిఁ గొంత ♦ గలుగఁజేసె
నానసుంధరాధి♦పావతంసుండు రూ, పానుభూతితనయ ♦ కాదరమున. 153

తే. వరునిచిట్టంబుసేఁతలఁ ♦ గరము ప్రేమ
మెఱపువోలెఁ దళుక్కున ♦ మెఱచుఁ గాని
నెలఁత సిగ్గనుమొగులులో ♦ నిలువలేద
యదియు మిక్కిలి నిం పయ్యె ♦ సతనిమదికి. 154

ఉ. భీతియు లజ్జయుం దనరఁ ♦ బెంపఱి డాఁగుమనోజుఁ దేర్చి ధా
త్రీతలనాథుఁ డంగసమ♦దిం దలచూపఁగ నట్లు సేయ వాఁ
డాతనికిం గ్రియాసచివుఁ ♦ డై సతి నీవి వదల్చెఁ జాదుకో
నాతని నిల్పె ఱేఁడు ప్రియ♦యాత్మఁ గరంపుచుఁ జుంబనాదులన్. 155

వ. ఇవ్విధంబున. 156

ఉ. మిక్కిలి మిక్కుటం బగుత♦మిన్ రతికిన్ సతి నూలుకొల్పుచుం
జెక్కిలి నొక్కి చుంబనము ♦ చేసి కవుంగిట నోలలార్చి తాఁ
జొక్కుచుఁ జొక్కఁజేయుచుఁ బ్ర♦సూనశరాసనఖేలనక్రియల్
పెక్కుతెఱంగులన్ సలిపెఁ ♦ బ్రేయసియింపుకొలంది నంతటన్. 157

క. దినదినమున కతివమదిన్, ఘనగరిమన్ మరుఁడు దఱుమఁ♦గా రతులతఱిన్
దినదినమునకుఁ గృశించెను, గనుకనియెను ద్రపయు నిరవ♦కాశతఁబోలెన్.

వ. అప్పుడు. 159

మ. చనుగ ట్టంటఁగనీక మోవికి ముఖ♦స్పర్శంబు గానీక తా
ఘన యంచున్ గ్రహియించనీక జఘన♦క్రాంతిం బ్రవర్తిల్లనీ
క నితాంతంబు పెనంగుటల్ క్రమమునం ♦ గంజాక్షి వేసారిన
ట్టొనరన్ మానుచు వేడ్కఁ దేల్చె నృపము♦ఖ్యుం గొన్నిరే లంతటన్. 160

సీ. పరిరంభరోధంబు♦పైఁ బరాకునఁబోలె, నధరపానంబున ♦ కనుమతించి
నెమ్మోవి నిడ్డఁ జిం♦తిలుపరాకునఁబోలె, గోరొత్తులకుఁ జను♦గుబ్బ లొసఁగి
కుచకళికలు చూచు♦కొనుపరాకునఁబోలెఁ, గటివస్త్రహృతి కవ♦కాశ మిచ్చి
నీవి క్రమ్మఱఁగఁ బూ♦నెడుపరాకునఁబోలె, జఘన మంటుటకును ♦ సమ్మతించి
తే. చెలువ తనలజ్జ చెలిమియుఁ ♦ జెడక నడవఁ
దద్విరోధి యైనట్టిచి♦త్తజునిపనియు
హారువు సేయుచుఁ గొన్నినా♦ళ్లాత్మవిభుని
హృదయవృత్తికి నొకవింత ♦ యిం పొసర్చె. 161

చ. కపటపునిద్ర ప్రావృతఱిఁ ♦ కౌఁగిట నానుచు మోవి మోవిఁ జే
రుపుచును గొన్ని రాత్రులు వ♦రుం దనియించె లతాంగి యంతఁ ద
త్కపటముఁ గాంచియుం గనని♦కైవడి నట్ల యొనర్చెఁ గొన్ని రే
లపు డతఁ డాఁపలేక నగ ♦ నల్లన తాను నవ్వె వేడ్కతోన్. 162

ఉ. అల్లన యంతఁ బ్రేమవిభ♦వాతిశయంబున లజ్జ నోర్చుచున్
వల్లభుచేతు లాచుతఱి ♦ నవ్వులు గుల్కఁగఁ బూనె నంత నే
నొల్లకయున్న మాన విభు ♦ డోర్చుమ నీ విది యంచు నవ్వుచుం
బల్లవపాణి యొత్తె ముని♦పంట నిజేశ్వరు మోవి నయ్యెడన్. 163

ఉ. చెప్పినయట్లు సేయ నిఁకఁ ♦ జెల్వకరంబు పెనంగితేని నేఁ
జెప్పెద సుమ్ము నీ విభుఁడు ♦ సేసినవా తెఱఁగంటి బోటితోఁ
దప్పక యంచు వల్లభుఁడు ♦ దన్ వెఱపింపఁ దలంకినట్ల తా
నప్పతికోర్కె దీర్చె సతి ♦ యర్థిమెయిం బురుషాయితక్రియన్. 164

సీ. పాలిండ్లు ప్రియపడి ♦ పతిఁ జూడ లజ్జఁ ద,ద్వక్షస్స్థలంబుపై ♦ వ్రాలి వ్రాలి
మగుడఁ ద న్వేఁడుచు♦ నెగనెత్తి పట్టఁగా,ముకునత్తు లిరుగేల ♦ మూసి మూసి
యిఁకఁజూడఁగప్పితి♦నిదెయంచుఁజనుముక్కు,లతఁడుపాణులనంట♦నలఁగియలఁగి
కటిభార మొగయనె♦త్తుటకుఁ దోడ్పడియెద,నని చాఁపఁ బతిచేతు ♦ లాచియాచి
తే. తనదుగోప్యాంగముల దాఁచి♦కొనగరామి
యరసి కెలనికి డిగిపోవ ♦ మరలి మరలి
కొమ్మ పుంభావరతి కాదిఁ ♦ గొంచెఁ గాని
కొలఁది యెఱుఁగద మది దొర♦కొన్న వెనుక. 165

సీ. తరళితతాటంక♦ధాళధళ్యంబులు, మెఱుపుఁదీఁగలరీతి ♦ మెఱయుచుండఁ
బరిగళన్మల్లికా♦ప్రసవవిలాసంబు, తరుణబలాకల♦సరణిఁ బరఁగ
నతిరభసచ్ఛిన్న♦హారమౌక్తికములు, వడగండ్లచందంబు ♦ గడలుగొలుప
నూర్పుగాడ్పులతోడ ♦ నోలిమైఁ బర్వఘు,ర్మకణోదయంబు వ♦ర్షంబు గాఁగఁ
తే. గాంతకబరీభరం బను♦కారు మొగులు
వితతముగ నంతకంతకు ♦ విఱియఁ బాఱఁ
దన్నుఁ గని సుమాళింపుచు ♦ ధవునిహృదయ
నవమయూరము చెలరేఁగి ♦ నాట్య మాడ. 166

చ. దరముకుళద్విలోచనము ♦ దార్యదుదంచితకాంచినాదమున్
విరమదురోజవల్గనము ♦ విస్ఖలదూరుకముం గళానిరి
త్వరమణితంబు నై సతిర♦తంబు తదాత్వరతస్పృహాపునః
పురిషితపూరితం బగుచుఁ ♦ బొందెఁ గడుం బరిపూర్తి నంతటన్. 167

వ. ఇవ్విధంబునం గ్రమప్రవర్ధమానకందర్పదర్పశిల్పంబుల నొప్పునప్పుడంతితోడిక్రీ
డల నాపుడమిఱేఁడు వేడుకం బ్రవర్తిల్లుచున్నంత. 168

ఉ. పాటిలెఁ గృష్ణధర్మ మొక♦పాటిగ నంత వసంతకృంతనో
చ్చాటితహేతిసంపదల♦సత్ప్రసవప్రదరప్రతాపసం
ఘాటహుతాశనోల్ముకని♦కాయమతిప్రతిపాదనోదయ
త్పాటవపాటలాపటల♦పాటలితోపవనావనీక మై. 169

సీ. కమలసౌగంధిక♦గంధవాసితసర్వ, దిక్కంబు లగు కేలి♦దీర్ఘికలును
బన్నీటితూపరఁ♦ బరఁగించుధారాగృ, హంబులఖేలనా♦డంబరముల
వెలఁదివెన్నెలలఁ జొ♦ప్పిలుచంద్రకాంతంబు, మేడలమీఁదిసం♦క్రీడనములఁ
జెంగల్వరేకుల♦సెజ్జల నొప్పఁ గ, ర్పూరవేదికలవి♦హారములను

తే. వలిపెచెంగావులను ముత్య♦ములతొడవుల, మల్లెపూవులదండల♦మలయజాంగ
రాగములసంతతము నను♦రాగ మమరఁ, గడపి రాదంపతులు గ్రీష్మ♦కాల మెల్ల.

ఉ. అందము గాఁగ నంతట ఘ♦నాఘనకాలము చాల నొప్పె ని
ర్నిందితగంధబంధనవ♦నీపమనీకమనీభవన్నిజేం
దిందిరబృందముక్తనళి♦నీమలినీభవనాగతారసా
స్పందజుగుప్సదఘ్నసయు♦శాయితయాయమరాళజాల మై. 171

వ. అక్కాలంబున. 172

క. మెఱుపులకును నుఱుములకును, వెఱచుట నెపముగ లతాంగి♦విభుకౌఁగిటిలో
నెఱిఁ బొదివి విడువఁ డతఁడున్, వెఱ పుడుపుట నెపముగాఁగ♦విడకుండె సతిన్.

క. ఇవ్విధమున నొండొరుపై, మవ్వంబుగఁ బ్రబలుప్రేమ♦మహిమంబులతో
జవ్వనపుఁబోఁడుములు కను, నవ్విభుఁడున్ సతియుఁ గడప♦నంతటిలోనన్.

క. తనవిభుఁ డనిశము నవ్విధ, మున నాసతిఁ జాయ కునికిఁ♦బోలెన్ మహిఁ దా
ఘనఫలశాలీక్షుశరా, సనబాణక్రాంతిఁ జెందె♦శరదృతు వమరన్. 175

క. ఆరమణీరమణుల కా, శారదవేళలు గరంబు♦సరసతఁ బెనిచెన్
శారదగంధానయనవి, శారదపవనములు ఘర్మ♦సలిలము నడపన్. 176

స్రగ్ధర. హేమంతం బంత నంత♦ర్హ్మాతకమలబలో♦దీతవిస్ఫీతశీత
క్షామాత్మస్వామిధామ♦క్రమణకృశవపు♦ర్షప్రవిశ్రాణితాతి
క్షేమప్రేమప్రకామ♦శ్రితరతముదిత♦స్త్రీముఖవ్యూహసౌహా
ర్దామందానందదిందూ♦దయకలనబలెన్ ♦ యామినుల్ మెచ్చ వచ్చెన్. 177

క. అగలునఁ జవ్వాదినిఁ దే, మగఁ బూసినయట్టివజ్ర♦మణిసౌధములన్
బిగికౌఁగిటఁ జేర్చె విభుం, డిగురాకుంబోఁడి నట్టి♦హేమంతమునన్. 178

వ. అంత. 179

శా. అన్యోన్యోన్నతిఁ బొల్చె మాఘము లనం♦గాసంగభృంగౌఘమై
యన్యక్కారతుషారభృత్యవరశై♦త్యచ్ఛన్నకందర్పదా
ర్జన్యాసంగమసంప్రవర్ధితపరీ♦రంభక్రియాసంభృతా
న్యోన్యాంగప్రసభప్రవేశయువయు♦గ్మాంతఃకృతిశ్లాఘమై. 180

తే. మఘుతపసిమిడిగింటెముల్ ♦ ములజడిజిగి
దోమతెరమంచములు హాసం♦తులు జవాది
యగళుసిరులు చిన్నెలు గాఁగ ♦ నతఁడు గడపెఁ
జలినెలలు తద్వ్యథూకుచ♦శరణుఁ డగుచు. 181

వ. తదనంతరంబ. 182

మాలిని. వికసితఘనసూనో♦ద్వేలజాలప్రవాళ
ప్రకటకపటరూఢ♦ప్రౌఢకీర్తిప్రతాప
ప్రకటజయసమంచ♦త్పంచబాణాస్త్రప్రోద్గా
యకశుకపికకాంతం ♦ బై వసంతంబు వచ్చెన్. 183

ఉ. శాలికతో వనీరతుల ♦ భాసిలుతేనికిఁ గుంకుమాంకరే
ఖాలలితస్తనగ్రహణ♦కాంక్షను నాతెఱవాంఛచేతఁ ద
ద్వేళఁ గడుం బచేళిమభి♦దేళిమదాడిమకేళిమత్తకీ
రాళియు బాలపల్లవర♦సాకలనాకులకోకిలంబులన్. 184

తే. ఇవ్విధంబున నతఁ డెల్ల♦ఋతువులందు
నంతకంతకు మఱి ప్రేమ ♦ యగ్గలింపఁ
దత్తదుపభోగ్యవస్తుసం♦తతులచేత
మిగుల నింపుగ రమియించె ♦ మగువఁ గూడి. 185

చ. అరుదుగఁ దెచ్చుకోలుపొల♦యల్క నొకప్పుడు మార్గ్గంబుగాఁ
బొరలిన నింతసాహసము ♦ పోలునె మీకని నవ్వునవ్వధూ
వరులఁ బ్రవాళశయ్య యిరు♦వంకలఁ దత్తనుతాపయోగని
స్సరదకలంకఫేనలవ♦జాలవిషంబున డాలు సంధిలన్. 186

క. ఆమనుజాధిపుఁ డభినవ, కౌముదికిని వరుసఁ దప్ప♦క సమానమనః
ప్రేమలు మీఱఁగ దక్షిణ, తామహనీయుఁ డయి నడపె ♦ దర్పకలీలల్. 187

చ. అభినవకౌముదీరమణి ♦ యంతటిలో నొకనాఁడు రాగసౌ
రభము దలిర్పఁగాఁ దనుఁ ది♦రంబుగ వీణియఁ బూని పాడుచున్
శుభగతిఁ గొల్వఁ దత్పటిమ♦సొంపు పినం బిలుపించె భూమివ
ల్లభుఁ డొకయింతిచే మధుర♦లాలస నచ్చటి కాదరంబునన్. 188

తే. ఇట్లు పిలుపించి తద్గాన♦ మించుకంత
యాకె వినునంత నధిపుఁ డో♦యబల నినుఁ బ్ర

వీణ యన వీండు నేను ద♦ద్వీణ నీవు
పుచ్చుకొని పాడు మంచు నా♦పొలఁతిఁ బలికె. 189

క. పలికిన విసుఁ గా దన భీ, తిలి యిటు నటు నట్టుకొట్టు♦ తెఱవ తెఱఁగు భూ
తలవిభుఁడు చూచి యిది యే, మలికుంతల తెలుపు మనుచు♦నడిగెఁ బొరిఁబొరిన్.

తే. అడుగుటయు నీవిపంచిస♦మంచితశ్రు, తిప్రకాండములకు జగ♦తీతలేంద్ర
మామకస్వరపటిమస♦మాన మగునె, కాదొ యనియెడుశంకయొ♦క్కటిజనించె.

క. నా విని యందుల కేమి స్వ, భావగతిం బాడు మనిన ♦ భామిని గాన
ప్రావీణ్యముఁ జూపెను గడు, నావీణియ శ్రుతులు గితులు ♦ నధరితములుగాన్.

క. విభుఁ డపు డాకంఠస్వర, విభవమునకు నేరుపునకు ♦ వెఱఁ గొందెఁ గడుం
ద్రిభువనదుర్లభ మిది యని, యభినవకౌముదియు మిగుల ♦ నద్భుత మొందెన్.

వ. పదంపడి యొక్కింత విచారించి మేదినీనాయకుండు మధురలాలసం జూచి. 194

క. నీ వాయించువిపంచికఁ, దేవలయుఁ దానికొలఁది ♦ దెలియుద మనినన్
భూవలయాధీశ్వరునకు, నావనరుహదళనిభాయ♦తాక్షి వినీతిన్. 195

ఉ. ఏరికి నెట్లు దోఁచిన స♦హించుట గాని నిజంబు చెప్ప కే
నేర మఱుంగుపెట్టి ధర♦ణీవర యింకను నీవు మత్స్వరో
దీరణ మెత్తికోలునకు ♦ నీడుగఁ బల్కెడువీణ లేద యెం
దారసి చూచినం గొలుప ♦ దాత్మకు దానను బాట మిక్కిలిన్. 196

తే. నగర నవ్వీణయునికి భూ♦నాథ యేను
వినుచుఁ జూడఁగవలయు నం♦చును దలంతు
దీనికొలఁది యేపాటియో ♦ దేనరకునె
తెలియఁ బరికించితిరె తేట♦ తెల్లముగను. 197

వ. అనుటయు నమ్మహీపాలుం డబ్బాలికతో నిట్లనియె నేటివర్తమానంబు వీణి
యలందు నిదియె యుత్తమం బగుట చిత్తంబున నిడి యేను మొదల నుండి
యు దీనిపరిచయంబునం దగిలియుండుటం జేసి యిప్పటిదాఁక నెప్పుడు నధికం
బునకు బుద్ధి పొఱదు గాని యిప్పుడు భవదీయగానంబు వినంగ మంద్రమధ్య
మతారస్వరవిలాసవిశేషంబుల కిదియ కడకత్త్య మనియు నివ్వీణియపలుకులు
సమగ్రంబులు గా వనియును నామనంబునకు సరిదాఁకి యున్నయది యని య
భినవకౌముదిం జూచి దీనికంఠస్వరంబునకుఁ దగినవీణియ యెక్కడనేనియుం
గలదొకో యనిన విని యాభామిని యోభూవర దేవరకు గానప్రసంగంబున
ము న్నేను విన్నపంబుచేసితి మదీయం బైనయీవల్లకి యెల్లవీణియలకు నెక్కు
డని తొల్లి తుంబురుండు మెచ్చి ధరియించియుండుఁ దనకుం బ్రియశిష్యురాలం
గావున నతండు నాకు నొసంగె నింక నింతకంటె నుత్తమంబు లెక్కడం గలి
గెడు నని పలికి యొక్కింత చింతించి యిట్లనియె. 198

క. ఆతుంబురుఁ డీసందున, గీతకళన్ నారదునకుఁ • గీడ్పడియె ననన్
భూతలనాయక వింటివి, జేతోగతిఁ దెలియు మేవి • శేషము గలదో. 199

వ. అనుటయు నమ్మాటవలనఁ గళాపూర్ణుండు మున్ను మధురలాలసకథలలో[illegible]
దనకు వినఁబడిననారదునితుంబురునిజయోద్యోగంబు దలంచుకొని తత్ప్ర[illegible]
గంబున నిజపూర్వజన్మవృత్తాంతంబు సంస్మృతం బైన నందు మృగేంద్రవాహ[illegible]
నామందిరగుప్తం బైనతనవిపంచియునికి చింతించి మదాశయవృత్తికంత స[illegible]
బునకు నదియె తగినది యని హృదయంబున వితర్కించుచు దానిం బరికిం[illegible]
తెప్పించుట కుద్యోగించి యాచంచలాక్షిం జూచి యింక నొక్కవీణియ యొక్క
చోట నున్నయది నీదుపాటకు ననురూపంబు గాఁబోలు నని పలికెఁ దత్ప్ర[illegible]
లకు మున్న యభినవకౌముదిం దదీయసఖులు బ్రక్కబరడి యొక్కెడం దో[illegible]
గఁ దోడ్కొని పోయి యేకతంబున ని ట్లనిరి. 200

క. అకటకట ముగుద వన్నం, తకుఁ గలవు సపత్నిపాట • తగులందుఁ గడుం
బ్రకటించుపతికిఁ దో డై, వికసిల్లుచుఁ జెప్పె దెచటి • వీణెలసుద్దుల్. 201

తే. ఆకెగానంబు నీవీణె • నతికరించు
టాదియందునె యెఱిఁగి చు • మ్మతఁడు నేఁడు
పిలిచి తెప్పించి ని న్నింత • చులుకఁ జేయు
కొఱకె తప్పదు మామాట • యెఱిఁగికొనుము. 202

ఉ. నేఁడు దలంప నీవరుఁడు • నీభవనంబునఁ బాట వించు ను
న్నాఁ డఁట యాకెమీఁదట మ • నం బిడఁ డే నిడుఁ గాక యంతటం
బోఁడిమిఁ బిల్వఁ బంచెఁ దల • పోయఁగ నిం కొకవింత యాకెపి
ల్లాడికరంబు ప్రేలఁ బది • లంబుగఁ దాల్చినవాఁడు చూడవే. 203

చ. ఎఱుఁగవు గాక యొక్కపు డొ • కించుక మార్గ మిడ్డఁ గూర్చి కం
గొఱఁతయె యెంత చెప్పినను • గోమలి నేరవ యల్కఁ దెచ్చుకో
నెఱయ నధీనవౌ టెఱిఁగి • నేఁ డిదిగో కయికొమ్మి మిక్కిలిన్
నెఱిసె యతండు నీవు విన • నేర్చెడి మాపలు కెప్పు డేనియున్. 204

క. పడఁతి యెటులయినఁ బ్రాణముఁ, బిడికిటఁ బట్టుకొని నేఁడు • ప్రియు[illegible]
ప్పుడువలెఁ బలుకక యుంచుక, తడ వుండుము మాఱుఁగాను • దాలిమి[illegible]న్.

తే. మధురలాలసపాటపై • మదిని దనకు
నింత వేడుక గలిగిన • నేకతమున
సతతమును వింటి గాక యి • ట్లతఁడు నిన్ను
నోటఁ బఱచుట దగునె నీ • కోర్వఁ దగునె. 206

క. కావున నీయోటమి నీ, కేవెరవునఁ బాయునది య • నీశుఁ[illegible]
కావించు క్షణము పలుకక, నీ వుండిన నేమెఱుఁగమె • నెయ్యము కొలఁ[illegible].

వ. అని బోధించినఁ దనమనంబున నాయించుఁబోఁడి. 208

క. నా నెయ్యపుఁదమిమహిమము, చే నప్పుడు విభుని తెఱఁగు ♦ చింతింపఁగ లేఁ
గాని సఖీజనకథితం, బైనది యింతయు నిజంబ ♦ యారసి చూడన్. 209

క. కావున నేఁ జనువులకుం, బోవుట యిఁక ననుచితంబు ♦ బుద్ధిఁ దలంపం
గా వినువారలు నగరే, తా వలపున విభునికోదవఁ ♦ దలఁపనికాంతన్. 210

వ. అని విచారించుచు వారి కప్పటికిం దగినయుత్తరం బిచ్చి నిశ్చలం బైనధై
ర్యంబున నెప్పటియట్ల ప్రవర్తిల్లుచుండె నంత నాఁటిరేయి భూనాయకుండు
తదీయగృహంబున కరుగునప్పుడు. 211

క. నాయకునిరాకఁ గనుఁగొని, యాయచ్చరపూవుఁబోఁడి ♦ యత్యంతపరి
స్ఫాయద్భక్తి వినీతి వి, ధేయత ఘనసంభ్రమమునఁ ♦ దేటపడంగన్. 212

శా. అత్యంతంబు నలంకరింపనిమనో♦జ్ఞాంగంబుతో ఱేనికిం
బ్రత్యుత్థానము చేసి మానికి బలెం ♦ బాద్యాదిసంపూజనా
కృత్యంబుల్ ఘటియించెఁ గాని సరసో♦క్తిస్మేరవీక్షాదిలా
లిత్యం బేమియుఁ జూపదయ్యో రతికే♦ళీరాగరమ్యంబుగన్. 213

క. తలిమముపై నెరసులు గిర,సులు లేకుండంగఁ దుడిచి ♦ సుకిదడినుపుదు
వ్వాలువ పయిఁబఱచి తలగడ,నిలిపె విభునిశయనమునకు ♦ నెలఁతుక యంతన్.

వ, తదనంతరంబ యందు నాత్మేశుండు పవ్వళించియుండ నాచంచలాక్షి చేరువఁ
దా నొక్కపసిండిగద్దియం గూర్చుండి యాకుమడిచి యొసఁగుచుండెఁ దత్ప్రకా
రంబు గనుంగొని యాభూరమణుండు తనమనంబున. 215

సీ. శృంగారగంధి యై ♦ చిఱునవ్వు తెలిడాలు, చెక్కుటద్దములపైఁ ♦ బిక్కటిల్లుఁ
బుష్పబాణోద్ధతిఁ♦బుంఖానుపుంఖమై, తొలఁకుచుండుఁ గటాక్ష♦విలసనములు
నాకూతగర్భంబు♦లగుచుఁ దేనియలుట్టఁ, గలికిపల్కులు ప్రవ♦ర్తిలుచు నుండు
గుబ్బచన్నులకెలం♦కుల నారు వ్రాసిన, యట్లుప్పతిలుఁ బుల♦కాంకురములు
తే. వచ్చి యే నిట్లు నిలిచిన ♦ నెచ్చెలువకు
నిప్పు డవి మాని యేమకో ♦ యిట్లు శుష్క
వినయభక్తిపాతివ్రత్య♦విహితవిధుల
నన్ను వంచింపుచున్నది ♦ నళినవదన. 216

వ. అని సంశయించి నేఁటిపాట లీపాటలగంధికిం గౌటిల్యకారణంబు గాఁబోలుఁ బరీ
క్షించి చూచెదం గాక యని యాకమలవదన కిట్లనియె. 217

ఆ. నీ విదేమి చెప్పు ♦ నేఁ డోకలాగునఁ, గానుపించుచున్న♦దాన వబల
యెపుడు నే నెఱుంగ ♦ నిట్టివి నీయందు, ననుడు మాఱుపలుక ♦ కబల యున్న.

ద్వ్యక్షరికం. నానెమ్మనమును మానీ, మాననిమానమున మనను ♦ మన్నన నన్నో
మానిని నీమనమున నను, మానము మానమును మాని ♦ మనమును నెమ్మిన్.

వ. అనుడు నచ్చెలువ సొలయుచు నిట్లనియె. 220

ఉ. పాటల గెల్చినట్టిసతి♦పల్కులు పల్కులు గాక యిట్లు నేఁ
డోటమి నున్నమాపలుకు ♦ లోన్నృప యేటికి నీకు వట్టియా
మాటల కేమి ప్రోదు మది ♦ మక్కువ వే ఱొకచోట నుండఁగా
బోటుఁదనాలు చన్నె మిము♦బోంట్లకుఁ దక్కినవారికిన్ వలెన్. 221

ఉ. మాపని యేమి యున్నయిది ♦ మానక యొక్కపు డీ తెఱంగునన్
మీపొడగాన్పు గల్గుటయు ♦ మిక్కిలి నబ్బుర మింతనుండి మీ
కీపరిపాటిసేవ రచి♦యించుట కే తగినట్టిదాన నో
భూపవరేణ్య యేను బెఱ♦పోఁడుము లెంతటిదవ్వు మా కిఁకన్. 222

చ. అనయము నట్టిమన్ననలు ♦ నాబహుమానము నాప్రియంబు నా
చనువును గల్గి యున్నపుడ ♦ చచ్చుట యుక్తము మాకు నట్టిశో
భనగతికిన్ విరోధి యగు♦పాపపుటాయువు దిట్టుకొంటగా
కనియెడి దేమి యున్నది న♦రాధిప నిన్ను గుణైకభూషణున్. 223

క. సంగీతకళలఁ జెలఁగుకు, రంగాక్షి బెడంగులం గ♦రంగుట దప్పో
భంగించి యితరకాంతఁ దో, అంగుట తప్పో తడంబ♦ఱచి పురుషులకున్. 224

క. నా విని యేయపరాధము, నావలనం గలుగఁ దెలిసి ♦ నారీమణి యీ
భావమున నెన్ని యేనియు, భావంబులు ముట్ట దూఱి ♦ పలికెదు గినుకన్. 225

చ. పయికొని నన్ను నిట్లు మరు♦బారికి లోనుగఁ జేయఁ బూని యే
నియతిరయొ వట్టిసందియము ♦ నీ కొనరింపఁగఁబోలుఁ గాని య
ట్టియహిత మేను నీకును ఘ♦టింపను మీచరణంబుమీఁది యా
న యనుచు లేచి వచ్చి పతి ♦ నాతిపదాబ్జము వట్టెఁ బట్టినన్. 226

ఉ. ముట్టకు చాలుఁజాలుఁ గడు ♦ మోహపుదేవ్రులకాళ్లు పట్టుకో
నెట్టును జెల్లుఁ గాక ధర♦ణీశ్వర యేటికి వట్టిదోసముల్
గట్టెదు నాకు నంచు నెడ♦గాఁ జరణంబు దరల్చికొంచుఁ దా
బట్టెఁ దదీయహస్తములు ♦ భామిని యూఁపుచు రెండుచేతులన్. 227

ఆ. అతఁడు నోసరోరు♦హాక్షి నీకంటె మో, హంపుదేవు లెవ్వ♦రంచు సతినిఁ
గ్రుచ్చి కౌఁగిలించు♦కొని యెత్తి యక్కునఁ, గదియఁ జేర్చుకొనియె ♦ గారవము[న.

ఉ. అత్తలిరాకుఁబోఁడి యపు ♦ డశ్రుల నశ్రుకణంబు లొల్క డ
గ్గుత్తికతోడ నీదయకుఁ ♦ గూర్మికి లాలనకుం గొఱంత రా
జోత్తమ కల్గునే కలుగ ♦ దొక్కపుడున్ మఱి యేమొ నేఁడు నా
చిత్తములోన మాన దొక♦సిగ్గును విన్నఁదనంబుఁ దాపమున్. 229

వ. అనుటయు నమ్మహీకాంతుం డోకాంత నీచింత తెఱం గే నెఱుంగుదు నేఁటి
దాఁక నెందు నద్వితీయం బనఁ బొగడ్తంగాంచిన నీవిపంచి యితరనారీగానంబు

చేత నవమానితస్వాంతం బగుట యెట్లని వగచుచున్న దానవు దానికంటె న
త్యుత్తమం బైనవిచిత్రవల్లకి యొక్కటి యేను మత్పూర్వజన్మంబున ధరియించి
నది యొక్కచోట నున్నది యని విన్నవాఁడ నది యెటుల నైనను సాధించి తె
చ్చి తద్వాదనాభ్యాసంబుతోడ నైన ని న్నెంతటివారికిని మీఱ శక్యంబుగాని
గానవిద్యనుద్యోతించునట్లు చేసెద నమ్ము మనియె నవ్వనితయు నతండు పూర్వ
జన్మంబున మణికంధరుం డనుగంధర్వకుమారుం డగుటఁ దాను నెఱింగినది గా
వున నతనికి నట్టివీణె గలుగుట సంభవించున యని మనంబునకు సరిపుచ్చుకొని
సంతసిల్లెఁ గళాపూర్ణుండు నవ్విధంబున నవ్వనిత డెందంబుకందు వాపి సాంద్రా
నందంబున నభిమతక్రీడల రమించె మఱునాఁ డచ్చెలువ నెచ్చెలులముచ్చటలవ
లనఁ గర్ణాకర్ణిక నవ్వార్త మధురలాలసచెలికత్తెలు విని యన్నెలఁత కెఱుంగిం
చిన నయ్యంగన తనమనంబున. 230

క. గానాదికళల కొదవలు, దాన తగం దీర్చి పతి ము◆దం బొనరింపం
గా నునికి కెనయె పతి దమ, గానాదుల మెచ్చఁ జేయు◆కాంతలబ్రదుకుల్. 231

ఆ. నాకుఁ దేఁ దలంచు◆లోకోత్తరపువీణెఁ, దనకు నొసఁగఁ జేసి◆కొనియె నార
వరునిప్రేమ నడునఁ ◆ దెరవాటు గొట్టె ని, ట్లుండ వలదె జగతి ◆ నువిద యైన.

చ. అని తలపోయుచుం జలరు◆హానన దాన నొకింత వింతరీ
తిని గనుపట్టఁ గన్గొని ర◆తిక్రియవేళఁ దదీయచింతమా
న్చి నతఁడు కాళ్లమీఁదఁ బడి ◆ శీఘ్రమె తత్పదభూష లప్టది
గ్గనపతిదారహారమణి◆సంతతిఁ జేయఁ గృతప్రతిజ్ఞుఁ డై. 233

తే. ఈగతిం దనకాంతల ◆ కిరువురకును, దా నొడంబడినట్టియ◆ర్థములు రెండు
తలఁపులోపలనుండఁ ద◆త్సాధనార్థ, మొక్కవేళ నృపాలుఁ డి◆ట్లూహఁ జేసె.

సీ. అభినవకౌముది ◆ కావీణె యున్నచో, టెఱిఁగించి పొ మ్మన్న ◆ నిపుడ పోయి
తెచ్చుకొనోపుఁ దా ◆ దివ్యకామిని గాన, నైన నా కనుచితం ◆ బట్ల పనుప
దాన మత్సామర్థ్య◆హీనత దోఁచుఁ గా, వున నట్లుగా దేను ◆ జనులఁ దగిన
వారిఁ బంచినవిఘ్న◆కారు లెవ్వరు గల, రో మాన్చుకొన సమ◆ర్థులుగ వలయు

తే. నింక నటు గాక తద్దేశ ◆ మేలుదొరకుఁ
జెప్పి పంపిన నతఁడ యా◆శించునేమొ
యిన్నియును మాని యేనె దం◆డెత్తి చనిన
నదియుఁ దన్మార్గరిపులసం◆పదలు చేరు. 235

వ. ఇంక మధురలాలస కొడంబడినయందియలు సాధింప దిగ్విజయంబునందుఁ గాని
శక్యంబుగా దని తోఁచుచున్నయది యని విచారించి యూహాపోహార్థంబున
సకలనిజకార్యభారధౌరేయు సత్వదాత్మనామధేయుం బిలుపించి. 236

క. లోనికి నవు డెవ్వారిని, రానీకుండంగ ద్వార◆రక్షుల నిడి ధా
త్రీనాథుండే మంత్రవి, ధానోచితభవనమున స◆తంసును దానున్. 23

తే. ఏగి తనతలఁపుఁబ్రకార◆ మెల్లఁ జెప్ప
నధిప సరిదాఁకెఁ గద నేఁటి◆యత్న మెల్ల
నాఁడు మధురలాలసలక్ష◆ణములు చూచి
యే వినినమాట కని ప్రీతి◆ నెసఁగె నతఁడు. 23

తే. అనుడు నతఁ డట్ల యన్న నని◆ యనుడు నగుచు
నింక దీనికిఁ గర్తవ్య◆ మెద్ది మనకుఁ
బదియుఁ బదియునుగా నీతి◆పదవి సరసి
తెలియఁ దగు నని యిట్లని◆ పలికె మఱియు. 23

ఆ. అనఘ శ్రుతిచతుష్ట◆యైకాదిగమ్యమై, నిపుణమతు [illegible]◆[illegible] మగుచుఁ
గడు నపూర్వఫలము◆ గావించుమంత్రంబు, యజ్ఞశీలుఁ [illegible]◆[illegible]. 24

క. నాకుం జూడఁగ నీతిక, ళాకలనము లల్పశౌర్య◆[illegible]
కేకార్యమునకు వచ్చుజ, మైనపదము శౌర్యబలము◆ [illegible]. 24

తే. ఎచట నెవు డెద్ది చేఁబూని◆ యెట్టి[illegible]
ప్రబలశౌర్యంబు దాఁకి ప◆రాక్రమించు
నదియె పోరికిఁ దగుదేశ◆ మదియె సమయ
మదియె కైదువు శక్తుండు◆ నతఁడె గెలుచు. 24

ఉ. ఆల మొనర్పఁ బూనురిపు◆నగ్రమునం గనుఁగొన్న నొక్క[illegible]
భీలవుఁదేజ మప్పు డటు◆ బిట్టుదయించును శౌర్యశాలికిన్
జ్వాలలు మున్ను గూర్చుకొని◆వచ్చి దహించున [illegible]
త్కాలికహేతిసంపదలఁ◆ గాక హుతాశనుఁ [illegible]. 24

ఉ. ఏనుఁగు శైలతుల్యత వ◆హించియు మందగతిత్వదోషము[illegible]
బూనుట వధ్యభావమును◆ బొందెఁ దనుస్థితి [illegible]
చానన మెంతయుం గసరభ◆సాతిశయోత్పతనప్రభావము[illegible]
బూనుట ఘాతుకత్వమును◆ బొందె జయంబులు శౌర్య[illegible]. 24

క. సకలకళానిపుణులు నే, వకులై కొలువంగఁ బ్రతా◆[illegible] గొలిపిం
చుకొనుం గావునఁ బోలవు, సకలకళలు నొక్క ప్రతా◆[illegible]. 24

చ. ఇనుఁ డొకచో నొకింత యుద◆యించినమాత్రన విచ్చిపోవ [illegible]-
చ్చిన పెనుచీఁకటుల్ నిరవ◆శేషముగా నవి యట్లు విచ్చిపో
వనయము శీతధామునిక◆ళౌఘమృజావిధి నైన నీనిచే
తన కనరాదె యెరికిఁ బ్ర◆తాపకళాగుణతారతమ్యముల్. 24

చ. ఒకఁ డొకకేల నొంచె నధి♦కోన్నతిఁ జేర్చినమేరుశైలనా
యకుఁ బెఱవేల్పు లందఱుఁ జి♦రాశ్రయణంబున వంపలే రొకిం
చుకయును బుద్ధిలో నరసి ♦ చూడ జగంబుల నుగ్రుఁ డక్షప్రసి
ద్ధికి బుధులం బ్రసిద్ధికిని ♦ చెల్లము గానివి సూ ఫలస్థితుల్. 247

మ. ఇది యత్యంతము దుష్కరంబు సుకరం♦ బీకార్యమున్ భేదచిం
త దగుం గొంచెపుఁగార్యకర్తయెడ న♦త్యంతప్రతాపాఢ్యునం
దది యెంతే విఫలంబు దారువులశు♦ష్కాశుష్కతాభేద ము
ద్యదతిస్ఫూర్జితదావపావకునెడన్ ♦ వ్యర్థంబు గాదే కడున్. 248

క. కావున శూరుం డుత్సా,హావేశం బైనయపుడె ♦ యహితులమీఁదన్
వేవేగ దండు గదలం, గావలయుం గదల నిపుడు ♦ కాలోచితమున్. 249

చ. అన విని సత్వదాత్ముఁడు ధ♦రాధిపుతో వినయంబు మీఱ ని
ట్లను మనుజేంద్ర. నీవు గను♦సట్ల నయస్థితి నేను గాన నే
ర్తునె యయినన్ మనంబునకుఁ ♦ దోఁచినలాగున విన్నవింతు నీ
యనుమతిఁ జేసి నిర్భయత ♦ నాప్తుల కిచ్చక మాడ వచ్చునే. 250

ఆ. ధరణినాథ కడుఁ బ్ర♦తాపోజ్జ్వలం బైన, నీదుభావమునకు ♦ నాదుమృదున
యోక్తియొకటఁ గొంత♦యొప్పైనఁ గైకొమ్ము,జ్వలితఖడ్గమునకు♦జలముపోలె.

ఆ. నృపతి నీతిపథము ♦ నీఁదువాఁడు తె,ప్పను గదాకులుండు ♦ పథ్యవిధిని
విడిచియును నొకొక్క♦యెడ జయించుట గల, దైన నిందఁ జెందు♦నజయమైన,

క. నీతిపథంబున నడుచు మ,హీతలనాయకున కొక్క♦యెగ్గొదవినఁ దా
రాతని నిట్టట్టనరు వి,ధాతం దిట్టుదురు గాని ♦ ధరణిన్ లోకుల్. 253

తే. ఎందు నీతివిహీనుని ♦ జెందునట్టి
సిరిని దిట్టుదు రెట్లు దాఁ ♦ జేరె నతని
ననుచు భూజను లందఱు ♦ నినుముఁ గూడి
యున్నయగ్నికిఁ బెట్టు రా♦కుండు నెట్లు. 254

ఉ. ఏయెడ నెంతయున్ వినుతి ♦ కెక్కినయట్టిబలంబునం దనూ
ఛ్రాయము పేర్మిచేతఁ దముఁ ♦ జాలఁగ మించినసామజంబులన్
ధీయుత యడ్డకట్టుకొని ♦ హెచ్చి నరుల్ దమ కెక్కిరింతలం
జేయుట నీతిపై భవవి♦శేషము గాదె తలంచి చూడఁగన్. 255

ఉ. ఇమ్మెయి నాచరింపఁ దగు ♦ నీపని యీపని యిట్లొనర్ప సా
ధ్య మ్మగు నన్నయుక్తియె క♦దా భువి నీతి యనంగఁ దద్వివే
కమ్ము మహాబలాఢ్యునకుఁ ♦ గానఁగరాదు పురత్రయీజయా
ర్థమ్ము నగంబు చాపముగఁ ♦ దాల్చినరుద్రుఁడె సాక్షి దీనికిన్. 256

ఆ. వింటఁ దొడిగి యేయ ♦ వెసఁ జను నెంతద,వ్వంతదవ్వు చనునె ♦ యంపకోల

దేవుఁ డైన రిత్త♦చే నైన నటు గాన, బలిమికంటె♦ నీతిబలిమి లెస్స. 257

ఆ. వినునృపాల సంధి♦విగ్రహంబులు యాన, మాసనంబు ద్వైధ♦మాశ్రయ మనఁ
దనర షడ్గుణములు♦ దగువేళ సలుప మే, లొనఁగు ననమయప్ర♦యుక్తిఁ గీడు.

ఆ. ధరణి సామభేద♦దానదండము లన
నాల్గుపాయము లని♦ నామములును
లక్షణములు చెప్ప♦ దక్షు లిందఱు ప్రయో
గాప్రయోగవిధులు♦ గలుగుటరుదు. 259

ఆ. గోరఁబోవుపనికి♦ గొడ్డలియును దాన, సలుపుపనికిఁ గోరు♦బలె నృపాల
గురులఘువ్యవస్థ♦ యరయ నీచతురుపా, యప్రయోగకరణ♦మనుచితంబు. 260

సీ. సరిగాఁగఁ బదవులొం♦డొరులకు నడవఁగా, సమవివక్షునియందు♦ సామవిధియు
మూలబలంబు పెం♦పున దుర్జయుం డయి, పేర్చు శాత్రవునందు♦ భేదవిధియు
నెందును సంధిని♦ హితులబలంగంబు, చే నొప్పరిపునందు♦ దానవిధియు
సాధునిశ్చితపరా♦జయుఁ డై విహీనబ, లుం డైనయరియందు♦ దండవిధియు

తే. సలుపవలయు ధరాతలే♦శ్వరవరేణ్య
బుద్ధియందు క్షయస్థాన♦వృద్ధు లను త్రి
వర్గము నెఱింగి పంచాంగ♦వర్తనములఁ
దెలిసి శక్తిత్రయంబున♦ వెలయవలయు. 261

సీ. మంత్రగోపనము నే♦మఱుటయు దీర్ఘచిం, తయు నిరర్థకపుఁజా♦లియుఁ బ్రధాన
విరహితత్వము బుధా♦విజ్ఞానము శుభప్ర, యోగంబు విషయాను♦రాగితయును
ననృతంబు నాలస్య♦మును నాస్తికత్వంబు, నర్థంబులందు న♦నర్థమతియు
దీర్ఘసూత్రత్వంబు♦ దీర్ఘరోషంబు ని, ర్ణీతకార్యము లాచ♦రింపమియును

ఆ. భూమిపతికి దోష♦ములు నివి పదునాల్గు, వీనిఁ దెలిసి నెఱయ♦ విడువవలయుఁ
గామరోషజంబు♦లై మీఱినట్టి స, ప్తవ్యసనములందుఁ♦ దగుల వలదు. 262

క. కొలిచినవారలజీతం, బులు వేళలు దప్పకుండఁ♦ బూర్ణముగా నీ
వలయును వారల ప్రేమము, బలము నృపాలునకు నెల్ల♦పట్లను మిగులన్. 263

క. ఏయేకట్టడ లెవ్వరి, కాయాకట్టడలు దప్ప♦ కధిపతి ప్రజలన్
నాయమునఁ బ్రోవవలయుఁ గృ, పాయుతుఁ డై తస్కరాది♦బాధ లుడుపుచున్.

క. దండార్హుల దండింపమి, దండానర్హు లగువారి♦ దండించుట యీ
రెండు నకీర్తిదములు భూ, మండలనాయకుల నిరయ♦మగ్నులఁ జేయున్. 265

క. ఇవి యన్నియు నిపుడు ప్రసం, గవశంబునఁ జెప్పఁబడియెఁ♦ గాని సకలం
తివిదుఁడ వీ వలఘువిధ, ప్రవర్తనము నీక కలదు♦ పార్థివముఖ్యా. 266

ఆ. సకలదిగ్జయంబు♦ సలిపినయట్టిమ, దాశయుని జయించి♦నపుడె సిద్ధ
మెల్లదిశల నీదు♦కిల్లాకు సాగుట, యైన నృపులశాంతి♦ యస్థిరంబు. 267

వ. కావున నీవును జని యీనడుమ నంకురితదర్పు లగుచు నెదుర్పడం గడంగుగ
డుసుదొర లెక్కడెక్కడం గలరో వారి నుక్కడంచి దిక్కుల నప్రతిహతంబు
లుగా భవత్ప్రతాపంబు నెఱపుట దగినకార్యంబు దేవరయానతిచ్చినట్ల తదుచిత
సమయం బిదియ యెట్లంటేని నీవు మధురలాలసకు సకలదిగ్దేశాధీశశుద్ధాంత
కామినీవహాళిమాణిక్యనిర్మితనూపురసమర్పణంబు శీఘ్రంబు సేయుటకుఁ బ్రతిన
పట్టుట చెప్పుచున్నవాఁడవు తాదృశమంజీరధారణకారణం బైనయానారీమణి
యదృష్టంబు శీఘ్రభావిఫలం బగుచు నిన్ను నట్టిప్రతినవట్టించెఁ దప్పదు దానన
చేసి జయంబు నవశ్యలభ్యంబ యభినవకౌముదిప్రయోజనంబును దదానుషంగి
కఫలం బగుచు సిద్ధించుట చెప్పవలద కావున నీతిచాతురీపూర్వకంబు దండ
యాత్రసలుపు మని యి ట్లనియె. 268

చ. బలములు గొంత శాత్రవుని • బల్మి నడంగినపిమ్మటన్ ధనం
బులపస దంపు వెచ్చములఁ • బొల్పఱి పోయినయట్టిపిమ్మటన్
గెలిచినగెల్పు గెల్పె యగు • నీసతిభాగ్యము సార్థమే యగున్
బలధనహాని యింత కడుఁ • బాటిల కుండును నీతిమైఁ జనన్. 269

శా. ఓరాజేంద్ర ప్రదక్షిణక్రమముగా • యుక్తంబు దిగ్జైత్రయా
త్రారంభం బటుగాన గెల్వు మును ప్రా • చ్యావాచ్యపాశ్చాత్యులన్
నీరాష్ట్రంబున కె గ్గొనర్పుటకుఁ బా • ర్ష్ణిగ్రాహుఁ డివ్వేళకున్
సారోదగ్రుఁడు మాగధుం డిపుడు త • త్సంధాన మర్హం బగున్. 270

వ. అని విన్నవించి. 271

శా. సారప్రస్ఫురితాంగపంచకలస • త్సంధ్యాదిషాడ్గుణ్యని
స్తారోద్యత్సచివైకమత్యకృతమం • త్రప్రక్రియానిర్ణరో
ధారారూఢితశక్తియుగ్మభృతరా • జ్యశ్రీపరిభ్రాజితా
చారుస్ఫూర్తికళావిరాజితసమ • స్తక్షోణిభృత్పూజితా. 272

క. బంధురభేరీభూరిధ, ణంధణరవచలితవలయు • నగధాతురజో
బంధుత్వప్రత్యుద్గమ, సంధుక్షితదోఃప్రతాప • శౌర్యకలాపా. 273

మాలినీ. గురుతరజయధాటీ • ఘోటకస్తోమచంచ
త్ఖురపుటదళితక్ష్మా • ధూళిధూమ్యాఘలాయ
త్పరనృపమశకౌఘా • ధర్మవిధ్వంసితాఘా
నరవినుతచరిత్రా • నారభూపాలపౌత్రా. 274

గద్యము. ఇది నిఖిలసూరిలోకాంగీకారతరంగితకవిత్వవైభవపింగళియమరనార్యత
నూభవసౌజన్యజేయసూరయనామధేయప్రణీతం బైనకళాపూర్ణోదయం బను
మహాకావ్యంబునందు సప్తమాశ్వాసము.

శ్రీరస్తు.

ఓం నమః కామేశ్వర్యై.

కళాపూర్ణోదయము.

అష్టమాశ్వాసము.

శ్రీ లాకీర్తిసతీసమ
లాలనఖేలనగుణాచ•లద్దాక్షిణ్యా
శీలితపుణ్యాజయత్కార
వాలా నంద్యాలకృష్ణ•వసుధాపాలా.

ఆ. అవధరింపు మమ్మ•హామాత్యవరునీతి, సరణి విని [illegible]
యిద్ధతేజుఁ డాన•రేంద్రుఁ డిప్పటికిని, మగిధరా[illegible] • [illegible]నును.

ఉ. ఆనరపాలుపాలికి ప•డంతరరాతిజయంబుకల్గియుఁ
మానగుణంబు నాప్తతయు•మాటలనేరుపు [illegible]
స్థానజనానురంజనసు•దక్షతయుఁ విస[illegible]
నూనవివేకముం గలన•యోన్నతు [illegible].

సీ. ఆరాయబారియు•నగ్రసంప్రేషిత, జనులచే మగి[illegible]
తత్ప్రధానాదులఁ•దగుసామదానవి, వర్తనంబున [illegible]
యతిగౌరవప్రవే•శితుఁ డై సభాస్థలిఁ, దద్విభుఁ బ్రశ్నో[illegible]
దేశకాలాదివా•ర్తాశంసనముఁ బ్రజే, శ్వరుమహిమత్వము[illegible]

తే. దాన నెదిరికి మానంబు•దఱుగకుండఁ, గడును [illegible]
మఱియుఁ గలనీతిపటిమనా•త్మప్రభునకు, సతనికిని దాను [illegible]

చ. అనుపమనీతి శౌర్యనిధి•యంగమహీరమణు[illegible]
ర్తనమునఁ జాల యంత్రధన•ధాన్యబల[illegible]
దును గొదలేక యుండఁ గడి•దుర్గములు[illegible]
ఘనపరిరక్షణక్రియఁ ద•నర్పఁగఁ జేసె [illegible].

క. తనబలనాథుల కందఱి, కును జెప్పించెను గరంబు ◆ కోర్కిఁ బ్రయాణం
బును వారలు నుత్సాహము, దనరఁగ జాటించి రపుడు ◆ తమపాళెములన్. 6

ఉ. అంబుజమిత్రుఁ డంత నప◆రాంబుధిఁ జేరఁగఁ బోయె నాత్మబిం
బం బపు డంతకంతకుఁ గ్ర◆మప్రభవన్నికటత్వతారత
మ్యంబున సంక్రమించుతదు◆దంచితవిద్రుమరాగవీచిశై
త్యంబులఁబోలె రక్తిమము ◆ తద్దయుఁ బూనఁగ వేఁడి మానఁగన్. 7

ఉ. కాలకృషీవలుండు గడఁ◆కం బరిణత్యరుణాతపచ్ఛటా
శాలిచయంబు గోసి పెలు◆చం బన మోయుచు నున్నవాఁడు గాఁ
బోలును గుప్పగా నన న◆భోమణిమండల మంతకంతకుం
జాల విశాల మై చరమ◆శైలముచేర్పున నొప్పెఁ జూడ్కికిన్. 8

ఉ. కాలకలాదుఁ డింతయును ◆ గాంచనరేణువు ప్రత్యగాశనాఁ
గ్రాలెడుక్రోవిఁ గూర్చి కరఁ◆గంగఁ బ్రవర్ధన మొందుజాళువా
మేలిమిపూదె నాఁ బొలుపు◆ మీఱె నినుం డది గాఁక యార్పఁ గీ
లాలనిమజ్జితం బయిన◆లాగునఁ గ్రుంకెను బశ్చిమాంబుధిన్. 9

చ. వడిఁ దనుఁ బాఱఁగాఁ దఱిమి ◆ వాసరకర్షకుచేతిభానుఁ డన్
బెడిదపుదుండు మార్చి కడుఁ ◆ బేర్చుచు రోదసిపేరిపంటచే
నుడుగకఁ జొచ్చు రే యనువ◆నోద్ధతహస్తిమొగంబునందు నొ
ప్పెడుఘనబిందుబృంద మనఁ ◆ బెంపెసఁగెం గడసంజ చూడ్కికిన్. 10

ఉ. కేశవుఁ డవ్విరాట్తనువు ◆ కృష్ణసమాఖ్య వహింపఁ జేసెనో
యీశుఁడు మూర్తు లెన్మిదియు ◆ నేనికతోలునఁ గప్పెనో సమ
స్తాశలు గూడి వృత్రదను◆జాధిపభూమికిఁ దాల్చెనో యనం
బేశలతం దమఃపటలి ◆ పేర్చి సమస్తము గప్పె నంతటన్. 11

తే. నింగి యనియెడిప్రత్తిచే◆నికిని రక్త
బలియిడి రసంగ నెఱసంజ ◆ తొలుత నమరఁ
దఱుచుగాఁ దాన విఱిసిన ◆ మెఱుఁగుఁబ్రత్తి
విల్లు నాఁ జుక్క లెంతయు ◆ నుల్లసిల్లె. 12

చ. అరయఁగ నూర్ధ్వలోకము ప్ర◆భైకమయం బయి సంశయంబుగా
నరుదుగ నెంతయుం బ్రకట◆మై యదిగో గగనంపుఁబ్రాఁతచ
ప్పరముసుషివ్రజంబున వి◆భాసిలుచున్నది యంచుఁ జూపఱుల్
గరము కుతూహలంబుమెయిఁ ◆ గన్గొనఁగాఁ దనరారెఁ దారకల్. 13

తే. అంత నమరాధినాథుగృ◆హాంగణమునఁ
జాల గందంపుఁగలయంపిఁ ◆ జల్లి రనఁగఁ

దూర్పు దెలు పయ్యె నంత నం♦దును దదీయ
గజము నిలిపిరో యన సుధా♦కరుఁడు దోఁచె. 14

తే. కాల మనుకువిందుఁడు చంద్రి♦కాపటంబు
నేయఁ బన్ని నమగ్గమొ♦కో యనంగ
నవమయూఖాళి గొనసాఁగి ♦ మిగుల నొప్పె
విధుఁ డమరె వానిగృహాభిత్తి♦వివర మనఁగ. 15

ఆ. వెల్లమడుఁగుఁగోక ♦ విచ్చినరీతిఁ బా, లారఁబోసినట్టి♦యందముగను
బిండిఁ జల్లినట్లు ♦ పండువెన్నెలలు గా,యంగఁదొడఁగెఁ ♦ జెలువ మమర నంత.

మ. కలయన్ లోకములందుఁ బర్వినతమః♦కాలుష్యముం జంద్రికా
ఖ్యలసత్సత్త్వగుణప్రకర్షమునఁ బ్ర♦క్షాళించుచుం దద్దయుం
బాలు పొందెన్ ద్విజరాజమండలము పెం♦పుల్ మీఱ నొక్కొక్కచో
జలదం బుండెను మీఁదమీఁద భవదో♦షప్రక్రియం బర్వఁగన్. 17

ఉ. ఇట్టిటు యామినీరమణుఁ ♦ డేచఁగ నెప్పటిలీలఁ జాలఁ జూ
పట్టమిఁ జూచి శ్రీనెలవు ♦ పద్మినిఁ గైకొన కప్పు డక్కటా
గట్టిగఁ దత్ప్రియాళితతి ♦ కైరవిణిన్ వెసఁ జేరె రాజు చే
పట్టినవారు దేవు లను♦పల్కు యథార్థము చర్చ సేయఁగన్. 18

సీ. కొనుఁడి వేవిరులన్నఁ♦గొన నేలనినుఁజూడ,మరుఁడురువ్వెడువిరు♦ల్విరివియనుచు
నీవట్టిమాటల ♦ కా వచ్చు టన్న న, ట్లేము రా మిది వెల ♦ యింద మనుచు
నిపుడు మీయిష్టంబు♦లిం దెవ్వి యనిన నా,కవ్విడాఁచినగుచ్ఛ♦కము లెయనుచు
నివి చెల్ల కవి యమ్మె♦డివిచాలుఁదలుఁడన్న,నెఱుఁగుదుమిపుడంట♦మేమనుచు

తే. బైటివాని నొల్లక తడి♦పానడలను, బాదివిపెట్టినయవి దివఁ ♦ బోవునట్టి
యువజనులదంటమాటల ♦ కొప్పి నగుచుఁ, బుష్పలావిక లమ్మిరి♦పువ్వు లపుడు.

వ. అట్టిసమయంబునఁ బట్టణంబునం గలదండనాయకు లందఱుం దమయేలికజయప్రయాణంబునకుం దగినసన్నాహంబున నాయత్తపడుచుండిరి కళాపూర్ణుండు నభినవకౌముదిమందిరంబున కరిగి యయ్యిగురుఁబోఁడితోడ నొకకమలవదన నీకు నెడఁబడినవీణియసాధించుటకు దిగ్విజయం బొనర్చునంతవలసె నేఁటివేకువఁ దత్ప్రయాణం బని యెఱింగించి మధురలాలసపాలికిం జని యాకంజవదనతో ని ట్లనియె. 20

క. నీనూపురంబుమణులకు, నై నిఖిలదిగంతవిజయ♦యాత్ర యొనర్పం
గా నెల్లి మంచిదివసం, బోనెలఁతుక యనుచుఁ జెప్పి ♦ యొగి నలిగించన్. 21

చ. తమతమయంగనల్ కరము ♦ తత్పరతన్ బిగియించుకౌఁగిళుల్
గమనపువేడ్క నించుకయుఁ ♦ గైకొన కెప్పుడు తెల్లవాఱు నన్

తమకము మానసంబులను ♦ దాల్చుచు మాటికి నెల్లవారు సం
భ్రమమునఁ దూర్పు చూడఁ గడు ♦ భాసిలె నాఁటిత్రియామ మిక్కిలిన్. 22

సీ. సమకాంతిఁ జదలఁదోఁ♦చనిసీలి గవిసిన, సిడిమ్రాఁకు తుద నడ్డ♦పడఁగ విధుఁడు
వలసినప్పుడు దాని ♦ వ్రాల్చుటకై కట్టి, నట్టిప్రగ్గములు దీ♦ర్ఘాంశులతలు
రతిరాజు సిరిహెచ్చ ♦ రజనికాళికి నిడి, యాఁడుకోకిల భటుఁ ♦ డంకశోభ
యతనిమీఁద వసంత ♦ మాఁడుకప్రపుధూళి, చంద్రిక విరులు న♦క్షత్రసమితి
తే. యారజనికాళి యెండేని ♦ నరుగఁ దలఁచు
బెఱఁగి వ్రాల్పించుచున్నవాఁ ♦ డేమొ యిప్పు
డతఁడు తల నిడుకొమ్ము నా ♦ నంతకంత
గోరి చంద్రుఁడు పడమట ♦ వ్రాలఁ జొచ్చె. 23

తే. కోడి తపతప రెక్కలు ♦ గొట్టుకొనుచుఁ
గూయుక్రమ మొప్పు మీఱె వే♦కువ యనియెడు
కనమ గట్టి వధూమాన♦ధనము దోఁచు
నసమశరుఁడు తప్పటఁ గొట్టి ♦ యార్చె ననఁగ. 24

ఉ. పారదబద్ధసద్ఘుటిక♦పాకపరీక్షగొనంగఁ జంద్రికా
క్షీరమునంచునన్ సమయ♦సిద్ధుఁడు పెట్టె ననంగఁ జాల నొ
ప్పారెను వేగుచుక్క యది ♦ యంటినచోటు సువర్ణ మయ్యెనో
నా రమణీయ మైనయరు♦ణద్యుతి తద్దయుఁ దూర్పు శోభిలెన్. 25

చ. హిమకరుఁ డప్పు డొప్పెఁ బ్రణ♦యించి తుషావృతి నిడ్డ గార్హప
త్యముక్రియ దక్షిణాగ్నిగతిఁ ♦ దాల్చె నగస్త్యుఁ డనూరుదీప్తిసాం
పమరె సముల్లసద్ద్యుతియు♦ తాహవనీయము నా నొకొక్కచో
నుముకలబూది చిందినద♦యో యనఁ జిల్లరచుక్క లుండఁగన్. 26

వ. అంత. 27

సీ. సమయవ్యతిక్రమ♦శంకాససంరంభ, జాగ్రదుద్ధితసర్వ♦జనచయంబు
రథ్యకేతనముఖ్య♦రణకార్యఘటనాది, సంభ్రమాకులసూత♦సంచయంబు
ఘంటాకుథాప్రము♦ఖద్విపసన్నాహ, భూరితరత్వరా♦ధోరణంబు
పల్యయనఖలీన♦బంధాదిసైంధవ, కల్పనాలోలాశ్వి♦కవ్రజంబు
తే. తక్రదధ్యుపదంశాది♦విక్రయకర, భామినీహూతివాచాట♦భటకదంబ
సమవలంబితభోజన♦చాపలంబు, నగుచు నవ్వేళఁ దనరె న♦న్నగర మంత. 28

సీ. పొందుగా నందళం♦బులు పల్లకీలు ద, క్షత నాయితము సేయు♦శైబికులును
దగువాహనముల నం♦తఃపురకాంతల, నిడి దిడ్డువైపించు♦ హెగ్గడులును
ద్రోవఁ బౌఁజులఁ బెట్టి♦దొలుతగాఁ దమతమ, మొనలగల్పుఱచుచ♦మూపతులును
నుష్ట్రవామీశక♦టోక్షాదివాహిత, భర్మపేటికు లగు♦భారికులును

ఆ. గరము సంభ్రమింప ♦ ఘనతరమైనత,త్కాలకలంబు లపుడు ♦ పొలుపు మీఱెఁ
గైరవప్రియోద♦యారంభఘూర్ణమా, నార్ణవారవంబు ♦ ననుకరించి. 29

సీ. ప్రస్థానసముచిత♦బ్రహ్మమంత్రములభూ, గీర్వాణపంక్తు లా♦శీర్వదింప
జయజయదేవ యన్♦శబ్దజృంభణముతో, బిరుదావళులు వంది♦వరులు చదువ
వేత్రహస్తులు పేళ్లు ♦ వివరించి చూప సా, మంతభూనాథు లం♦తంత మ్రొక్కఁ
బట్టపేనుఁగుపైఁడి♦పల్లకి తేజీని, దగ నాయితము సేసి ♦ దండ పెట్ట

తే. జైత్రభేరీధణంధణ♦శబ్దమహిమ, గరము ఘూర్ణిల్లె దిక్కులు ♦ గ్రక్కదలఁగ
లలితగుణయుక్తమగుశుభ♦లగ్నవేళఁ, దనదుభవనంబు వెడలె భూ♦తలవిభుండు.

క. ఇత్తెఱఁగున వెడలి యతం, డుత్తమకరి నెక్కి దిగ్జ♦యోత్సాహవిలా
సోత్తంభనకాహళికా, తుత్తుంభధ్వనులు వారి♦ధులఁ గలఁగింపన్. 31

చ. గురుతరకేతుధూతఘన♦కూటములైనమహారథంబులుం
జలదవనీధరేంద్రముల♦చాడ్పున నొప్పెడుసింధురంబులున్
మరుదవమాననాచతుర♦మస్ఫుటవేగములైనవాజులున్
వరభటసంచయంబు గొలు♦వన్ వెడలెం బుర మాతఁ డంతటన్. 32

వ. అప్పుడు. 33

సీ. మిళితభూగగనాంత♦ములసందు విచ్చినఁ, గాన్పించుబ్రహ్మాండ♦కాంతి యనఁగ
దిశ లెన్ను చిది పూర్వ♦దిశ యని బ్రహ్మ ని, ల్పినయట్టిమొదలిటి♦ లెక్క యనఁగ
నుదయాచలాధీశు♦నుత్తమాంగంబున, భాసిల్లుహొంబట్టు♦పాగ యనఁగ
గగనాఖ్యపనసవృ♦క్షప్రకాండోపరి, భ్రాజితం బగుపక్వ♦ఫల మనంగఁ

తే. దారకాభర్త చంద్రికా♦క్షీరభోజ
నాంతమునఁ బూర్వసంధ్య య♦న్కాంత వెలిచి
లీలఁ జేర్చినపసిఁడిప♦ళ్లెర మనంగఁ
దరణి విశ్వంబు గాన్పించె ♦ వరుసతోడ. 34

వ. ఇవ్విధంబున సూర్యోదయంబున సకలజనమనోరంజకం బగుచు నొప్పుచున్నంత.

చ. ధళధళనాయుధద్యుతివి♦తానము గ్రమ్మఁగఁ జాల నొప్పుచున్
వెలువడుసేనలుం బురము♦వీథులు సన్మణిసౌధకోటితోఁ
బొలుపెసఁగెన్ దినేశరుచి ♦ పూగదగద్ధగితాంబుసారిణీ
విలసితపుష్పితోపవన♦వీథులువోలె సురాళిచూడ్కికిన్. 36

క. అంతటఁ బ్రాకారద్వా, రాంతము సమ్మర్ద మెసఁగ ♦ నత్యంతాయు
ష్మంతులము గదా యనుచును, సంతసమునఁ గడచిపోవు♦జను లాడికొనన్. 37

వ. ఇవ్విధంబునం గ్రముకకంతోత్తరపురద్వారంబు నిర్గమించి తద్బలంబులు నడుచు
నప్పుడు. 38

తే. ఎంతదవ్వులవస్తువు ♦ నెదుటఁ గాన, రైరి ప్రథమనిమేషంబు♦నందుఁ దక్క

దాని నంతన కడచుర♦థవ్రజంబు, వేగమునఁ జేసి రథికులు ♦ వెఱఁగుపడుచు. 39

క. తురగప్రచారమును గుం, జరమదముఁ బరస్పరాతి♦శయచాపగుణ
స్ఫురణము నొదవ నపంకము, నరజస్కము నగుచు మార్గ♦మపు డింపొసఁగెన్.

సీ. జల్లులతోడి పె♦న్బల్లెంబు లెగవైచి, పట్టుచుఁ బేరముల్ ♦ పాఱువారు
మెఱుఁగులుచూడ్కుల♦మిఱుమిట్లు గొలుపంగఁ, జేకఠారులబయల్ ♦చిమ్మువారు
బెడిదంపుటరిగెలు ♦ బిఱబిఱఁ ద్రిప్పుచు, వడి బిల్లుమిరములు ♦ వైచువారు
తెగనిండఁ దిగిచి స♦ద్దెసలకుఁ బొట్టెకో, లలుచూపి పల్లటీల్ ♦ దాఁటువారు

తే. నొండొరుల కభిముఖమైన ♦ నుబ్బువారుఁ
గడలు చాపుచు వేడుక♦కయ్యమునను
జెలఁగి తమదొరలకు నింపు ♦ సలుపువారు
నగుచు వీరభటుల్ మించి ♦ రతిశయమున. 41

తే. మునుపుగా నేగి యసిమిగొ♦ల్లెనలు వన్ని
త్రోవ నెక్కడెక్కడ నేమి ♦ గావలసిన
యట్టిభక్ష్యభోజ్యాదుల♦యమ్మకమునఁ
దనియఁ జేసిరి వణిజులు ♦ తద్బలముల. 42

చ. వలసినచోటనెల్ల నభి♦వాంఛితవస్తుచయంబు గల్గుటన్
లలనలు దారు సాంద్రవర♦ణంబుల నొప్పెడుపల్లకీలఁ బోఁ
గలుగుట నర్థవంతులకుఁ ♦ గట్టిన నాన్నృపదండయాత్ర యిం
పలరఁగఁ జేసెఁ బట్టణము♦నట్ల యనర్గళభోగహేతు వై. 43

చ. అలఘుబలప్రతాపయుతుఁ ♦ డై యతఁ డమ్మెయి వచ్చుదండువా
ర్తలు వినుచుం దదగ్రదిశ ♦ రాజులుఁ గొందఱు ముక్తమార్గు లై
వలసలు పోవువారుఁ దగు♦వస్తువు లప్పనఁ బంపువారుఁ గే
వలవినయంబుతోఁ గొలుచు♦వారును నైరి యథోచితస్థితిన్. 44

వ. అంత. 45

సీ. సకలసౌభాగ్యల♦క్షణధన్య యైనట్టి, మధురలాలసకు న♦త్యధికపుణ్య
విభవకు జగదేక♦వీరపత్నికి నందె, లఖిలదిగ్దేశధ♦రాధిపతుల
పట్టపుదేవులు ♦ భరియించువకాళిర, త్నములఁ జేయింపఁ ద♦న్నాథుప్రతిన
యేతదర్థంబు దం ♦ డెత్తి తా నిదె యమ్మ,హారాజు వచ్చె మీ♦యర్థములను

తే. ప్రాణముల నిల్పుకొనుఁ డింక ♦ రాజులార
యెదురుగాఁ దగ దిష్టంబు ♦ లిచ్చి యనిపి
యనుచుఁ దనపత్రికలు సత్వ♦దాత్ముఁ డనిపె
నరపతుల కెల్లఁ గొందఱు ♦ నడచి రట్ల. 46

క. ఇత్తెఱఁగునఁ దగఁ గానుక, పుత్తెంచిననృపుల నెల్లఁ ♦ బ్రోచుచు నారా

జోత్తముఁడు చని పరాక్రమ, వృత్తిని మత్తిలినగాఁడ♦విభుపై విడిసెన్. 47

చ. విడిసిన నల్గి గాడపృథి♦వీతలనాథుఁడు క్రోధదీప్తుఁడై
బెడిదఁపులీలఁ బేర్చుఘన♦భీషణసేనలతోఁ బురంబుఁ దా
వెడలి పరాక్రమించెఁ దన♦విక్రమసంపద కోహటించి న
ల్గడల నరాతిసైనికని♦కాయము బిట్టు గలంగి పాఱఁగన్. 48

వ. అట్టిసమయంబునఁ గళాపూర్ణుండు. 49

క. తనదుగుడారముదాఁకను, గనుకని తలఁగఁబడి వచ్చు♦ఘననిజసేనం
గనుఁగొని యోడకుఁ డోడకుఁ, డనుచున్ గాఢవిభుఁ డనికి♦నఱిమెనె యనుచున్.

క. కానుకలు గొనుచు నిటఁ బోడ, గానఁగ వచ్చునె యటంచుఁ♦గడుఁ దెగఁ దనపై
నే నిందాఁకం గటకట, యీనెఱి దనకున్న నడఁతు♦ నిప్పుడ యనుచున్. 51

వ. పరిసరవర్తులం గనుంగొని. 52

శా. తేజిం బల్లనకట్టి కూడఁగ వెసం♦దెం డంచు మత్సేనలన్
రా జొక్కండె కలంచి పోఁగలఁడె తాఁ♦బ్రాణంబుతో నంచు మ
త్తేజఃప్రౌఢి గణింపఁ డెట్లనుచు నే♦దీయఃకృపాణం బతి
భ్రాజిష్ణుద్యుతిగా నొరం దిగుచుచుం♦బ్రస్ఫీతసంరంభుఁడై. 53

వ. పటభవనంబు వెలువడి పగర కభిముఖుంబుగాఁ జనుచుండ. 54

ఉ. సాహిణి యంతఁ గూడ రభ♦సంబున వచ్చె సమిద్ధయుద్ధస
న్నాహముఁ జిత్రసత్త్వజవ♦సత్త్వకృతార్యమఘోటకప్రభా
పోహము రోషభీషణవి♦పోషితహేషితభీషితాహిత
వ్యూహము భూరిభూషణస♦ముజ్జ్వలదేహము నొక్కవాహమున్. 55

ఉ. తెచ్చిన నెక్కె నవ్వసుమ♦తీధవుఁ డాతనిపూన్కి చూచి యు
ద్యచ్చతురంగవాహినులు ♦ దారు తదీయబలాధినాయకుల్
హెచ్చినశౌర్యసాహసస♦మృద్ధుల నొండొరు మీఱి జేనికిన్
మెచ్చొనరింపుచున్ వడి న♦మిత్రబలంబులఁ దాఁకి రంతటన్. 56

ఉ. అత్తఱిఁ దద్బలం బరిబ♦లౌఘములన్ నుఱుమాడి వైచె నె
వ్వెత్తుగఁ జుట్టు ముట్టుకొని ♦ యీఁటెల డొంకెనలం గటార్ల బ
ల్గత్తుల నత్తలంబులను ♦ గైదువుపక్కెరజోడు కాలు గే
ల్గుత్తుక డొక్కప్రక్క చెవి ♦ గొమ్మని యేర్పడ కుండునట్లుగన్. 57

ఉ. ఈడితశక్తి నంగజగ♦తీశ్వరుసైనికు లట్లు చెండుబెం
డాడఁగ నాత్మసైనికచ♦యంబు కకావికలై కలంగి య
వ్రీడతఁ బాఱఁ జొచ్చుటయు ♦ వీఁకను గాఢధరాతలేశ్వరుం
డోడకుఁ డోడకుం డని ప♦టూక్తులచే నిజసేన నిల్పుచున్. 58

చ. కడు వడి మీఱఁ దాఁ దోలుతఁ♦గా రథముల్ బఱిపించి ఘోరవుం
బిడుగులవోనితూఁపు లరి♦బృందముపైఁ బరఁగించె నాతనిం
గడచి తదీయసేనలును ♦ గ్రమ్మె నరాతులమీఁద సాహసం
బడరఁగ జేఁపఁ జేర్దిగిచి♦నట్లు సమస్తము నెక్కమొత్తమై. 59

క. ఆకఠినపుకోల్తలకుల్, గాక కలంగఁబడి నాల్గు♦గడలకు విచ్చెన్
జీకాకుపడుచు నంగమ, హీకాంతునిసేన లెల్ల ♦ నెంతయు భీతిన్. 60

ఉ. ఆకరణిన్ గలంగి చను♦నట్టిబలంబును హాసభాసురా
లోకములం గనుంగొనుచు ♦ లోకజనస్తుతుఁ డంగభర్త యు
గ్రాకృతితో విపక్షునిచ♦యంబుపయిం గదలించె నశ్వముల్
భీకరలీల వాలు ఝళి♦పించుచుఁ గెంపు వహించుచూడ్కితోన్. 61

చ. హయము నదల్చి ధేయనుచు ♦ నాజికిఁ దోలుట యొండు దోఁచె న
వ్యయరయశక్తి నంత మఱి ♦ వచ్చినత్రోవయుఁ బోయినట్టిత్రో
వయు నొకటం గనంబడద ♦ వాడలువాడలుగా నతం డసి
క్రియలను జక్కఁజేసినహ♦రిద్విరదారులచేతఁ దక్కఁగన్. 62

ఉ. ఇక్కరణిం గడంగి యతఁ ♦ డెంతయు మిక్కిలి నక్కజంబుపే
రుక్కునఁ జక్కసేయఁ గడు ♦ నోటమిమోహత శేషసైన్యముల్
గ్రక్కున విచ్చి వీఁపువెను♦కల్ మఱుమానిసి లేక యమ్మఁగాఁ
జిక్కనమేఁకవోలె వగఁ ♦ జెంది నిజాధిపుఁ డొంటిఁ జిక్కగన్. 63

శా. ఆచందంబున నొంటిఁ జిక్కననిజ♦క్ష్మాధీశు నీక్షించి యా
త్రాభంగుం డనుదండనాయకుఁడు మా♦ద్యద్ఘోటకారోహశి
క్షాచాతుర్యధురంధరుం డగుచు ఖ♦డ్గాఖడ్గి సంగ్రామవి
ద్యాచార్యుం డని ప్రస్తుతుల్ గనినవాఁ ♦ డత్యంతశౌర్యంబునన్. 64

క. తురగారోహణమును భీ, కరతరఖడ్గంబు నొప్పఁ♦గాఁ దిరిగి నిజే
శ్వరునకు నడ్డం బై ని, ర్భరరభసముతోడ నంగ♦పతి కెదిరించెన్. 65

సీ. వ్రేటున కను వైన♦రీతిమైఁ దమవాగె, చన్న వెంబడిగ న♦శ్వములు మెలఁగ
నొండొంటిఁగొట్టుచో♦ఖండాలుఖంగుఖం, గునఁదాఁకి పెనుమిణుఁ♦గురులు గ్రక్క
నొకచోటునూపి వే♦ఱొకచోటువడి వ్రేయు, పూవు లెచ్చరికలఁ ♦ బొల్లువోవ
నెక్కువతక్కువ♦ లెందు నించుకయుఁ గ, ల్గక నేర్పుఁ బోకలీ♦లన తనర్ప
తే. వరుణరణకౌతుకాకుల♦స్వర్గయువతి, జనకటాక్షనిరీక్షాను♦సరణవశత
నిద్ధకౌక్షేయకద్యుతు ♦ లినుమడింపఁ, బోరి రప్పుడు వార లం♦ద్భుతము గాఁగ.

క. ఆయెడ యాత్రాభంగుని, యాయుద్ధముఁ జూచి మొత్త ♦ మై గాడమహీ
నాయకుదండకు విజయా, శాయత్తతఁ దిరుగఁ జేరె ♦ నతనిబలంబుల్. 67

సీ. అమ్మహాయుద్ధంబు ♦ నట్లు ఘోరతఁ బ్రవ, ర్తిలఁ గళాపూర్ణుండు ♦ తీవ్రగతిని
గడుచిత్రహస్తలా♦ఘవముఁ జూపుచును ద, త్ప్రోథిలోపల నాత్మ♦రక్షయందు
నించు కేమఱుట దోఁ♦పించి వ్రేటున కాస, యిచ్చిన వేయ వాఁ ♦ డెత్తినట్టి
బలుకేలు నాకాతుఁ ♦ బల్లంబు నశ్వంబు, ననిమిదితునుకలై ♦ యిలఁ బడంగ
తే. వ్రేసె నేటవాలుగ నొక్క♦వ్రేటునన గ, భీరరయమున నసిధారఁ ♦ బెడమరల్చి
కలన వేటాఱుతునియలు♦గాఁగ వ్రేయు, బిరుదురౌతులవార్తలు ♦ బెండుపడఁగ.

వ. అప్పు డాకాశంబున నుండి విలోకించునాకలోకనివాసు లాకళాపూర్ణునిభుజశక్తిశౌర్యసాహసహస్తలాఘవంబులకు నద్భుతంబు నొందుచుఁ దమలోన. 69

ఉ. వ్రేటున కెత్తినట్టిప్రతి♦వీరునికత్తికి నొడ్డుకొంట యొ
చ్చోటను గల్గినట్టిది య♦శోధనుఁ డీఘనుఁ డివ్విచిత్రదోః
పాటవ మెంత నమ్మెనొకొ ♦ వైరి నిజాయుధ మెత్తి వేసెఁ దా
వ్రే టిరునాల్గుతునుకలుగ ♦ వ్రేయుచలంబు ఫలంబు నొందఁగన్. 70

వ. అని కొనియాడి రట్టిసమయంబున. 71

క. సంగరకేళి నతం డీ, భంగిని విహరింప గౌడ♦పతిసేనయుఁ దా
నుం గలఁగి పాఱె రేఁగులుఁ, దంగేళ్లుగఁ ద్రొక్కికొనుచుఁ ♦ దద్దయు భీతిన్. 72

వ. ఇవ్విధంబునఁ బలాయనంబు నొంది యతండు నిజపట్టణంబు సొచ్చెఁ గళాపూర్ణుండును బ్రచండతరసింహనాదబంధురజయదుందుభిధణంధణఘోషభీషణం బగుసేనయుం దానును నతని వెనుకొని చని యతిరయంబునం బురంబు చొర నురువణించినఁ దద్రక్షకులు తమకపడుచు గవనులు మూయించి చందనంబులు ఫిరంగులు జబురుజంగులుఁ దుపాకులు మొదలైనసాధనంబుల ముమ్మరమ్ముతోఁ గ్రమ్ముకొని కొమ్మకొమ్మకుఁ బెక్కండ్రుగా నుక్కుమిగిలి లెక్కకు నెక్కుడగుచు విక్రమాటోపంబునఁ గోటబలుసుకొనుటయుఁ గటనటద్భ్రుకుటీవికటితముఖుం డగుచు సత్వదాత్ముం డనుకళాపూర్ణునిప్రగ్గడ దమమొగ్గరంబు నగ్గలిక మెఱయ లగ్గలకు డగ్గఱించిన తదుగ్రతకుం గాక చీకాకుపడుప్రజలగజిబిజు లాలింపుచు గౌడపతి వివిధోపాయనపురస్సరంబుగాఁ బురంబు వెడలి యాకళాపూర్ణమహారాజుం గని కొలిచి యతనిదయ వడసె నివ్విధంబున దుర్వారదోర్వీర్యభవగర్వంబున నాయుర్వీవల్లభుండు నవ్వల నడచి గడుసుఁదనంబునం దనకు మెం డొడ్డినయొడ్డనిపై బలంబుల విడియించె నప్పుడు. 73

క. చతురంగబలోన్నతి సం, భృతగర్వత నెదురుపౌఁజుఁ ♦ బెట్టె నతం డు
ద్ధతవీరరసావిస్ఫూ, ర్జిత మగురణ మప్పు డుభయ♦సేనల కయ్యెన్. 74

వ. అంత. 75

ఉ. దుమ్మునఁ గొంతసేపు నది ♦ దుర్దమరక్తముచే నడంగ ద
ర్పమ్మునఁ గొంతసేపు నది ♦ పంచినపేరలతం గలంగఁ గ్రో

ధమ్మునఁ గొంతసేపు నది ♦ తద్విషయారిహాతిం దొలంగ గ
ర్వమ్మునఁ గొంతసేపు వరు♦వాసి గణింపఁగఁ బోరె నమ్మొనల్. 76

ఉ. అట్టియెడన్ సమగ్రబలుఁ ♦ డంగవిభుండు చరన్మహాద్రి నాఁ
బట్టగుచుం గడున్ మెఱయు♦పట్టపుటేనుఁగు నెక్కి మిక్కిలిన్
బెట్టిదపుంగడంకఁ గరి♦బృందముతో బలనాయకుల్ దనుం
జుట్టును గొల్చి రాఁ దనరు♦చున్ నడిచెం బ్రతిపక్షసేనపై. 77

ఉ. అప్పు డెదిర్చి యుత్కలధ♦రాధిపునాజ్ఞను దద్గజేంద్రముల్
చెప్ప నశక్య మైనమద♦జృంభణలీల దలిర్పఁ బోలె నే
ర్పొప్పఁగ శాత్రవద్విరద♦యూథముతోడను జూడ మెట్టిచో
నెప్పుడు నిట్టిబెట్టిదపు♦టేనుఁగుపో రని మెచ్చి చూపఱుల్. 78

సీ. ఎడనెడ వడిఁ గూడి ♦ సుడిరీతిఁ దిరుగుచుఁ, దలపడి దర్పంబు ♦ దెలుపునవియు
వెనువెన్క కొక్కింత♦చని యొక్కటొక్కటి, దంతముల్ భేదిల్లఁ ♦ దాఁకునవియు
నెడవాయనీక బ♦ల్మిని నంటఁ గదుముచు, నట్టిట్టు వడిఁ ద్రోపు♦లాడునవియు
మావంతు లన్యోన్య♦మథితు లై కూలినఁ, బూఁపు దప్పకయల్కఁ♦బోరునవియు

తే. నగుచు నపు డగ్గజేంద్రంబు ♦ లతిశయిల్లె
దంతఘట్టననిష్ఠుర♦ధ్వానములను
జటులఘంటాఘణంఘణా♦శబ్దములను
గఠినఘీంకారములను ది♦క్తటము లదర. 79

క. ఆవేళ నంగవిభుదం, తావళమును వడిని దిరిగి ♦ తాఁకినఁ బ్రతిదం
తావళము లెల్ల వెలికిల, మావంతులు గ్రిందు గాఁగ ♦ మహిపైఁ ద్రెళ్లెన్. 80

వ. అపుడు నిజగజేంద్రంబు నత్తెఱపిఁ బఱపి నురుపించుక్రముకకంఠోత్తరపురాధీశుని
యాటోపవిజృంభణంబునఁ గలంగఁ బడునిజసైన్యంబు వారింపుచు ఘోరా
కారం బైనవారణంబు నారోహణంబు చేసి యుత్కళాధీశ్వరుం డక్కడిందిపీ
రుని మార్కొని యక్కజం బైనవిక్రమంబు నెఱపె నట్టిసమయంబున. 81

మ. సమవృత్తిన్ జవసత్త్వముల్ నెఱపుచున్ ♦ సవ్యాపసవ్యక్రమా
భ్రమణం బొప్పఁ దటాలునం దలపడుం ♦ బల్మాఱు శుండాప్రకాం
డము లొండొంటఁ బెనంగి ఘీంకృతిమహా♦నాదంబు రోధోంతరా
ళము ఘూర్ణిల్లఁగఁ జేయు నమ్మదకరుల్ ♦ సంరంభఘోరంబు లై. 82

వ. ఇత్తెఱంగున నత్యంతఘోరంబుగా నవ్వారణంబు లవారణీయసారంబు లై పో
రుచుండ నంతటఁ గళాపూర్ణుండు. 83

క. ఎడనెడఁ దడఁబడుచో వడిఁ, గుడియెడమలఁ దిరుగునేనుఁ♦గులు పిఱుఁదులు నే
ర్పడునట్టిక్షణములోనన, పెడమఱలి విపక్షువెనుక ♦ బిట్టుఱికి వెసన్. 84

క. ఉఱుకుచు నె కఠినముష్టిన్, నెఱి చెడ నడిపీఁపు వ్రిడిచి ◆ నిజభుజముల నే
త్తెఱి మెఱియ వానిసంధులు, బిఱుసున వెనుకకుఁ గుదించి ◆ పెఱకే ల్పట్టెన్.

క. వెండియు న ట్టిటు గదలక, యుండ నతం డతులబలర◆యోద్ధతిమహనీ
యుం డగుచు వానిఁ దద్వే, దండము నడికట్టుత్రాళ్లఁ ◆ దగ బంధించెన్. 86

ఉ. ఎంతయు విక్రమం బలర ◆ ని ట్లరివీరునిఁ గట్టివైచి తా
నంతట వాని వానిమద◆హస్తిని జెంగున దాఁటి మిక్కిలిన్
వింతగ నంతరాళమున ◆ నెవ్వడిఁ గ్రమ్మఱి వ్రాలె నప్పు డా
దంతి నెదిర్చి పాఱుతన◆దంతిపయిన్ రణసమ్ముఖంబుగన్. 87

తే. అంత నొకబంద్రకోలచే ◆ నహితుకరిని
విఱిగి పాఱఁగఁ బొడిచి పో◆విడక మగుడి
త్రిప్పుకొని తెచ్చి తత్కుంభ◆దేశపార్శ్వ
ములు చుఱుకు ముట్ట నేయుచు ◆ బలము లులుక. 88

ఉ. ప్రాణముతోడ నుత్కళనృ◆పాలకు నెమ్మెయిఁ బట్టి తెచ్చి సం
ప్రీణునిఁ జేసి తా విడిచె ◆ నెన్నఁడు నిట్లు సమానయుద్ధపా
రీణులతోడ నింక నెది◆రింపకుమీ యని బుద్ధి సెప్పి క
ల్యాణగుణాఢ్యుఁ డంగవసు◆ధాధిపుఁ డీప్సితరత్నహారి యై. 89

వ. ఇవ్విధంబున నిరర్గళవిజయస్ఫురణంబున భాసిల్లునాసుముఖాసత్తినందనుండు తనకు నంతటఁ గళిందద్రవిళచోళపాండ్యాదిభూపతులు తమయంత నే వశవర్తు లగుచు నానావిధోపాయనంబులతోడ నెదుర్కొనుచు ననుప దక్షిణసముద్ర తీరంబునకుం జని కేరళమహీపాలునిమీఁద విడిసిన నతండు. 90

క. శూరత పాటించి చమూ, వారంబులుఁ దాను నతని ◆ వడి మార్కొనియెన్
భేరీభూరిధ్వానము, హోరభటీజితాబ్ధిఘుమఘు◆మారవుఁ డగుచున్. 91

ఉ. అత్తఱి రెండుసేనలు ర◆యంబునఁ దారసిలెం గడంకమై
నుత్తరదక్షిణార్ణవము ◆ లొండొకటన్ వడిఁ దాఁకెనో యనం
దత్తరళత్వదీప్తతఁ ద◆నర్చునవేంధనవహ్నియో యనన్
నెత్తురు వొల్చె నంతమును ◆ నింగికిఁ బర్వఁగ ధూళిధూమముల్. 92

వ. అందు నపుడు. 93

లయవిభాతి. తనదుసకలాయుధము◆లును బరునిచేతఁ దుని◆సినను బొరివోనిమగ◆
తనము గడుప్రాపై, తనర నది వేడ్క నహి◆తునకు నెదురేగి నిజ◆తనువుశరముల్
వెరికి◆కొనుచు బలుమూర్ఛన్, మునుఁగుచుఁ దదీయ మగు◆తనువు ప్రథమంబు
గురు◆తునఁ బొడుచువీరవరుఁ ◆ గని తదుపభోగం, బునకుఁ దమకించుసుర◆వని
తలకుఁ బల్వురకు ◆ ఘనపదము నందు నొక◆పెనుజగడ మయ్యెన్. 94

లయవిభాతి. సరయశరవృష్టి కెదు♦ రరుగుటకు విఘ్న మని ♦ యరసి తనబెట్టిదపు ♦
టరిగె ఘనశౌర్య, స్థిరత నటు వైచి నెఱ♦బిరుదుమగఁ డొక్కరుఁడు ♦ సరభసగ
తిస్ఫురణఁ ♦ బరుఁ దునుమఁబోఁగా, నురమున నిమగ్నముగఁ ♦ బరఁగినపరాయు
ధము ♦ చరమశిఖిపింఛ మవ♦సరనియమలంఘి,త్వరితపరిరంభవిధి♦గరిమవలపిన
సురత♦తరుణిజవభిన్నకచ♦భర మనఁగ నొప్పెన్. 95

లయవిభాతి. వడియుకరిహస్తమును ♦ బిడికిటనె క్రిందిటికి ♦ నడిచి యది మెట్టుకొ
ని ♦ వడిఁ జివచివన్ రెం, డడుగు లెదురుక్కి యొక♦బెడిదపుభటుండు తన♦యెడ
మచెయి కుంభతటి ♦ నిడి తదుపరిస్థుం, బొడుచుచును బోటువడి ♦ కడుఁ దలఁకె
నాత్మఁ గర ♦ మిడినది కుచస్థలిని ♦ గడుఁ గదిసి వేల్పుం, బడఁతి గనుపట్టఁగను ♦
జడిసి యిపు డే నెచటుఁ ♦ బొడిచితినొ దీనిఁ దొడిఁ♦బడ ననుచు లజ్జన్. 96

సీ. మావంతుగర్వంపు♦మాటఁ గోపించి త,న్మదహస్తి కొక్కరా ♦ తెదురు నిలిచి
సమకట్టుజల్లుల ♦ నమర నిజోత్తమా,శ్వమును ధే యన నది♦చమరమృగముఁ
గినిసి కరంబుపై♦కిని దాఁటుఁ గొనియెడు,గతిఁ జౌకళింప నా♦క్షణమునందు
నతఁడు వైచినఘనా♦యతశూలమహితుమూ,ర్ధము గాడిదంతివ♦క్షమున వెడలె
తే. నాతఁ డెదు రొడ్డినట్టిశూ♦లాయుధమున
హరియురము గాడి యారాతు ♦ శిరముపైకి
వెడలె నాశస్త్రకీలిత♦ద్విపతురంగ
వీరతనువులదొంతర ♦ వెఱఁ గొనర్చె. 97

వ. ఇత్తెఱంగున నత్యంతశౌర్యసాహసంబుల దేహంబులు సరకుగొనక యిరువాగు
ను ఘోరంబుగాఁ బోరుచుండఁ గేరళభూరమణుండుక ళాఘ్యార్ణకడకు రాయబా
రిం బనిచి యావృథాబలక్షయంబువలన నయ్యెడుఫలం బెద్ది మనమిద్దఱము ను
ద్దించుకొని కటారుల నెక్కటికయ్యంబు గావింపుచు శౌర్యంబుకొలంది నెఱపు
ద మని చెప్పించిన నాతం డట్లకాని మ్మని యియ్యకొనియె నంత నుభయబలం
బులపోరు వారించి. 98

ఉ. భూరిధృతిన్ బసిండిజల♦పోతకటారు గొరల్లు పూని య
వ్వీరవరుల్ మిథోవితత♦వీరరసోగ్రకటాక్షభావగం
భీరతఁ బల్లటీల్ గొనుచుఁ ♦ బేరెము వాఱుచు నింత నంతనుం
జేరుచు నంది చాఁపులను ♦ జిమ్ముకటార్లటు పాఱఁ దట్టుచున్. 99

చ. ప్రిదులని శౌర్యసంపదలఁ ♦ బెట్టినదండలు ద్రివ్వకే కడుం
గదుముచు హుంకరింపుచును ♦ గైదువుఁ బాపుచు నట్ల యిట్ల యెం
చదె యిదె యంచుఁ దప్పుకొను ♦ మంచుఁ దగున్ భళి యంచు నెందుఁ గన్
బెదరుట లేక యైదు పది ♦ సేయక పోరిరి పేరువారుచున్. 100

చ. బిరుదుకటారికాండ్రు పర♦భీకరసత్త్వులు వార లిద్దఱుం
బరుసఁదనంబు నేర్పు నెఱ♦బంటుతనంబు నొకళ్లొకళ్లకున్
సరియగు చున్కి కోర్చు మని ♦ సంధిలురోషకటాక్షవీక్షణా
స్ఫురణ కటార్లపై నడరెఁ ♦ జూపఱ లోహితశంక నొందఁగన్. 101

క. ఒకని నొకించుకయును జో, కక యుండెఁ గటారిమొనలు ♦ కడు బెట్టువడిన్
నెకబికలుగఁ బోట్లాడుచు, వికసిల్లెడునాకడింది♦వీరులయందున్. 102

క. అంతఁ గళాపూర్ణుఁడు గడు, వింతగ నతిచిత్రహస్త♦వేగతఁ బరభూ
కాంతుఁ దడఁబఱచి పొడిచె నొ, కింత చొరఁ గటారిమొన న♦నేకస్థలముల్.

వ. అప్పుడు తత్ప్రతివీరుండు. 104

క. ఆనేర్పునకును జంపం, గా నొల్లమికిని మనంబు ♦ గడు నెఱఁగుపడన్
దానతనిపాదయుగళికి, నానతుఁ డయ్యెను గటారి♦ యటు నైచి వేసన్. 105

వ. ఇట్లానతుండై కరకమలంబులు మొగిడ్చి యోమహానుభావా నీవు రాజపు
త్రుండవే దివ్యపురుషుండవు గాక యే నాంధ్రదేశంబున నుండి వచ్చినయొక్క
యత్యంతచాతురీధురంధరుండై నకటారిసాధనకానివలన ననేకకాలం బభ్యసించి
పేరుగలబిరుదుమాష్టీలఁ బెక్కండ్ర జయించి యెక్కడను మొక్కపోనిమానను
షంబున ననూనగర్వుండ నగుచునికిం జేసి నిన్ను నిట్టిపోరునకుం బిలిచితి నన్ని
ట్లు పరిభవించుట యత్యద్భుతంబు గాదె యని కొనియాడి యమ్మధురలాలసా
మణు సపరివారంబుగా నిజపురంబునకుఁ బ్రార్థించి తోడుకొనిపోయి మహో
పచారంబులం బూజించి యతని కభిమతంబు లైనతనదుశుద్ధాంతకాంతలం
రత్నంబులు సమర్పించి ప్రణయపూర్వకంబుగా ననిపె నవు డంగాధిపతి
నివలన మృగేంద్రవాహనానిలయం బున్నచోటు విని యచ్చటికి కరిగి యమ్మ
హాదేవిని సేవించి తద్భవనవలభు లరసి తనపూర్వజన్మంబునీణియఁగని పుష్పు
కొని యత్యంతసంతుష్టుం డగుచు నంత నుత్తరాభిముఖంబుగా యాత్ర
వించె. 106

తే. అప్పు డాచుట్టుపట్ల ధ♦రాధిపతులు
తనకు నిష్టంబు లైనర♦త్నముల నిచ్చి
కొలచి యనుప నాభూపతి ♦ ఘూర్జరేశు
పై నడచె వానిశౌర్యద♦ర్పంబు వినుచు. 107

క. అతఁడును దద్వార్తలు విని, యతిభీషణ మైనయట్టి♦ యాత్మధ్వజినీ
తతితోడ వచ్చి తాఁకెం, బ్రతివీరునిదిశలు ధూళి♦పటలము క్రమ్మఁగన్. 108

ఉత్సాహ. అబ్బలంబు లొక్కటొకటి ♦ నట్లు గవియునార్పు లా
గుబ్బు గాఁగ నడరె వాద్య♦ఘోషభీషణంబుగా

నిబ్బరంపుటార్భటిని జ♦నించె నంత నెల్లచో
డబ్బుడుబ్బు ఖంగుఖంగు ♦ ఠంగుఠంగు మన్ధ్వనుల్. 109

అప్పు డుప్పతిల్లుధూమంబుచొప్పు నుత్పాదించుచు రోధోంతరాళంబు నాచ్ఛాదించుధరాపరాగంబువలనను ధింధింకృతం బైనయుభయబలంబులు దమతమ యేలికలబిరుదు లుగ్గడించుటలకతన నాత్మపరసైనికవివేకంబు లోకానోకభంగిని సంఘటిల్లఁ బోరుచో ఖంగుఖంగున నొండొంటిఁ దాఁకుచుఁ దడఁబడుబెడిదంపుటడిదంబుల వెడలుమిడుఁగుఱులవలనను నాటోపంబు లైనయీఁటెపోటుచేత గాటంపుఁబెల్లునఁ జిల్లుచిల్లున వెళ్లునుల్కాలజ్వాలామాలికల నాభీలంబు లగుధారాళరక్తపూరోద్గమంబులవలన నుభయసేనానాయకప్రతాపప్రాదుర్భావనిర్భరార్భటీశంక లంకురింప బిరుదకాహాళశంఖభేరీపటహరటితపటిమంబును బ్రతిభటగార్భటీపటుత్వవిఘట్టనసమయసముదితరసత్వరవిస్పృత్వరసింహనాదంబులును మదచండిమోద్దండవేదండమండలాఖండఘీంకారఘోషంబులును భీషణహాయహేషితంబులును నఖర్వమౌర్వీనిర్విరామటంకారనిస్స్వనంబులును వికస్వరస్యందనబృందనేమిశబ్దంబులును నంబరంబు వగుల్ప నం దుండ జడిసి పుడమికి డిగిననిబిడంపుజలదసముదయంబులపగిదిఁ బాదలుమదగజంబులమదధారావర్షంబులకుఁ దగినయందంబున నింద్రగోపబృందసందేహకందళనికరంబు లగుచు మాంసశకలంబులు గానుపింప నంతకంతకు నెంతయు నధికంబు లగుక్రోధంబులతోడ యోధవీరులు చేరి ఘోరాసిధారలఁ జక్కాడఁచినఁ గఱుక్కనం దెగి బిట్టుమిట్టించిపడుధవళోష్ణీషభూషితమస్తకస్తోమంబులభంగులు సంగ్రామరంగాంబరీషాభీలకాలరాత్రిభర్జ్యమానసముజ్జిహానలాజానుకారంబునఁ బరిఢవిల్ల నురస్థలంబులు నఱుకుకఱకుటలుగులకతన వెనుకకొరుగు నెఱమేటిబలుమగలప్రథమత్కుణాకృష్టనిష్ఠురధనుర్వలయనిష్ఠ్యూతంబు లగుశరవ్రాతంబులు వెడవెడ నార్చుపగఱమొగములఁ బ్రవేశించి పెడతలవెడలుచు సముత్కటతాత్కాలికరోషాధిక్యకర్కశామందసందష్టపుంఖమూలంబు లై చిక్కియుం జిక్కువడక యక్కజపుజవభరంబున నరంబులతోడం బెకలించుకొని యెగయ విగళితచికురంబు లగుశిరంబులు గగనంపుఁజప్పరంబునకుఁ జల్లులు ఫుల్లారవిందంబులు పూవుదండలు నై యొకవిచిత్రపుసొంపు సంపాదింపుచు మృత్యుదేవతామహోత్సాహసన్నాహంబు దలఁపింప నకంపితశౌర్యసాహససముద్భటు లగుభటులును దెసలం బోదివి కదననిపుణత నెఱప నిలువునన యసువులు విడిచి నిరంతరనిఘాతశాతశక్తితోమరప్రముఖశస్త్రిచరమభాగాలంకరణచారుపింఛమాల్యాది విలసితంబు లై యధోభాగంబులఁ గెంబట్టుపఱపు లెఱపు నెఱపుపలలపంకిలరుధిరప్రవాహంబులతోడ వీరపురుషసంభోగవిలంబాసహరంభాముఖ్యదివిజకామినులకు నలంకరించి యాయితంబు చేసినచతుస్తంభకుంభనికేతనంబులో య

నం గానుపించు నేనుంగులమీఁద శిఖరంబులచాడ్పునఁ గనకమయకిరీటకవచ
ధారణాధోరణశరీరంబులు రాజిల్ల విదారితానేకచక్రంబు లగుచు నొకకడ నొ
త్తగిల్లినఁ ద్రెళ్లినయరదంబులయితరచక్రంబులు కృష్ణముఖశిలీముఖకృత్తనే
మిఘట్టనంబులబిఱుసున నిరుసులకొనల బిఱబిఱం దిరుగుచు నిపతితరథంబులు
భూరితరవీరరసావేశంబున వైరివీరవ్రాతపాతనార్థంబు చక్రాయుధంబులు ద్రి
ప్పెడినో యనుతలంపు సంపాదింపఁ బెంపు మీఱుచు నొప్పాత్రిప్పాడువడువునం
బరిఘవిల్లుచు నుండఁ దొండంబు లెత్తి తిరుగుగండ్లకరణి నురువడిం దిరుగుచు
నొండొంటిం దాఁకుకరులపరిసరప్రదేశంబునం దొట్టువ గట్టి పొల్లుతోడియూథ
కికణరాసులుం బోలెఁ గానుపించురుధిరపలలకరంభితాస్తోకకీకసతీశకూటంబుల
చేర్పున శూర్పంబులనేర్పున నేర్పరింపుచు సంపతితసప్రాణసామజవిధూయమా
నకర్ణవ్యాపారంబులు దీపింప సంగ్రామభూమి యుద్దామరౌద్రభీభత్సభయానక
హేతు వగుచు నుద్ద్యోతించె నట్టిసమయంబున సుముఖాసత్తిపుత్త్రుండు. 110

చ. సరిపడఁ బోరుచుండ నటు • సైన్యము నేమియు మీఱనీనియా
యరిబలముం గనుంగొనుచు • నల్గఁ గనుంగవ కెంపు పూన ని
ష్ఠురగుణటంక్రియానినద • శుంభదిషుప్రకరప్రవర్షణో
ద్ధురుఁ డయి తద్బలంబుపయిఁ • దోలె రథంబు కడుం రయంబునన్. 111

ఉ. ఘూర్జరభూమిపాలుఁడును • క్రోధము మీఱఁగ నానృపాలు న
తూర్జితబాణవృష్టి కడు • నుగ్రతఁ గప్పుచుఁ దాఁకి తత్పరి
స్ఫూర్జితసాయకంబుల ని • షూదితసూతుఁడు భగ్నకేతుఁడుం
నిర్జితబాహుశౌర్యుఁడు వి • నిర్గతధైర్యుఁడు నయ్యెఁ జెచ్చెరన్. 112

ఆ. ఇట్లు దలఁకి యతని • కిచ్చె నాత్మీయశు, ద్ధాంతకామినీశి • రోవతంస
మణు లతండు నతని • మన్నించి యవ్వేల, నరిగె విజయవార్త • లతిశయిల్ల.

ఉ. అంతటఁ గానుకల్ గొనుచు • నానృపతిం గురుకాదిదేశభూ
కాంతులు వచ్చి కొల్చిరి జ • గత్పరిరక్షయొనర్ప రుక్మిణీ
కాంతుఁడు శౌరి చన్న వెను • కన్ మఱి దక్షత నీవ యెవ్వరిఁ
డింతయు నొప్పసద్గుణస • మృద్ధుల నీ కని సన్నుతించుచున్. 114

సీ. ఆరాజతిలకుఁడుం • ద్వారకానగరంబు, విపధి ముంచుటమున్న • విన్నవాఁడు
గావున వారిత • త్కథ లాదరంబున, నడుగుచు యదుసింహు • నంబుజాక్షుఁ
దనపూర్వజన్మగాం • ధర్వవిద్యాగురుం, గనుఁగొనునట్టిభా • గ్యంబు దనకు
దొరకమి కాత్మ యం • దునుజాల వగచుచు, నౌత్సుక్యమునఁ దత్పు • రాంతికమున
తే. కరిగి దండప్రణామంబు • లాచరించి, వరుస మాళవబర్బర • ధరణిపతుల
పై నడిచి భీషణం బైన • భండనమున, బహువిధాయుధపటిమచే • భంగపఱిచె.

శా. ఆవార్తల్ దవుదవ్వులన్ వినుచు హూ♦ణాదిక్ష్మానాయకుల్
వేవేగన్ వినయంబుతోడ నిజత♦స్త్రీమౌళిరత్నాదినా
నావస్తువ్రజ మంపినం బనిపె స♦న్మానంబు చేయన్ హిమ
గ్రావాంతంబుగ నేగి త్రోఁ డిరిగె నా♦రా జంతటం దూర్పుగాన్. 116

లయగ్రాహి. ఆతనిమహాజయవి♦భూతిపసమించునవి♦గీతరణకేళిపటి♦మాతిశయగ
ర్వ, శ్వేతునకు నాకితఁడు ♦ వో తగినజోడు వసు♦ధాతలమునం దనుచుఁ ♦ గా
తుకముతోఁ బ్రా, గ్జ్యోతిషపురాధిపుఁ డ♦భీతి నెదు రేగి ఘన♦హేతినికురుం
బమణి♦కేతనసముద్య, న్నూతనగభస్తిపరి♦ఫీతకకుబంతరము లై ♦ తనకు దారు
ణచ♦మూతతులు గొల్వన్. 117

ఉ. వైరిచమూసమూహము ల♦వారణ నన్నియు నప్పు డాతనిన్
ఘోరతఁ జుట్టు ముట్టుకొని ♦ కోయన నార్చెను దోన యద్భుత
స్ఫారతరార్భటిం బిరుదు♦సంకులుఁ దారలు బూరగొమ్ములుం
భేరులుఁ దమ్మటంబులును ♦ భీషణవృత్తిని బిట్టు మ్రోయఁగన్. 118

చ. బెడిదపుభంగిఁ దద్ధ్వనుల♦పెంపు నడంపుచు నంత నెంతయున్
వడి దనరారె నంగజన♦నాథుగుణక్వణనంబు దానిఁ దా
మడమలు ద్రొక్కుచున్ విశిఖ♦మండలి వెన్కనియెన్ గరంబు బ
ల్విడిని సమస్తదిఙ్నృపుల♦వీనుల మేనుల నుక్కు దక్కఁగన్. 119

వ. అట్టిసమయంబున. 120

ఆ. అతనివింట వెడలు♦నమ్ములవేగమై, చిత్రి యేమి సెప్ప ♦ సేవలసిన
మురువు బిరుసు క్రోవి ♦ ముట్టించినతెఱంగు, చెఱుపుకట్ట తెగిన♦బిఱుసు దోఁచె.

చ. ద్రోనపయిఁ బాయ కెప్పుడును ♦ దూపు లెడల్పుచునున్న రీతిఁ దాఁ
జనుమరచేర్పునం దెపుడు ♦ జారక యమ్మఱిఁబోని యున్న చా
డ్పున శ్రవణాంతసీమ నెపు♦డున్ వలయీకృతచాప మై నశిం
చినగతిఁ దోఁచెఁ దత్కరముఁ ♦ జిత్రరయంబునఁ బెక్కుదూపు లై. 122

వ. ఇత్తెఱంగున నప్పార్థివోత్తముం డత్యంతచిత్రం బైనధనుర్విద్యానేర్పు నిర్వహిం
చిన నుదంచితంబు లైనబాణపరంపరలచేత నరాతిసైన్యంబులందుఁ జిందఱవం
దఱ లగునరదంబును జినిగినకేతువులును జీకాకు పడురథికులును జడిసినసా
రథులును ద్రుంగినయేనుంగులును దునిసి పడినమావంతులును దుత్తుము రైన
యంకుశంబులును దునుక లైనపరిస్తోమంబులును బొలిసినయశ్వంబులును బా
రలెడిరౌతులును బొడ వడంగినపల్లంబులును బొడిపొడి యైనపక్కెరలును
నుఱుము లైనపదాతులును నులిసినకంకటంబులును నుసి యైనకైదువులును
నుగ్గునూచం బైనయరిగెలును దెగి పడినయాభరణంబులును దెరలి పాఱుర
క్తంబులును దెట్టువలు గొన్నమాంసంబులును దెట్టలు గట్టినయస్థిశకలంబులు

ను జూపఱకు నద్భుతభయానకభీభత్సరసంబు లావహిల్లఁ జేసె నవ్విధంబున నమ్మణిస్తంభనందనునియమందవిక్రమంబున నుక్కు దక్కు రిపుసేనాంగంబుల భంగిం గనుంగొని యతనిబలంబులు జయోత్సాహదుర్వారంబు లై యురువణించె నయ్యోడం గలంగి పాఱునిజబలంబుల నిలువరించుచుఁ బ్రాగ్జ్యోతిషాధ్యక్షుండు రోషకషాయితాక్షుం డగుచు నక్షయం బైనతనవిక్రమోత్సేకంబునఁ బరానీకంబులు కాందిశీకంబు లై చీకాకు పడ భీకరంబునం దనరథంబు కళాపూర్ణునిదిక్కునం బఱపించిన నతని దలకడచి తత్ప్రియసఖుండు చండబాహుం డనువాఁడు వాఁడి మిగిలి యాయంగపతితోడఁ దలపడియె నపు డయ్యిద్దఱకుఁ దద్దయుం బ్రొద్దు మహాయుద్ధంబు ప్రవర్తిల్లె నందు. 123

తే. పార లతిచిత్రశరలాఘ • వంబు పేర్చి
పేర్చి యొండొరుపయి నేయఁ • బింజపింజ
గఱచుకొని పాఱుతూపు లొ • క్కటియ వ్రాలెఁ
గానుపించుచుఁ దలపించెఁ • గడలపోరు. 124

క. అనయముఁ గరలాఘవ మి, ట్లొనరఁగ నేయుచుఁ బరప్ర • యుక్తము లెల్లం
దునుముచుఁ బోరఁ దదంతర, మునఁ గుప్పలు వడియె బాణ • ములశకలంబుల్.

వ. అట్టిసమయంబున మధురలాలసావల్లభుఁ డెల్లవిధంబులం ద్రుళ్లుచుఁ దనకు నెదిరించి కడుఁ దడవుగాఁ బోరుచున్నయవ్వైరివీరు బవరంబునకు వెఱఁ గందుచు నతని గెల్చు టెట్లొకో యని తలంపు వొడమ ధనుర్ధరుం డైనస్వభావసిద్ధుం దలంచి మనంబునందు నమస్కరించి తదనుగ్రహలబ్ధంబు లైనయమోఘనిజధనుర్బాణంబుల నుద్దేశించి యేమీ మీకును లోకంబులోనిశరశరాసంబులు సరియగుచు నింతసేపు పోరించుట సహింపవచ్చునే మీమహత్త్వంబుఁ జూపుటకిదియే యవసరం బనుచు హుమ్మనుచు నుత్సాహంబున హెచ్చి మిక్కిలి యెక్కు డైనహస్తలాఘవవిశేషంబున. 126

సీ. ఆవిభుఁ డేసెఁ గ్రూ • రాస్త్రి మట్టిద యేసె, దాని వెన్వెనుకఁ గ్రొ • త్తగఁ బరుండు
నది యోర్వ కమ్మను • జాధినాయకుఁ డాత్మ, విశిఖపుంజము నేసె • వేఱ యొకటి
విమతుఁడు తనదు బా • ణము పింజ యేసిన, ట్లిరువురుఁ బైఁబయి • నేయ నేయ
సొరిది నిద్దఱవిండ్లు • సోఁకుట కొక్కింత, కడమగా శరరాజి • నిడుపు సాగెఁ

తే. దనవరుస యేటు వెస నేసి • ధనువు దునిమి
యంగవిభుఁ డంత రిపుని యే • టడఁచి తద్భు
జాంతరముఁ దూఱి పాఱె నా • యంపచాలు
పుంఖముఖ మయ్యుఁ జేబల్మిఁ • బొగడఁ దరమె. 127

క. దానం బ్రాగ్జ్యోతిషధా, త్రీనాథునిసఖుఁడు ధరణిఁ • ద్రెళ్లుటయును ద
త్సేనలు చెల్లాచెద రై, నానాదిక్కులకు భయము • నన్ వెసఁ బఱచెన్. 128

వ. అప్పు డాచండబాహుపాటువలన నాటోపంబు దప్పి ప్రాగ్జ్యోతిషపతి యంగ
పతికి శరణు చొచ్చి తనశుద్ధాంతకాంతాశిరోరత్నంబులు కానుక యిచ్చె నం
తఁ దద్వార్తచేతన భీతిల్లి కోసలప్రముఖులును మాగధుండును దమయంతన
వశవర్తు లగుచు నమ్మణిస్తంభసుతు నభిమతార్థంబులం దనిపి యనుగ్రహంబు వ
డసి యివ్విధంబునం గళాపూర్ణుండు సకలదిగ్దేశాధీశుల జయించి తత్తత్ప్రియాం
గనామాళిమాణిక్యంబుల మధురలాలసాచరణమంజీరనిర్మాణంబుకొఱకు సాధిం
చి యెందును నెదురు లేక యమందవిజయానందంబునం దిరిగి వందిమాగధవా
రంబులు కైవారంబులు సేయ నిజపట్టణంబు చేర నరుగుదెంచె నప్పుడు. 129

సీ. ఇంక నించుకవడి • కిండ్లన విశ్రమిం, తము కూడ రారండు • తడయ కనుచు
నెలమిట్టు దాఁటిన • ధళధళ గాన్పించు, మనవీటికనకహ•ర్మ్యంబు లనుచుఁ
గంటిరే యల్లగం•గాసరయూసంగ, మప్రాంతవనరాజి•మహిమ లనుచు
సకలదిగ్దేశముల్ • చరియించితిమి గాని, యిట్టితోఁటలు గాన • మెందు ననుచుఁ

తే. గనుఁగొనుం డోలిఁ గాన్పింపఁ•గాఁ దొడంగె
గోపురము లవె యవె పైఁడి•కోట లనుచుఁ
గ్రముకకంఠోత్తరపురంబు • గ్రమ్మఱంగఁ
జూడఁ గంటిమి నేఁడు నీసొంపు • లనుచు. 130

క. ప్రమదమున సంభ్రమించుచుఁ, దమతమవా రెదురుకొనఁగఁ • దత్తద్వస్తు
క్రమవీక్షణముల నధ్వ, శ్రమ మంతయు మఱచి వేడ్కఁ•జనుచుఁ మఱియున్.

ఉ. తొల్లిటిప్రాఁతపట్టణము•త్రోవలు నల్లవె రోమపాదుఁ డం
దల్లుని ఋశ్యశృంగుని గృ•హస్థత నింపుల ముంప సంపద
త్యుల్లసితంబు చేసి ప్రియ • మొప్పఁగ నిల్పినయట్టిమేడ దా
నల్లదె కంటిరే నవన•వాకృతి నిప్పుడు నొప్పెడుం గడున్. 132

తే. పూని కర్ణాత్మజుఁడు వృష•సేనుఁ డాత్మ
హాయము దాఁటించినట్టివాఁ • గల్లయదిగొ
నాఁటి కది యబ్బురము గాని • వీటిలోని
నేఁటి కిగ్గాడిగుఱ్ఱాలు • దాఁటుచుండు. 133

ఉ. హారిసమృద్ధితో నిచటి • కామడ నున్నది తూర్పునందుఁ గా
సారపురంబు తద్విభుఁడు • సన్నుతశీలుఁడు సత్వదాత్ముఁ డీ
త్రోరపువీడు కౌతుకము•తో నొనరించె నతండు నిందు భూ
భారధురీణు నీయదిపుఁ • బటము గ[illegible] 134

దంబులు రోధోంతరంబునం బిక్కటిల్ల మిక్కిలి నెక్కుడైనయక్కజపువైభవం
బున భూవిభుండు పురంబు ప్రవేశించె నయ్యవసరంబున. 135

ఉ. భేరులు లోనుగాఁ గలగ◆భీరపువాద్యచయంబు మ్రోఁతలం
దోరపుప్రౌఢి మించెను గు◆తూహలసంభ్రమజృంభమాణరా
మారభసాధిరోహణస◆మాకులసౌధసమంజుహాసమం
జీరఝుళంఝుళధ్వనివి◆శేషము లెంత ప్రజాసమృద్ధియో. 136

ఉ. ఆవిభుఁ జూచుకాంతలము◆ఖావళి తోరణగండ్ల శోభిలం
గా విలసిల్లె సౌధము ల◆ఖండితదిగ్జయధామచిత్రిత
త్పావనచారుకీర్తికృత◆తర్జనభీతిసహస్రభావిభి
న్నావతరత్వహేమకమ◆లామరసింధుజలౌఘమో యనన్. 137

తే. అతనిఁ జూడంగఁ బఱతేర ◆ నడరి జాఱి
యొకతె కొప్పు విరాజిల్లె ◆ నొకరిఁ బట్టఁ
బదరుమరునాజ్ఞఁ జని మెడఁ ◆ బట్టి ద్రొబ్బి
తెచ్చురోలంబభటు లనఁ ◆ దేజరిలుచు. 138

ఉ. క్షోణితలేంద్రుఁ జూడ నొక◆కొమ్మ వడిం బఱతెంచి యుల్లస
ద్వేణిభరంబుతో మొగపు◆తీఁగె వలగ్నమునం దమర్చి యొ
డ్డాణము తీఁగెగా నిడి మొ◆దల్ వలగొన్నది చాలమిం గొనల్
ఫాణుల నుండఁ గాను మఱి ◆ బాగుగఁ గానుకఁ బెట్టుకై వడిన్. 139

ఉ. గుబ్బెత యోర్తు వచ్చె నృప◆కుంజరుఁ జూడ రతార్త నీవి దా
గొబ్బునఁ గట్టుచుం బయిఁట◆కొంగది మాన్పఁగఁ బోలెఁ గాళ్లపైఁ
బ్రబ్బికొనం గుచోద్ధతభ◆రంబునకుం బయికాఁపువ్రాలెఁ ద
బ్బిబ్బుగఁ జేతికిం దొరకి ◆ పెన్మిటివస్త్ర మురోవృతంబుగన్. 140

లయవిభాతి. జలకమపుడాడి యొక◆చెలువ నునుఁగావిజిగి◆వలువ వెసఁ గట్టుకొని◆
జిలుఁగురవమాఁదా, వళవుదడి యొత్తుకచ◆ములఁ బెనచి చుట్టుకొని ◆ కెలన కది
కెన్జడల◆మెలిపగిదిఁ దోఁపన్, గళితధృతి యోగణియు◆బలె నరుగుదెంచె నృప◆
తిలకుని గనుంగొనఁగ ◆ లలితకుచమధ్య, స్థలిఁ దరళమౌక్తికము ◆ కలిగి హృద
యంబు వెలిఁ ◆ దోలఁకిపడుసత్త్వమున ◆ వెలుఁగు నటియింపన్. 141

ఉ. క్ష్మారమణుం గనుంగొనఁగ ◆ గాటపువేడుకఁ బాఱుదెంచె నొ
య్యారి యొకర్తు మున్ జలక ◆ మాడుచునై చినకీలుగంటు దా
సారెకు జంఘలం బెనఁగ ◆ సవ్యకరంబునఁ బాయఁ బట్టి శృం
గారరసంపుగిండి గల◆కాముని యూడెపుఁ గత్తెయో యనన్. 142

తే. ఇత్తెఱంగునఁ బౌరుల ◆ కెల్ల నేత్ర, పర్వ మొనరించురూపనై◆భవముతోడఁ
గ్రముకకంఠోత్తరమహాపు◆రప్రవేశ, మాచరించి ఘనైశ్వర్య ◆ మతిశయిల్లఁగ.

క. శుభతర మైనవిపంచిక, యభినవకౌముదికి నొసఁగి ♦ యాత్మసచివు న
వ్విభుఁడు నియమించె రూపా, నుభూతిజ్ఞకు నూపురముల♦నుం జేయింపన్. 144

వ. దానం జేసి యమ్మానవతియు నానందంబు నొందుచు నెందు నత్యపూర్వంబు లై
ననానాభూషణవిశేషంబుల నలంకృత యగుసమయంబునఁ బ్రసంగవశంబునఁ
జెలులవలన నాత్మబాల్యసమయసంప్రాప్తరత్నహారంబుసుద్ది విని ప్రాణవల్లభుని
ప్రథమానుగ్రహవిశేషం బైనయాభూషణంబు ధరియించుటకు నభిలాషం
బు వొడమ దానిం దెప్పించి నిజహృదయస్థలలంబి యగుటకుఁ దగునట్లుగా నిరుగ
డల కొన్నిమణులు నిలిపి తనసూత్రంబునం గ్రుచ్చి ధరియించి తనవిలాసంబు ప
రిఢవిల్ల సురటి గొని వరునికడ కరిగి పరిచర్య సేయుచుండె నంత. 145

సీ. ఆయితంబుగఁ జేసి♦నట్టియందియజోడు, సత్వదాత్ముఁడు కరా♦బ్జమునఁ బూని
యచ్చటి కేతెంచి ♦ యధిపుఁ గన్బొమసంజ్ఞ, నయ్యింతియగ్రంబు♦నందుఁ బెట్టి
స్వామి నీ కోడఁబడ్డ♦సకలదిగ్దేశభూ, నాథశుద్ధాంతకాం♦తాశిరోమ
ణిప్రజల్పితనూపు♦రప్రకాండము లివె, యంఘ్రులఁబూను మా♦యమ్మయనుచు
తే. వసుధ సాగిలిమ్రొక్కిన♦వలదు వలదు, మ్రొక్క నాకును వందనా♦ర్హుఁడవు నీవు
మేనమామవెఱుంగవు ♦ గాని నేఁటి, దాఁక నిది యంచు నతని కా♦తరుణి మ్రొక్క.

క. మ్రొక్కిన నతఁ డరు దందుచు, మిక్కిలి వెనువెన్క కొదిగె ♦ మేను వడంకన్
నిక్కం బిది సంకోచము, దక్కు మనియె సతియు లేచి ♦ తగువినయమునన్.

వ. అప్పుడు కళాపూర్ణుండు నవ్వుచు నతనిం జూచి యాచెలువ యన్నట్లు నిజంబుగా
వలయు సంకోచం బేల తత్ప్రకారంబు తెలియ నడుగుట గాక యని యిట్లనియె.

తే. తనదుశైశవమున నీవు ♦ తను నడిగిన
నీకులాఖ్యాదు లింతికి ♦ నేఁడు దోఁచె
నేమొ మే లయ్యెఁ దెలియుద ♦ మిపు డడిగిన
ననుచు నాపువ్వుఁబోఁడియా♦ననముఁ జూచి. 149

ఉ. నీదగుచిన్ననాఁటియల♦నిర్మలబోధవిశేష మిప్డు ల
బ్ధోదయ మయ్యెనో తిరుగ ♦ నుల్లములోన నితండ నీకు నో
పైదలి మేనమామ యగు♦పద్ధతి యెట్లది నేఁడు చెప్పు ట
ట్లాదట నాఁ డితం డడుగ ♦ నప్పుడు చెప్పమి యెట్లు చెప్పుమా. 150

వ. ఆశైశవంబున నట్టివిజ్ఞానంబు గలుగుటకుఁ గారణంబు నాఁ డడిగి తెలిసికొన
లేమికిఁ బశ్చాత్తాపంబు నొందుచుండుదు నది యెఱింగింపవలయు. 151

క. అన విని యాసతి యంతయు, వినుపించెద వినుఁ డటంచు ♦ విభునకు లీలం
దనచేతిసురటి విసరుచు, వినయమధురఫణితి నిట్లు ♦ వినుపించెఁ దగన్. 152

సీ. అధిప ము న్నతఁడు మ♦హారాష్ట్రదేశ మే, లెడుసుగ్రహుం డను♦పుడమిఱేఁడు
మాతల్లిరూపాను♦భూతి యాతనియవ్వ, యితనికులీనత ♦ కెల్లనృపులు

కడు వేడ్కపడి తమ•కన్నెల నిచ్చి సం, బాంధబాంధవులుగాఁ • [illegible]
బ్రతిక లంప నం•పఁగ నందు నెవ్వఁడి, వాంఛ [illegible] నె•వ్వఁ[illegible]

తే. ననువిచారముత్రోడ ని•ట్టట్టు నుసునఁ
గడపె బహుకాల మది యన•గణన గాఁగ
పగచి యొక్కొక్కనెపమున • వారి మీఁదఁ
దప్పి యతనిపైఁ జేసిరి • దండయాత్ర. 153

క. ఈతఁడు దా వెలుపలి వై, యే తెఱఁగున నైన నా•[illegible]
భూతులఁ జేయుదు నని ప్ర,ఖ్యాతజనసహాయయోధయూథుఁ • [illegible] .154

ఆ. ఇట్లు కడకుఁ దొలఁగు • టెఱిఁగి యారాజులు, [illegible] • [illegible]
రాజు లేనియట్టి•రాష్ట్రంబుపైఁ జని. జయము గొనుట [illegible] • [illegible]

వ. ఇతండు నయ్యహితభూపతులు తిరిగి పోవు టెఱుంగఁ[illegible]
గాఁ జని యొకవిపినమధ్యంబున నిలిచి యారాత్రియందు [illegible]
ననుచింత నొక్కింతతడవుండి చరితవృత్తానుసారంబున [illegible] 156

సీ. మిగులంగ ముట్టుపా • టగుటఁ జేసి [illegible], [illegible] • [illegible]
శ్రీఘ్రంబ యేగుదెం•చితి ససహాయతఁ, జేమయ్యెనో పు[illegible] • [illegible]
ప్రజ లేమియైరో వి•పక్షభూపాలకు, లిది యెఱుఁగ[illegible] • [illegible]
చొప్పు మార్చితిఁ బెక్కు•చోట్ల శాత్రవభీతి, [illegible] • [illegible]

తే. యేనె తిరిగిపోయెద నంటి•నేని శత్రు
లెచట నె ట్లడ్డగింతురో • యిటియుఁ దగద
యున్నచోటనె యుండి తా • నుల్లమునను
సకలమును గాంచువాఁ డెంత•సుకృతియొక్కొ. 157

క. అట్టిమహత్త్వముఁ గాంచిన, యట్టిబహుకు బ్రహ్మసుగాన • [illegible]
బెట్టిదియు నేల జనులకు, వట్టిప్రయాసంబు బాలి•[illegible]. 158

వ. అని యట్టిసర్వజ్ఞత్వంబు సాధించుటకు దృఢనిశ్చయంబున [illegible]
డై తురగాధిరోహణంబు సేసి వాసుదేవనిత్యసాన్నిధ్యప్రసి[illegible]
నాతీరంబున కరిగి యందు బృందావనంబున. 159

క. తా నెప్పుడు నతిభక్తిం, బూని కొలుచుబాలకృష్ణుఁ • [illegible]
త్థానశయుఁ వటపత్రశ, యానుఁ మది నిలిపి సలిపె • [illegible]. 160

సీ. కొమరొందుమట్టియా•కునఁ బవ్వళించి చూ, [illegible] • [illegible]
బాణియుగ్మంబునఁ • బదిలంబుగాఁ బట్టి, మొగమును [illegible] • [illegible]
జరణాంగుళీపాన•జాతలాలాభిషి, క్తం బైనచిన్ని[illegible]
బూనిచూచ్కులకుబ్ర•హ్మానంద శైత్యంబు, గులుకు నెయ్యపుమున్నఁ• [illegible]

తే. నతనిమనమున నతిరత♦ధ్యానమహిమఁ
దిరముగాఁ బాదుకొన్న యా♦దేవిరూపు
వెలిఁ బ్రకాశింపఁ జేయుచు ♦ విష్ణుదేవుఁ
డధికకారుణ్యలీలఁ బ్ర♦త్యక్ష మయ్యె. 161

క. ఆతెఱఁగునఁ బ్రత్యక్షుం, డై తను నిష్టమును వేఁడు ♦ మని హరి పలుకం
బ్రీతివశత నించుక తడ, వీతం డేమియును బలుక ♦ నెఱుఁగక యుండెన్. 162

క. పదపడి ప్రబుద్ధుఁ డై త, త్పదపద్మంబులకు భక్తిఁ ♦ బ్రణమిల్లి తగన్
నుదుట ముకుళితకరమ్ములు, గదియించి వినీతి దనరఁ♦గా ని ట్లనియెన్. 163

క. అలఘుతరానందంబునఁ, బలుక నెఱుఁగకున్న వాఁడఁ ♦ బరమపురుష నీ
వలనన్ సర్వజ్ఞత్వము, గలుగుట నాకోర్కి దానిఁ ♦ గరుణించు దయన్. 164

వ. అని విన్నవించుటయు నద్దేవదేవుండు తనమెడ నున్నరత్నహారంబుఁ దిగిచి దీని నాయకరత్నం బెవ్వరిహృదయస్థలంబున నెంతతడవు సోఁకి యుండు వారికి నంతతడవును సర్వజ్ఞత్వంబును సకలవాక్పటుత్వంబును గలిగి యుండు ననియును బ్రాహ్మణమనోవ్యథఁ గావించువారియొద్ద నిది యుండ దనియు నానతిచ్చి యిది యతనిచేతి కిచ్చి యంతర్ధానంబు నొందె నితండు నమ్మహనీయహారంబు వడసి వచ్చువాఁ డవ్వనంబులో నొక్కదేవాలయంబునందు. 165

సీ. మెఱుఁగెక్కి బిగువు లై ♦ మీఁటిన నవియు న, ట్లింపొందుగుబ్బపా♦లిండ్లతోడఁ
గడుఁ గృశత్వంబున ♦ బిడికిటిలోపల, నడఁగెడుబడుగు నె♦న్నడుముతోడఁ
జిఱునవ్వు దెలినిగ్గు♦ చిలుకుచుఁ దనరారు, తళుకులేఁజెక్కుట♦ద్దములతోడ
జగతి నెందును లేని♦చక్కఁదనాన సొం, పగుచిన్నిముద్దునె♦మ్మొగముతోడఁ
తే. గరమువిలసిల్లుసకలాంగ♦కములతోడ, రహిఁ దనర్చునలంకార♦మహిమతోడ
ద్వారశాఖలదండ నిం♦పారుచున్న, ప్రతిమ నొక్కటి చూచె భూ♦పాలచంద్ర.

క. చూచి మనంబున మెచ్చుచు, నాచేరువ నితఁ డటుండ♦ నంతటిలో భ
వ్యాచారశీలుఁ డచటికి, వాచంయముఁ డొకఁడు మార్గ♦వశమునఁ జేరెన్.

తే. చేరి కాషాయవస్త్రంబు♦ చెఱఁగు విసరు
కొనుచు హరిహరి యనుచు నిం♦పున నొకింత
తడవు గూర్చుండఁ దత్సవి♦ధప్రదేశ
మంటపంబున నధ్వశ్ర♦మంబుకతన. 168

సీ. ఆయతీశ్వరుఁ డంత ♦ నతిరమ్య మైనయా, మెప్పంపుఁబూఁబోఁడి♦యొప్పు చూచి
భళిర శిల్పికులేంద్ర♦బ్రహ్మను మీఱి తే, పగిదిఁ జేసితిర యీ♦ప్రతిమ ననుచుఁ
దనమదిఁ గడు మెచ్చి♦తల యూఁచుచును నిట్టి, పడఁతులుగలరొకో♦పుడమి ననుచు
నిట్టిది సన్న్యాసి♦నీక్షింపఁ దగ దని, మారొమ్ము వెట్టుచు ♦ మఱియు మఱియు

తే. నిచ్చఁ గ్రమ్మఱఁ జూచుచు • నేమి చెప్ప
నతనువికృతికి లో నయ్యె • ననుచుఁ జెప్పి
కొంతసంకోచ మంద నా•కొమ్మ తెలఁగుఁ
గని తొలఁగి పోయె నొకనెపం•బునను మంత్రి. 169

క. జనపతియు భార్యవదనముఁ, గనుఁగొని యేమయ్యెఁ గడమ•కథ కౌతుకముం
దనరింపుచున్న యది నా, కును వినుపింపంగ వలయుఁ • గోమలి యనియెన్.

చ. అన నిఁక నేమి చెప్పుదు జ•నాధిప యాయతిముఖ్యుఁ డంత నె
మ్మనమునఁ బట్ట లేక ప్రతి•మన్ బిగియారఁ గవుంగిలించె నిం
పొనరఁగ లేచి వచ్చి కడు • నొక్కమఱుంగున నప్డు సుగ్రహుం
డునికి యెఱుంగమిన్ నగియె • నుండఁగ లే కితఁడుం గికాకికన్. 171

వ. నగుటయు నతం డది వినియు విననిచందంబుఁ గల్పించుకొని తత్ప్రతిమాలింగ
నం బొకయదృచ్ఛాచేష్టావిశేషంబుగాఁ గల్పించుటకుఁ దాత్కాలికయుక్తి న
ద్దేవాలయంబున వెండియుం గలదౌవారికాదిప్రతిమల నట్ల యాలింగనంబు చే
యుచు నమస్కరించి తత్ప్రదక్షిణంబు సేయం దొడంగినసుగ్రహుండును నతని
కపటచేష్టల తెఱం గెఱింగి యి ట్లెంత చేసినఁ బూర్వంబు సేఁత నే నెఱుంగుదును
గదా యది మఱువ ననుచు మఱియుఁ బరిహసించె దాన నయ్యతి యతివ్యథ
మానమానసుం డగుచుఁ గడు నలిగి యిది తుదిగా నీమొదలియెఱుక యెం
తగల దంతయు విని హాతం బయ్యెడు మని శాపం బిచ్చె సుగ్రహుం డతిభ
యాకులుం డగుచు శాపమోక్షణంబు దయసేయు మని పాదంబులం బడి లే
వకుండె నయ్యతీశ్వరుండును. 172

క. నాయీరహస్యచేష్టిత, మే యెడ నేనియును నుబ్బె•నేని గలుగు నీ
పోయినమది గ్రమ్మఱఁగఁ ద, దాయత్తత వెలయు నప్రి•యము మది లేమిన్.

ఆ. అనుచుఁ జనియె నతని•యాశాపమహిమచే, నెఱియ సుగ్రహుండు • మఱచిపోయె
నాక్షణంబ తుదగ • నటు ప్రథమముగ వి, జ్ఞాత మగుప్రపంచ•జాతమెల్ల. 174

తే. అట్లు విస్మృతసకలపూ•ర్వాత్మచరితుఁ
డగుట నీతఁ డెఱుంగ లేఁ • డయ్యెఁ దిరుగఁ
గై కొనంగఁ దదాదిమ•క్షణమునందె
యొకశుచిస్థలి నిడినహా•రోత్తమమును. 175

తే. బ్రాహ్మణవ్యథ గావించు•పాపమతికి
నిది నిలువ దంచు హరిపల్క • మొదల వినియు
నతని వెతఁ బెట్టి కోల్పోయె • హార మితఁడు
దైవఘటన యెవ్వారికిఁ • దప్పు టరుదు. 176

క. ధర నెవ్వారలు చేసిన, దురితంబులు నుచ్చరింప • దోసమఁట మహా
పురుషుల కోకకోద యొకచోఁ, బోరసిన నది సగటుపాప•ము వృథా జనునే.

ఉ. అంతట దైవసంఘటన • నచ్చటు వాసి యతండు దివ్యదే
శాంతరముం జరింపుచు ని•జాహ్వాయవంశచరిత్రవిస్మృతిన్
భ్రాంతునిలీల మత్తుగతి • బాలునికైవడి నెద్ది గన్న న
త్యంతము నద్భుతం బగుచు • నాత్మకుఁ దోఁచుచు నుండ వర్తిలెన్. 178

క. ఆదిమసంకేతగ్రహ, ణాదులు విస్మృతము లగుచు • నాభ్యాగుణజా
త్యాదివ్యవహారజ్ఞత, లేదయ్యెను నితని కపుడు • లేశం బైనన్. 179

చ. వెనుకఁ గ్రమక్రమంబున న•వీనముగా నుదయంబు నొంది పెం
పొనరె నృపాల యీతనికి • నుత్తమమధ్యమవృద్ధకర్మద
ర్శనమున ద్రవ్యకర్మగుణ•జాతివిశేషవివేచనంబు బా
లునకునుబోలె మానసము•లో నిఖిలవ్యవహారహేతు వై. 180

క. తనకులనామాదులు ద, క్కన శేషము నిట్లు వెలసెఁ • గాని యతఁడు భూ
జనవర యవి యెఱుఁగఁడె యెం, దును దద్జ్ఞులు నేఁటిదాఁక • దొరకక యునికిన్.

వ. ఇవ్విధంబునఁ బరిభ్రమించుచు నొక్కనాఁడు గంగాసరయూసంగమప్రాంతవనంబు చేరి వర్తిలుచుండఁ దత్కాలంబునందుఁ గాసారపురం బరాజకం బైన నందుఁ గలమంత్రిప్రముఖరాజపురుషులును జారులును రాజనిశ్చయార్థు లై యుత్తమగజంబు నలంకరించి దానికరంబున నొక్కపుష్పమాలిక యిచ్చి యిది యెవ్వనికంఠంబునం దగుల వైచు నతండు మనకు రా జని దైవప్రార్థనాపూర్వకంబుగా నియమంబు చేసికొని దానివెంబడి నేతేర నది యేతెంచి తనతొండంబున నున్నపుష్పమాలిక యాసుగ్రహునిమెడ వైవ నరాజకత్వదుఃఖదుర్బలు లై యున్నయామంత్రిముఖ్యుల కందఱకు నటమున్న యితనిదర్శనమాత్రమున నొక్కసత్త్వవిశేషం బుదయించె నయ్యుభయనిమిత్తంబుల నత్యంతసంతుష్టు లగుచు నతనిఁ దద్గజారూఢునింగాఁ జేసి పురంబునకుం గొనిపోయి రాజ్యాధిపత్యంబునకుం బట్టంబుగట్టి తత్స్వరూపమాత్రంబ తమకు మున్ను సత్త్వదాయకం బగుట సంస్మరించి సత్త్వదాత్ముం డని ప్రశంసించిరి యితనినామజాత్యాదు లప్పటికప్రసిద్ధంబు లగుట నదియె పెరుఁగుచు దిక్కులం బ్రఖ్యాతం బయ్యె నట్లు కాసారపురాధీశ్వరుం డై రాజ్యభోగంబు లనుభవించుచు నంతట భవజ్జననీజనకు లయినసుముఖాసత్త్రిమణిస్తంభులఁ దనపురంబున నిలుపుకొని సేవఁ జేయుచుఁ గ్రమంబున నీకు నమాత్యుం డయ్యెఁ దత్ప్రకారంబులు విస్తీర్ణంబుగా శైశవంబునంద యేను నీకు విన్నవించినదానఁ దలంచికొను మవ్విధంబున నమాత్యుం డైనవెనుక నంగదేశం బాశ్రయించి యందుఁ గ్రముకకంఠోత్తరనామధేయపురం బైన యీపురంబు నూతనంబుగ నిర్మించి నిన్నుఁ బట్టంబు గట్టినది నీకు విదితం బై

నది చెప్ప నేల యోవిశ్వవిశ్వంభరామండలేశ్వర యీసత్వదాత్మునికులనామా
దిప్రకారంబులు పూర్వంబున నతఁ డడుగ నవు డేను జెప్పకుండుటను నిప్పుడు
చెప్పుటకు మఱియు నాఁటిసకలజ్ఞానోదయంబునకు నిమిత్తం బడిగితి గది విన్న
వించెద విన నవధరింపుఁ డని యిట్లనియె. 182

సీ. అట్లు సుగ్రహుఁడు ము♦న్నా దేవతాలయం, బునఁ బెట్టి క్రమ్మఱఁ♦ బుచ్చుకొనఁగ
మఱచినయట్టియ♦మ్మణిహారమును మధు, రాపురాశ్రయుఁ డొక♦బ్రాహ్మణుండు
దైవవశంబునఁ♦ దా నచ్చటికి వచ్చి, కని పుచ్చుకొని పోయి♦ తనగృహమున
బహువర్షముల్ వేల్పు♦బలె భక్తిఁ బూజించి, యంతట నిది త్రిలో♦కాధిపతికి
తే. యదుకులాభరణంబున♦కచ్యుతున కు
పాయనంబుగఁ గొనిపోవు♦ టర్హ మనుచు
ద్వారవతి కేగి యతనిసం♦దర్శనంబు
వడసి కానుకగాఁ బెట్టెఁ♦ బార్థివేంద్ర. 183

చ. అనయముఁ బ్రీతితో హరియు♦ నాతనికానుక యాదరించి కై
కొని తదభీష్టవస్తువులు♦ గొబ్బునఁ దాఁ గృపఁ జేసి యప్పు డిం
పొనరుచు దండకాకృతిస♦ముజ్జ్వలసంస్తవలీల కెంతయున్
ఘనముగ మెచ్చి యిచ్చె మణి♦కంధరనామునకున్ ధరాధిపా. 184

చ. అతఁడు మహాప్రసాద మని♦ యప్పుడు దానిఁ దగన్ ధరించి బా
లతఁ గనుపట్టువిష్ణునిక♦లాపము గావునఁ దద్భుజాంతర
స్థితి కిది చాల కొప్పి గళ♦సీమన యెంతయు గుప్తమై తదీ
యతరళమీరుచిద్గుణము♦ నాతనికిన్ హృదయంబు సోఁకమిన్. 185

ఉ. ఆమణికంధరుండు తుద♦యం దలఘువ్రతుఁ జేర్చి దాని నా
భూమిసురుండు నీ కొసఁగె♦ భూరికృపోన్నతి నిచ్చి తీవు నా
కోమహితాత్మ తత్తరళ♦ మొప్పఁగ నాహృదయంబు సోఁక ను
ద్దామసుబోధ నైతి శిశు♦తాసమయంబున నట్లు మిక్కిలిన్. 186

ఉ. క్ష్మావరచంద్ర నీవు ప్రథ♦మంపుజనిన్ మణికంధరుండ వై
యావిధిఁ గృష్ణుచేఁ బడసి♦ యంతట నిజ్జననంబునందు భూ
దేవవరేణ్యుచేఁ బడసి♦ దివ్యము నమ్మణిహారముం గృపై
కావృతబుద్ధి సిట్లొసఁగి♦ యంతగఁ జేసితి నన్ను మన్ననన్. 187

క. ఇటు నటు నేఁ గదలఁగ నం, తట హృదయస్థలముఁ బాసి♦ తన్మణికడ కే
గుట నుడిగెఁ దెలివి యట్లా, దట నీమంత్రీశుఁ డడుగు♦తఱి నవనీశా. 188

వ. కావున నప్పుడు సత్వదాత్మునినామజాత్యాదు లేను జెప్పకుండుట కిది కారణం
బు నాఁ డట్లు బోధోదయం బగుటయు నుడుగుటయు నేతన్మూలంబు లని యె
వ్వరు నెఱుంగకుండుటను నిది సామాన్యహారంబ యనుతలంపున మావారు

దాఁచి మఱచుటఁజేసి నాఁటనుండి నేఁటిదాఁక నిద్దివ్యహారం బెన్నఁడును ధరియించుటయు లేదు నేఁ డాభరణభరణసమయంబున బ్రసంగవశంబునఁ దలంచుకొని చెలులు తత్ప్రాప్తిప్రకారం బెఱుంగింప నిది సుముహూర్తలబ్ధం బైన ప్రథమభూషణం బనియు భవద్దత్తం బనియు నత్యాదరంబునఁ దెప్పించి హృదయభాగస్పర్శనాయకరత్నంబుగా నిపుడు ధరియించియున్నదాన నిచ్చోటికి నిపుడు నూపురంబులు గొనుచు సత్వరాత్ముం డేగుదెంచిన నింతలోపలికొలుపునకు వచ్చుపాటిచనువుకలిమికి నితం డింతభాగ్యవంతుఁడొకో యని యొక్కించుక భావింప నతనిజాత్యాదు లిన్నియు మదీయహారనాయకమాణిక్యంబు మాహాత్మ్యంబున నిట్లు చెప్పఁ దోఁచె భూతభవిష్యద్వర్తమానభువనప్రపంచంబునందు నెద్దియైన దేవరకుఁ దెలియవలసినయది కరతలామలకసమానం బై కనంబడియెడు దీని ధరియించి చూడుఁ డని యనుపమస్తనకుంభలక్ష్మి తెఱచాటున నర్తకి తెఱంగునం గించిత్ప్రకాశాప్రకాశరూపం బగుచు నపూర్వంబు నెఱవ నమ్మహనీయరత్నమాలిక తనదుపయ్యెద వెలుపలికిం దిగిచినం జూచి యా జగతీవల్లభుండు. 189

ఉత్సాహ. తివకు మట్ల యుండనిమ్ము ♦ తిరుగఁ బుచ్చుకొనుట యొ
ప్పవునె నీకు నిచ్చినట్టి♦హార మట్ల యుండఁగా
నువిద దీనిమహిమఁ దెలుపు ♦ టొప్పుఁ గాక యన భళీ
యవనినాథ జాణవిధియు♦పాయ మనుచు నవ్వుచున్. 190

తే. ఒరుగుమీఁదటఁ జేరి కూ♦ర్చున్నప్రియుని
యురము తరళంబు సోఁక మే ♦ నొయ్య వంచి
కనఁగ వలసినయది గనుం ♦ డనుచు నంతఁ
గుచభరాలసవోలె న♦క్కునను వ్రాలె. 191

క. వనజాక్షి యిపుడు గనవల, సినయది నా కిదియె యంచుఁ ♦ జెలువుఁడు తమకం
బునఁ గౌఁగిలించె నిరుగే, లను బిగియారంగ మధుర♦లాలసఁ బ్రేమన్. 192

చ. మదితమి నంతటన్ నిలక ♦ మానవనాథుఁడు చిత్తభూవశం
వదబహుచేష్టితుం డగుచు ♦ వర్తిల నేమిటికిం గడంగి యె
య్యది దొరకొంట మే లనుచు ♦ నబ్జజుఁ డిద్ధరఁ జంచలాత్ములన్
సదృశుల లెస్స కూర్చె జత♦నంబున నంచు లతాంగి నవ్వఁగన్. 193

ఉ. అంతట నెట్టకేలకుఁ బ్రి♦యాంగనప్రార్థన నవ్వసుంధరా
కాంతుఁడు తేటతెల్లమిగఁ ♦ గాంచెఁ దదుక్తతథాప్రపంచమ
త్యంతము సత్య మౌట మహి♦తం బగుతత్కుచమధ్యరత్నసం
క్రాంతునిహృత్ప్రదేశ మెసఁ♦గన్ మది నించుక పారఁ జూచుచున్. 194

వ. అంతట సత్వదాత్ముండు శాపమోక్షంబున నాబాల్యానుభూతపదార్థజాలం బంతయుఁ దనంతన యాత్మసంస్మరణగోచరం బగుచు నటమున్న మధురలాలసచేతఁ దా వినినవి కలిగి సరిదాఁకుచుఁ బ్రమోదంబు నద్భుతంబును నాపాదించుచుండ నేగుదెంచి తగినయవసరంబు దెలిసి యాకళాపూర్ణమహారాజుం గాంచి తనకుఁ బునఃప్రాప్తం బైనయాయెఱుక తెఱంగు విన్నవించె నేమో యిట్లు శాపవిముక్తుండ నైతి నని యనేకప్రకారంబుల నాపుణ్యదంపతుల సంస్తుతించి తొల్లింటినాఁటిమహారాష్ట్రరాజ్యభోగంబుకంటె ననేకగుణంబుల నధికం బై యిప్పటిదేవరపాదపద్మసేవ పరిపూర్ణసౌఖ్యంబు నొసంగుచున్నది యది యెల్లకాలంబు నాకుఁ గలుగ ననుగ్రహింపవలయు నని సాష్టాంగప్రణామం బాచరించె నతండు మధురలాలసాబంధుత్వవిశేషజ్ఞానంబున నతని నెప్పటికంటె మిక్కిలి గారవించి గృహంబున కనిపి మఱియు నభిమతవస్తుబోధసాధనేచ్ఛల మధురలాలసాపరిరంభణసుఖంబు లనుభవించుచుండె నప్పుడు. 195

ఆ. ఉభయహృదయదేశ♦యుగపన్మణిస్పర్శ
మహిమ నొక్కొరొకరి♦మక్కువపస
లొక్కమాఱె యొక్క♦రొకరి కేర్పడఁ దదా
శ్లేషసుఖము మిగులఁ ♦ జిత్ర మయ్యె. 196

క. శుభధర్మశీల యగువ, ల్లభయత్నముచేత నపు డి♦లాపతి దనపై
నభినవకౌముదికిం గల, సుభక్తి గని తదుచితంబు ♦ చొప్పడ నడిపెన్. 197

చ. అలఘుతరానుభావ యగు♦హైహయకన్యకహారశక్తిచేఁ
దెలివియు వాక్పటుత్వమును ♦ దేజరిలన్ నిజపూర్వవాసనా
బలముల వల్లకీరణన♦పాటవ మెంతయు మీఱ దిద్దె భూ
తలవిభుఁ డగ్రగతం దనరి ♦ తద్దయు గానకళాప్రవీణగన్. 198

చ. సకలమహీజనావనవి♦చారము సంధిల నంత నోలిమై
నకలుషధర్మశోభిని మ♦దాశయపుత్త్రికయత్న మొప్ప భ
ర్తకుఁ దెలిపెన్ స్వరాష్ట్రపర♦రాష్ట్రగుణాగుణవర్తనల్ సనా
యకపరిరంభకాలముల ♦ నప్పటికప్పటి కెచ్చరింపుచున్. 199

సీ. తా విన్నకన్నయ♦ర్థము చెప్ప కడఁచితి, వని తెల్పి శిక్షించుఁ ♦ దనదుచెలుల
రిపులకు లోనిచ్చె ♦ నపరాధి యయ్యె నీఁ,డని యమాత్యులతప్పు♦లరసి యతఁడు
మ్రుచ్చిలఁ దలఁచె వీఁ ♦ డిచ్చలో నని మూఁద,లించి దండించుమ♦లిమ్లుచులను
నాలితో రే యాతఁ ♦ డతిమాత్రమున నగ్గెఁ, దగ దని చెప్పించుఁ ♦ దగినరీతి
తే. మధురలాలస నపరిరం♦భణవిశేష
సమయహృద్దేశఘటితత♦చ్చారుహార

తరళమాహాత్మ్యమున సమ♦ స్తజ్ఞుఁ డగుచు
భువన మరుదంద నాకళా♦పూర్ణుఁ డపుడు. 200

వ. అంత నొక్కనాఁ డతండు మధురలాలసతోడ నేకాంతంబున నుండి సర్వజ్ఞత్వకారణదివ్యమాణిక్యప్రశంసాప్రసంగంబున విష్ణుదేవునిమాహాత్మ్యంబు తలంపునం బొడమఁ దదీయకీర్తనం బిహపరసాధనం బని సంభావించుచుఁ దత్ప్రసంగవశంబున. 201

తే. ఆదిజన్మంబునందు న♦నంతశయన, పద్మనాభునిసన్నిధి♦భాగవతుల
వచనమున రమావిష్ణుసం♦వాదనకథ, తా నొనర్చుట మదిలోనఁ♦దలఁచుకొనియె.

క. ఈపగిదిఁ దలఁచుకొని సుక, లాపంబుగ దాని మధుర♦లాలస మధురా
లాపములచేత వినుటకు, భూపాలునిమదిని వేడ్క ♦ పొడమెఁ మిగులన్. 203

ఆ. ఇట్లు వేడ్క పొడమ ♦ నిందుబింబానన, యాననంబు చూచి ♦ యానృపాలుఁ
డాదరాతిశయము ♦ ననురాగమును గరం, బలరుచుండ నిట్టు ♦ లనుచుఁ బలికె.

ఉ. ఆదిమ మైనజన్మమున ♦ నంగన యేను రమాముకుందసం
వాదము కావ్యరూపమున ♦ వర్తిలఁ జేసితి నంచు వింటి బా
ల్యోదితతావకీనమధు♦రోక్తులలో నది నీమణీగుణ
శ్రీ దనరార నారసి య♦శేషము నిప్పుడుఁ జెప్పఁగాఁ దగున్. 205

క. నీపరిరంభణమహిమను, దీపిత మగుతెలివివేళఁ ♦ దిరముగ నది యే
నోపడఁతి కనుట లే దెదఁ, బైపై నీమీఁదితమిని ♦ భాసిలుచునికిన్. 206

వ. అని పలుకుప్రాణవల్లభునిపలుకులకు నగుచు నమ్మగువ యోజగతీవర దేవరమదికిపు డెయ్యది ప్రియం బదియె చేయుట నాకునుం బరమప్రేమాస్పదంబు గావున నప్పావనకథయెల్ల వినుపించెద విన నవధరింపు మని పలికి తనకు సకలజ్ఞాననిదానం బగుచు హృదయప్రదేశంబున నలంకరింపుచున్న దివ్యహారనాయకమాణిక్యంబునకు నంజలిచేసి తదీయప్రాప్తికారణంబు లైనయాకళాపూర్ణుని నలఘువ్రతు మణికంధరుఁ గృష్ణుని విప్రుని సుగ్రహు వటపత్రశాయిని హృదయంబునఁ దలంచి యీగురుపరంపర నాకు ననుగ్రహకారిణి యగుఁ గావుత మనుచుం బ్రణమిల్లి యాలక్ష్మీనారాయణసంవాదకథ తొల్లిటిమణికంధరోక్తప్రకారంబున నిట్లని చెప్పం దొడంగె. 207

సీ. అమృతపూరాశ్చర్య♦తమవిరజానదీ, సీమావరుద్ధసం♦స్మృతికతంబు
పరిగణనాతిగ♦బ్రహ్మాండబుద్బుద, ప్రకృతిపాథోధిపా♦రాయితంబు
సూర్యచంద్రాగ్ని తే♦జోనిరపేక్షణ, ప్రాకృతస్వప్రభా♦భాస్వరంబు
స్వేచ్ఛాగృహీతస♦మిద్ధవిశుద్ధస, త్త్వశరీరనిత్యము♦క్తవ్రజంబు
తే. నగుచుఁ బెంపొందునిఖిలవే♦దాంతసిద్ధ
పరమకళ్యాణగుణచణ♦బ్రహ్మతత్త్వ

సతతసాక్షాత్క్రియావిభూ♦షితనిజాను
భవసుఖితకోవిదము శౌరి♦పరమపదము. 208

తే. చిదచిదీశ్వరాత్మకమున♦ శేషజగదు, పాశ్రయముతోయహుతవహ♦పవనవియద
హంక్రియామహదవ్యక్త♦కావరణము, నగునజాండాలి కవలన♦జ్జగము మెఱయు.

క. గణుతింపఁ బ్రకృతిదోషము, లణుమాత్రము లేవు గాని♦ యచటఁ బరఁగుస
త్ప్రణుతబ్రహ్మాదిజగ, ద్గుణమహిమ లనంతకోటి♦గుణత సమృద్ధిన్. 210

క. అరము నరణ్యము ననఁగా, శరధు లమృతచయము లచట♦ శతకోర్మిసము
త్కరశీకరశీతలతల, మరుదురుపులకితతటద్రు♦మము లై యమరున్. 211

క. ఆవిష్ణులోకమున కన, మావాహిని విరజ యమరు♦ మానితమోక్ష
శ్రీవరణరాగభాగవ, తాళీశుభలగ్నసమయ♦యవనిక పోలెన్. 212

శా. ఆసింధూత్తము చేరువన్ సరసి యొం♦ డైరమ్మదీయంబు నా
భాసిల్లున్ జలనీలికాకబరికా♦పద్మాస్యపుష్పంధయా
ళీసంవీక్షణవీచికావళిమృణా♦ళీబాహుకోకస్తన
శ్రీసంవాదితమూర్తిముక్తిపదల♦క్ష్మీమండలీకర్త యై. 213

తే. ఆసరోజాకరముపొంత♦ నతిశయిల్లు, బిల్వభూరుహ మొకటి శో♦భితపలాశ
విసరకిసలయసముదయో♦ల్లసనమహిమ, నవిరళస్థితశుకపుంజ♦ మనఁగఁ దనరి.

ఆ. ఇంపు మీఱ నచట♦ నెంతయు నశ్వత్థ, శాఖి యొకటి సామ♦సదన మనఁగ
మహిమతోసువర్ణ♦మయము శాఖాత్రయీ, శోభితంబు నగుచు♦ శ్రుతులు పొగడ.

చ. నెలకొని యమ్మహీరుహము♦నీడను బంచశతాప్సరస్సుమ
ధ్యలు సుమచూర్ణకజ్జలప♦టాభరణంబు లనేకముల్ కరం
బుల ధరియించి వర్తిలుచు♦ ముక్తత నచ్చటి కేగుదెంచువా
రల కెదు రేగి చేయుదురు♦ ప్రౌఢిమ సంధిలఁగా నలంక్రియల్. 216

సీ. కలికికన్గొనలచూ♦పులపేరఁ బర్వుమ, వ్వపు నల్లఁగల్వలు♦ వైచి వైచి
మందహాసము లను♦చందనోదకములు, పలుమాఱు మోములఁ♦ జిలికి చిలికి
హారంబు లిడుచు బా♦హారుచిచ్ఛలమున, భుజములందు హరిద్రఁ♦బూసి పూసి
శ్రుతిభూషణము లమ♦ర్చుచు హస్తకాంతికుం, కుమములు చెక్కిళ్లఁ♦జమరి చమరి

ఆ. యలరఁ జేయు నచ్చ♦రలపిండు ముక్తిక, న్యలను బెండ్లియాడి♦ బులియుచున్న
క్రొత్తపెండ్లికొడుకుఁ♦ గోమరులసయ్యాట, లాడుతద్వధూవ♦యస్య లనఁగ.

వ. ఇవ్విధంబునఁ బరమాద్భుతం బైన యాభువనోత్తమంబునందు. 218

తే. ఉభయకర్మతంత్రులకు న♦యోధనీయ
మగుట నామ్నాయము లయోధ♦ యని నుతింప
వాఙ్మనసగోచరము గాని♦వైభవమునఁ
బ్రబలు రాజీవలోచను♦రాజధాని. 219

సీ. ఘటమంచుఁబటమంచుఁ♦గాగుయుక్తులఁ బెంచు,దుష్టతార్కికులకు♦దూరమగుచు
శ్రుతియంచుస్మృతులంచు♦శుష్కకర్మము లెంచు,మీమాంసకులకప్ర♦మేయమ
ఝరియంచుఖరయంచు♦జనులవీనుల నెంచు, శబ్దైకరతులక♦సాధ్యమగుచు [గుచు
మృషయంచు నిషయంచు ♦ విషయోక్తిఁ గలహించు, నద్వైతపరులక♦సాధ్య
తే. గృష్ణ విష్ణో హృషీకేశ ♦ కేశవ యను [మగుచుఁ
భక్తున కొకప్పుడును దుర్ల♦భంబు గాక
పరఁగుఁ బ్రకృతివికారదు♦స్పర్శతరము
గురుతరానందఝరము వై♦కుంఠపురము. 220
చ. తడఁబడుచుండు నందు నమృ♦తంపుఁగొలంకులు రౌప్యభూములన్
వెడలుపుపచ్చరాచలువ♦నేలలు పచ్చికచోట్లు గెంజిగిన్
జడిగొనుపద్మరాగమణి♦సౌధములం దలిరాకుబ్రమాఁకులుం
బడఁతులపిండుభిత్తిగత♦భాసురతత్ప్రతిబింబజాలముల్. 221
క. పరమసుమనోమనోజ్ఞక, కర మాత్మారామపరవి♦కాసము దనరం
గరువపుచరితలగరితల, గరగరికలగరిమ నగరి♦గరిమకు నమరున్. 222
చ. విరులు రచింప నేల తమ♦విం తగునవ్వులసొంపు గల్గఁగ
స్తురికలయింపు లేల తమ♦చొక్కపుఁజూపులయింపు గల్గఁగ
ప్పురములముగ్గు లేల తమ♦పుణ్యనఖద్యుతిపెంపు గల్గనం
చరుదుగఁ జూపఱుల్ పొగడ ♦ నయ్యుయిలీలఁ జరింతు రంగనల్. 233
సీ. విరులపాండిమపేరఁ ♦ బరిశుద్ధసత్త్వంబు, తలిరాకునెపమున ♦ నలఘుకృపయు
దళమిషంబున నాత్మఁ ♦ గలకృష్ణకాంతియుఁ,బుష్పాళ్లు నాఁ గల్మి♦పొలఁతిడాలు
మధుకైతవమున స♦మ్మదబాష్పధారలు, కళికాంచలంబునఁ ♦ బులకములును
సౌరభసంజ్ఞను♦జ్ఞానవాసనయుఁ బే, రెలమిపేరిటిసౌఖ్య♦విలసనంబు [రూప
తే. వెలిఁ బ్రకాశింప నిత్యము♦క్తులు నిజేచ్ఛఁ, గొమరుమీఱంగఁ దరులతా♦కుంజ
ధారు లగుచు వర్తింతురు ♦ తత్పురంబు, బహువిధోద్యానవాటికా♦భ్యంతర
చ. అళిశుకకోకిలాదివపు♦రాశ్రయలీల దమున్ భజించుని [ముల.
త్యుల సుమనఃఫలాదిపరి♦తుష్టులఁ జేయుచు వారు దాము ము
క్తులకు వినోదలీల సమ♦కూర్తురు వృక్షలతాదు లైనవా
రలు హరిదాసు లెప్పుడుఁ బ♦రస్పరభక్తిపరాయణుల్ గదా. 225
సీ. కొన్ని సౌభాగ్యసం♦పన్నలక్ష్మీపదాం, భోజలాక్షాలక్ష్మి♦పూజితములు
కొన్ని భూదేవివి♦ఘూర్ణత్కటాక్షవీ, క్షాపక్ష్మలతగుళు♦చ్ఛవ్రజములు
కొన్ని నీళానఖాం♦కూరవిన్యాసచం, ద్రకితప్రవాళసం♦తానకములు
కొన్ని భాగవతలో♦కోన్నతక్రీడావి, భూషితచ్ఛాయావి♦శేషితములు [డుఁ
తే. నగుచుఁ బరవాసుదేవవి♦హారకుతుక, విభవముల కాస్పదంబు లై ♦ వెలయుచుం

దత్పురోద్యానములు నిరం◆తరపరాగ, పుష్పరసవృష్టిశీతల◆భూతలములు. 226
వ. అట్టిదివ్యవస్తువైభవంబులఁగరంబుగనుపట్టునట్టియాపట్టణమధ్యప్రదేశంబునందు.
సీ. రవిచంద్రకోటితి◆రస్కారధారేయ, మహనీయదీప్తిసం◆పదలఁ బొదలి
వేదప్రసిద్ధమై◆ వెలయునద్భుతరత్న, మయసహస్రస్తంభ◆మంటపమున
మహితవిభూతియు◆గ్మవిచిత్రరూపమై, ధర్మాదిసూరిపా◆దములతోడఁ
జెలువందుమాణిక్య◆సింహాసనమున స,హస్రదళాఖ్యప◆ద్మంబునందు [[illegible]
తే. శేషతల్పాధిరూఢుఁడై◆ సిరియు ధరయు,నీళయును భజింపంగ◆ లీల [illegible]
గేవలభ్రూవిలాసాను◆భావభావి, తాఖిలాజాండవర్తనుం◆ డచ్యుతుండు. 227
తే. ఆసహస్రపత్రంబు పూ◆ర్వాది గాఁగ, సకలదళముల విమలాది◆సతులు నిలిచి
హరి భజింతురు చామర◆హస్తలగుచుఁ, గమలనిలయలీలావతా◆రములరీతి.
చ. అతులితభక్తిఁ బూర్వదిశ◆యందు ననుగ్రహ యన్వధూటి దాఁ
గుతుకము మీఱఁగాఁ బసిఁడి◆కుంచియ వైచుచుఁ గొల్వుసేయు సం
తతమును హస్తకంకణఝ◆ణత్కరణక్వణనంబు లవ్విభుఁ
జతన పరాకు స్వామి యను◆శబ్దములాగున నెచ్చరింపుచున్. 229
సీ. శయహాసనాంశుక◆చ్ఛత్రాదికంబులు, దానయై ఫణికులో◆త్తముఁడు గొలుచు
ధ్వజమువాహనము పీ◆వనయునాదిగఁ బెక్కు,రూపమై గరుడుఁడా◆రూఢిఁ గొలుచు
వఱలువిద్యాధిదే◆వత యైనవేత్రంబు, పూని సూత్రవతీవి◆భుండు గొలుచు
నారతుకత్వ మిం◆పారఁ దత్పురిఁ గాచు, కుముదాదినిత్యసం◆ఘములు గొలుచు
తే. భువనములదుష్టనిగ్రహం◆బునకుఁ దాన,పాలు వడియున్నయాయుధ◆పంచకంబు
జయజయధ్వను లెసఁగంగఁ◆ జారుపురుష, భావమునఁ గొల్వ నావిశ్వ◆భ[illegible]
[[illegible]

మధురగతిరగడ.

కెందమ్ముల నడఁ◆కించుపదంబులు, నిందువైభవము◆ నేలునఖంబులు
గర మరు దగుచో◆క్కపుఁజిఱుఁదొడలును, గరికరవిభవము◆ కాదనుదొడలును
బదియార్వన్నియ◆బంగరువలువును, మెదలెడితళుకుల◆మేఖలచెలువును
భువనజనకుఁ గను◆పొక్కిలివిరియును, దవిలి యురంబునఁ◆ దనరెడుసిరియును
నరయ జీవమయ◆ మగుకౌస్తుభమును, నెరయ వైజయం◆తీసౌరభమును
బ్రకృతిమయతఁ జొ◆ప్పడుశ్రీవత్సము, వికసిల్లఁగఁ బ◆ర్వెడుఘనవత్సము
నహంక్రియాత్మక◆ మగుశంఖంబును, మహనీయమనో◆మయచక్రంబును
దనర నొకవిచి◆త్రపుసోయగమును, ననుపుపఱచుహ◆స్తాంబుజయుగమును
నురగతల్పమున◆ నూఁదినకరమును, బరఁగినజానువు◆పై నొకకరమును
నవ్యమకరకుం◆డలసువిలాసము, భవ్యకపోల◆ప్రకటితహాసము
పవడమును గణిం◆పని నెమ్మోవియు, నపచంపకనిభ◆నాసికఠీవియుఁ
దెలిదమ్ముల నగు◆తీరునయనములు, బొలుపలరెడుకను◆బొమలచెలువములు

కనుఁగొన నిం పగు♦కస్తురినామము, ననుపమాన మగు♦నలకస్తోమముఁ
గలకల నగుచ♦క్కనివదనంబును, ధళధళ మనుర♦త్నకిరీటంబును
ననుకృతజలధర ♦ మగువర్ణంబును, నినకోటుల నగి♦యెడు తేజంబును
గలుగుదివ్యమం♦గళవిగ్రహమున, నలరుభక్తిని♦త్యానుగ్రహమునఁ
బరఁగురమావిభుఁ ♦ బరమపదేశ్వరు, నిరవద్యాత్మకు ♦ నిత్యు నిరీశ్వరు
నజు నచ్యుతు హరి ♦ నఘసంహారుని, ద్రిజగన్నాథుని ♦ ద్రిగుణవిదూరుని
నఖిలశేషిఁ గరు♦ణైకపరాయణు, నిఖిలవేదవ♦ర్ణితు నారాయణుఁ
గొలిచి నిత్యము♦క్తులు ప్రమదంబున, నలరుదు రక్కడ ♦ నతివిభవంబున. 231

వ. అందు. 232

సీ. తనవిలోచనసంజ్ఞ ♦ ధవునకు భువనస, ర్గముఖక్రియాచార్య♦కంబు నడుపఁ
దనవిలాసంబు కాం♦తునకు శృంగారసా, మ్రాజ్యనీతిధురీణ♦మంత్రి గాఁగఁ
దననర్మలీల నా♦థునకు దశాకృతి, ప్రకృతికాసూత్రధా♦రత వహింపఁ
దనముద్దుఁబల్కు భ♦క్తివితానవాత్సల్య, కర్ణికారవికాస♦కారణముగ [బిడ్డ
తే. నఖిలకళలందుఁ దోడునీ ♦ డగుచు మెలఁగు, నధిపునకుఁ బాలమున్నీటి♦యాఁడు
యరిది మక్కువ టెక్కువ ♦ యవిరతంబు, నురుమడింపక యతఁడు ద ♦ న్నుప [చరింప.

ఉ. ఆజగదేకమాత తగు♦నట్టిప్రసంగవశంబునన్ సము
ద్వేజకభూరిసంసృతిన♦వీనదవానలతప్యమాననా
నాజనకోటిఁ బ్రోచుకరు♦ణారస మాత్మఁ గడుం దొలంక నీ
రేజదళాక్షుఁ జూచి మృదు♦రీతి దలిర్పఁగ నప్పు డిట్లనున్. 234

క. దేవా యిపు డొకయర్థము, దేవర నడుగంగ బుద్ధి ♦ దివిరెడు మిగులన్
నావిన్నపముఁ బ్రసాద, శ్రీ వెలయఁగ నొకటి యవధ♦రింపఁగ వలయున్. 235

ఉ. ఈభువనంబు లెల్ల సృజి♦యింప భరింప హరింపఁ గర్తవై
శోభిలువాఁడ వీవ మధు♦సూదన యంబుజసంభవుండుఁ జే
తోభవవైరియున్ గ్రమము♦తో భవదీయకృపాసమర్పిత
ప్రాభవులై కదా కనిరి ♦ పన్నడ సర్గలయాధికారముల్. 236

తే. జీవకోటుల నుభయక♦ర్మావళీఫ, లానుభవమున దరిఁ జేర్ప ♦ నాత్మఁ దలఁచి
నీవు బ్రహ్మాండసృష్టిర♦క్షావిలయము, లిట్లు గావింతు వని నుతి♦యించు శ్రుతులు.

ఆ. అదియుఁగాక మొదలు♦తుద లేనిసుకృతదు, ష్క్రియలుభోగమునఁ ద♦రింపరామి
యకట యాత్మబోధ♦నార్థమై వేదశా, స్త్రములు గలుగఁ జేసి ♦ తమలకృపను.

ఉ. అట్టిశ్రుతిస్మృతుల్ దెలుపు♦నట్టియుపాయము నాదరింప కె
ట్టెట్టు చరించి ముక్తి కెడ ♦ యైనజనంబులఁ బ్రోచుసత్కృపన్
నెట్టన రామకృష్ణముఖ♦నిర్మలమూర్తులు దాల్చి తీవు ని
న్నెట్టు నుతింపనేర్తుఁ బర♦మేశ నకారణసత్కృపాపరున్. 239

ఉ. ఇంచుక యేని వేసరక ◆ యీగతిఁ జెక్కిలి గొట్టి పాలు ద్రా
గించువిధంబునన్ బలిమిఁ ◆ గేశవ నీవు హితం బొనర్చుచో
నెంచఁ గృతార్థుఁ డొక్కఁ డొకఁ ◆ డింతియె కాని సమస్తజీవులం
గొంచక యంతకంతకును ◆ గ్రుంకెద రుగ్రభవార్ణవంబులోన్. 240

క. ఇది యింతయు నీమాయా, భ్యుదయవిలాసంబు దెలియఁ ◆ బురుషోత్తమ నీ
మదిలో నెయ్యది దలఁచిన, నొదవక మాన దని తోఁచు◆చున్నది నాకున్. 241

ఉ. కావున నెల్లజీవులకుఁ ◆ గారుణికోత్తమ నీయనుగ్రహా
శ్రీవిభవంబుచే నమృత◆సిద్ధిగఁ గోరెద సర్వశేషి వా
దేవరకున్ విభేదము మ◆దిం గలదే యొకకొందఱన్ భవా
భావముఁ బొందఁ జేయ భవ◆బంధులఁ గొందఱఁ జేయ నచ్యుతా. 242

వ. అని యివ్విధంబున సకలరక్షణార్థంబుగాఁ బరమకరుణావేశకలితహృదయ యగు
చుఁ బలుక తన నెయ్యంపుఁదొయ్యలితియ్యంపుఁబలుకుల కయ్యంబుజాక్షుం డిచ్చ
మెచ్చుచు నత్యాదరంబున నమ్మత్తకాశినిఁ బ్రసాదమేదురదరహసితలోచనంబుల
వీక్షించి. 243

క. జనకునకంటెను జననికిఁ, దనయులపై వత్సలత్వ◆ధర్మము మిగులన్.
ఘన మంద్రు గాన నీకే, యనుపమకారుణ్య ముచిత ◆ మరవిందముఖీ. 244

ఉ. అంబురుహాక్షి నీపలికి◆నట్ల యసంకుచితప్రభావధా
ర్ష్ట్యంబున నేఁ బ్రవర్తిలుట ◆ సత్యమ యైనను వారివారిక
ర్మంబులు చూడ కందఱ స◆మంబుగ నెవ్విధిఁ బ్రోవవచ్చు నెం
దుం బరికించి చూడ గుణ◆దోషవివేక మనార్యకృత్యమే. 245

వ. ఆర్యానార్యకర్మంబు లేను బ్రియాంగంబులుగాఁ గొనుటకును దదుభయవ్యవ
స్థానిమిత్తంబై వేదరూపాజ్ఞ లోకంబున నిలుపుటకును గారణంబు మత్స్వాతం
త్ర్యంబ కావున వారివారికర్మంబులవెంబడినె యేను శుభం బొనరించుట స్వా
భావికం బగుః దెలిసికొమ్మని యిట్లనియె. 246

క. విను మట్లైనను శుభవ, ర్తన కించుకబుద్ధి జనుఁడు ◆ దలకొల్పినమా
త్రన యది యే నీడేర్పుచు, ఘనకారుణ్యమునఁ బ్రోతుఁ ◆ గంజదళాక్షీ. 847

చ. సుకృతములందునుం బరమ◆శోభన మైనమదర్చనాదిసి
ద్ధికి ధరణీజనంబులమ◆దిం దలకొల్పిన కాదె యేఁ గృపా
ధికత దశావతారసము◆దీర్ణవిహారము పూనుటల్ దురా
త్మకులకుఁ దన్మహామహిమ◆దర్శనమున్ వృథ యేమిసేయుదున్. 248

వ. మఱియును. 249

క. అమృతపదప్రాప్తి కుపా, యములను మత్పూజనాదు ◆ లఖిలజనులకున్
సమకూర్పనె యుండుదు ని,త్యము శ్రీరంగాదిదివ్య◆ధామములందున్. 250

తరల. ఇదియుఁ జాలక యింకనుం గృప ♦ నెల్లజీవులఁ బ్రోవ నీ
మదిఁ గడుం దమకించి తేనియు ♦ మానసంబున నాకు స
మ్మదమ మిక్కిలి యెంచి చూడ స♦మస్తజీవదయాళుతా
భ్యుదయ మెవ్వరి కింపు గాదు ప♦యోజపత్రవిలోచనా. 251

వ. కావున నీప్రార్థనంబునం జేసి యిప్పు డొనర్చువిశేషంబు విను మట్లు లోకానుగ్రహార్థంబుగా నేను నిత్యసన్నిధిస్థానంబులుగా నంగీకరించినశ్రీరంగకాంచీవేంకటాచలాహోబళపురుషోత్తమాదిదివ్యస్థలంబుల కరిగి సేవింపనోపకున్న నుదమయున్నచోటనే యుండి తత్తద్దివ్యదేశనివాసు నన్ను నిజేచ్ఛానుసారంబునఁ దలంచి కేలు మొగుచువారికి సంసారంబు నుద్ధరింపఁ జేయుదు నని యానతిచ్చిన సంతసిల్లి యదియె చాలు నని యమ్మహాదేవునిదీనవాత్సల్యంబు ననేకప్రకారంబుల సన్నుతించె నని చెప్పి మధురలాలస యాకళాపూర్ణమహారాజుఁ గనుంగొని యది యిప్పుడు మీర లడిగినభవదీయపూర్వజన్మవిరచితలక్ష్మీనారాయణసంవాదకథాప్రకారంబు దేవరప్రశ్ననిమిత్తంబున నిశ్శ్రేయససులభోపాయంబు దొరికె నేఁడు సుదినం బయ్యె మదీయజన్మంబు సఫలం బయ్యె నని పలికి శ్రీరంగాదిదివ్యదేశమాహాత్మ్యంబునకు వెఱఁ గందుచు నింత భక్తవత్సలుండవే యని పరమపురుషు నఖిలలోకైకనాథు నారాయణుఁ దలంచి ప్రణమిల్లెఁ గళాపూర్ణుండును దదాదిగా నత్యాదరంబున విష్ణుసేవ గావింపుచు ధర్మమార్గంబున రాజ్యపరిపాలనంబు సేయుచు. [భుల

తే. సమ్మదము మీఱఁ దనయగ్ర♦జాయయందు, మధురలాలసయందు న♦మర్త్యని
సుతులఁ గాంచెఁ గ్రమంబున ♦ సుప్రసాదుఁ, డనఁగ సరసుఁ డనంగఁ బెం♦పారు

క. వల పమరఁగ నవవర్షం, బులసతిఁ దన కేళికొదవి ♦ భోగక్రియ నిం [ఘనుల.
పల రెడునట్లుగఁ జేసెం, దలఁపఁగ నిది చిత్ర మనఁగ ♦ ధర నితఁ డేలెన్. 254

తే. ఆయిలాతలవిభుమహా♦నీయకీర్తి, పుండరీకంబుఁ బాయక ♦ యుండులక్ష్మి
వేడ్కఁ దాల్చినసంపంగి♦విరులబంతి, కరణిఁ గాన్పించుబ్రహ్మాండ ♦ మరసిచూడ.

ఉ. ఆయవనీశ్వరుల్ విమతు ♦ లాజి నెదుర్కొనుపాటివారు లే
రేయెడఁ గల్గినన్ రణము ♦ లించుక తద్బలపక్షకోటికిన్
జేయఁగ లేరు చేసినను ♦ జృంభితతన్మదకుంభికుంభవ
శ్యాయతనిర్ఝరీకుచము♦లం దయవిన్నఖఘాతమాత్రముల్. 256

శా. తద్ధాటీసమయంబులం జటులగం♦ధర్వాళిపాదాహతి
ప్రోద్ధూతక్షితిధూళి నింకెడుమహాం♦భోధుల్ ద్విషన్మండలీ
శుద్ధాంతప్రమదావిలోచనము లం♦శ్రుప్రౌఢిచేఁ గ్రమ్మఱన్
వృద్ధిం బొందఁగఁ జేయుమీనసఖతా♦విఖ్యాతిసార్థంబుగన్. 257

ఉ. రూపవిలాసవైభవని•రూఢిన కా దసమాస్త్రకౌశలుం
డాపృథివీశుఁ డొండొకక్రి•యం బరికించిన మన్మథుండ యు
ద్దీపితకాంతుఁ దద్ఘనుఁడు • ధీరవిహారముచేత శాత్రవ
క్ష్మాపతులన్ నిలింపపుర•కాంతల నొండొరుతోడఁ గూర్చుటన్. 258

ఉ. ధీరుఁడు శూరుఁ డక్షయవి•తీర్ణవిహారుఁడు బంధులోకమం
దారుఁడు నీతిమార్గసము•దారుఁడు లోకపవిత్రకీర్తివి
స్తారుఁడు దోషదూరుఁడు ని•తాంతగభీరుఁడు నిత్యశోభనా
కారుఁడు ధర్మసారుఁ డవి•కారుఁడు తజ్జనపాలుఁ డెయ్యెడన్. [షణుండు

తే. అతనిగుణము లెన్నఁగఁ జతు•రాస్యుఁ డైన,నచతురాస్యుండు ధిషణుండు • నధి
ధర నహీనుండు హీనుండు • దశముఖులు, దశముఖులను మఱివేలు • తడవ [నేల.

ఉ. పూర్ణసమస్తసద్గుణవి•భూషితుఁ డై పొలుపొందునాకళా
పూర్ణకథల్ వినం జదువఁ • బొల్పుగ సంతతివైభవాదివి
స్తీర్ణశుభంబు కల్మి కజు•దీవన మున్నది గల్గెఁ గాన నా
నిర్ణయమార్యు లెల్ల మది • నిల్పి వినుండు పఠింపుఁ డింపుతోన్. 261

ఉ. భవ్యత నెల్లదేశములఁ • బ్రస్తుతి కెక్కుచు మీఱి యిమ్మహా
కావ్యము సుప్రసిద్ధ మగుఁ • గావుత నిత్యము సర్వలోకసం
స్తవ్యనిజస్మృతిన్ వెలయు•తాండవకృష్ణుకృపన్ బవిత్రశా
స్త్రవ్యసనాతిధన్య మగు•సజ్జనకోటియనుగ్రహంబునన్. 262

శా. శ్రీరోచిష్ణుకటాక్షవీక్షజయల•క్ష్మీసంతతాశేషయో
గ్యారాజద్భుజ యారువీటిపురబు•క్కక్షోణిపాలాన్వయ
క్షీరాంభోనిధికౌస్తుభాయితమహా•స్థేమోదయప్రస్ఫుర
న్నారత్నావరపాత్రగోత్రతిలకా • నంద్యాలకృష్ణాధిపా. 263

క. శోభితవైభవరూపమ, నోభవ కొండాంబికాత•నూభవ భూతి
శ్రీభవ పరిశమితారి, ప్రాభవ బుధవర్ణ్యమాన • రామసమానా. [త్రా

వనమయూరము. శైలవరధీర నిజ•సంగరపరిత్రా, ణాలఘువిచారసక•లాంగనుతగో
పాలనవిహార యవి•భంగజయయాత్రా, శీల నగధీర నర•సింగవిభుపుత్త్రా. 265

గద్యము. ఇది నిఖిలసూరిలోకాంగీకారతరంగితకవిత్వవైభవపింగళియమరనార్య
తనూభవసౌజన్యజేయసూరయనామధేయప్రణీతం బయినకళాపూర్ణోదయం
బనుమహాకావ్యంబునందుఁ బ్రబంధపరిపూర్తిశోభనం బైనయష్టమాశ్వాసము
సర్వంబును సమాప్తము.

శ్రీ కామేశ్వర్యర్పణమస్తు.

www.ingramcontent.com/pod-product-compliance
Lightning Source LLC
LaVergne TN
LVHW020118220825
819277LV00036B/477
9781022719187